மகாத்மா காந்தியின் சுயசரிதை

சத்திய சோதனை

இரண்டாம் புத்தகம்

மகாத்மா காந்தி

தமிழாக்கம்:
ரா. வேங்கடராஜுலு

அறம் பதிப்பகம்

சத்திய சோதனை (இரண்டாம் புத்தகம்)

மகாத்மா காந்தி

முதல் பதிப்பு: மார்ச் 2023

வெளியீட்டு எண்: 99

வெளியீடு: அறம் பதிப்பகம்

Sathiya Sothanai (Book-2)

Author: Mahatma Gandhi

First Edition: March, 2023

Published by: Aram Publication
Address: No. 3/582, Mullai street,
Kasthuribai nagar, Mullipattu village & post
Arani Taluk - 632 316
Tiruvannamalai Dt, Tamil nadu
Contact Cell No: 9150724997
e-mail: arampublication50@gmail.com

Designer: G. Murugan

Printed at: Durga printers, Chennai-14

ISBN: 978-93-91480-69-1

Pages: 432

முன்னுரை

நாலைந்து ஆண்டுகளுக்கு முன், என் சுய சரிதையை நான் எழுத வேண்டும் என்று என் நெருங்கிய சகாக்கள் சிலர் யோசனை கூறியதன் பேரில், நானும் எழுத ஒப்புக் கொண்டேன்; எழுதவும் ஆரம்பித்தேன். ஆனால், முதல் பக்கத்தை எழுதி முடிப்பதற்குள்ளேயே பம்பாயில் கலவரம் மூண்டுவிட்டதால் அவ்வேலை தடைப்பட்டு விட்டது. பிறகு ஒன்றன் பின் ஒன்றாகப் பல சம்பவங்கள் நடந்து எராவ்டாவில் என் சிறை வாசத்தில் முடிந்தது. அங்கே என்னுடன் கைதியாக இருந்த ஸ்ரீ ஜயராம்தாஸ், என்னுடைய மற்ற எல்லா வேலைகளையும் கட்டி வைத்துவிட்டுச் சுய சரிதையை எழுதி முடிக்கும்படி கேட்டுக் கொண்டார். நானோ, சிறையில் பல நூல்களைப் படிப்பது என்று திட்டமிட்டிருந்தேன். அந்த வேலையை முடிப்பதற்கு முன்னால் நான் வேறு எதுவும் செய்வதற்கில்லை என்று அவருக்குப் பதில் சொன்னேன். எராவ்டாவில் என் சிறைத் தண்டனைக் காலம் முழுவதையும் அனுபவித்திருப்பேனாயின் சுயசரிதையையும் எழுதி முடித்தே இருப்பேன். ஆனால், அவ்வேலையை முடிப்பதற்கு இன்னும் ஓராண்டுக் காலம் இருந்த போதே நான் விடுதலை அடைந்து விட்டேன். சுவாமி ஆனந்தர் அந்த யோசனையைத் திரும்ப என்னிடம் கூறினார். தென்னாப்பிரிக்க சத்தியாக்கிரக சரித்திரத்தை எழுதி முடித்து விட்டேனாகையால், சுய சரிதையை ''நவஜீவனு''க்கு எழுதும் ஆர்வம் எனக்கு உண்டாயிற்று. தனி நூலாகப் பிரசுரிப்பதற்கென்றே அதை நான் எழுதவேண்டும் என்று சுவாமி விரும்பினார். ஆனால், அதற்கு வேண்டிய ஓய்வு நேரம் எனக்கு இல்லை. வாரத்திற்கு ஓர் அத்தியாயம் வீதமே என்னால் எழுத முடியும். வாரந்தோறும் 'நவஜீவனு'க்கு நான் ஏதாவது எழுதியாக வேண்டும். அப்படி எழுதுவது சுய சரிதையாக ஏன் இருக்கக் கூடாது? இந்த யோசனைக்குச் சுவாமியும் சம்மதித்தார்; நானும் எழுத ஆரம்பித்துவிட்டேன்.

ஆனால், தெய்வ பக்தியுள்ள ஒரு நண்பருக்கு இதில் சில சந்தேகங்கள் உண்டாயின. என் மௌன விரத நாளில்

அவற்றை அவர் என்னிடம் கூறினார். “இம்முயற்சியில் இறங்க நீங்கள் எப்படித் துணிந்தீர்கள்?” என்று அவர் கேட்டார். “சுய சரிதை எழுதுவது என்பது மேற்கத்திய நாட்டினருக்கே உரிய பழக்கம். கிழக்கத்திய நாடுகளில் மேற்கத்திய நாட்டு நாகரிக வயப்பட்டவர்களைத் தவிர வேறு யாருமே சுய சரிதை எழுதியிருப்பதாக எனக்குத் தெரியவில்லை. மேலும், நீங்கள் என்னதான் எழுதுவீர்கள்? உங்கள் கொள்கைகள் என்று நீங்கள் இன்று கொண்டிருப்பவைகளை நாளைக்கு நிராகரித்து விடுகிறீர்கள் என்று வைத்துக் கொள்ளுவோம், அல்லது, இன்று நீங்கள் வைத்திருக்கும் திட்டங்களை நாளைக்கு மாற்றிக் கொள்ளுகிறீர்கள் என்றும் வைத்துக் கொள்ளுவோம். அப்போது, நீங்கள் பேசியவை அல்லது எழுதியவைகளை ஆதாரமாகக் கொண்டு தங்கள் வாழ்க்கையை அமைத்துக் கொண்டு இருப்பவர்களுக்குத் தவறான வழியைக் காட்டிவிட்டதாக ஆகிவிடாதா? சுயசரிதை போன்ற ஒன்றை இப்போதைக்காவது எழுதாமலிருப்பது நல்லதல்லவா?” என்று அவர் கேட்டார்.

இந்த வாதத்தில் ஓரளவு உண்மை இருக்கிறது என்பதை உணர்ந்தேன். ஆனால், உண்மையில் சுயசரிதை எழுதுவது என்பதல்ல என் நோக்கம். நான் நடத்தி வந்திருக்கும் சத்திய சோதனைகள் பலவற்றின் கதையைச் சொல்லவே விரும்புகிறேன். என் வாழ்க்கையிலும் இந்தச் சோதனைகளைத் தவிர வேறு எதுவுமே இல்லை. ஆகையால், இக்கதை ஒரு சுய சரிதையாகவே அமையும் என்பது உண்மை. ஆனால், அதன் ஒவ்வொரு பக்கமும் என்னுடைய சோதனைகளைப் பற்றி மாத்திரமே கூறுமானால், அதைக் குறித்து நான் கவலைப்படமாட்டேன். இந்தச் சோதனைகள் அனைத்தையும் பற்றிய தொடர்ச்சியானதொரு வரலாறு வாசகர்களுக்குப் பலனளிக்காமற் போகாது என்று நம்புகிறேன்; அல்லது அந்த நம்பிக்கையுடன் என்னை நானே பாராட்டிக் கொள்கிறேன். ராஜீயத் துறையில் நான் செய்திருக்கும் சோதனைகள், இந்தியாவுக்கு மாத்திரமல்ல, ஓரளவுக்கு ‘நாகரிக’ உலகத்திற்கும் இப்பொழுது தெரிந்தே இருக்கின்றன. என்னளவில் அவற்றை நான் முக்கியமாகக் கருதவில்லை. அவை எனக்குத் தேடித் தந்திருக்கும் ‘மகாத்மா’ பட்டத்தையும் நான் மதிக்கவில்லை. அப்பட்டம் எனக்கு எப்பொழுதும் மன வேதனையையே

தந்திருக்கிறது. அப்பட்டத்தினால் நான் எந்தச் சமயத்திலும் ஒரு கண நேரமாவது பரவசம் அடைந்ததாக எனக்கு நினைவு இல்லை. ஆனால், ஆன்மிகத் துறையில் நான் நடத்திய சோதனையைப் பற்றிச் சொல்லவே நிச்சயமாக விரும்புவேன். அவை எனக்கு மாத்திரமே தெரிந்தவை. ராஜீயத் துறையில் வேலை செய்து வருவதற்கு எனக்கு இருந்து வரும் சக்தியையும் நான் அதனிடமிருந்தே பெற்றிருக்கிறேன். இந்தச் சோதனைகள் உண்மையிலேயே ஆன்மீகம் ஆனவைகளாக இருப்பின், இதில் தற்புகழ்ச்சி என்பதற்கே எந்த விதமான இடமும் இல்லை. அவை என்னுடைய அடக்கத்தையே அதிகமாக்கும். இதுவரை செய்திருப்பவற்றை நினைத்துப் பார்க்கப் பார்க்க, அவற்றைக் குறித்துச் சிந்திக்கச் சிந்திக்க, என் குறைபாடுகளையே நான் தெளிவாக உணருகிறேன்.

நான் விரும்புவதும், இந்த முப்பது ஆண்டுகளாக நான் பாடுபட்டு வந்திருப்பதும், ஏங்கியதும், என்னை நானே அறிய வேண்டும் என்பதற்கும், கடவுளை நேருக்கு நேராகக் காணவேண்டும் என்பதற்கும், மோட்சத்தை அடைய வேண்டும் என்பதற்குமே. இந்த லட்சியத்தை அடைய வேண்டும் என்பதற்காகவே நான் வாழ்கிறேன்; நடமாடுகிறேன். நான் இருப்பதும் அதற்காகவே தான். நான் பேசுவன, எழுதுவன, ராஜீயத் துறையில் முயற்சி செய்வன ஆகிய யாவும் இக் குறிக்கோளைக் கொண்டவையே. ஆனால், ஒருவருக்குச் சாத்தியமாவது எல்லோருக்குமே சாத்தியமாகும் என்பதை நெடுகிலும் நம்பி வந்திருக்கிறேனாகையால், என்னுடைய சோதனைகளை ஒளிவு மறைவாகச் செய்யாமல் பகிரங்கமாகவே செய்து வந்திருக்கிறேன். இதனால், அவற்றின் ஆன்மிக மதிப்பு எந்த வகையிலும் குறைந்து விட்டதாக நான் கருதவில்லை. தனக்கும், தன்னைப் படைத்த கடவுளுக்கும் மாத்திரமே தெரிந்தவையாக உள்ள சில விஷயங்கள் உண்டு. அவற்றை ஒருவர் மற்றொருவருக்கு விண்டு சொல்லுவது என்பது சாத்தியமில்லாத காரியம். நான் சொல்லப் போகும் சோதனைகள் அப்படிப்பட்டவை அல்ல. ஆனால், அவை ஆன்மீகமானவை; அதைவிடச் சன்மார்க்கமானவை என்றே சொல்லிவிடலாம். ஏனெனில், சன்மார்க்கமே மதத்தின் சாரம்.

வயது முதிர்ந்தவர்கள் மட்டுமின்றி, குழந்தைகளும் புரிந்து கொள்ளக்கூடிய மத விஷயங்கள் மாத்திரமே இகக்தையில் சேர்க்கப்படும். பாரபட்சமற்ற வகையில், அடக்க உணர்ச்சியோடு அவற்றை நான் விவரிப்பேனாயின், இத்தகைய சோதனைகளில் ஈடுபட்டிருக்கும் மற்றும் பலரும் தங்கள் முன்னேற்றத்திற்கு வேண்டிய ஆதாரங்களை இதில் காண்பார்கள். இச் சோதனைகள், குறைகளே இன்றிப் பூரணமானவை என்று நான் சொல்லிக் கொள்ளுவதாக யாரும் கருதிவிட வேண்டாம். ஒரு விஞ் ஞானி, தம் ஆராய்ச்சிகளை எவ்வளவோ கணக்காகவும் முன் யோசனையின் பேரிலும், நுட்பமாகவும் நடத்துகிறார். ஆனால், அதன் பலனாகத் தாம் கண்ட முடிவுகளே முடிந்த முடிவுகள் என்று அவர் கொள்ளுவதில்லை. தாம் அறிந்து கொள்ளாதவையும் இருக்கக் கூடும் எனக் கருதி, அவற்றையும் தெரிந்து கொள்ளத் தயாராக இருக்கிறார். அத்தகைய விஞ்ஞானியின் நிலைதான் என் நிலையும். என்னை நானே ஆழ்ந்து சோதித்து வந்திருக்கிறேன். என்னுள்ளேயே நான் துருவித் துருவித் தேடிப் பார்க்காத இடமில்லை. என் மனநிலை ஒவ்வொன்றையும் சோதித்து அலசிப் பார்த்திருக்கிறேன். என்றாலும், நான் கண்ட முடிவுகள் குறையற்றவை. முடிவானவை என்று சொல்லிக் கொள்ளும் நிலைக்கு நான் வந்து விடவில்லை. ஒன்று மாத்திரம் சொல்லிக் கொள்ளுகிறேன். அதாவது, அந்த முடிவுகள் முற்றும் சரியானவையாகவே எனக்குத் தோன்றுகின்றன; இப்போதைக்கு முடிவானவை என்றும் தோன்றுகின்றன. ஏனெனில், அவை அவ்வாறு தோன்றாது போனால், அவற்றின் அடிப்படையில் நான் எதையும் செய்ய முடியாது. ஆனால், ஒவ்வொரு கட்டத்திலும், ஏற்றுக் கொள்ளுவது அல்லது நிராகரித்து விடுவது என்ற முறையை அனுசரித்து அதன்படி நடந்தும் வந்திருக்கிறேன். என்னுடைய செயல்கள், என் அறிவுக்கும் உள்ளத்திற்கும் ஏற்றவையாக இருக்கும் வரையில், நான் என் ஆரம்ப முடிவுகளையே கடைப்பிடித்தாக வேண்டும்.

கொள்கைகளைப் பற்றிய சித்தாந்தங்களை மட்டுமே விவாதிப்பது என்றால், நான் சுய சரிதை எழுதும் முயற்சியில் இறங்கியிருக்க வேண்டியதே இல்லை. ஆனால், எனது நோக்கமோ, இக் கொள்கைகள் நடைமுறையில் பல வகையிலும் அனுசரிக்கப்பட்டு வந்திருப்பதன் வரலாற்றைக் கூறுவதாகும்.

ஆகவே, நான் எழுதப் போகும் இந்த அத்தியாயங்களுக்கு 'நான் செய்த சத்திய சோதனையின் கதை' என்று தலைப்புக் கொடுத்திருக்கிறேன். அகிம்சை, பிரம்மச்சரியம் முதலிய ஒழுக்க நெறிகளைப் பற்றிய சோதனைகளும் இவற்றில் அடங்கியிருக்கும். இந்த ஒழுக்க நெறிகள் வேறு, சத்தியம் வேறு என்று கருதப்படுகிறது. ஆனால், சத்தியமே தலையாய தருமம், அதில் மற்றும் பல தருமங்களும் அடங்கி இருக்கின்றன என்று நான் கருதுகிறேன். இந்தச் சத்தியம் என்பது உண்மை பேசுவது மாத்திரம் அல்ல; உள்ளத்திலும் உண்மையோடு இருப்பது என்பதையும் இது குறிக்கும். அத்துடன் நமக்குத் தோன்றும் சத்தியத்தை மட்டுமின்றி, சுத்த சுயம்புவான சத்தியமும், நித்தியத்துவமான கடவுளையும் அது குறிக்கும். கடவுளைப் பற்றிய விளக்கங்கள் கணக்கில் அடங்காதவை. ஏனென்றால், அவர் காட்சி தரும் ரூபங்களும் எண்ணற்றவை.

இவை பற்றி எண்ணும் போது ஆச்சரியத்திலும் அச்சத்திலும் அமிழ்ந்து விடுகிறேன்; ஒரு கணம் பிரமித்தும் போய்விடுகிறேன். ஆனால், கடவுள் என்றால் சத்தியம் மாத்திரமே எனக் கருதி நான் வழிபடுகிறேன். அவருடைய தரிசனம் எனக்கு இன்னும் கிட்டவிலலை. ஆயினும், அவரைத் தேடிக் கொண்டே இருக்கிறேன். இம் முயற்சியில் வெற்றி பெறுவதற்காக, எனக்கு இனியதான எதையுமே தத்தஞ் செய்துவிடத் தயாராயிருக்கிறேன். என் உயிரையே இதற்காகத் தியாகம் செய்துவிட வேண்டியிருந்தாலும், அதைக் கொடுக்கவும் நான் தயாராக இருப்பேன் என்றே நம்புகிறேன். ஆனால், இந்தச் சுத்த சத்திய சொரூபியை நான் அடையும் வரையில், எனக்குத் தெரிந்ததாகவுள்ள சாதாரண சத்தியத்தையே நான் பற்றுக் கோடாகக் கொண்டாக வேண்டும். இதற்கு மத்தியில் இந்தச் சத்தியமே எனக்கு வழிகாட்டும் ஒளியாகவும், பாதுகாக்கும் கேடயமாகவும், மார்புக் கவசமாகவும் இருந்தாக வேண்டும். இந்தச் சத்திய வழி, நேரானதாகவும், குறுகலானதாகவும், கத்தி முனையைப் போல் கூர்மையானதாகவும் இருந்த போதிலும், இதுவே எனக்கு மிகச் சீக்கிரத்தில் செல்லக்கூடிய, மிக எளிதான வழியாக இருந்து வந்திருக்கிறது. இவ்வழியிலிருந்து பிறழாமல் நான் கண்டிப்பாக நடந்து வந்திருப்பதால், ஹிமாலயம் போன்ற என் பெரிய தவறுகளெல்லாம் கூட எனக்கு

அற்பமானவையாகத் தோன்றுகின்றன. ஏனெனில், இவ்வழியே என்னைத் துன்பங்களிலிருந்து காத்து வருகின்றது. இதில் என் உள்ளொளிக்கு ஏற்ப நான் முன்னேறிச் சென்றிருக்கிறேன். என் முற்போக்கில் சுத்த சத்தியமான கடவுளின் மங்கலான தோற்றங்களை நான் அடிக்கடி காண்கிறேன்.

மெய்ப்பொருள் அவர் ஒருவரே; மற்றவை யாவும் பொய்யே என்ற திடநம்பிக்கை நாளுக்கு நாள் எனக்கு வளர்ந்து கொண்டும் வருகிறது. என்னுள் இந்த உறுதி எவ்விதம் வளர்ந்திருக்கிறது என்பதை விருப்பமுள்ளோர் உணரட்டும்; அவர்களால் முடிந்தால் சோதனைகளில் பங்கு கொண்டு எனது திடநம்பிக்கையிலும் பங்கு கொள்ளட்டும். எனக்குச் சாத்தியமானது, ஒரு சிறு குழந்தைக்கும் சாத்தியமானதாகவே இருக்கும் என்ற மற்றொரு நம்பிக்கையும் என்னுள் வளர்ந்து வருகிறது. இவ்விதம் நான் கூறுவதற்குத் தக்க காரணங்களும் இருக்கின்றன. சத்தியத்தை அடைவதற்கான சாதனங்கள் எப்படிக் கஷ்டமானவையோ, அப்படி எளிமையானவை ஆகவும் இருக்கின்றன. இறுமாப்பைக் கொண்ட ஒருவனுக்கு அவை முற்றும் சாத்தியமில்லாதவையாகத் தோன்றலாம்; ஆனால் கபடமற்ற ஒரு குழந்தைக்கு அவை சாத்தியமானவை. சத்தியத்தை நாடிச் செல்பவர், தூசிக்கும் தூசியாகப் பணிவு கொள்ள வேண்டும். உலகம் தூசியைக் காலின் கீழ் வைத்து நசுக்குகிறது. ஆனால், சத்தியத்தை நாடுகிறவரே, அத்தூசியும் நம்மை நசுக்கும் அளவுக்குத் தம்மைப் பணிவுள்ளவராக்கிக் கொள்ள வேண்டும். அப்பொழுதுதான் – அதற்கு முன் அல்ல – ஒளியைக் கணப்பொழுதாவது காண முடியும். வசிஷ்டருக்கும் விசுவாமித்திரருக்கும் நடந்த வாக்குவாதம் இதை மிகத் தெளிவாக்குகிறது. கிறிஸ்தவமும், இஸ்லாமும் கூட இதை நன்கு எடுத்துக் காட்டுகின்றன.

இப்பக்கங்களில் நான் எழுதப் போவதில் ஏதாவது ஒன்று தற்பெருமையோடு கூறப்பட்டது போல் வாசகருக்குத் தோன்றுமாயின், என் சத்தியத் தோட்டத்தில் ஏதோ கோளாறு இருக்கிறது என்றும், எனக்குத் தோன்றும் காட்சிகளும் கானல் நீரைப் போன்றவையே ஒழிய உண்மையானவை அல்ல என்றும் தான் அவர் கொள்ள வேண்டும். என்னைப் போன்றவர்கள்

நூற்றுக் கணக்கில் அழிந்தாலும் சரி, சத்தியம் நிலைக்கட்டும். தவறே இழைக்கவல்ல என் போன்றவர்களின் தன்மையைக் கண்டறிவதற்காக, சத்தியத்தின் பெருமையை மயிரிழையும் குறைத்து விடாமல் இருப்போமாக.

இனி வரும் அத்தியாயங்களில் ஆங்காங்கே காணப்படும் புத்திமதிகள் அதிகார பூர்வமானவை என யாரும் கருதி விட மாட்டார்கள் என்றே நம்புகிறேன். அப்படிக் கருதி விடக்கூடாது என்பதே என் பிரார்த்தனையுமாகும். கூறப்பட்டிருக்கும் சோதனைகளை உதாரணங்கள் என்றே கொள்ள வேண்டும். அவற்றை அனுசரித்து ஒவ்வொருவரும் தத்தம் நோக்கப்படியும் தகுதிக்கேற்றவாரும் சொந்தச் சோதனைகளை மேற்கொள்ளலாம். இந்தக் குறிப்பிட்ட அளவு வரையில் இந்த உதாரணங்கள் உண்மையில் பயனுள்ளவையாகும் என நம்புகிறேன். ஏனெனில், சொல்லியாக வேண்டிய ஆபாசமான விஷயங்களைக் கூட நான் மறைக்கப் போவதில்லை; குறைத்துக் கூறப்போவதில்லை. என்னுடைய எல்லாக் குற்றங்களையும், தவறுகளையும் வாசகருக்கு அறிவிப்பேன் என்றே நம்புகிறேன். என் நோக்கம், சத்தியாக்கிரக சாத்திரத்தில் நடத்திய சோதனைகளை விவரிப்பதேயன்றி, நான் எவ்வளவு நல்லவன் என்பதைச் சொல்லுவது அன்று. என்னுடைய நன்மை, தீமைகளை மதிப்பிடுவதில் சத்தியத்தைப் போல அதிகக் கண்டிப்பாக இருக்கவே நான் முயல்வேன். மற்றவர்களும் அவ்விதமே இருக்க வேண்டுமென்று விரும்புகிறேன். அந்த அளவுகோலைக் கொண்டு என்னை நானே அளவிடும்போது, சூரதாஸ் என்னும் பக்தர் பாடியது போல நானும், ‘என்னைப் போல் கொடிய, வெறுக்கத்தக்க பாவி வேறு எவர் உண்டு? படைத்த பிரமனையே மறந்திடும் நன்றி கெட்டவன் ஆனேன் நான்!’ என்று கதற வேண்டும். ஏனெனில் என் வாழ்வின் ஒவ்வொரு சுவாசத்தையுமே பரிபாலிப்பவனும், என்னை ஈன்றெடுத்தவனுமான ஆண்டவனுக்கு இன்னும் வெகுதொலைவிலேயே நான் இருந்து வருவது எனக்கு இடையறாத சித்திரவதையாக இருக்கிறது. என்னுள் இருக்கும் தீய குணங்களே என்னை அவனுக்குத் தொலை தூரத்தில் கொண்டு வந்து வைத்திருக்கின்றன என்பதை நான் அறிவேன். என்றாலும், அவற்றிலிருந்து என்னால் விடுபட முடியவில்லை.

முன்னுரையை இங்கு நான் முடிக்க வேண்டும். அடுத்த அத்தியாயத்திலிருந்து என் கதையைத் தொடங்குவேன்.

மோ. க. காந்தி

ஆசிரமம், சபர்மதி.
26, நவம்பர், 1925

பொருளடக்கம்

நான்காம் பாகம்

ஐந்தாம் பாகம்

நான்காம் பாகம்

1. அன்பின் உழைப்பு வீணா?

தென்னாப்பிரிக்காவிடமிருந்து மூன்றரைக் கோடி பவுன் நன்கொடையைப் பெறுவதற்கும், அங்கிருக்கும் ஆங்கிலேயர், போயர்கள் இவர்களின் மனத்தைக் கவருவதற்குமே ஸ்ரீ சேம்பர்லேன் வந்திருந்தார். ஆகவே, இந்தியரின் தூது கோஷ்டிக்கு அவர் திருப்திகரமான பதில் கூறவில்லை. "சுயாட்சி பெற்றுள்ள குடியேற்ற நாடுகளின் மீது பிரிட்டிஷ் அரசாங்கத்திற்கு அதிகாரம் எதுவும் இல்லை என்பது உங்களுக்குத் தெரியும். உங்கள் குறைகள் நியாயமானவை என்றே தோன்றுகிறது. என்னால் முடிந்ததைச் செய்கிறேன். ஆனால், ஐரோப்பியரின் மத்தியிலிருந்து வாழ நீங்கள் விரும்பினால், அவர்கள் உங்களிடம் பிரியங் கொள்ளும்படி செய்ய நீங்கள் முயலவேண்டும்" என்று அவர் கூறினார்.

இந்தப் பதில், தூது சென்ற இந்தியரின் உற்சாகத்தைக் குலைத்து விட்டது. நானும் ஏமாற்றமடைந்தேன். எங்கள் எல்லோருக்குமே இது கண்களைத் திறந்துவிடுவதாக இருந்தது. இனித் தீவிரமாக வேலையை ஆரம்பித்துவிட வேண்டியதே என்று கண்டேன். என் சகாக்களுக்கு நிலைமையை விளக்கிக் கூறினேன்.

உண்மையில் ஸ்ரீ சேம்பர்லேனின் பதிலில் தவறானது ஒன்றும் இல்லை. விஷயத்தைக் குழப்பாமல் உள்ளதை உள்ளபடியே அவர் சொன்னது நல்லதேயாகும். 'வல்லவன் வகுத்ததே வாய்க்கால்' அல்லது 'வாளெடுத்தவன் வகுத்ததே சட்டம்' என்பதை அவர் நயமான முறையில் எங்களுக்குத் தெரிவித்து விட்டார். ஆனால், எங்களிடமோ வாளே இல்லை. வாளினால் வெட்டப்படுவதற்கு வேண்டிய துணிச்சலும் உடல் வலுவுங்கூட எங்களுக்கு இல்லை.

இந்த உபகண்டத்தில் ஸ்ரீ சேம்பர்லேன் கொஞ்ச காலமே இருப்பதாக முடிவு செய்திருந்தார். ஸ்ரீ நகருக்கும் கன்னியாகுமாரிக்கும் 1,900 மைல் தூரம் என்றால், டர்பனுக்கும் கேப் டவுனுக்கும் 1,100 மைல் தூரத்திற்குக் குறைவில்லை.

ஸ்ரீ சேம்பர்லேன் இந்தத் தொலை தூரத்தைச் சண்டமாருத வேகத்தில் சுற்றவேண்டியிருந்தது.

நேட்டாலிலிருந்து அவசரமாக டிரான்ஸ்வாலுக்குச் சென்றார். அங்கிருக்கும் இந்தியருக்காகவும் நான் ஒரு விண்ணப்பத்தைத் தயாரித்து அவரிடம் சமர்ப்பிக்க வேண்டியிருந்தது. ஆனால், நான் பிரிட்டோரியாவுக்குள் போய்ச் சேருவது எப்படி? உரிய காலத்தில் என்னைத் தங்களிடம் தருவித்துக் கொள்ளுவதற்கு வேண்டிய சட்ட வசதிகளைப் பெறும் நிலையில் அங்கிருந்த நம் மக்கள் இல்லை. போயர் யுத்தம் டிரான்ஸ்வாலை வனாந்திரமாக்கி விட்டது. உணவுப் பொருள்களோ, துணிமணிகளோ அங்கே கிடைப்பதில்லை. கடைகளெல்லாம் காலியாகவோ, மூடப்பட்டோ கிடந்தன. அவை திறக்கப்பட்டு, சாமான்கள் விற்க ஆரம்பிக்கும் என்று எதிர்பார்க்கப்பட்டதெனினும், அதற்கு நாளாகும். கடைகள் திறக்கப்பட்டு உணவுத் தானியங்கள் விற்கப்படும் வரையில், முன்னால் அங்கிருந்து ஓடிப் போய்விட்டவர்களைக் கூடத் திரும்பி வர அனுமதிக்க முடியாது. ஆகையால், டிரான்ஸ்வால் வாசி ஒவ்வொருவரும் உள்ளே நுழைய அனுமதிச் சீட்டுப் பெற வேண்டியிருந்தது. இது ஐரோப்பியருக்கு எந்தவிதமான கஷ்டமும் இல்லாமல் கிடைத்து விடும். ஆனால், இந்தியருக்கோ இது மிகக் கஷ்டமானதாயிற்று.

யுத்தத்தின்போது இந்தியாவிலிருந்தும் இலங்கையில் இருந்தும் அநேக அதிகாரிகளும் சிப்பாய்களும் தென்னாப்பிரிக்காவுக்கு வந்திருந்தனர். அவர்களில் அங்கேயே குடியேறிவிட விரும்புகிறவர்களுக்கு ஏற்பாடுகளைச் செய்து கொடுக்க வேண்டியது, பிரிட்டிஷ் அதிகாரிகளின் கடமை என்று கருதப்பட்டது. எப்படியும் அவர்கள் புதிதாக அதிகாரிகளை நியமிக்க வேண்டியிருந்தது. அனுபவம் வாய்ந்த அவர்கள் இருந்தது சௌகரியமாயிற்று. அவர்களில் சிலரின் சுறுசுறுப்பான புத்திக்கூர்மையினால் ஒரு புதிய இலாகாவையே சிருஷ்டித்து விட்டார்கள். இது அவர்களுடைய சாமார்த்தியத்தைக் காட்டியது. நீக்ரோக்களுக்கென்று ஒரு தனி இலாகா இருந்தது. அப்படியானால், ஆசியாக்காரர்களுக்கென்றும் ஒரு தனி இலாகா ஏன் இருக்கக் கூடாது? இந்த வாதம் நியாயமானதாகவே தோன்றியது. நான் டிரான்ஸ்வாலை அடைந்ததற்கு முன்னாலேயே

இந்த இலாகா ஆரம்பமாகி தன்னுடைய அதிகாரத்தை நாலா பக்கங்களிலும் பரப்பி வந்தது. அனுமதிச் சீட்டுக்களைக் கொடுக்கும் அதிகாரிகள், வெளியேறியிருந்து இப்பொழுது திரும்புகிறவர்கள் எல்லோருக்குமே அனுமதிச் சீட்டுக்களைக் கொடுக்கலாம். ஆனால், திரும்பி வரும் ஆசியாக்காரர்களுக்குப் புதிய இலாகாவின் குறுக்கீடு இல்லாமல் அவர்கள் எப்படிக் கொடுத்துவிட முடியும்? புதிய இலாகாவின் சிபாரிசின் பேரிலேயே அனுமதிச் சீட்டுக் கொடுப்பதென்றால் அனுமதிச் சீட்டுக் கொடுக்கும் அதிகாரிகளின் சில பொறுப்புக்களும், பாரமும் குறைந்து விடும். இவ்வாறே அவர்கள் வாதித்தார்கள். ஆனால் உண்மை என்னவென்றால், புதிய இலாகாவுக்கு ஏதாவது வேலை வேண்டும் என்பதுதான். அதோடு அந்த ஆட்களுக்குப் பணமும் வேண்டும். அவர்களுக்கு வேலை இல்லையென்றால், அந்த இலாகா அவசியம் இல்லை என்று ஆகிவிடும்; அதை எடுத்தும் விடுவார்கள். ஆகையால், இந்த வேலையை அவர்களே தங்களுக்குத் தேடிக்கொண்டார்கள்.

இந்தியர், அனுமதிச் சீட்டுக்கு இந்த இலாகாவிடம் மனுச் செய்து கொள்ள வேண்டும். பல நாட்கள் கழித்தே பதில் கிடைக்கும். டிரான்ஸ்வாலுக்குத் திரும்ப விரும்பியவர்களின் தொகை ஏராளமானதாக இருந்துவிடவே, இதற்குத் தரகர் கட்டணம் மிகவும் வளர்ந்துவிட்டது. அதிகாரிகளுடன் சேர்ந்து இத் தரகர்கள் ஏழை இந்தியர்களிடமிருந்து ஆயிரக்கணக்கில் கொள்ளையடித்தனர். சிபாரிசு இல்லாமல் அனுமதிச் சீட்டே கிடைக்காது என்பதை அறிந்தேன். சிபாரிசு வைத்தும் சிலர் விஷயத்தில் நூறு பவுன் வரையில் பணமும் கொடுக்க வேண்டியிருந்ததாம். இந்த நிலையில் நான் டிரான்ஸ்வாலுக்குப் போவதற்கு வழி இருப்பதாகவே தோன்றவில்லை. எனது பழைய நண்பரான டர்பன் போலீஸ் சூப்பரிண்டெண்டெண்டிடம் போனேன். "தயவு செய்து அனுமதிச் சீட்டு அதிகாரிக்கு என்னை அறிமுகம் செய்துவைத்து எனக்கு அனுமதிச் சீட்டுக் கிடைக்க உதவுங்கள். நான் டிரான்ஸ்வாலில் வசித்திருக்கிறேன் என்பதை நீங்கள் அறிவீர்கள்" என்று அவரிடம் கூறினேன். உடனே, அவர் தொப்பியை எடுத்து வைத்துக் கொண்டு புறப்பட்டு என்னுடன் வந்து எனக்கு அனுமதிச் சீட்டை வாங்கிக் கொடுத்தார். நான் புறப்பட வேண்டிய ரெயில் கிளம்புவதற்கு அரைமணி நேரமே

இருந்தது. என் சாமான்களையெல்லாம் முன்பே தயாராக வைத்திருந்தேன். சூப்பரிண்டெண்டெண்ட் அலெக்ஸாண்டருக்கு நன்றி தெரிவித்துவிட்டுப் பிரிட்டோரியாவுக்குப் புறப்பட்டேன்.

என் முன்னாலிருக்கும் கஷ்டங்கள் எவ்வளவு என்பதைக் குறித்து ஒருவாறு நான் இப்பொழுது தெரிந்துகொண்டேன். பிரிட்டோரியா போய்ச் சேர்ந்ததும் விண்ணப்பத்தைத் தயார் செய்தேன். சேம்பர்லேனைச் சந்திக்கப் போகும் பிரதிநிதிகளின் பெயரை முன்கூட்டியே சமர்ப்பிக்க வேண்டும் என்று டர்பனில் கேட்கப்பட்டதாக எனக்கு ஞாபகம் இல்லை. ஆனால், இங்கோ புது இலாகா இருந்தது; அது முன்கூட்டி அறிவிக்க வேண்டும் என்று கேட்டது. என்னைப் பிரதிநிதிகளில் ஒருவனாக இருக்கவிடாமல் செய்ய அதிகாரிகள் விரும்பினார்கள் என்பதை பிரிட்டோரியா இந்தியர் அப்பொழுதே அறிந்திருந்தனர்.

வேடிக்கையானதே யென்றாலும் வேதனையான இச்சம்பவத்திற்கு மற்றோர் அத்தியாயமும் அவசியம்.

2. ஆசியாவிலிருந்து வந்த எதேச்சாதிகாரிகள்

நான் டிரான்ஸ்வாலுக்குள் பிரவேசித்துவிட்டது எப்படி என்பது புதிய இலாகாவின் தலைமை அதிகாரிகளுக்கு விளங்கவில்லை. தங்களிடம் வரும் இந்தியரிடம் இதைப்பற்றி விசாரித்தார்கள். ஆனால், அவர்களாலும் நிச்சயமாக எதுவும் சொல்ல முடியவில்லை. எனக்குள்ள பழைய தொடர்பை வைத்துக் கொண்டு அனுமதிச் சீட்டு இல்லாமலேயே நான் நுழைந்திருக்க வேண்டும் என்று ஊகித்துக் கொண்டுவிடவே அதிகாரிகள் முற்பட்டனர். அப்படித்தான் என்றால், நான் கைது செய்யப்பட வேண்டிய குற்றத்தைச் செய்தவனாவேன்!

ஒரு பெரிய யுத்தம் முடிந்ததுமே, அப்போது அதிகாரத்திலிருக்கும் அரசாங்கத்திற்கு விசேட அதிகாரங்களைக் கொடுப்பது பொதுவான வழக்கம். தென்னாப்பிரிக்கா விஷயத்திலும் அதுவே நடந்தது. சமாதானப் பாதுகாப்பு அவசரச் சட்டம் ஒன்றை அரசாங்கம் நிறைவேற்றியது. அதன்படி, அனுமதி இல்லாமல் டிரான்ஸ்வாலுக்குள் வரும் யாரையும் கைது செய்து சிறைத் தண்டனை விதிக்கலாம். அச்சட்டத்தின் இந்த விதியின் கீழ் என்னைக் கைது செய்யலாமா என்று அதிகாரிகள் யோசித்தார்கள். ஆனால், அனுமதிச் சீட்டைக் காட்டும்படி என்னைக் கேட்கும் தைரியம் யாருக்கும் வரவில்லை. எனினும், அதிகாரிகள் டர்பனுக்குத் தந்தி கொடுத்து விசாரித்தார்கள். அனுமதிச் சீட்டின் பேரிலேயே நான் வந்திருக்கிறேன் என்று அறிந்ததும் ஏமாற்றமடைந்தனர். ஆனால், இத்தகைய ஏமாற்றங்களினால் தோல்வியடைந்து விடக் கூடியவர்கள் அல்ல அவர்கள். டிரான்ஸ்வாலுக்குள் வந்துவிடுவதில் நான் வெற்றிபெற்றுவிட்டாலும் ஸ்ரீ சேம்பர் லேனிடம் நான் தூதுபோக முடியாதபடி அவர்கள் என்னை வெற்றிகரமாகத் தடுத்துவிட முடியும்.

ஆகவே, தூதுசெல்லப் போகும் பிரதிநிதிகளின் பெயரைச் சமர்ப்பிக்குமாறு சமூகத்தினரைக் கேட்டார்கள். தென்னாப்

பிரிக்காவில் எங்குமே நிறவெறி இருந்து வருகிறது என்பதை நான் அறிவேன். ஆனால், இந்தியாவில் நான் கண்ட இழிவான தந்திரங்களும், கீழ்த்தரமான உபாயங்களும் இங்கும் அதிகாரிகளிடம் இருக்கும் என்று நான் எதிர்பார்க்கவே இல்லை. தென்னாப்பிரிக்காவில் பொது இலாக்காக்கள் மக்களின் நன்மைக்கு என்றே இருந்தன. அவை பொதுஜன அபிப்பிராயத்திற்கும் பதில் சொல்லக் கடமைப்பட்டவை. ஆகையால் அதிகாரிகள் மரியாதையுடனும், அடக்கத்தோடும் நடந்துகொள்ளுவார்கள். இதனால், வெள்ளையர் அல்லாதாருக்கும் ஓரளவுக்கு நன்மை இருந்துவந்தது. ஆசியாவிலிருந்து அதிகாரிகள் வந்து சேர்ந்ததும், அவர்களுடன் எதேச்சாதிகாரமும், அங்கே எதேச்சாதிகாரர்கள் பெற்றிருந்த பழக்கங்களும் கூடவே வந்துவிட்டன. தென்னாப்பிரிக்காவில் ஒரு வகையான பொறுப்பாட்சி அல்லது ஜனநாயகம் இருந்தது. ஆனால், ஆசியாவிலிருந்து இறக்குமதியான இந்தச் சரக்குகளோ, கலப்பற்ற எதேச்சாதிகார மயமானவை. ஏனெனில், ஆசியாக்காரர்களை அந்நிய அரசாங்கமே ஆண்டு வருவதால் அவர்களுக்குப் பொறுப்பாட்சி எதுவும் இல்லை. தென்னாப்பிரிக்காவிலிருந்த ஐரோப்பியர், அந்த நாட்டில் குடியேறி நிரந்தரக் குடிகள் ஆகிவிட்டவர்கள். அவர்கள் தென்னாப்பிரிக்கப் பிரஜைகள் ஆனதால், இலாகா அதிகாரிகளின் மீது அவர்களுக்கு ஆதிக்கம் இருந்தது. ஆனால், இப்பொழுதோ ஆசியாவிலிருந்து ஏதேச்சாதிகாரிகள் வந்து விட்டார்கள். இதன் பயனாக இந்தியர் இருதலைக் கொள்ளி எறும்புபோல் ஆயினர்.

இந்த எதேச்சாதிகாரத்தின் கொடுமையை நான் நன்றாக அனுபவித்திருக்கிறேன். இலாகாவின் பிரதம அதிகாரியை வந்து பார்க்குமாறு முதலில் எனக்குக் கட்டளை வந்தது. அந்த அதிகாரி இலங்கையிலிருந்து வந்தவர். பிரதம அதிகாரியின் 'கட்டளை வந்தது' என்று நான் சொல்லுவது, விஷயத்தை நான் மிகைப்படுத்திக் கூறுவதாகத் தோன்றி விடக்கூடும். எனவே இதைத் தெளிவுபடுத்த விரும்புகிறேன். எழுத்து மூலமான உத்தரவு எதுவும் எனக்கு வரவில்லை. ஆசியாக்காரர்களின் அதிகாரிகளை இந்தியத் தலைவர்கள் அடிக்கடி சந்திக்க வேண்டியிருந்தது. அப்படிச் சந்தித்தவர்களில் ஒருவர் காலஞ்சென்ற சேத் தயாப் ஹாஜிகான் முகமது. அந்தக்

காரியாலயத்தின் பிரதம அதிகாரி, 'நான் யார்? நான் எதற்காக அங்கே வந்திருக்கிறேன்?' என்று அவரைக் கேட்டார். "அவர் எங்கள் ஆலோசகர். நாங்கள் கேட்டுக்கொண்டதன் பேரில் அவர் வந்திருக்கிறார்" என்றார், தயாப் சேத்.

"அப்படியானால், நாங்கள் இங்கே எதற்காக இருக்கிறோம்? உங்களைப் பாதுகாப்பதற்கென்றே நாங்கள் நியமிக்கப் பட்டிருக்கவில்லையா? இங்கிருக்கும் நிலைமையைப் பற்றிக் காந்திக்கு என்ன தெரியும்?" என்று கேட்டார், எதேச்சாதிகாரி.

இக்குற்றச் சாட்டுக்குத் தயாப் சேத் தம்மால் இயன்ற வரையில் பதில் சொன்னார். அது, பின்வருமாறு: "நீங்கள் இருக்கிறீர்கள். உண்மைதான். ஆனால் காந்தி எங்கள் மனிதர். அவருக்கு எங்கள் மொழி தெரியும். எங்களைப் புரிந்து கொண்டிருக்கிறார். எப்படியும் நீங்கள் அதிகாரிகள் தானே?"

என்னைத் தம் முன்னால் கொண்டு வருமாறு துரை, தயாப் சேத்துக்கு உத்தரவு போட்டார். தயாப் சேத் முதலியவர்களுடன் நான் துரையிடம் போனேன். எங்களை உட்காரச் சொல்லவில்லை. நாங்கள் எல்லோரும் நின்றுகொண்டே இருந்தோம்.

"இங்கே நீர் வந்தது எதற்காக?" என்று துரை என்னைப் பார்த்துக் கேட்டார்.

"எனது சகோதர இந்தியர், தங்களுக்கு ஆலோசனை கூறி உதவ வேண்டும் என்று கேட்டுக்கொண்டதன் பேரில் நான் வந்தேன்" என்று பதில் கூறினேன்.

"இங்கே வர உமக்கு உரிமை கிடையாது என்பது உமக்குத் தெரியாதா? நீர் வைத்திருக்கும் அனுமதிச் சீட்டு, தவறாக உமக்குக் கொடுக்கப்பட்டு விட்டது. இங்கு குடியேறிய இந்தியராக உம்மைக் கருத முடியாது. நீர் திரும்பிப் போய் விட வேண்டும். ஸ்ரீ சேம்பர்லேனிடம் நீர் தூது போகக்கூடாது. முக்கியமாக, இங்கிருக்கும் இந்தியரின் பாதுகாப்புக்கென்றே ஆசியாக்காரர்களின் இலாகா ஆரம்பிக்கப்பட்டிருக்கிறது. சரி நீர் போகலாம்" என்று கூறித் துரை எங்களை அனுப்பி விட்டார். பதில் சொல்லுவதற்குச் சந்தர்ப்பமே அளிக்கவில்லை.

ஆனால், என்னுடன் வந்தவர்களை மாத்திரம் அங்கே காக்க வைத்தார். அவர்களைக் கண்டபடி திட்டி, என்னை அனுப்பி விடுமாறு அவர்களுக்கு யோசனை கூறி அனுப்பினார். அதிக எரிச்சலுடன் அவர்கள் திரும்பிவந்தார்கள். இவ்விதம் நாங்கள் எதிர்பாராத புதிய நிலைமை ஒன்று எங்கள் முன் குறுக்கிட்டது.

3. அவமதிப்புக்கு உட்பட்டேன்

அந்த அவமரியாதை என் மனத்தை அதிகமாக வருத்தியது. ஆனால், இதற்கு முன்னால் இத்தகைய அவமரியாதைகள் பலவற்றை சகித்திருக்கிறேனாகையால், அவைகளால் நான் பாதிக்கப்படாதவன் ஆகிவிட்டேன். எனவே, இப்பொழுது கடைசியாக ஏற்பட்ட இந்த அவமதிப்பையும் மறந்து விடுவதெனத் தீர்மானித்தேன். இவ்விஷயத்தில் விருப்பு வெறுப்பின்றிக் கவனித்து, எந்த வழி சரியெனத் தோன்றுகிறதோ அதன்படி நடப்பதென்றும் முடிவு செய்தேன்.

ஆசியாக்காரர்கள் இலாகாவின் பிரதம அதிகாரிகளிடமிருந்து எங்களுக்கு ஒரு கடிதம் வந்தது. ஸ்ரீ சேம்பர்லேனை நானே டர்பனில் கண்டிருக்கிறேனாகையால், அவரைச் சந்திக்கப் போகும் தூது கோஷ்டியிலிருந்து என் பெயரை நீக்கிவிட வேண்டியது அவசியமாகிறது என்று அக்கடிதம் கூறியது. அக்கடிதத்தை என் சகாக்களினால் சகித்துக்கொள்ள முடியவில்லை. தூது போவது என்ற யோசனையையே அடியோடு கைவிட்டு விடுவது என்று அவர்கள் அபிப்பிராயப் பட்டார்கள். அதனால், சமூகத்திற்கு ஏற்படக்கூடிய சங்கடமான நிலைமையை அவர்களுக்கு எடுத்துக் கூறினேன்.

“ஸ்ரீ சேம்பர்லேனிடம் நீங்கள் உங்கள் குறைகளை எடுத்துக் கூறாது போனால், உங்களுக்குக் குறைகளே இல்லை என்று கருதப்பட்டுவிடும். எப்படியும் நாம் சொல்லப் போவதை எழுத்து மூலமே சொல்லப் போகிறோம். அதையும் நாம் தயாரித்திருக்கிறோம். அதை அவர் முன்பு நான் படிக்கிறேனா, வேறு ஒருவர் படிக்கிறாரா என்பது அவ்வளவு முக்கியமான விஷயமே அல்ல. ஸ்ரீ சேம்பர்லேன் இந்த விஷயத்தைக் குறித்து நம்மிடம் விவாதிக்கப் போவதில்லை. இந்த அவ மரியாதைக்கு உட்பட்டுத் தீரவேண்டியது தான் என்று எண்ணுகிறேன்” என்றேன்.

நான் இவ்விதம் சொல்லி முடிப்பதற்குள் தயாப் சேத் பின்வருமாறு ஆத்திரத்தோடு கூறினார்: “உங்களுக்கு ஏற்பட்ட

அவமரியாதை சமூகத்திற்கேற்பட்ட அவமரியாதை அல்லவா? நீங்கள் எங்கள் பிரதிநிதி என்பதை நாங்கள் எப்படி மறந்து விட முடியும்?''

''உண்மையே. சமூகம்கூட இது போன்ற அவமரியாதைகளுக்கு உட்பட்டுவிட வேண்டியே இருக்கிறது. இதைத்தவிர நமக்கு வேறுவழி ஏதாவது இருக்கிறதா?'' என்று கேட்டேன்.

''என்ன வந்தாலும் வரட்டும். புதிதாக ஓர் அவமரியாதைக்கு நாம் உட்படுவானேன்? இதையும் விட மோசமானது எதுவும் நமக்கு நேர்ந்துவிடப் போவதில்லை. மேற்கொண்டும் நாம் இழந்து விடுவதற்கு நம்மிடம் இன்னும் ஏதாவது உரிமை பாக்கி இருக்கிறதா?'' என்று கேட்டார் தயாப் சேத்.

அது ரோஷமான பதில்தான். ஆனால், அதனால் என்ன பிரயோசனம்? இந்திய சமூகத்தினிடமுள்ள சக்தி இன்னது தான் என்பதை நான் நன்றாக அறிந்திருந்தேன். நண்பர்களைச் சாந்தப்படுத்தினேன். அத்தூதுக் குழுவில் எனக்குப் பதிலாக இந்தியப் பாரிஸ்டரான ஸ்ரீ ஜார்ஜ் காட்பிரேயைச் சேர்த்துக் கொள்ளுமாறு யோசனை கூறினேன்.

ஆகவே, ஸ்ரீ காட்பிரே தூதுக் குழுவுக்குத் தலைவராகச் சென்றார். ஸ்ரீ சேம்பர்லேன் தமது பதிலில், நான் தூதுக் குழுவிலிருந்து விலக்கப்பட்டிருப்பதைப் பற்றியும் சொன்னார். ''திரும்பத் திரும்ப அதே பிரதிநிதி சொல்லுவதைக் கேட்டுக் கொண்டிருப்பதை விடப் புதிதாக ஒருவர் இருப்பது நல்லதல்லவா?'' என்று கூறி, இந்தியருக்கு ஏற்பட்டிருந்த மனப்புண்ணை ஆற்ற முயன்றார்.

ஆனால், இவைகளினாலெல்லாம் காரியம் சரியாக முடிந்துவிடவில்லை. ஆனால், சமூகமும் நானும் செய்ய வேண்டிய வேலையையே இவை அதிகப்படுத்தின. நாங்கள் அடியிலிருந்து வேலையைத் தொடங்க வேண்டியிருந்தது. ''நீங்கள் சொன்னதன் பேரில் தானே சமூகம் யுத்தத்தில் உதவி செய்தது! அதன் பலனை இப்பொழுது நீங்கள் பார்க்கிறீர்கள்'' என்று சிலர் என்னைக் குத்திக் காட்டினார்கள். அதனால் நான் பாதிக்கப்பட்டுவிடவில்லை. ''அப்பொழுது நான் கூறிய யோசனைக்காக இப்பொழுது நான் வருத்தப்பட வில்லை''

என்றேன். "யுத்தத்தில் நாம் பங்கெடுத்துக் கொண்டதில் நாம் சரியான காரியத்தையே செய்தோம் என்பதை நான் இப்பொழுதும் கூறுகிறேன். அப்படிச் செய்ததில் நம் கடமையைத்தான் நாம் நிறைவேற்றினோம். கடமையை முன்னிட்டுச் செய்த பணிக்கு நாம் வெகுமதியை எதிர் பார்க்கக் கூடாது. என்றாலும், எந்த நல்ல காரியமும் முடிவில் பலனளித்தே தீரும் என்பது என் திடமான நம்பிக்கை. நடந்து போனதை மறந்துவிட்டு நம் முன்னால் இப்பொழுது இருக்கும் வேலை என்ன என்பதைக் கவனிப்போம்" என்று நான் கூறியதை மற்றவர்களும் ஒப்புக் கொண்டார்கள்.

நான் மேலும் கூறியதாவது: "உண்மையைச் சொன்னால், நீங்கள் எந்த வேலைக்காக என்னை அழைத்திருந்தீர்களோ அந்த வேலை இப்பொழுது முடிந்துவிட்டது. நான் தாய் நாடு திரும்புவதற்கு என்னை நீங்கள் அனுமதிப்பது சாத்தியமே என்று இருந்தாலும் நான் டிரான்ஸ்வாலை விட்டுப் போகக் கூடாது என்று எண்ணுகிறேன். முன்போல நேட்டாலில் இருந்துகொண்டு என் வேலையைச் செய்து கொண்டிருப்பதற்குப் பதிலாக, இங்கிருந்து கொண்டே நான் அதைச் செய்து வரவேண்டும். ஓர் ஆண்டுக்குள் இந்தியாவுக்குத் திரும்புவது என்று நான் இனியும் எண்ணிக் கொண்டிருப்பதற்கில்லை. டிரான்ஸ்வால் சுப்ரீம் கோர்ட்டில் வக்கீலாக நான் பதிவு செய்து கொள்ள வேண்டியதே. இப்புதிய இலாகாவைச் சமாளித்துக்கொண்டுவிட முடியும் என்ற நம்பிக்கையும் எனக்கு இருக்கிறது. இதை நாம் செய்யவில்லை என்றால், சமூகம் அடியோடு கொள்ளையடிக்கப் பட்டு விடுவதோடு இந்நாட்டிலிருந்து விரட்டியடிக்கப் பட்டும் விடும். ஒவ்வொரு நாளும் புதுப்புது அவமரியாதைகள் சமூகத்தின்மீது வந்து குவிந்து கொண்டும் இருக்கும். ஸ்ரீ சேம்பர்லேன் என்னைப் பார்க்க மறுத்ததையும், அந்த அதிகாரி என்னை அவமதித்ததையும், இந்தியச் சமூகம் முழுமைக்கும் இருந்து வரும் அவமதிப்போடு ஒப்பிட்டுப் பார்த்தால் ஒன்றுமே இல்லை என்றுதான் சொல்ல வேண்டும். கேவலம் நாயின் வாழ்வை நாம் நடத்திக் கொண்டிருக்க வேண்டும் என்று நாம் எதிர் பார்க்கப் படுகிறோம். இதைச் சகித்துக் கொண்டிருக்கவே முடியாது."

எனவே, நான் வேலையைச் செய்துகொண்டு போக ஆரம்பித்தேன். பிரிட்டோரியாவிலும் ஜோகன்னஸ்பர்க்கிலும் இருக்கும் இந்தியருடன் விஷயங்களை விவாதித்தேன். முடிவாக ஜோகன்னஸ்பர்க்கில் எனது அலுவலகத்தை அமைப்பது என்று தீர்மானித்தேன்.

டிரான்ஸ்வால் சுப்ரீம் கோர்ட்டில் என்னை வக்கீலாகப் பதிவு செய்துகொள்ளுவார்களா என்பது சந்தேகமாகவே இருந்தது. ஆனால், வக்கீல்கள் சங்கம் என் மனுவை எதிர்க்கவில்லை. கோர்ட்டும் அங்கீகரித்துவிட்டது. தகுதியான இடத்தில் அலுவலகத்திற்கு அறைகளை அமர்த்திக் கொள்வது என்பது இந்தியருக்குக் கஷ்டமானதாகவே இருந்தது. ஸ்ரீ ரிச் என்பவர் அப்பொழுது அங்கே வர்த்தகராக இருந்தார். அவருடன் எனக்கு நெருங்கிய தொடர்பு ஏற்பட்டது. அவருக்குத் தெரிந்த வீட்டுத் தரகர் ஒருவருடைய முயற்சியின் பேரில் நகரில் வக்கீல்கள் இருக்கும் பகுதியில் என் அலுவலகத்திற்குத் தகுதியான அறைகள் எனக்குக் கிடைத்தன. என் தொழில் சம்பந்தமான வேலையையும் தொடங்கினேன்.

4. தியாக உணர்ச்சி மிகுந்தது

டிரான்ஸ்வாலில் குடியேறிய இந்தியரின் உரிமைக்காகவும், ஆசியாக்காரர் இலாகாவின் சம்பந்தமாகவும் நடந்த போராட்டத்தைக் குறித்து நான் கூறும் முன்பு, என் வாழ்க்கையின் வேறு சில அம்சங்களைப் பற்றியும் நான் கூறவேண்டும்.

இதுவரையில் எனக்குக் கலப்பானதோர் ஆர்வம் இருந்து வந்தது. தன்னலத் தியாகம் செய்ய வேண்டும் என்ற உணர்ச்சியை, வருங்காலத்திற்கு ஏதாவது ஒரு பொருள் சேர்த்துவைக்க வேண்டும் என்ற ஆர்வம் மிதப்படுத்திக் கொண்டிருந்தது.

பம்பாயில் நான் என் அலுவலகத்தை அமைத்த சமயம், ஓர் அமெரிக்க இன்ஷூயூரன்ஸ் ஏஜெண்டு அங்கே வந்தார். அவர் நல்ல முகவெட்டும் இனிக்கப் பேசும் திறமையும் உள்ளவர். நாங்கள் ஏதோ வெகு காலம் பழகிய நண்பரைப் போல அவர் என்னிடம் என் வருங்கால நலனைக் குறித்து விவாதித்தார். "அமெரிக்காவில் உங்கள் அந்தஸ்தில் உள்ளவர்கள் எல்லோரும் தங்கள் ஆயுளை இன்ஷூர் செய்திருக்கிறார்கள். எதிர்காலத்தை முன்னிட்டு நீங்களும் இன்ஷூர் செய்துகொள்ள வேண்டாமா? வாழ்வு நிச்சயமில்லாதது. அமெரிக்காவிலுள்ள நாங்கள், இன்ஷூர் செய்து கொண்டு விட வேண்டியதை ஒரு மதக் கடமையாகவே கருதுகிறோம். நீங்களும் ஒரு சிறு தொகைக்கு இன்ஷூர் செய்து கொள்ளுமாறு நான் உங்களைத் தூண்டக்கூடாதா?" என்றார், அவர்.

இந்தச் சமயம் வரையில், தென்னாப்பிரிக்காவிலும் இந்தியாவிலும், நான் சந்தித்த இன்ஷூரன்ஸ் ஏஜெண்டுகள் கூறியதற்கெல்லாம் செவிகொடுக்காமல் இருந்திருக்கிறேன். ஆயுள் இன்ஷூர் செய்வதென்பது பயத்தையும், கடவுளிடம் நம்பிக்கை இன்மையையும் காட்டுவதாகும் என்று நான் எண்ணினேன். ஆனால், இப்பொழுதோ அமெரிக்க ஏஜெண்டு காட்டிய ஆசைக்குப் பலியாகி விட்டேன். அவர் தமது வாதத்தைச் சொல்லிக் கொண்டிருந்த போது என் மனக்கண்ணின்

முன்பு என் மனைவியும் குழந்தைகளும் நின்றனர். ‘உன் மனைவியின் நகைகள் எல்லாவற்றையுமே நீ விற்று விட்டாய்’ என்று எனக்கு நானே சொல்லிக்கொண்டேன். ‘உனக்கு ஏதாவது நேர்ந்துவிட்டால், அவளையும் குழந்தைகளையும் பராமரிக்கும் பாரம், உன் ஏழைச் சகோதரர் தலைமீது விழும். அவரோ, உனக்குத் தந்தைபோல் இருந்து எவ்வளவோ பெருந்தன்மையுடன் நடந்து வந்திருக்கிறார். அப்படியிருக்க மேலும் அவர்மீது பாரத்தைச் சுமத்துவது உனக்குத் தகுமா?’ இதுவும் இதுபோன்ற வாதங்களும் என்னுள் எழுந்தன. இவை, ரூ.10,000–க்கு இன்ஷுர் செய்யுமாறு என்னைத் தூண்டிவிட்டன.

ஆனால், தென்னாப்பிரிக்காவில் என் வாழ்க்கை முறை மாறிய தோடு என் மனப்போக்கும் மாறுதலடைந்தது. சோதனையான இக்காலத்தில் நான் செய்த ஒவ்வொரு காரியத்தையும் கடவுளின் பெயரால் அவர் பணிக்கு என்றே செய்துவந்தேன். தென்னாப்பிரிக்காவில் நான் எவ்வளவு காலம் இருக்க வேண்டியிருக்கும் என்பது தெரியாது. இந்தியாவுக்குத் திரும்ப முடியாமலே போய்விடுமோ என்ற ஒரு பயமும் எனக்கு இருந்தது. ஆகவே, என் மனைவியையும் குழந்தைகளையும் என்னுடன் வைத்துக்கொண்டு அவர்களைப் பராமரிப்பதற்கு வேண்டியதைச் சம்பாதிப்பது என்று தீர்மானித்தேன். இத்திட்டம் நான் ஆயுள் இன்ஷுரன்ஸ் செய்திருந்ததற்காக வருந்தும் படி செய்தது. இன்ஷுரன்ஸ் ஏஜெண்டின் வலையில் விழுந்து விட்டதற்காக வெட்கப்பட்டேன். ‘என் சகோதரர் உண்மையாகவே என் தந்தையின் நிலையில் இருப்பதாக இருந்தால், என் மனைவி விதவையாகி விடும் நிலைமையே ஏற்பட்டாலும், அவளைப் பாதுகாப்பதை அதிகப்படியான சுமை என்று அவர் கருதமாட்டார். மற்றவர்களைவிட நான் சீக்கிரத்தில் இறந்து போவேன் என்று நான் எண்ணிக் கொள்ளுவதற்குத்தான் என்ன காரணம் இருக்கிறது? பார்க்கப்போனால், உண்மையில் காப்பாற்றுகிறவர் எல்லாம் வல்ல கடவுளேயன்றி நானோ, என் சகோதரரோ அல்ல. நான் ஆயுள் இன்ஷுரன்ஸ் செய்ததனால், என் மனைவியும் குழந்தைகளும் சுயபலத்தில் நிற்க முடியாதவாறு செய்துவிட்டேன். அவர்கள், தங்களைத் தாங்களே கவனித்துக் கொள்ளுவார்கள் என்று ஏன் எதிர் பார்க்கக்கூடாது? உலகத்தில் இருக்கும் எண்ணற்ற ஏழைக்

குடும்பங்களுக்கு என்ன நேர்ந்திருக்கிறது? அவர்களில் நானும் ஒருவனே என்று நான் ஏன் கருதிக்கொள்ளக் கூடாது?' இவ்வாறு எனக்கு நானே சொல்லிக்கொண்டேன்.

இவ்விதமான எண்ணற்ற எண்ணங்கள் என் மனத்தில் தோன்றிக் கொண்டிருந்தன. ஆனால், அவற்றின்படி நானே உடனேயே ஒன்றும் செய்து விடவில்லை. தென்னாப்பிரிக்காவுக்குத் திரும்பிய பிறகு இன்ஷூரன்ஸுக்கு ஒரு தவணையாவது பணம் கட்டியதாகவே எனக்கு ஞாபகம்.

இவ்விதமான எண்ணப்போக்குக்கு வெளிச் சந்தர்ப்பங்களும் உதவியாக இருந்தன. நான் முதல் தடவை தென்னாப்பிரிக்காவில் தங்கியபோது கிறிஸ்தவர்களின் தொடர்பே, சமய உணர்ச்சி என்னுள் குன்றாமல் இருக்கும்படி செய்து வந்தது. இப்பொழுதோ, பிரம்மஞான சங்கத்தினரின் தொடர்பு, அதற்கு அதிக பலத்தை அளித்தது. ஸ்ரீ ரிச் பிரம்மஞான சங்கத்தைச் சேர்ந்தவர். ஜோகன்னஸ்பர்க்கிலிருக்கும் அச்சங்கத்துடன் எனக்குத் தொடர்பு ஏற்படும்படி அவர் செய்தார். அதற்கும் எனக்கும் அபிப்பிராய பேதம் இருந்ததால், அச்சங்கத்தில் நான் அங்கத்தினன் ஆகவில்லை. ஆனால், அநேகமாக அச்சங்கத்தினர் ஒவ்வொருவருடனும் நான் நெருங்கிப் பழகினேன். ஒவ்வொரு நாளும் சமய சம்பந்தமாக அவர்களுடன் விவாதிப்பேன். பிரம்மஞான நூல்களிலிருந்து சில பகுதிகளை அங்கே படிப்போம். சில சமயங்களில் அவர்கள் கூட்டங்களில் பேசும் வாய்ப்பும் எனக்கு இருந்தது. பிரம்ம ஞான சங்கத்தின் முக்கியமான விஷயம், சகோதரத்துவ எண்ணத்தை வளர்த்துப் பரப்புவதாகும். இதைக் குறித்து எவ்வளவோ விவாதித்து இருக்கிறோம். அங்கத்தினர்களின் நடத்தை அவர்களுடைய கொள்கைக்குப் பொருத்தமானதாக இல்லாத சமயங்களில் அவர்களை நான் குறை கூறுவேன். இவ்விதம் குறை கூறிவந்ததால், என்னளவில் நன்மை ஏற்படாமல் போகவில்லை. என்னையே நான் சோதனை செய்து பார்த்துக் கொள்ளுமாறு அது செய்தது.

5. ஆன்ம சோதனையின் பலன்

1893– இல் கிறிஸ்தவ நண்பர்களுடன் எனக்குத் தொடர்பு ஏற்பட்டபோது நான் ஒன்றும் தெரியாதவனாகவே இருந்தேன். ஏசுவின் உபதேச மேன்மையை நான் உணர்ந்து அதை ஏற்றுக் கொண்டு விடும்படி செய்வதற்கு அவர்கள் பெரு முயற்சி எடுத்துக் கொண்டார்கள். நானோ, திறந்த மனத்துடன் அவர்கள் கூறியதையெல்லாம் அடக்கத்தோடும் மரியாதையோடும் கேட்டுக் கொண்டேன். அச்சமயம் என் சக்திக்கு எட்டிய வரையில் இயற்கையாகவே ஹிந்து சமயத்தைக் குறித்து நான் படித்து வந்ததோடு மற்றச் சமயங்களைப் பற்றியும் புரிந்துகொள்ள முயன்று வந்தேன்.

1903– ஆம் ஆண்டிலோ, நிலைமை ஓரளவுக்கு மாறுதல் அடைந்துவிட்டது. பிரம்மஞான சங்க நண்பர்கள், என்னை அச்சங்கத்திற்குள் இழுத்துவிட நிச்சயமாக முயன்றே வந்தனர். ஹிந்து என்ற முறையில் என்னிடமிருந்து ஏதாவது அறிந்து கொள்ளலாம் என்ற நோக்கத்தின் பேரிலேயே அவ்வாறு முயன்றார்கள். பிரம்மஞான சங்க நூல்களில் ஹிந்து தருமத்தைப் பற்றிய விஷயங்கள் நிறைந்திருக்கின்றன. ஆகையால், நான் அவர்களுக்கு உதவியாக இருக்கக்கூடும் என்று இந்த நண்பர்கள் கருதினார்கள். சமஸ்கிருத மொழி எனக்கு அவ்வளவாக நன்றாகத் தெரியாது என்றும், ஹிந்து சமய நூல்களை நான் மூலமொழியில் படித்ததில்லை என்றும், மொழிபெயர்ப்புக்களை நான் படித்ததுகூட மிகக்குறைவே என்றும் அவர்களுக்கு விளக்கிச் சொன்னேன். ஆனால், சமஸ்காரம் அல்லது பூர்வஜன்ம வாசனை, மறுபிறப்பு ஆகியவைகளில் அவர்கள் நம்பிக்கையுள்ளவர்களாகையால், நான் கொஞ்சமாவது தங்களுக்கு உதவியாக இருக்க முடியும் என்று அவர்கள் எண்ணினார்கள். ஆகவே, 'ஆலையில்லா ஊருக்கு இலுப்பைப்பூ சர்க்கரை' என்பது போலானேன். இந்த நண்பர்கள் சிலருடன் சேர்ந்து சுவாமி விவேகானந்தரின் 'ராஜ யோகம்' என்ற நூலைப் படிக்க ஆரம்பித்தேன். எம்.என்.

துவிவேதி எழுதிய 'ராஜயோகம்' என்ற நூலை, வேறு சிலருடன் சேர்ந்து படித்தேன். ஒரு நண்பருடன் பதஞ்சலியின் யோக சூத்திரங்களையும், மற்றும் பலருடன் பகவத் கீதையையும் நான் படிக்க வேண்டியதாயிற்று. ஒருவகையான மெய் நாடுவோர் சங்கத்தை நாங்கள் அமைத்துக்கொண்டு ஒழுங்காக நூல்களைப் படித்து வந்தோம். கீதையினிடம் இதற்கு முன்பே எனக்குப் பக்தி இருந்தது; அது என் உள்ளத்தைக் கவர்ந்தும் இருந்தது. அதை ஆழ்ந்து படிக்க வேண்டியதன் அவசியத்தை இப்பொழுது உணர்ந்தேன். என்னிடம் கீதையின் இரண்டொரு மொழிபெயர்ப்புக்கள் இருந்தன. அவற்றைக் கொண்டு சமஸ்கிருத மூலநூலைப் புரிந்து கொள்ள முயன்றேன். தினம் இரண்டொரு சுலோகத்தை மனப்பாடம் செய்துவிடுவது என்றும் தீர்மானித்தேன். எனது காலைக் கடன்களைச் செய்யும் நேரத்தை இதற்குப் பயன்படுத்திக் கொண்டேன். இவ்வேலைகளை முடிப்பதற்கு எனக்கு முப்பத்தைந்து நிமிடங்களாகும். பல் துலக்குவதற்குப் பதினைந்து நிமிடங்கள்; குளிக்க இருபது நிமிடங்கள். மேனாட்டு வழக்கத்தை அனுசரித்து, நின்று கொண்டே பல் துலக்குவேன். அப்போது எதிரேயுள்ள சுவரில் கீதையின் சுலோகங்களை எழுதிய காகிதத்தை ஒட்டி விடுவேன். நினைவுபடுத்திக் கொள்ள அவ்வப்போது அதைப் பார்த்துக் கொள்ளுவேன். அன்றாடம் மனப்பாடம் செய்துகொள்ள வேண்டிய சுலோகங்களை மனப்பாடம் செய்து கொள்வதற்கும், முன்னால் மனப்பாடம் செய்திருந்த சுலோகங்களை நினைவுபடுத்திக் கொள்ளுவதற்கும் எனக்கு அந்த நேரம் போதுமானதாக இருந்தது. இவ்வாறு பதின்மூன்று அத்தியாயங்களை மனப்பாடம் செய்துவிட்டதாக எனக்கு ஞாபகம். ஆனால், வேறு வேலைகள் அதிகமாகிவிட்டபோது கீதையை மனப்பாடம் செய்வதை விட்டுவிட வேண்டியதாயிற்று. சிந்திப்பதற்கு எனக்கு இருந்த நேரத்தையெல்லாம், சத்தியாகிரகத்தின் பிறப்பும் அதன் வளர்ச்சியும் கிரகித்துக் கொண்டு விட்டன. இன்றுவரை நிலைமை அவ்வாறே இருந்து வருகிறது எனலாம். கீதையைப் படித்தது, மற்ற நண்பர்களிடையே என்ன மாறுதலை உண்டாக்கியது என்பதை அவர்களே கூறமுடியும். ஆனால், என்னைப் பொறுத்தவரையில், எனக்கு வழிகாட்டும் தவறாத் துணையாகக் கீதை ஆகிவிட்டது.

சந்தேகம் தோன்றும் போதெல்லாம் புரட்டிப் பார்த்துக்கொள்ளும் அகராதியைபோல அது எனக்கு ஆயிற்று. தெரியாத ஆங்கிலச் சொற்களின் பொருளை அறிவதற்கு நான் ஆங்கில அகராதியைப் புரட்டிப் பார்ப்பதுபோல், எனக்கு ஏற்படும் கஷ்டங்களுக்கும் சோதனைகளுக்கும் உடனே பரிகாரங்களைக் கண்டுகொள்ள இந்த ஒழுக்க நெறி அகராதியைப் புரட்டுவேன். அபரிக்கிரகம் (உடைமை வைத்துக் கொள்ளாமை), சமபாவம் (சமத்துவம்) போன்ற சொற்கள் என் உள்ளத்தைக் கவர்ந்தன. அந்தச் சமபாவத்தை எப்படி வளர்ப்பது, எப்படிப் பாதுகாப்பது என்பதே பிரச்னை. சிலர் நம்மை அவமதிப்பவர்கள்; மற்றும் சிலர் லஞ்சம் வாங்கும் அதிகாரிகள்; நேற்றுச் சக ஊழியர்களாக இருந்தவர்கள் இன்று அர்த்தமில்லாத எதிர்ப்புகளை எல்லாம் கிளப்புகிறார்கள்; இவர்களல்லாமல் எப்பொழுதுமே நல்லவர்களாக இருந்து வருபவர்களும் இருக்கிறார்கள். அவர்கள் எல்லோரையுமே ஒருவர் சமபாவத்துடன் நோக்குவது எப்படி? உடைமையெதுவுமே இல்லாதிருப்பதும் எவ்வாறு? நம் உடம்பே ஓர் உடைமை அல்லவா? மனைவியும் குழந்தைகளும் உடமைகளல்லவா? என்னிடம் அலமாரி நிறைய இருக்கும் புத்தகங்களையெல்லாம் நான் கொளுத்திவிட வேண்டுமா? எனக்கு இருப்பவற்றையெல்லாம் விட்டுவிட்டுக் கடவுளைப் பின்பற்ற வேண்டுமா? இதற்கெல்லாம் உடனே நேரான பதில் கிடைத்தது.

'என்னிடம் இருப்பவைகளை யெல்லாம் நான் துறந்து விட்டாலன்றிக் கடவுள் நெறியை நான் பின்பற்ற முடியாது' என்பதே அந்தப் பதில். ஆங்கிலச் சட்டத்தைக் குறித்து நான் படித்திருந்ததும் எனக்கு உதவி செய்தது. சமநீதியின் தத்துவத்தைக் குறித்து ஸ்னெல் எழுதியிருந்த விளக்கம் என் நினைவுக்கு வந்தது. கீதையின் உபதேசத்தை அனுசரித்துக் கவனித்தபோது 'தருமகர்த்தா' என்ற சொல்லின் பொருள் எனக்கு மிகத் தெளிவாக விளங்கியது. நீதி சாத்திரத்தினிடம் எனக்கு இருந்த மதிப்பு அதிகரித்தது. மத தருமத்தை நான் அதில் கண்டேன். உடைமை கூடாது என்று கீதை உபதேசிப்பதன் உண்மைக் கருத்தையும் உணர்ந்தேன்.' மோட்சத்தை அடைய விரும்புகிறவர்கள் தம்மிடம் இருக்கும் உடைமைகள் விஷயத்தில் தருமகர்த்தா போன்று நடந்து கொள்ள வேண்டும். தருமகர்த்தாவின்

ஆதிக்கத்தில் எவ்வளவுதான் சொத்துக்களிருந்தாலும் அதில் ஒரு சிறிதும் தனக்குச் சொந்தமானதல்ல என்று அவர் எண்ணுவதுபோல எண்ண வேண்டும்' என்பதே அதன் பொருள் எனக்கண்டேன். உடைமையின்மைக்கும் எல்லோரையும் சமமாகப் பாவிப்பதற்கும், மனமாற்றமும், நடத்தையில் மாறுபாடும் ஏற்படுவது முதல் அவசியம் என்று பட்டப் பகல் போல எனக்கு வெட்ட வெளிச்சமாகப் புலனாயிற்று. என் மனைவியையும் குழந்தைகளையும் என்னையும் படைத்த கடவுள், எங்களைக் காப்பாற்றிக் கொள்ளுவார் என்பதில் திடமான உறுதி கொண்டேன். உடனே நான் ரேவா சங்கர் பாய்க்கு எழுதி, இன்ஷூரன்ஸூக்கு மேற்கொண்டு பணம் கட்டவேண்டாம் என்று அறிவித்தேன். இதுவரை கட்டிய பணத்தில் கிடைக்கக் கூடியதைப் பெறப் பார்க்கும்படியும், இல்லா விட்டால் அத்தொகையைப் போனதாகவே வைத்துக்கொள்ளும் படியும் எழுதினேன். எனக்குத் தந்தையைபோல் இருந்துவந்தவரான என் சகோதரருக்கும் கடிதம் எழுதினேன். அதுவரையில் நான் மிச்சமாக வைக்க முடிந்ததையெல்லாம் நான் அவருக்கே கொடுத்து விட்டதாகவும், இனி என்னிடமிருந்து அவர் வேறு எதுவும் எதிர்பார்ப்பதற்கு இல்லை என்றும், மேற்கொண்டும் என்னிடம் ஏதாவது மீதமிருக்குமானால் அதை இந்திய சமூகத்தின் நன்மைக்காகவே செலவிட வேண்டியிருக்கிறது என்றும் அவருக்கு விளக்கினேன்.

என் சகோதரர் இதை எளிதாக அறிந்துகொள்ளும்படி செய்ய என்னால் ஆகவில்லை. அவருக்கு நான் செய்யக் கடமைப்பட்டிருப்பதை விளக்கி அவர் எனக்குக் கடுமையான பாஷையில் கடிதம் எழுதினர். எங்கள் தந்தையைவிட நான் அதிகப் புத்திசாலியாகி விட்டதாக எண்ணிக்கொண்டு விட வேண்டாம் என்றார். தாம் செய்வதைப் போன்றே நானும் குடும்பத்தைப் பராமரிக்க வேண்டும் என்று எழுதினார். தந்தையார் என்ன செய்தாரோ அதையே நான் செய்து வருகிறேன் என்பதைக் குறிப்பிட்டு, அவருக்கு எழுதினேன். 'குடும்பம்' என்பதன் பொருளைக் கொஞ்சம் விரிவுபடுத்திக் கொண்டால், நான் மேற்கொண்ட காரியத்தின் விவேகம் நன்கு தெளிவாகும்.

என் சகோதரர் என்னைக் கைவிட்டுவிட்டார். கடிதம் எழுதுவதைக்கூட அடியோடு நிறுத்திவிட்டார். இதனால்,

அதிகமான வருத்தம் அடைந்தேன். ஆனால், என் கடமை என்று நான் கருதியதைக் கைவிடுவதென்பதோ இன்னும் அதிக மன வேதனையைத் தருவதாகிவிடும். ஆகையால், குறைவான மனக்கஷ்டத்தை அளிப்பதாக இருப்பதைச் செய்தேன். ஆனால், அது என் சகோதரரிடம் எனக்கு இருந்த பக்தியைப் பாதிக்கவில்லை. அது எப்பொழுதும் போல் தூயதாகவும் அதிகமாகவுமே இருந்து வந்தது. என்மீது அவர் வைத்திருந்த அபாரமான அன்பே அவருடைய துயரத்திற்கெல்லாம் காரணம். குடும்பத்தின் விஷயத்தில் நான் சரியாக நடந்துகொள்ள வேண்டும் என்று விரும்பினாரேயன்றி என் பணத்தைப் பற்றி அவர் அவ்வளவாகக் கவலைப்படவில்லை. அவருடைய வாழ்நாளின் அந்திய காலத்தில் என்னுடைய கருத்தின் சிறப்பை அவர் உணர்ந்தார். மரணத் தறுவாயிலிருந்த சமயம், நான் செய்ததே சிறந்த காரியம் என்பதைத் தெரிந்துகொண்டு எனக்கு உருக்கமான கடிதம் ஒன்றும் எழுதினார். தந்தை தனயனிடம் மன்னிப்புக் கேட்டுக்கொள்ளுவதைப் போல் அவர் என்னிடம் மன்னிப்புக் கேட்டுக்கொண்டார். தமது புதல்வர்களை என்னிடம் ஒப்படைப்பதாகவும், எனக்குச் சரி என்று தோன்றும் வழியில் அவர்களை வளர்க்குமாறும் அறிவித்தார். என்னைப் பார்க்க வேண்டும் என்ற ஆர்வத்தால் துடித்துக் கொண்டிருப்பதாகவும் எழுதினார். தென்னாப்பிரிக்காவுக்கு வரத்தாம் விரும்புவதாகத் தந்தி கொடுத்தார். அவரை வருமாறு பதிலுக்குத் தந்தி கொடுத்தேன். ஆனால், கடவுள் சம்மதம் இல்லாமல் போயிற்று. அவருடைய புதல்வர்களைக் குறித்து அவர் விரும்பியதும் நிறைவேறவில்லை. தென்னாப்பிரிக்காவுக்குப் புறப்படுவதற்கு முன்பே அவர் இறந்துவிட்டார். அவருடைய குமாரர்கள் பழைய சூழ்நிலையில் வளர்ந்தவர்கள். ஆகையால், அவர்கள் தங்களுடைய வாழ்க்கையின் போக்கை மாற்றிக்கொள்ள முடியவில்லை. அவர்களை என்பால் இழுத்துக்கொள்ளவும் என்னால் ஆகவில்லை. அது அவர்கள் குற்றமன்று. இயற்கையான குணத்தை மாற்றிவிட யாரால் தான் முடியும்? பிறப்போடேயே வந்துவிட்ட எண்ணங்களை யார்தான் மாற்றிக் கொண்டுவிட முடியும்? தாம் வளர்ச்சி பெற்ற வகையிலேயே தம் புதல்வர்களும், தமது பராமரிப்பில் இருப்போரும் வளர்ச்சியடைவார்கள் என்று எதிர்பார்ப்பது வீண் ஆசை. பெற்றோராயிருப்பது எவ்வளவு பயங்கரமான பொறுப்பு என்பதைக் காட்டுவதற்கு இந்த உதாரணம் ஓரளவுக்குப் பயனுள்ளதாகிறது.

6. சைவ உணவுக் கொள்கைக்கு இட்ட பலி

தியாகம், எளிமை என்ற லட்சியங்கள் என் அன்றாட வாழ்க்கையில் மேலும் மேலும் அதிகமாக நிறைவேறி வந்தன. சமய உணர்ச்சியும் மேலும் மேலும் துரிதமாக எனக்கு ஏற்பட்டு வந்தது. அதே சமயம், சைவ உணவுக் கொள்கையைப் பரப்ப வேண்டுமென்ற ஆர்வமும் அதிகரித்துக் கொண்டே வந்தது. ஒரு கொள்கையைச் சரியானபடி பரப்ப வேண்டுமானால், அதற்கு எனக்குத் தெரிந்தது ஒரே ஒரு வழிதான். அந்தக் கொள்கையை நானே கடைபிடித்துக் காட்டுவதும், அறிவை வளர்த்துக்கொள்ள ஆராய்ச்சி செய்பவர்களுடன் விவாதிப்பதுமே அந்த வழி.

ஜோகன்னஸ்பர்க்கில் ஒரு ஜெர்மானியர் சைவ உணவு விடுதி ஒன்றை நடத்திக்கொண்டிருந்தார். கூனேயின் நீர் சிகிச்சையிலும் அந்த ஜெர்மானியர் நம்பிக்கை உடையவர். நான் அந்த விடுதிக்குப் போவது உண்டு. ஆங்கில நண்பர்களை அங்கே அழைத்துக் கொண்டு போயும் அதற்கு உதவி செய்தேன். ஆனால், அவ்விடுதி என்றுமே பணக் கஷ்டத்தில் இருந்ததால் அது நீடித்து நடக்க முடியாது என்பதைக் கண்டேன். அதற்கு எவ்வளவு தூரம் உதவி செய்யலாமோ அவ்வளவும் செய்தேன். கொஞ்சம் பணத்தையும் அதற்காகச் செலவிட்டேன். ஆயினும், கடைசியாக அதை மூடும் படியாயிற்று.

அநேகமாக எல்லாப் பிரம்மஞான சங்கத்தினரும் சைவ உணவுக்காரர்கள். அச்சங்கத்தைச் சேர்ந்த உற்சாகமுள்ள ஒரு பெண்மணி, சைவச் சாப்பாட்டு விடுதி ஒன்றைப் பெரிய அளவில் ஆரம்பிக்க முன் வந்தார். அவர் கலைகளில் அதிகப் பிரியமுள்ளவர். ஊதாரிக் குணமுள்ளவர். கணக்கு வைப்பதைப் பற்றி அவருக்கு ஒன்றுமே தெரியாது. அவருக்கு நண்பர்கள் அநேகர் உண்டு. முதலில் அவ்விடுதியைச் சிறிய அளவில் ஆரம்பித்தார். பிறகு அதை விரிவுபடுத்திப் பெரிய அறைகளை வாடகைக்கு அமர்த்திக் கொள்ள விரும்பினார்.

உதவி செய்யுமாறு என்னைக் கேட்டார். இவ்விதம் அவர் என் உதவியை நாடியபோது அவருடைய செல்வ நிலையைப்பற்றி எனக்கு எதுவுமே தெரியாது. ஆனால், அவருடைய திட்டம் அநேகமாகச் சரியாகவே இருக்கும் என்று நம்பினேன். அவருக்கு உதவி செய்யக்கூடிய நிலையில் நான் இருந்தேன். என்னுடைய கட்சிக்காரர்கள் பெருந்தொகைகளை என்னிடம் கொடுத்து வைப்பது வழக்கம். இதில் ஒரு கட்சிக்காரருடைய அனுமதியின் பேரில், என்னிடமிருந்த அவர் பணத்திலிருந்து சுமார் ஆயிரம் பவுனை அப்பெண்மணிக்குக் கொடுத்தேன். இந்தக் கட்சிக்காரர் பெருங்குணம் படைத்தவர்; நம்பக்கூடியவர். ஆரம்பத்தில் இவர் ஒப்பந்தத் தொழிலாளியாகத் தென்னாப்பிரிக்காவுக்கு வந்தவர். "நீங்கள் விரும்பினால் பணத்தைக் கொடுங்கள். இவ்விஷயங்களைப் பற்றி எனக்கு எதுவும் தெரியாது. எனக்கு உங்களைத்தான் தெரியும்" என்றார். இவர் பெயர் பத்ரி. பின்னால் இவர் சத்தியாக்கிரகப் போராட்டத்தில் தீவிரப் பங்கு எடுத்துக் கொண்டதோடு சிறைத் தண்டனையையும் அனுபவித்தார். இந்தச் சம்மதமே போதுமானது என்று கருதி அவருடைய பணத்தை அப்பெண்மணிக்குக் கொடுத்தேன்.

கொடுத்த பணம் வசூலாகாது என்று இரண்டு மூன்று மாதங்களில் எனக்குத் தெரிந்தது. இவ்வளவு பெரிய நஷ்டத்தை நான் பொறுக்க முடியாது. இத்தொகையை வேறு எத்தனையோ காரியங்களுக்கு நான் உபயோகித்திருக்கலாம். கடன் திரும்பி வரவே இல்லை. ஆனால், நம்பிய பத்ரி நஷ்டமடைய எப்படி அனுமதிக்க முடியும்? அவர் என்னை மாத்திரமே அறிவார். எனவே அவர் நஷ்டத்தை ஈடு செய்தேன்.

இந்தக் கொடுக்கல் வாங்கலைக் குறித்து நண்பரான ஒரு கட்சிக்காரரிடம் நான் கூறியபோது, அவர் நயமாக என் அசட்டுத்தனத்தைக் கண்டித்தார். அதிர்ஷ்டவசமாக நான் அப்பொழுது 'மகாத்மா' ஆகிவிடவில்லை. 'பாபு' (தந்தை) ஆகி விடவுமில்லை. நண்பர்கள் அன்போடு என்னை 'பாய்' (சகோதரர்) என்றே அழைத்து வந்தார்கள். அந்த நண்பர் கூறியதாவது: "நீங்கள் இப்படிச் செய்திருக்கக்கூடாது. நாங்கள் எத்தனையோ காரியங்களுக்கு உங்களை நம்பியிருக்கிறோம். இத்தொகை உங்களுக்குத் திரும்பக் கிடைக்கப் போவதில்லை.

உங்கள் கையிலிருந்து நீங்கள் அவருக்குக் கொடுத்துவிடுவீர்கள். ஆனால், உங்கள் சீர்திருத்தத் திட்டங்களுக்கெல்லாம் உங்கள் கட்சிக்காரர்களின் பணத்தைக் கொண்டு உதவி செய்துகொண்டே போவீர்களானால், அக் கட்சிக்காரர்கள் அழிந்து போவதோடு நீங்களும் சீக்கிரத்தில் பிச்சையெடுக்கும் நிலைமைக்கு வந்துவிடுவீர்கள். ஆனால், நீங்கள் எங்கள் தருமகர்த்தா. இதை நீங்கள் அறிவீர்கள். நீங்கள் பிச்சைக்காரராகிவிட்டால், நமது பொது வேலைகளெல்லாம் நின்று போய்விடும்.''

அந்த நண்பர் இன்னும் உயிருடன் இருக்கிறார் என்பதைச் சந்தோஷத்துடன் தெரிவித்துக் கொள்ளுகிறேன். தென்னாப் பிரிக்காவிலோ, வேறு எங்குமோ, அவரைப்போலத் தூய்மை யானவரை நான் இன்னும் கண்டதில்லை. தாம் யார் மீதாவது சந்தேகம் கொள்ள நேர்ந்து, தாம் சந்தேகித்தது சரியல்ல என்று பிறகு கண்டு கொண்டால், அவர் அவர்களிடம் போய் மன்னிப்புக் கேட்டுக்கொண்டு தம் மனத்தைத் தூய்மைப்படுத்திக் கொள்ளுவார். இதை அவர் பன்முறை செய்து நான் பார்த்திருக்கிறேன்.

அவர் எனக்குச் சரியானபடி எச்சரிக்கை செய்திருக்கிறார் என்பதைக் கண்டேன். ஏனெனில், பத்ரிக்கு ஏற்பட்ட நஷ்டத்தை நான் ஈடு செய்துவிட்டேனாயினும், இதே போன்ற வேறு நஷ்டத்தை நான் சமாளிக்க முடியாமல் போயிருக்கும். அந்நிலைமையில் நான் கடன்பட நேர்ந்திருக்கும். கடன்படுவது என்பதை என் வாழ்க்கையில் நான் என்றுமே செய்ததில்லை. அத்துடன் கடன்படுவதை எப்பொழுதுமே நான் வெறுத்தும் வந்திருக்கிறேன். ஒருவருடைய சீர்திருத்த உற்சாகம்கூட, அவர் தம் எல்லையை மீறிப் போய்விடும்படி செய்துவிடக் கூடாது என்பதை நான் உணருகிறேன். பிறர் நம்பிக் கொடுத்திருந்த பணத்தை இன்னொருவருக்குக் கடன் கொடுத்ததன் மூலம், கீதையின் முக்கியமான உபதேசத்தை மீறி நடந்து விட்டேன் என்றும் கண்டேன். ''பயனை எதிர்பாராது உன் கடமையைச் செய்'' என்பதே கீதையின் உபதேசம். இத்தவறு என்னை எச்சரிக்கும் சுடரொளிபோல ஆயிற்று.

சைவ உணவுக் கொள்கை என்ற பீடத்தில் இட்ட இந்தப் பலி மனமாரச் செய்ததும் அன்று; எதிர்பார்த்தும் அல்ல; வேறு வழியில்லாமல் நடந்துவிட்டதே அது.

7. மண், நீர் சிகிச்சை

என் வாழ்க்கை முறையை நான் எளிதாக்கிக்கொண்டு வர வர, மருந்துகளின் மீது எனக்கு நாளாவட்டத்தில் வெறுப்பும் அதிகரித்துக்கொண்டு வந்தது. டர்பனில் நான் வக்கீல் தொழில் நடத்தி வந்தபோது, பலவீனத்தினாலும் வாத சம்பந்தமான எரிச்சலினாலும் சிறிது காலம் பீடிக்கப்பட்டிருந்தேன். என்னைப் பார்க்க வந்திருந்த டாக்டர் பி.ஜே. மேத்தா எனக்குச் சிகிச்சை செய்தார். நானும் குணமடைந்தேன். அதன் பிறகு நான் இந்தியாவுக்குத் திரும்பிய காலம் வரையில், குறிப்பிடக்கூடிய வியாதி எதனாலும் நான் பீடிக்கப்பட்டிருந்ததாக எனக்கு ஞாபகம் இல்லை.

ஆனால், ஜோகன்னஸ்பர்க்கில் இருந்தபோது மலச்சிக்கலும், அடிக்கடி தலைவலி உபத்திரமும் இருந்து வந்தன. எப்பொழுதாவது பேதி மருந்து சாப்பிட்டும், சாப்பாட்டை ஒழுங்குபடுத்திக் கொண்டும் என் தேக நிலை கெடாமல் பார்த்து வந்தேன். ஆனால், நான் நல்ல தேக சுகத்துடன் இருந்தேன் என்று சொல்லமுடியாது.

இந்தப் பேதி மருந்துகளின் பிடியிலிருந்து எப்பொழுதுதான் விடுபடுவோமோ? என்று எப்பொழுதும் ஆச்சரியப்பட்டுக் கொண்டும் இருப்பேன்.

அந்தச்சமயத்தில் மான்செஸ்டரில், 'காலை ஆகார மறுப்புச்சங்கம்' என ஒன்று ஆரம்பமாகியிருப்பதாகப் படித்தேன். இச்சங்கத்தை ஆரம்பித்தவர்களின் வாதம் இதுதான்: ஆங்கிலேயர்கள் அடிக்கடியும் அதிகமாகவும் சாப்பிடுகிறார்கள்; நடுநிசி வரையில் அவர்கள் சாப்பிடுகின்றனர். ஆகையால், வைத்தியச் செலவு அதிகமாகிறது; இந்த நிலைமை சீர்படவேண்டும் என்று அவர்கள் விரும்பினால், காலை ஆகாரத்தையாவது அவர்கள் கைவிடவேண்டும். இந்த விஷயங்களை யெல்லாம் என் விஷயத்திலும் சொல்லி விட முடியாதென்றாலும், ஓரளவுக்கு இந்த வாதம் என் அளவிலும் பொருந்துவதாகிறது என்று

எண்ணினேன். மாலையில் தேநீர் குடிப்பதோடு தினம் மூன்று வேளை நன்றாகச் சாப்பிட்டும் வந்தேன். நான் குறைவாகச் சாப்பிடுகிறவன் அல்ல. சைவ உணவாகவும் மசாலை சேராததாகவும் இருந்தால், எத்தனை வகைப் பதார்த்தங்கள் இருந்தாலும் நன்றாகச் சாப்பிடுவேன். காலையில் ஆறு, ஏழு மணிக்கு முன்னால் எழுந்திருப்பதில்லை. ஆகையால், நானும் காலை ஆகாரம் சாப்பிடாமல் இருந்துவிட்டால், எனக்குத் தலைவலி ஏற்படாமல் இருக்கக்கூடும் என்று எண்ணினேன். ஆகவே, இதை அனுசரித்துப் பார்த்தேன். சில தினங்களுக்கு இது கஷ்டமாகவே இருந்தது. ஆனால், தலைவலி அடியோடு மறைந்து போய்விட்டது. இதிலிருந்து, எனக்குத் தேவையானதற்கு அதிகமாக நான் சாப்பிட்டு வந்திருக்கிறேன் என்ற முடிவுக்கு வந்தேன்.

ஆயினும், இந்த மாறுதலினால் எனக்கு இருந்த மலச் சிக்கல் உபத்திரவம் நீங்கியபாடில்லை. கூனேயின் ஆசனக் குளியல் முறையை அனுசரித்துப் பார்த்தேன். இதனால், கொஞ்சம் குணம் தெரிந்ததென்றாலும் முழுவதும் குணமாகவில்லை. இதற்கு மத்தியில் சைவ உணவுச்சாப்பாட்டு விடுதி வைத்திருந்த ஜெர்மானியரோ அல்லது வேறு ஒரு நண்பரோ – யார் என்பதை மறந்துவிட்டேன் – ஜஸ்ட் என்பவர் எழுதிய 'இயற்கைக்குத் திரும்புக' என்ற புத்தகத்தை எனக்குக் கொடுத்தார். மண் சிகிச்சையைக் குறித்து இப் புத்தகத்தில் படித்தேன். மனிதனுக்கு இயற்கையான உணவு பழங்களும் கொட்டைகளுமே என்று அதன் ஆசிரியர் கூறியிருந்தார். பழங்கள் மாத்திரமே சாப்பிடுவது என்ற பழக்கத்திற்கு நான் உடனே போய்விடவில்லை. ஆனால், மண் சிகிச்சை முறைகளை உடனே பரீட்சிக்க ஆரம்பித்தேன். அற்புதமான பலனைக் கண்டேன். சுத்தமான மண்ணைக் குளிர்ந்த நீரில் நனைத்துப் பிறகு அதை மெல்லிய துணியில் நன்றாகத் தடவி அதை எடுத்து அடி வயிற்றில் கட்டிக் கொள்ளுவது என்பது மண் சிகிச்சை முறைகளுள் ஒன்று. படுக்கப் போகும்போது இவ்வாறு அடிவயிற்றில் கட்டிக் கொள்ளுவேன். பிறகு இரவிலோ அல்லது காலையிலோ நான் விழித்துக் கொள்ளும்போது அதை நீக்கிவிடுவேன். இதனால் நல்ல குணம் ஏற்பட்டது. அது முதல் இந்தச் சிகிச்சையை என்னுடைய நண்பர்களுக்கும் செய்து வந்திருக்கிறேன்.

இதற்காக வருத்தப்படுவதற்கு எவ்விதக் காரணமும் ஏற்பட்டதே இல்லை. அதே நம்பிக்கையுடன் இந்தச் சிகிச்சை முறையை அனுசரித்துப் பார்க்க என்னால் முடியாது போயிற்று. இதற்கு ஒரு முக்கியமான காரணம், இந்தச் சோதனைகளைச் செய்து பார்ப்பதற்கு ஓர் இடத்தில் நான் தங்கி நிலைபெற்றிருக்க முடியாது போனதேயாகும். என்றாலும் நீர், மண் சிகிச்சையில் எனக்கு இருக்கும் நம்பிக்கை மாத்திரம் எப்பொழுதும்போல மாறாமல் இருந்து கொண்டிருக்கிறது. இன்றுங்கூட ஓரளவுக்கு எனக்கு மண் சிகிச்சை செய்துகொண்டுதான் வருகிறேன். சமயம் நேரும் பொழுதெல்லாம் என் சக ஊழியர்களுக்கும் இந்த சிகிச்சை முறையை சிபாரிசு செய்துகொண்டும் வருகிறேன்.

என் வாழ்நாளில் இரு முறை கடுமையான நோய்க்கு நான் ஆளாகியிருக்கிறேன். என்றாலும், மருந்து சாப்பிட வேண்டிய அவசியமே மனிதனுக்கு இல்லை என்றுதான் நான் கருதுகிறேன். நோயுறுவோரில் ஆயிரத்துக்கு 999 பேரை சரியான பத்தியச் சாப்பாடு, நீர், மண் சிகிச்சை, இதே போன்ற குடும்ப வைத்தியமுறை ஆகியவற்றினாலேயே குணப்படுத்திவிடமுடியும். சிறு நோய் வந்து விட்டாலும் டாக்டர், வைத்தியர், அல்லது ஹக்கிமிடம் ஓடி, எல்லா வகையான தாவர, உலோக வகை மருந்துகளையெல்லாம் விழுங்கிக் கொண்டிருப்பவர்கள், தங்கள் ஆயுளைக் குறைத்துக் கொள்ளுவது மாத்திரமல்ல, உடலுக்கு எஜமானர்களாக இருப்பதற்குப் பதிலாக அதற்கு அடிமைகளும் ஆகி விடுகின்றனர். புலனடக்கத்தை இழந்து மனிதர்களாக இல்லாதும் போகிறார்கள்.

நோயுற்றிருக்கும் சமயத்தில் இதை நான் எழுதுவதால் நான் கூறியிருப்பவைகளை யாரும் அலட்சியமாகக் கருதிவிட வேண்டாம். என் நோய்களுக்குக் காரணம் என்ன என்பதை நான் அறிவேன். அவைகளுக்கு நானே பொறுப்பாளி என்பதையும் நன்றாக அறிந்தே இருக்கிறேன். அப்படி அறிந்திருப்பதனாலேயே நான் பொறுமையை இழந்துவிடவில்லை. உண்மையில் அவை எனக்குப் பாடங்கள் என்பதற்காகக் கடவுளுக்கு நன்றி செலுத்தினேன். ஏராளமான மருந்துகளைச் சாப்பிடும் ஆசையை எதிர்த்தும் வெற்றி பெற்றிருக்கிறேன். என் பிடிவாதம் அடிக்கடி

டாக்டர்களுக்குச் சங்கடமாக இருந்திருக்கிறது என்பதை அறிவேன். அவர்களும் அன்புடன் சகித்துக் கொள்ளுகிறார்கள்; என்னைக் கைவிட்டு விடுவதில்லை.

என்றாலும், விஷயத்தை விட்டு நான் நெடுந்தூரம் போய்விடக் கூடாது. மேற்கொண்டும் கதையைக் கூறுவதற்கு முன்னால் வாசகருக்கு எச்சரிக்கையாக ஒன்று சொல்ல விரும்புகிறேன். இந்த அத்தியாயத்தைப் படித்துவிட்டு ஜஸ்ட் என்பவர் எழுதியிருக்கும் புத்தகத்தை வாங்குகிறவர்கள், அதில் கூறப்பட்டிருப்பது எல்லாமே வேத வாக்கு என்று எடுத்துக் கொண்டுவிடக்கூடாது. ஓர் ஆசிரியர் எப்பொழுதுமே ஒரு விஷயத்தில் ஓர் அம்சத்தை மாத்திரமே எடுத்துக்காட்டுவார். ஆனால், ஒரே விஷயத்தைக் குறைந்தது ஏழு வேவ்வேறு நிலைகளிலிருந்தும் காண முடியும். எல்லாமே அவையவைகளின் அளவில் சரியானவையாகவும் இருக்கலாம். ஆனால் அவை அனைத்தும் அதே சமயத்தில், அதே சந்தர்ப்பத்தில் சரியாக இல்லாமலும் இருக்கக் கூடும். அதோடு அநேக புத்தகங்கள் நிறைய விற்க வேண்டும் என்பதற்காகவும், பேரும் புகழும் சம்பாதித்துக் கொள்ளுவதற்காகவும் எழுதப்படுகின்றன. இத்தகைய புத்தகங்களைப் படிக்கிறவர்கள் பகுத்தறிவோடு படிப்பார்களாக. அவற்றில் கூறப்பட்டிருக்கும் ஏதாவது ஒரு முறையைப் பரீட்சித்துப் பார்ப்பதற்கு முன்னால் கொஞ்சம் அனுபவமுள்ளவரின் ஆலோசனையையும் கேட்டுக்கொள்ள வேண்டும்; அல்லது புத்தகங்களைப் பொறுமையுடன் படித்துவிட்டு, அதில் கூறியிருக்கிறபடி செய்வதற்கு முன்னால் அதில் கூறியிருப்பது இன்னது என்பதை நன்றாகப் புரிந்து கொள்ள வேண்டும்.

8. ஓர் எச்சரிக்கை

அடுத்த அத்தியாயத்திற்கு வரும் வரையில் நான் வேறு விஷயத்திற்குத்தான் போய்க்கொண்டிருக்க வேண்டியிருக்கும் என்று அஞ்சுகிறேன். மண், நீர் சிகிச்சை முறைகளில் நான் சோதனை நடத்தியதோடு உணவு சம்பந்தமான சோதனைகளையும் சேர்த்துச் செய்துகொண்டிருந்தேன். அதைப்பற்றிப் பின்னால் குறிப்பிட எனக்குச் சமயம் இருக்குமென்றாலும், உணவுச் சோதனையைக் குறித்து இங்கே சில விஷயங்களைக் கூறுவது பொருத்தமற்றதாகாது.

நான் நடத்திய உணவுச் சோதனைகளைக் குறித்து இப்பொழுதோ அல்லது இனிமேலோ நான் விவரமாகக் கூறிக்கொண்டிருக்க வேண்டியிராது. ஏனெனில், இதைக் குறித்துக் குஜராத்தியில் பல கட்டுரைகள் எழுதியிருக்கிறேன். அவை பல ஆண்டுகளுக்கு முன்னால் 'இந்தியன் ஒப்பீனியனி'ல் வெளிவந்தன. பின்னர் அவை 'ஆரோக்கிய வழி' என்ற பெயருடன் புத்தக ரூபமாகவும் வெளிவந்து இருக்கின்றன. என்னுடைய சிறிய நூல்களில் அதுவே கீழை நாடுகளிலும் மேலை நாடுகளிலும் ஏராளமானவர்களால் படிக்கப்பட்டு வந்திருக்கிறது. இதன் ரகசியம் என்ன என்பதை இது வரையிலும் என்னால் கண்டுபிடிக்க முடியவில்லை. அக்கட்டுரைகள் 'இந்தியன் ஒப்பீனியன்' வாசகர்களுக்காக எழுதப்பட்டவை. ஆனால், 'இந்தியன் ஒப்பீனியனை'ப் பார்த்தேயிராத கிழக்கு நாடுகளிலும், மேற்கு நாடுகளிலும் உள்ள அநேகருடைய வாழ்க்கையில் அச்சிறு பிரசுரம் பிரமாதமான மாறுதலை உண்டாக்கியிருக்கிறது என்பதை அறிவேன். ஏனெனில், இவ்விஷயத்தைக் குறித்து அநேகர் என்னுடன் கடிதப் போக்குவரத்து வைத்துக்கொண்டிருக்கின்றனர். ஆகையால், அச்சிறு புத்தகத்தைப்பற்றிச் சில விஷயங்களை இங்கே கூறவேண்டியது அவசியமாகிறது. ஏனெனில், அதில் நான் கூறியிருக்கும் அபிப்பிராயத்தை மாற்றிக்கொள்ளுவதற்கு எந்தக் காரணமும் இருப்பதாக நான் காணவில்லை யாயினும், என் நடைமுறைப் பழக்கத்தில் சில பெரிய மாறுதல்களைச்

செய்து கொண்டிருக்கிறேன். அப்புத்தகத்தைப் படிப்பவர்கள் எல்லோருக்கும் அது தெரிந்திருக்காது. அதை அவர்களுக்குத் தெரிவித்துவிட வேண்டும் என்று நான் விரும்புகிறேன்.

நான் எழுதியிருக்கும் மற்றெல்லாவற்றையும் போலவே அச்சிறு புத்தகத்தையும் ஆத்மார்த்த நோக்கத்துடனேயே எழுதியிருக்கிறேன். அந்த நோக்கமே என் செயல்கள் ஒவ்வொன்றிற்கும் ஆக்கம் அளித்திருக்கிறது. ஆகையால், அப்புத்தகத்தில் கூறப்பட்டிருக்கும் சில தத்துவங்களை இன்று நான் அனுசரிக்க முடியாமல் இருப்பது எனக்கு ஆழ்ந்த துயரத்தை அளித்துவருகிறது.

குழந்தையாக இருக்கும்போது உண்ணும் தாய்ப்பாலைத் தவிர மனிதன் பால் சாப்பிட வேண்டிய அவசியமே இல்லை என்பது என்னுடைய திடமான நம்பிக்கை. சூரிய வெப்பத்தினால் பக்குவமான பழங்களையும் கொட்டைகளையும் தவிர மனிதனுடைய உணவில் வேறு எதுவுமே இருக்கக்கூடாது. திராட்சை போன்ற பழங்களிலிருந்தும், பாதாம் பருப்புப்போன்ற கொட்டைகளிலிருந்தும் மனிதன் தசைகளுக்கும் நரம்புகளுக்கும் வேண்டிய போஷணையைப் போதுமான அளவு பெற முடியும். இத்தகைய உணவோடு இருக்கும் ஒருவருக்குச் சிற்றின்ப இச்சை போன்ற இச்சைகளை அடக்குவது எளிதாகிறது. "ஒருவன் எதைச் சாப்பிடுகிறானோ அது போலவே ஆகிறான்" என்ற இந்தியப் பழமொழியில் அதிக உண்மை இருக்கிறது என்பதை நானும் என் சக ஊழியர்களும் அனுபவத்தில் கண்டிருக்கிறோம். இக் கருத்தே அப் புத்தகத்தில் விரிவாகக் கூறப்பட்டிருக்கிறது.

ஆனால், துரதிருஷ்டவசமாக இந்தியாவில் என்னுடைய கொள்கைகளில் சிலவற்றை, என் நடைமுறையில் எனக்கு நானே மறுத்துக்கொள்ள வேண்டியவனாகிறேன். போருக்காகப் படைக்கு ஆள் சேர்க்கும் பிரச்சாரத்தில் கேடாவில் நான் ஈடுபட்டிருந்த சமயத்தில் உணவில் ஏற்பட்ட ஒரு தவறு, என்னைப் படுக்க வைத்துவிட்டது. இறக்கவேண்டிய நிலைமைக்கும் வந்துவிட்டேன். அதனால், சிதைந்து போன உடலைப் பால் சாப்பிடாமலேயே தேற்றிக் கொண்டு விட நான் வீணில் முயன்றேன். பாலுக்குப் பதிலாக வேறு ஒன்றை எனக்குக் கூறுமாறு எனக்குத் தெரிந்த டாக்டர்கள், வைத்தியர்கள்,

விஞ்ஞானிகள் ஆகியவர்களையெல்லாம் கேட்டேன். மூங்கு நீர், மௌரா எண்ணெய், பாதாம்-பால் ஆகியவைகளைச் சாப்பிட்டுச் சோதனை செய்து என் உடல் நிலையை மேலும் கெடுத்துக் கொண்டேன். நோயிலிருந்து எழ எதுவும் எனக்கு உதவி செய்யவில்லை. ஆயுர்வேத வைத்தியர்கள், சரகர் வைத்திய சாத்திரத்திலிருந்து சில பாடல்களை எனக்குப் படித்துக் காட்டினர். நோயாளிகளுக்கு உணவு கொடுப்பதில் மதக் கோட்பாடுகளைக் கவனிக்கக் கூடாது என்று அவை கூறின. ஆகவே பால் சாப்பிடாமலேயே வாழ்வதற்கு எனக்கு உதவி செய்ய அவர்களை எதிர்பார்த்துப் பயனில்லை. மாட்டு மாமிச சூப்பையும் பிராந்தியையும் சாப்பிடுமாறு தயக்கமின்றிச் சிபாரிசு செய்கிறவர்கள், பால் இல்லாத ஆகாரத்தைக் கொண்டு நான் உயிர்வாழ உதவி செய்வார்கள் என்று எவ்வாறு எதிர்பார்க்க முடியும்?

பசுவின் பாலையோ, எருமைப் பாலையோ நான் சாப்பிடு வதற்கில்லை. ஏனென்றால், அவற்றைச் சாப்பிடுவதில்லை என்று விரதம் கொண்டுவிட்டேன். எந்தப் பாலையுமே சாப்பிடு வதில்லை என்பது தான் விரதம் என்பதில் சந்தேகமில்லை. ஆனால், நான் இந்த விரதத்தை மேற்கொண்ட சமயத்தில் தாய்ப் பசுவும் தாய் எருமையுமே என் மனத்தில் இருந்ததாலும், உயிர்வாழ நான் விரும்பியதாலும், விரதத்தின் தன்மையை வற்புறுத்துவதில் எப்படியோ என்னை நானே ஏமாற்றிக் கொண்டு ஆட்டுப்பால் சாப்பிடத் தீர்மானித்தேன். ஆட்டுப் பாலை நான் சாப்பிட ஆரம்பித்தபோது என்னுடைய விரதத்தில் அடங்கியிருந்த உணர்ச்சி நாசமாக்கப்பட்டு விட்டது என்பதை நான் முற்றும் உணர்ந்தே இருந்தேன்.

ரௌலட் சட்டத்திற்கு எதிரான கிளர்ச்சிக்குத் தலைமை வகித்து நடத்த வேண்டும் என்ற எண்ணமே அப்பொழுது என்னை ஆட்கொண்டிருந்தது. அதோடு உயிரோடு இருக்க வேண்டும் என்ற ஆசையும் வளர்ந்தது. இதன் விளைவாக என் வாழ்க்கையின் மிகப் பெரிய சோதனை ஒன்று அதோடு நின்று போயிற்று.

ஆன்மா, எதையும் சாப்பிடுவதுமில்லை; குடிப்பதும் இல்லை. ஆகையால், ஒருவர் எதைச் சாப்பிடுகிறார், குடிக்கிறார்

என்பதற்கும் ஆன்மாவுக்கும் எந்தவிதச் சம்பந்தமும் இல்லை என்று விவாதிக்கப்படுகிறது என்பதை அறிவேன். நாம் எதை உள்ளே போடுகிறோம் என்பது முக்கியம் அல்ல; உள்ளிருந்து – பேச்சினாலும் நடவடிக்கையினாலும் – எதை வெளியே விடுகிறோம் என்பதுதான் முக்கியம் என்றும் அவர்கள் கூறுகிறார்கள். இந்த வாதத்தில் ஓரளவு அர்த்தம் இருக்கிறது, என்பதில் சந்தேகம் இல்லை. ஆனால், இந்த வாதத்தை ஆராய்ந்து கொண்டிருப்பதைவிட என்னுடைய உறுதியான நம்பிக்கை இன்னது என்பதைத் தெரிவிப்பதோடு திருப்தியடைகிறேன். கடவுளுக்கு அஞ்சி வாழ்ந்து அதன் மூலம் கடவுளை நாடுபவருக்கும், கடவுளை நேருக்கு நேராகக் காண விரும்புகிறவருக்கும், எண்ணத்திலும் பேச்சிலும் கட்டுத்திட்டம் இருக்கவேண்டியது எப்படி அவசியமோ அதே போல அவருடைய சாப்பாட்டின் அளவிலும் தன்மையிலுங் கூடக் கட்டுத் திட்டம் இருக்கவேண்டியது முக்கியம் என்பதே எனது திடமான நம்பிக்கை.

என்றாலும், என்னுடைய தத்துவத்தை நானே நடத்திக் காட்டமுடியாமல் இருக்கும் ஒரு விஷயத்தில், அத் தகவலை நான் கூறி விடுவதோடு அதைக் கையாளுவதைக் குறித்துக் கடுமையான எச்சரிக்கையையும் நான் செய்யவேண்டும். ஆகையால், நான் கூறிய தத்துவத்தை ஆதாரமாக வைத்துக் கொண்டு பால் சாப்பிடுவதை விட்டுவிட்டவர்கள், ஒவ்வொரு வகையிலும் அது அனுகூலமாக இருப்பதாக அவர்களே கண்டாலன்றி, அனுபவமுள்ள வைத்தியர்கள் அவர்களுக்கு ஆலோசனை கூறியிருந்தாலொழிய அந்தப் பரிசோதனையில் பிடிவாதமாக இருக்க வேண்டாம் என்று வற்புறுத்துகிறேன். இதுவரையில் என்னுடைய அனுபவம் ஒரு விஷயத்தைக் காட்டிவிட்டது. ஜீரண சக்தி பலமாக இல்லாதவர்களுக்கும், படுத்த படுக்கையாக இருக்கிறவர்களுக்கும், பாலுக்கு இணையான, எளிதில் ஜீரணிக்கக்கூடிய போஷாக்குள்ள ஆகாரம் வேறு எதுவுமே இல்லை என்பதுதான் அது.

இந்த அத்தியாயத்தைப் படிக்க நேரும் இத்துறையில் அனுபவமுள்ளவர்கள் யாராவது, தாம் படித்ததனால் அல்லாமல் அனுபவத்தின் மூலம் பாலைப்போலப் போஷிக்கக் கூடியதும்,

போஷாக்குள்ளதுமான ஒரு தாவரப் பொருளைப் பாலுக்குப் பதிலாகக் கூறுவாராயின் அப்படிப்பட்டவருக்கு நான் மிகவும் கடமைப்பட்டவனாவேன்.

9. அதிகாரத்துடன் சிறு போர்

0இப்பொழுது ஆசியாக்காரர்கள் இலாகாவுக்குத் திரும்புவோம். ஆசியாக்காரர்கள் இலாகாவின் அதிகாரிகளுக்கு ஜோகன்னஸ் பர்கே கோட்டை. இந்தியர், சீனர், மற்றவர்களைப் பாதுகாப்பதற்குப் பதிலாக இந்த அதிகாரிகள், அவர்களை நசுக்கிப் பிழிந்துகொண்டு வந்ததை நான் கவனித்துக்கொண்டு வந்தேன். ஒவ்வொரு நாளும் இதுபோன்ற புகார்கள் எனக்கு வந்துகொண்டிருந்தன. 'நியாயமாக வர வேண்டியவர்கள் அனுமதிக்கப்படுவதில்லை. ஆனால், வருவதற்கு உரிமையே இல்லாதவர்கள் 100 பவுன் கொடுத்தால் அவர்கள் திருட்டுத்தனமாக உள்ளே கொண்டுவரப்படுகிறார்கள். இந்த அக்கிரமமான நிலைமைக்கு நீங்கள் பரிகாரம் தேடாவிட்டால் வேறு யார் தான் தேடப்போகிறார்கள்?' – இதுவே புகார். எனக்கும் அதே உணர்ச்சி ஏற்பட்டது. இந்தத் தீமையை ஒழிப்பதில் நான் வெற்றிபெறாது போவேனாயின், டிரான்ஸ்வாலில் நான் வீணுக்கு வாழ்பவனே ஆவேன். ஆகவே, சாட்சியங்களைச் சேகரிக்க ஆரம்பித்தேன். ஓரளவுக்குச் சாட்சியங்களைச் சேகரித்ததும் போலீஸ் கமிஷனரிடம் போனேன். அவர் நியாயமானவராகவே தோன்றினார். என்னை அலட்சியமாகப் புறக்கணித்து விடாமல் நான் கூறியவைகளை யெல்லாம் பொறுமையுடன் கேட்டுக் கொண்டார். என் வசமிருந்த சாட்சியங்களை யெல்லாம் தனக்குக் காட்டும்படியும் கேட்டார். சாட்சியங்களைத் தாமே விசாரித்துத் திருப்தியும் அடைந்தார். ஆனால், தென்னாப்பிரிக்காவில் வெள்ளைக்கார ஜுரிகள், கறுப்பு மனிதருக்குச் சாதகமாக வெள்ளக்காரக் குற்றவாளிக்குத் தண்டனை அளிப்பது கஷ்டமானது என்பதை நான் அறிந்திருந்தது போலவே அவரும் அறிந்திருந்தார். ஆனால், "எப்படியும், முயன்று பார்ப்போம். ஜுரிகள் விடுதலை செய்துவிடுவார்களே என்று பயந்துகொண்டு குற்றவாளிகளைச் சும்மா விட்டு விடுவது என்பது சரியல்ல. அவர்களை நான் கைது செய்து விடுகிறேன். என்னாலான முயற்சி எதையும் நான்

செய்யாது விடமாட்டேன் என்று உங்களுக்கு உறுதி கூறுகிறேன்'' என்றார், போலீஸ் கமிஷனர்.

வாக்குறுதி எனக்குத் தேவையில்லை. பல அதிகாரிகளின் மீது எனக்குச் சந்தேகம் இருந்தது. ஆனால், அவர்கள் மீதெல்லாம் ஆட்சேபிக்க முடியாத சாட்சியங்கள் என்னிடம் சரி வர இல்லை. ஆகையால், குற்றம் செய்தவர்கள் என்பதில் யார் மீது எனக்குச் சிறிதளவேனும் சந்தேகமே கிடையாதோ அப்படிப்பட்ட இருவரை மாத்திரம் கைது செய்ய வாரண்டுகள் பிறப்பிக்கப்பட்டன.

என்னுடைய நடமாட்டத்தை எப்பொழுதும் ரகசியமாக வைத்திருப்பதற்கில்லை. அநேகமாக ஒவ்வொரு நாளும் நான் போலீஸ் கமிஷனரிடம் போய்க் கொண்டிருக்கிறேன் என்பது அநேகருக்குத் தெரியும். எந்த இரு அதிகாரிகளைக் கைது செய்ய வாரண்டுகள் பிறப்பிக்கப்பட்டனவோ அந்த இரு அதிகாரிகளுக்கும் ஓரளவுக்குத் திறமை வாய்ந்த ஒற்றர்கள் இருந்தனர். அவர்கள் என் அலுவலகத்தைக் கண்காணித்துக் கொண்டிருந்து என்னுடைய நடமாட்டத்தைக் குறித்து அந்த அதிகாரிகளுக்கு அடிக்கடி அறிவித்துக் கொண்டிருந்தார்கள். இன்னுமொன்றையும் நான் ஒப்புக் கொள்ள வேண்டும். அந்த இரு அதிகாரிகளும் மிகவும் கெட்டவர்களாகையால், அவர்களுக்குப் பல ஒற்றர்கள் இருந்திருக்க முடியாது. இந்தியரும் சீனரும் எனக்கு உதவி செய்யாமல் இருந்திருந்தால் அவர்களைக் கைது செய்திருக்கவே முடியாது.

இவர்களில் ஒருவர் எங்கோ போய் மறைந்துவிட்டார். அவரை வெளி மாகாணத்திலும் கைது செய்துகொண்டு வருவதற்கான வாரண்டைப் போலீஸ் கமிஷனர் பெற்றார். அவரைக் கைது செய்து டிரான்ஸ்வாலுக்குக் கொண்டுவந்தார். அவர்கள் மீது விசாரணை நடந்தது. அவர்களுக்கு எதிரான சாட்சியங்கள் பலமாக இருந்தும், எதிரிகளில் ஒருவர் ஓடி ஒளிந்திருந்தார் என்ற சாட்சியம் ஜூரிகளுக்குக் கிடைத்திருந்தும், இருவரும் குற்றவாளிகள் அல்ல என்று கூறி விடுதலை செய்து விட்டார்கள்.

நான் மிகுந்த ஏமாற்றம் அடைந்தேன். போலீஸ் கமிஷனரும் மிகவும் வருத்தப்பட்டார். வக்கீல் தொழிலிலேயே எனக்கு வெறுப்புத் தோன்றிவிட்டது. குற்றத்தை மறைத்து விடுவதற்கும்

அறிவைப் பயன்படுத்தலாம் என்பதைக் கண்டேன். ஆகவே, அறிவின் பேரிலேயே எனக்கு வெறுப்பு ஏற்பட்டுவிட்டது.

அவ்விரு அதிகாரிகளும் விடுதலையடைந்து விட்டனரெனினும், அவர்கள் செய்த குற்றம் அதிக வெளிப்படையானதாக இருந்ததால், அரசாங்கம் அவர்களை வேலைக்கு வைத்துக்கொள்ள முடியவில்லை. அவர்கள் இருவரும் உத்தியோகத்திலிருந்து நீக்கப்பட்டனர். ஆசியாக்காரர் இலாகாவும் ஓரளவுக்குத் தூய்மை பெற்றது; இந்திய சமூகத்திற்கும் கொஞ்சம் நம்பிக்கை பிறந்தது.

இச் சம்பவம் என் மதிப்பை உயர்த்தியது; என் தொழிலும் விருத்தியடைந்தது. அக் கொள்ளையில் சமூகம் மாதந்தோறும் வீணாக்கிக்கொண்டிருந்த நூற்றுக்கணக்கான பவுன்கள் – எல்லாமே என்று சொல்ல முடியாவிட்டாலும் பெரும் பகுதி – காப்பாற்றப்பட்டன. யோக்கியப் பொறுப்பற்றவர்கள் தாங்கள் லஞ்சத்தொழிலை இன்னும் செய்து கொண்டுதான் இருந்தார்களாகையால் எல்லாவற்றையுமே காப்பாற்றிவிட முடியாது. ஆனால், யோக்கியர் யோக்கியமாகவே இருப்பது இப்பொழுது சாத்தியமாயிற்று.

அந்த அதிகாரிகள் மிகவும் கெட்டவர்களாக இருந்த போதிலும், அவர்களிடம் தனிப்பட்ட முறையில் எனக்கு எந்தவித விரோதமும் இல்லை என்பதையும் நான் சொல்ல வேண்டும். இது அவர்களுக்கும் தெரியும். அவர்களுக்குக் கஷ்டம் நேர்ந்து என்னிடம் வந்த சமயங்களில் அவர்களுக்கு நான் உதவி செய்திருக்கிறேன். அவர்களுக்கு உத்தியோகம் கொடுக்கும் யோசனையை நான் எதிர்க்காமல் இருந்ததால் ஜோகன்னஸ்பர்க் முனிசிபாலிடியில் அவர்களுக்கு உத்தியோகம் கிடைக்கக்கூடிய வாய்ப்பு இருந்தது. அவர்களின் நண்பர் ஒருவர், இது சம்பந்தமாக வந்து என்னைப் பார்த்தார். அவர்களுக்கு இடையூறு செய்யாதிருக்கச் சம்மதித்தேன். அவர்களுக்கு உத்தியோகமும் கிடைத்தது.

நான் கொண்டிருந்த இவ்வித மனோபாவத்தின் காரணமாக, நான் தொடர்பு கொண்டிருந்த அதிகாரிகள் என்னோடு நன்றாகவே பழகி வந்தார்கள். அவர்களுடைய இலாகாவுடன் நான் அடிக்கடி போராட வேண்டியிருந்த போதிலும், அதிகாரிகள் மாத்திரம் என்னுடன் நட்புடனேயே பழகிக்

கொண்டிருந்தார்கள். அவ்விதம் நடந்துகொள்ளுவது என் சுபாவத்தில் சேர்ந்தது என்பதை அப்பொழுது நான் நன்றாக அறிந்து கொண்டிருக்கவில்லை. இது சத்தியாக்கிரகத்தின் அவசியமானதோர் பகுதி என்பதையும், அகிம்சையின் இயல்பே இதுதான் என்பதையும் நான் பின்னால் தெரிந்து கொண்டேன்.

மனிதனும் அவனுடைய செயல்களும் வெவ்வேறானவை. நற்செயலைப் பாராட்டவேண்டும்; தீய செயலைக் கண்டிக்க வேண்டும். செயலைச் செய்யும் மனிதர், நல்லவராயிருப்பினும் தீயவராயிருந்தாலும் செயலின் தன்மைக்கு ஏற்றவாறு மரியாதைக்கும் பரிதாபத்திற்கும் உரியவராகிறார். 'பாவத்தை வெறுப்பாயாக. ஆனால், பாவம் செய்பவரை வெறுக்காதே' என்பது உபதேசம். இது புரிந்துகொள்ள எளிதானதாகவே இருந்தாலும், நடைமுறையில் இதை அனுசரிப்பதுதான் மிக அரிதாக இருக்கிறது. இதனாலேயே பகைமை என்ற நஞ்சு உலகத்தில் பரவுகிறது.

இந்த அகிம்சையே சத்தியத்தை நாடுவதற்கு அடிப்படை யானதாகும். இவ்விதம் நாடுவது அகிம்சையையே அடிப் படையாகக் கொண்டதாக இல்லாது போகுமாயின், அம் முயற்சியே வீண் என்பதை ஒவ்வொரு நாளும் நான் உணர்ந்து வருகிறேன். ஒரு முறையை எதிர்ப்பதும், அதைத் தாக்குவதும் முற்றும் சரியானதே. ஆனால், அம்முறையை உண்டாக்கிய கர்த்தாவையே எதிர்த்துத் தாக்குவது என்பது தன்னையே எதிர்த்துக் கொள்ளுவதற்கு ஒப்பாகும். ஏனெனில், நாம் எல்லோரும் ஒரே மண்ணைக் கொண்டு செய்த பாண்டங்கள்; ஒரே கடவுளின் புத்திரர்கள். ஆகவே, நம்முள் இருக்கும் தெய்வீக சக்தியும் மகத்தானது. தனி ஒரு மனிதரை அலட்சியம் செய்வது அந்தத் தெய்விக சக்திகளை அலட்சியம் செய்வதாகும். அப்போது அம் மனிதருக்கு மட்டுமன்றி உலகம் முழுவதற்குமே தீங்கு செய்வதாக ஆகும்.

10. புனித ஞாபகமும் பிராயச்சித்தமும்

எனது வாழ்க்கையில் ஏற்பட்ட பலவிதமான சம்பவங்கள், பல மதங்களையும் பல சமூகங்களையும் சேர்ந்தவர்களுடன் நான் நெருங்கிய தொடர்பு கொள்ளும்படி செய்துவிட்டன. இவர்களுடனெல்லாம் எனக்கு ஏற்பட்ட அனுபவத்திலிருந்து நான் ஒன்று கூற முடியும். உறவினர் என்றோ, வேற்று மனிதர் என்றோ, என் நாட்டினர் என்றோ, பிற நாட்டினர் என்றோ, வெள்ளையர் வெள்ளயரல்லாதார் என்றோ, ஹிந்துக்கள் மற்ற மதத்தினரான இந்தியர் என்றோ, முஸ்லிம்கள், கிறிஸ்தவர்கள், பார்ஸிகள், யூதர்கள் என்றோ வேற்றுமை உணர்ச்சி எனக்கு இருந்ததே இல்லை. இவ்விதப் பாகுபாடு எதையும் கற்பித்துக்கொள்ள முடியாததாக என் உள்ளம் இருந்தது என்று சொல்லலாம். இது என் சுபாவத்தோடு ஒட்டியதாகவே இருந்ததால், இதை எனக்கு இருந்த விசேட குணம் என்று நான் கூறிக்கொள்ளுவதற்கில்லை. என்னளவில் எந்தவிதமான முயற்சியும் இல்லாமலேயே அது எனக்கு ஏற்பட்டதாகும். ஆனால், அகிம்சை, பிரம்மச்சரியம், அபரிக்கிரகம் (உடைமை வைத்துக் கொள்ளாமை), புலனடக்கம் ஆகிய நற்குணங்களை வளர்த்துக் கொள்ளுவதற்காக நான் இடைவிடாது முயன்று வந்தேன் என்பதையும் முற்றும் உணர்ந்திருக்கிறேன்.

டர்பனில் நான் வக்கீல் தொழில் நடத்தி வந்தபோது, என் அலுவலகக் குமாஸ்தாக்கள் பெரும்பாலும் என்னுடனேயே தங்குவார்கள். அவர்களில் இந்துக்களும் கிறிஸ்தவர்களும் இருந்தனர். மாகாணவாரியாகச் சொல்லுவதாயின், அவர்கள் குஜராத்திகளும் தமிழர்களும் ஆவார்கள். அவர்களும் என் உற்றார் உறவினர்களே என்பதைத் தவிர அவர்களை வேறுவிதமாக நான் எப்பொழுதாவது கருதியதாக எனக்கு ஞாபகம் இல்லை? என் குடும்பத்தைச் சேர்ந்தவர்களாகவே அவர்களைப் பாவித்து நடத்தி வந்தேன்; இவ்விதம் நான் நடத்துவதற்கு என் மனைவி எப்பொழுதாவது குறுக்கே நின்றால், அப்பொழுது எங்களுக்குள் மனஸ்தாபம் ஏற்படும். குமாஸ்தாக்களில் ஒருவர் கிறிஸ்தவர்;

தீண்டாத வகுப்பைச் சேர்ந்த பெற்றோருக்குப் புதல்வராகப் பிறந்தவர்.

நான் குடியிருந்த வீடு மேற்கத்திய நாகரிகத்தையொட்டிக் கட்டப் பட்டிருந்தது. அறைகளிலிருந்து அழுக்கு நீர் வெளியே போவதற்கு அவற்றில் வழி வைக்கப்பட்டிருக்கவில்லை. ஆகையால், ஒவ்வோர் அறையிலும் அழுக்கு நீருக்கு எனத் தனித்தனிப் பானைகள் உண்டு. இப்பானைகளை வேலைக் காரரோ, தோட்டியோ சுத்தம் செய்வதற்குப் பதிலாக அந்த வேலையை என் மனைவியோ, நானோ செய்து வந்தோம். வீட்டில் இருந்து பழகி விட்ட குமாஸ்தாக்கள், அவரவர்கள் அறையிலிருக்கும் பானைகளை அவர்களே சுத்தம் செய்து கொள்ளுவார்கள். ஆனால், கிறிஸ்தவ குமாஸ்தாவோ புதிதாக வந்தவர். அவருடைய படுக்கை அறையைக் கவனித்துக் கொள்ள வேண்டியது, எங்கள் வேலையாயிற்று. மற்றவர்களுடைய பானைகளையெல்லாம் சுத்தம் செய்வதில் என் மனைவிக்கு ஆட்சேபமில்லை. ஆனால் பஞ்சமராக இருந்த ஒருவர் உபயோகித்த பானையைச் சுத்தம் செய்வதென்பது அவருடைய வரம்புக்கு மீறியதாக இருந்தது. ஆகவே எங்களுக்குள் தகராறு ஏற்பட்டது. அப்பானைகளை நான் சுத்தம் செய்வது என்பதையும் அவளால் சகிக்க முடியவில்லை. பானையும் கையுமாக அவள் ஏணியின் வழியாக இறங்கி வந்துகொண்டிருந்தாள். என்னைக் கடிந்து கொண்டாள். கோபத்தில் அவளுடைய கண்களெல்லாம் சிவந்திருந்தன. அவளுடைய கன்னங்களில் முத்துபோலக் கண்ணீர் வழிந்து கொண்டிருந்தது. அந்தக் காட்சியை நான் இன்றும் அப்படியே நினைவு படுத்திக் கொள்ள முடியும். நானோ, அன்போடு கொடூரமும் நிறைந்த கணவன். அவளுக்கு நானே உபாத்தியாயர் என்று கருதி வந்தேன். எனவே, அவளிடம் எனக்கு இருந்த குருட்டுத்தனமான அன்பின் காரணமாக அவளை மிகவும் துன்பப்படுத்தினேன்.

அவள் பானையை எடுத்துச் சென்றதனால் மாத்திரம் நான் திருப்தியடைந்துவிடவில்லை. அவள் அவ்வேலையைச் சந்தோஷத்துடன் செய்ய வேண்டும் என்று விரும்பினேன். ஆகவே, உரத்த சப்தத்துடன், “அம்மாதிரியான மடத்தனத்தையெல்லாம் என் வீட்டில் சகிக்க மாட்டேன்” என்றேன்.

இச் சொற்கள் கூறிய அம்புகளாக அவள் உள்ளத்தில் தைத்து விட்டன. "உங்கள் வீட்டை நீங்களே வைத்துக்கொள்ளுங்கள், என்னைத் தொலைத்துவிடுங்கள்" என்று அவள் திருப்பிக் கூச்சல் போட்டாள். நான் என்னையே மறந்துவிட்டேன். என் உள்ளத்திலிருந்த இரக்க ஊற்று வற்றிப் போய்விட்டது. அவள் கைகளைப் பிடித்து அத்திக்கற்ற மாதை ஏணிக்கு எதிரிலிருந்து வாயிற்படிக்கு இழுத்துக்கொண்டு போனேன். அவளை வெளியே பிடித்துத் தள்ளி விடுவதற்காகக் கதவைத் திறக்கப் போனேன். அவளுடைய கன்னங்களின் வழியே கண்ணீர் தாரைதாரையாக வழிந்தது. அழுது கொண்டே அவள் கூறியதாவது: "உங்களுக்கு வெட்கம் என்பதே இல்லையா? இப்படியும் உங்களுக்குச் சுய உணர்வு அற்றுப் போய் விடவேண்டுமா? எனக்குப் போக்கிடம் எங்கே இருக்கிறது? எனக்குப் புகலிடம் அளிப்பதற்கு இங்கே என் பெற்றோர்களாவது உறவினர்களாவது இருக்கிறார்களா? நான் உங்கள் மனைவி என்பதனால் அடித்தாலும் உதைத்தாலும் நான் பொறுத்துக் கொள்ள வேண்டியதுதான் என்று நினைக்கிறீர்கள். உங்களுக்குப் புண்ணியமாகப் போகிறது, நல்லவிதமாக நடந்து கொள்ளுங்கள். கதவை மூடுங்கள். நம்மைப் பார்த்து யாராவது சிரிக்கப்போகிறார்கள்!"

இதைக் கேட்ட நான் என் முகத்தைக் கம்பீரமாக வைத்துக் கொண்டேன். ஆனால், உண்மையில் வெட்கமடைந்தேன். கதவையும் மூடினேன். என்ன விட்டு என் மனைவி போய்விட முடியாது என்றால், அவளை விட்டு நானும் பிரிந்துவிடமுடியாது. எங்களுக்குள் எத்தனையோ சச்சரவுகள் இருந்திருக்கின்றன. ஆனால், அவற்றின் முடிவில் எங்களுக்குள் சமாதானமே நிலவும். சகிப்புத் தன்மையின் இணையில்லாத சக்தியினால் எப்பொழுதும் வெற்றி பெறுகிறவள், மனைவியே.

இச்சம்பவம், அதிர்ஷ்டவசமாக நான் கடந்துவெளிவந்து விட்ட ஒரு காலத்தைப் பற்றியது. ஆகையால், இச்சம்பவத்தை எந்தவிதமான பற்றுமில்லாமல் சொல்லக்கூடிய நிலையில் நான் இன்று இருக்கிறேன். குருடனான, வெறிகொண்ட கணவனாக நான் இப்பொழுது இல்லை; என் மனைவியின் உபாத்தியாயராகவும் இல்லை. கஸ்தூரிபாய் விரும்பினால், நான் முன்னால் அவளுக்கு எவ்வளவு தொல்லை அளித்து

வந்தேனோ அவ்வளவு தொல்லையும் அவள் எனக்கு இன்று அளிக்க முடியும். சோதனைக்கு உட்பட்டுத் தேறிய நண்பர்கள் நாங்கள். இப்பொழுது நாங்கள் ஒருவரை ஒருவர் காம இச்சையின் இலக்காகக் கருதவில்லை. நான் நோயுற்றிருந்த போதெல்லாம் அவள் எனக்குப் பக்தியுள்ள தாதியாக இருந்து, எவ்விதக் கைம்மாறையும் எதிர்பாராமல் பணிவிடை செய்து வந்திருக்கிறாள்.

மேலே நான் சொன்ன சம்பவம் 1898– இல் நடந்தது. பிரம்மச்சரிய எண்ணமே எனக்கு இல்லாமல் இருந்த காலம் அது. கணவனுக்கு மனைவி உதவியாகவுள்ள சிநேகிதி, தோழி, கணவனின் இன்ப துன்பங்களில் பங்காளி என்பதற்குப் பதிலாக அவள் கணவனின் காம இச்சைக்குரிய அடிமை, கணவன் இட்ட வேலையைச் செய்வதற்கென்றே பிறந்திருப்பவள் என்று நான் எண்ணிக்கொண்டிருந்த காலம், அது.

1900– ஆம் ஆண்டில்தான் இக் கருத்துக்கள் தீவிரமான மாறுதலை அடைந்தன. ஆனால், அதைப்பற்றி அதற்கேற்ற சந்தர்ப்பத்தில் சொல்லலாம் என்று இருக்கிறேன். ஒன்று மாத்திரம் இப்பொழுது சொன்னால் போதும். காமப் பசி என்னிடமிருந்து நாளாவட்டத்தில் மறைய மறைய, என்னுடைய குடும்ப வாழ்க்கை மேலும் மேலும் அமைதியாகவும் இனிமையானதாகவும், சந்தோஷகரமானதாகவும் ஆயிற்று; ஆகிக்கொண்டிருக்கிறது.

புனிதமான இந்த நினைவைப் பற்றிய வரலாற்றைக் கொண்டு நானும் என் மனைவியும் பிறர் பின்பற்றுவதற்கான லட்சியத் தம்பதிகளாக இருந்தோம் என்றோ எங்களுக்கு லட்சியத்தில் ஒரேவிதமான கருத்து இருந்தது என்றோ யாரும் எண்ணிக்கொண்டு விடவேண்டாம். எனக்கு இருந்த லட்சியங்களைத் தவிர தனக்குத் தனியாக ஏதாவது லட்சியம் இருந்ததுண்டா என்பது ஒருவேளை கஸ்தூரிபாய்க்கே தெரியாமல் இருக்கலாம். நான் செய்யும் காரியங்கள் பல இன்றுகூட அவளுக்குப் பிடிக்காமல் இருக்கலாம். அவைகளைக் குறித்து நாங்கள் விவாதிப்பதே இல்லை. அவைகளை விவாதிப்பதில் எந்தவித நன்மை இருப்பதாகவும் நான் காணவில்லை. ஏனெனில், அவளைப் படிக்க வைத்திருக்க

வேண்டிய சமயத்தில் அவளுடைய பெற்றோரும் படிக்க வைக்கவில்லை; நானும் அதைச் செய்யவில்லை. ஆனால், அவளிடம் ஒரு பெரிய அருங்குணம் மிகுந்த அளவில் இருக்கிறது. ஹிந்து மனைவிகள் பெரும்பாலாரிடம் ஓரளவுக்கு இருக்கும் குணமே அது. அதாவது, விரும்பியோ விரும்பாமலேயோ, அறிந்தோ அறியாமலேயோ என் அடிச்சுவட்டைப் பின்பற்றித் தான் நடப்பதே தனக்குப் பாக்கியம் என்று அவள் கருதி வந்திருக்கிறாள். புலனடக்க வாழ்க்கையை நடத்த நான் செய்த முயற்சிக்கு அவள் எப்பொழுதும் குறுக்கே நின்றதே இல்லை. ஆகையால் அறிவுத் துறையில் எங்களுக்கிடையே அதிகப் பேதம் இருந்தபோதிலும், எங்களுடைய வாழ்க்கை திருப்தியும், சந்தோஷமும், முற்போக்கும் உள்ளதாக இருந்து வருகிறது என்றே நான் எப்பொழுதும் உணர்கிறேன்.

11. ஐரோப்பியருடன் நெருங்கிய தொடர்பு

இந்த அத்தியாயம், என்னை ஒரு கட்டத்திற்குக் கொண்டு வந்திருக்கிறது. ஒவ்வொரு வாரமும் இக்கதை எவ்விதம் எழுதப்படுகிறது என்பதைக் குறித்து வாசகர்களுக்கு நான் விளக்க வேண்டியது இங்கே அவசியமாகிறது.

இதை எழுத ஆரம்பித்தபோது எந்த முறையில் இதை எழுதுவது என்பதைக் குறித்து நான் எந்தத் திட்டமும் போட்டுக் கொள்ளவில்லை. என்னுடைய சோதனைகளின் கதையை எழுதுவதற்கு ஆதாரமாகக் கொள்ள என்னிடம் எந்தவிதமான நாட்குறிப்போ, வேறு ஆதாரங்களோ இல்லை. எழுதும்போது கடவுள் எவ்வழியில் என்னை நடத்திச் செல்கிறாரோ அவ்வழியில் எழுதுகிறேன். என்னுடைய மனமார்ந்த எண்ணங்களும் செயல்களும் இறைவனால் தூண்டப்பட்டவையே என்று நிச்சயமாக நான் அறிவேன் என்றும் நான் சொல்லிக் கொள்ளவில்லை. ஆனால், என் வாழ்க்கையில் நான் செய்திருக்கும் மிகப் பெரிய காரியங்களையும், மிகச் சிறியவை என்று கருதக்கூடிய காரியங்களையும் பரிசீலனை செய்து பார்க்கும் போது அவைகளெல்லாம் கடவுளால் நடத்தி வைக்கப்பட்டவைதான் என்று சொல்லுவது தவறாகாது என்றே எண்ணுகிறேன்.

கடவுளை நான் கண்டதுமில்லை; அறிந்ததுமில்லை. உலகமெல்லாம் அவர்மீது வைத்திருக்கும் நம்பிக்கையையே என் நம்பிக்கையாக்கிக் கொண்டிருக்கிறேன். அந்த என் நம்பிக்கை அழிக்க முடியாதது. ஆகையால் அந்த நம்பிக்கை அனுபவத்திற்குச் சமம் என்று கருதுகிறேன். என்றாலும், நம்பிக்கையை அனுபவம் என்று விவரிப்பது உண்மைக்கு ஊறு செய்வதாகும் என்று சொல்லக் கூடுமாகையால் கடவுளிடம் எனக்குள்ள நம்பிக்கையை எடுத்துக்கூற என்னிடம் சொற்கள் இல்லை என்று சொல்லுவதே மிகவும் சரியானதாக இருக்கக்கூடும்.

கடவுள் தூண்டும் வழியில் இக்கதையை நான் எழுதுகிறேன் என்று நான் ஏன் நம்புகிறேன் என்பதைப் புரிந்து கொள்ளுவது ஓரளவுக்கு இப்பொழுது எளிதாக இருக்கக்கூடும். முந்திய அத்தியாயத்தை நான் எழுத ஆரம்பித்தபோது இந்த அத்தியாயத்திற்குக் கொடுத்திருக்கும் தலைப்பையே அதற்கும் கொடுத்தேன். ஆனால், அதை நான் எழுதிக் கொண்டிருந்தபோது ஐரோப்பியருடன் பழகிய அனுபவத்தைப் பற்றிக் கூறுவதற்கு முன்னால் முகவுரையாகச் சில விஷயங்களைச் சொல்லவேண்டும் என்பதை உணர்ந்தேன். அதையே செய்து தலைப்பையும் மாற்றினேன்.

திரும்பவும் இப்பொழுது இந்த அத்தியாயத்தை எழுத ஆரம்பித்தபோது ஒரு புதிய பிரச்னை என் முன்பு நிற்பதைக் காண்கிறேன். ஆங்கில நண்பர்களைக் குறித்தே நான் எழுதப் போகிறேன். அவர்களைக் குறித்து எதைக் கூறுவது, எதைக் கூறாதிருப்பது என்பதே கஷ்டமான அப்பிரச்சினை. பொருத்தமான விஷயங்களைக் கூறாது போனால் சத்தியத்தின் ஒளி மங்கிவிடும். இந்தச் சரித்திரத்தை எழுதுவதிலுள்ள பொருத்தத்தைக் குறித்தே நான் நிச்சயமாக அறியாதபோது, பொருத்தமானது எது என்பதை நேரே முடிவு செய்து விடுவதென்பது கஷ்டமானதாகும்.

எல்லாச் சுயசரிதைகளும் சரித்திரங்களாவதற்கு ஏற்றவையல்ல என்பதை வெகு காலத்திற்கு முன்பே படித்திருக்கிறேன். இதை இன்று அதிகத் தெளிவாக அறிகிறேன். எனக்கு நினைவிருப்பவை எல்லாவற்றையும் இக்கதையில் நான் கூறவில்லை. உண்மையின் முக்கியத்தை முன்னிட்டு நான் எவ்வளவு கூறலாம், எவ்வளவு கூறாமல் விடலாம் என்பதை யார் கூறமுடியும்? என் வாழ்க்கையில் ஏற்பட்ட ஒரு சம்பவத்தைக் குறித்து நான் கூறும் அரைகுறையானதும் ஒரு தலைப் பட்சமானதுமான சாட்சியங்களுக்கு ஒரு நீதிமன்றத்தின் முன்பு என்ன மதிப்பு இருக்கும்? நான் இது வரையில் எழுதியிருக்கும் அத்தியாயங்களின் பேரில், குறும்புத்தனமானவர் யாரெனும் குறுக்கு விசாரணை செய்வதாக இருந்தால், அவைகளைக் குறித்து மற்றும் பல விவரங்கள் வெளியாகலாம். இது விரோத உணர்ச்சியுடன் குறை கூறுபவரின்

குறுக்கு விசாரணையாக இருந்தால், என்னுடைய பாசாங்குகளில் பலவற்றை வெளிப்படுத்திவிட்டதாக அவர் பெருமையடித்துக் கொள்ளலாம்.

ஆகையால், இந்த அத்தியாயங்களை எழுதாமல் இருப்பது கூட நல்லதல்லவா என்ற எண்ணமும் எனக்கு ஒரு கணம் உண்டாகிறது. ஆனால், என்னுள் இருக்கும் அந்தராத்மாவின் தடை எதுவும் இல்லாதிருக்கும் வரையில் நான் தொடர்ந்து எழுதியே ஆகவேண்டும். ஒரு காரியத்தைச் செய்ய ஒரு முறை தொடங்கி விட்டால், அது ஒழுக்கத் தவறானது என்று நிரூபிக்கப்பட்டாலன்றி அதைக் கைவிடவே கூடாது என்ற முனிவரின் உபதேசத்தை நான் பின்பற்ற வேண்டும்.

விமர்சகர்களைத் திருப்தி செய்வதற்காக நான் சுயசரிதையை எழுதிக் கொண்டிருக்கவில்லை. இதை எழுதுவதுகூடச் சத்திய சோதனையில் ஓர் அம்சமேயாகும். இதை எழுதுவதன் நோக்கங்களில் ஒன்று, நிச்சயமாக என் சக ஊழியர்களுக்குச் சிறிது மன ஆறுதலையும், சிந்தனை செய்வதற்குரிய விஷயத்தையும் அளிப்பதுதான். அவர்களுடைய விருப்பத்திற்கு உடன்பட்டே இதை எழுத ஆரம்பித்தேன் என்பதில் சந்தேகமில்லை. ஸ்ரீ ஜெயராம்தாஸும் சுவாமி ஆனந்தும் இந்த யோசனையை வற்புறுத்தாதிருந்தால் இதை எழுதியே இருக்கமாட்டேன்.

ஆகையால், நான் சுயசரிதையை – இதை எழுதியது தவறு என்றால் அத்தவறில் அவர்களும் பங்கு கொள்ளவேண்டும்.

இனி, தலைப்பில் குறிப்பிட்டிருக்கும் விஷயத்திற்கு வருவோம். என் குடும்பத்தைச் சேர்ந்தவர்களாக என்னுடன் இந்தியர் வசித்துக்கொண்டிருந்ததைப் போலவே டர்பனில் ஆங்கில நண்பர்களும் என்னுடன் வசித்துக்கொண்டிருந்தார்கள். என்னுடன் வசித்தவர்கள் எல்லோருக்கும் இது பிடித்திருந்தது என்பதல்ல. ஆனால் அவர்கள் என்னுடன் இருக்கவேண்டும் என்று நான் தான் வற்புறுத்தினேன். இவ்விதம் செய்தது எல்லோருடைய விஷயத்திலும் புத்திசாலித்தனமானதாக முடியவுமில்லை. சிலர் விஷயத்தில் மிகவும் கசப்பான அனுபவமும் ஏற்பட்டிருக்கிறது. அவர்களில் இந்தியரும் உண்டு; ஐரோப்பியரும் உண்டு. இந்த அனுபவங்களுக்காக நான் வருத்தப்படவில்லை. இவை போன்றவை இருந்த

போதிலும், நண்பர்களுக்கு அசௌகரியங்களையும் மனக் கவலையையும் அநேக சமயங்களில் நான் உண்டாக்கி இருக்கிறேன் என்றாலும், என் பழக்கத்தை நான் இன்னும் மாற்றிக்கொண்டு விடவில்லை. நண்பர்களும் அன்புடன் என்னைச் சகித்துக்கொண்டு தான் வந்திருக்கிறார்கள். புதிதாக வருபவர்களுடன் எனக்கு ஏற்படும் தொடர்பு நண்பர்களுக்கு மனவேதனையை அளிப்பதாக இருக்கும் போதெல்லாம் அவர்களைக் குறைகூற நான் தயங்கியதே இல்லை. தங்களுள் காணும் கடவுளை மற்றவர்களிடமும் காண வேண்டும் என்பதை நம்புகிறவர்கள், எல்லோருடனும் விருப்பு வெறுப்பின்றி வாழ முடிந்தவர்களாகவும் இருக்கவேண்டும் என்று நான் கருதுகிறேன். இத்தகைய தொடர்புகளுக்குத் தேடாமலேயே கிடைக்கும் வாய்ப்புகளை ஒதுக்கித் தள்ளிவிடாமல், சேவை உணர்ச்சியுடன் அந்தச் சந்தர்ப்பங்களை வரவேற்று, அவைகளினாலெல்லாம் மன அமைதிகெடாமல் பார்த்துக் கொள்ளுவதன் மூலமே அவ்விதம் வாழ்வதற்கு வேண்டிய ஆற்றலைப் பெற முடியும்.

ஆகையால், போயர் யுத்தம் ஆரம்பமானபோது என் வீடு நிறைய ஆட்கள் இருந்தார்கள் என்றாலும், ஜோகன்னஸ்பர்க்கிலிருந்து வந்த இரு ஆங்கிலேயரையும் அழைத்துக் கொண்டேன். இருவரும் பிரம்மஞான சங்கத்தினர். இவர்களில் ஒருவர் ஸ்ரீ கிட்சின். இவரைக் குறித்து அதிகமாகத் தெரிந்துகொள்ளப் பின்னால் சந்தர்ப்பம் இருக்கும். இந்த நண்பர்களினால் என் மனைவி அடிக்கடி கண்ணீர் வடிக்க வேண்டி வந்தது. துரதிர்ஷ்டவசமாக என்னால் அவளுக்கு இதுபோன்ற சோதனைகள் பல ஏற்பட்டன. ஆங்கில நண்பர்கள், குடும்பத்தினர்போல் என்னுடன் நெருக்கமாக வசிப்பது இதுவே முதல் தடவை. நான் இங்கிலாந்தில் இருந்தபோது ஆங்கிலேயரின் வீடுகளில் தங்கியிருக்கிறேன். அங்கே அவர்களுடைய வாழ்க்கை முறையை நானும் அனுசரித்து வந்தேன். ஏறக்குறையச் சாப்பாட்டு விடுதியில் தங்குவதைப் போன்றதே அது. இங்கோ அது முற்றும் மாறானது. ஆங்கில நண்பர்கள் என் குடும்பத்தைச் சேர்ந்தவர்களாயினர். பல விஷயங்களில் அவர்கள் இந்தியரின் முறைகளை மேற்கொண்டனர். நடைமுறை போன்றவைகளில் மேனாட்டு முறையே அனுசரிக்கப்பட்டாலும் உள் வாழ்க்கை முற்றும் இந்திய மயமானதாகவே இருந்தது. குடும்பத்துடன்

சேர்ந்தவர்களாக அவர்களை வைத்துக் கொண்டிருப்பதால் சில கஷ்டங்கள் இருந்தன என்பது எனக்கு நினைவு இருக்கிறது. என்றாலும், என் வீட்டில் தங்கள் சொந்த வீடு போன்றே அவர்கள் இருந்து வருவதில் அவர்களுக்கு எந்தவிதமான கஷ்டமுமே இல்லை என்பதை நான் நிச்சயமாகக் கூற முடியும். டர்பனில் இருந்ததைவிட ஜோகன்னஸ்பர்க்கில் இவ்விதமான தொடர்புகள் இன்னும் அதிகமாயின.

12. ஐரோப்பியரின் தொடர்பு (தொடர்ச்சி)

ஜோகன்னஸ்பர்க்கில் ஒரு சமயம் என்னிடம் நான்கு இந்தியக் குமாஸ்தாக்கள் இருந்தனர். குமாஸ்தாக்கள் என்பதைவிட அவர்கள் என் புத்திரர்கள் போலவே இருந்தனர் எனலாம். ஆனால், எனக்கு இருந்த வேலைக்கு இவர்கள் போதவில்லை. டைப் அடிக்காமல் எதுவும் செய்ய இயலாது. எங்களில் யாருக்காவது டைப் அடிக்கத் தெரியுமென்றால் அது எனக்குத்தான். குமாஸ்தாக்களில் இருவருக்கு அதைச் சொல்லிக்கொடுத்தேன். ஆனால், அவர்களுக்கு ஆங்கிலம் நன்றாகத் தெரியாததனால் அவர்கள் அதில் போதிய திறமை பெறவில்லை. அவர்களுள் ஒருவரை நல்ல கணக்கராகப் பயிற்சி செய்துவிடவும் விரும்பினேன். அனுமதிச் சீட்டுப் பெறாமல் டிரான்ஸ்வாலுக்குள் யாரும் வர முடியாதாகையால், நேட்டாலிலிருந்து நான் எவரையும் கொண்டு வருவதற்கும் முடியவில்லை. என்னுடைய சொந்தச் சௌகரியத்திற்காக அனுமதிச் சீட்டு அதிகாரியின் தயவை நாடுவதற்கு நான் விரும்பவுமில்லை.

என்ன செய்வதென்றே எனக்குப் புரியவில்லை. வேலை பாக்கியாகிக், குவிந்துகொண்டே போயிற்று. ஆகையால், நான் என்னதான் முயன்றாலும், தொழில் சம்பந்தமான வேலைகளுடன் பொது வேலையையும் செய்து சமாளித்துக்கொண்டு விடுவது அசாத்தியம் என்று எனக்குத் தோன்றியது. ஓர் ஐரோப்பியக் குமாஸ்தாவை வைத்துக்கொள்ள நான் தயாராகவே இருந்தேன். ஆனால், என்னைப் போன்ற ஒரு கறுப்பு மனிதனிடம் வேலை செய்ய ஒரு வெள்ளைக்கார ஆணோ, பெண்ணோ வருவார்கள் என்ற நிச்சயம் எனக்கு இல்லை. என்றாலும், முயன்று பார்ப்பது என்று தீர்மானித்தேன். எனக்குத் தெரிந்த டைப்ரைட்டர் தரகர் ஒருவரிடம் சென்றேன். சுருக்கெழுத்தும் தெரிந்த டைப் அடிப்பவர் ஒருவர் எனக்குத் தேவை என்று அவரிடம் கூறினேன். பெண்கள் கிடைப்பார்கள் என்றும்,

ஒரு பெண்ணை ஏற்பாடு செய்வதாகவும் அவர் சொன்னார். ஸ்காட்லாந்திலிருந்து அப்பொழுதுதான் வந்தவரான குமாரி டிக் என்ற பெண்ணைப் பார்த்து அவர் விசாரித்தார். அப் பெண்ணுக்குப் பணம் தேவை. ஆகையால், யோக்கியமான பிழைப்பு எங்கே கிடைத்தாலும் வேலை பார்ப்பதில் அவளுக்கு ஆட்சேபமில்லை. எனவே, அந்தத் தரகர் அப்பெண்ணை என்னிடம் அனுப்பினார். அப்பெண்ணைப் பார்த்ததுமே எனக்குப் பிடித்துப் போய்விட்டது.

"இந்தியரின் கீழ் ஊழியம் பார்ப்பதில் உமக்கு ஆட்சேபம் உண்டா?" என்று அப்பெண்ணைக் கேட்டேன்.

"இல்லவே இல்லை" என்று அவர் உறுதியாகக் கூறினார்.

"என்ன சம்பளம் நீர் எதிர்பார்க்கிறீர்?"

"ஏழரைப் பவுன் கேட்டால் அது உங்களுக்கு அதிகமானதாக இருக்குமா?"

"உம்மிடமிருந்து நான் விரும்பும் வேலையை அளிப்பீரானால், அச் சம்பளம் அதிகமானதாகாது. எப்பொழுது வேலைக்கு வர முடியும்?"

"நீங்கள் விரும்பினால் இந்த நிமிடத்திலேயே."

நான் அதிகத் திருப்தி அடைந்துவிட்டேன். எழுத வேண்டிய கடிதங்களை அவளுக்கு அப்பொழுதே சொல்ல ஆரம்பித்துவிட்டேன்.

அப்பெண் டைப் அடிப்பவர் என்பதற்குப் பதிலாக வெகு சீக்கிரத்திலேயே எனக்கு ஒரு மகள் அல்லது சகோதரி போல் ஆகிவிட்டார். அவர் செய்த வேலை பற்றிக் குறைகூற எந்தக் காரணமும் எனக்கு இல்லை. ஆயிரக்கணக்கான பவுன் தொகையை நிர்வகிக்கும் பொறுப்பும் அடிக்கடி அவரிடம் ஒப்படைக்கப்பட்டது உண்டு. கணக்குகள் வைத்துக் கொள்ளுவதும், அவர்தான். என் முழு நம்பிக்கையையும் அவர் பெற்றுவிட்டார். இன்னும் அதிக முக்கியமானது என்னவென்றால், அவர் தமது மனத்திற்குள்ளிருந்த எண்ணங்களையும் உணர்ச்சிகளையும் கூட என்னிடம் கூறிவந்தார். முடிவாகத் தமக்குக் கணவனைத் தேர்ந்தெடுத்துக்

கொள்வதில் என் ஆலோசனையையும் நாடினார். அவரைக் கன்னிகாதனம் செய்துகொடுக்கும் பாக்கியமும் எனக்குக் கிடைத்தது. குமாரி டிக், ஸ்ரீமதி மெக்டானல்டு ஆனதும் என்னை விட்டுப்போய்விட வேண்டியதாயிற்று. ஆனால், விவாகமான பிறகும் கூட வேலை அதிகமாக இருக்கும்போது கூப்பிட்டால் தவறாமல் வந்து செய்துவிட்டுப் போவார்.

ஆனால், அவருடைய ஸ்தானத்தில் நிரந்தரமான ஒரு டைப் குமாஸ்தா இப்பொழுது அவசியமாயிற்று; மற்றோர் பெண் எனக்குக் கிடைத்ததில் நான் அதிர்ஷ்டசாலியானேன். குமாரி ஷிலேஸின் என்பவரே இவர். இவரை ஸ்ரீ கால்லென் பாக் எனக்கு அறிமுகம் செய்துவைத்தார். ஸ்ரீ கால்லென்பாக் பற்றி உரிய இடத்தில் வாசகர் அறிந்துகொள்ளுவர். இப் பெண்மணி இப்பொழுது டிரான்ஸ்வாலில் ஓர் உயர்நிலைப் பள்ளியில் உபாத்தியாயினியாக இருக்கிறார். இவர் என்னிடம் வந்தபோது சுமார் பதினேழு வயது இருக்கும். இப் பெண்ணிடம் சில விசித்திரமான சுபாவங்கள் உண்டு. சில சமயங்களில் எனக்கும் ஸ்ரீ கால்லென்பாக்குக்கும் அதைப் பொறுக்க முடியாது போகும். டைப் அடிக்கும் குமாஸ்தாவாக வேலை செய்வதைவிட, அதற்கான அனுபவம் பெறுவதற்கு என்றே இப் பெண் முக்கியமாக வேலைக்கு வந்தார். நிறத் துவேஷம் என்பது இவருடைய சுபாவத்திற்கே விரோதமானது. வயதுக்கோ, அனுபவத்திற்கோ இவர் மதிப்புக் கொடுப்பதில்லை. ஒருவரை அவமதிப்பதாகுமே என்பதைக் கூட பொருட்படுத்தமாட்டார்; அவரைக் குறித்துத் தாம் நினைப்பதை நேருக்கு நேராகத் தயக்கமின்றிக் கூறிவிடுவார். இவருடைய அதி தீவிரப் போக்கு பல சமயங்களில் என்னைச் சங்கடத்தில் கொண்டுபோய் விட்டுவிடும். ஆனால், இவருடைய கபடமற்ற வெள்ளை மனப்போக்கோ, சங்கடம் ஏற்பட்டவுடனே அச்சங்கடத்தைப் போக்கியும் விடும். இவருடைய ஆங்கில ஞானம் என்னுடையதைவிட மேலானது என்று கருதினேன். அதோடு இவருடைய விசுவாசத்தில் எனக்கு முழு நம்பிக்கையும் இருந்தது. ஆகையால், இவர் டைப் அடிக்கும் கடிதங்களைத் திரும்பப் படித்துப் பாராமலேயே கையெழுத்திட்டு விடுவேன்.

இவர் செய்திருக்கும் தியாகம் மகத்தானது. வெகு காலம் வரையில் இவர் ஆறு பவுனுக்கு மேல் வாங்கிக்கொள்ள

எப்பொழுதும் மறுத்துவிட்டார். கொஞ்சம் அதிகமாக வாங்கிக் கொள்ளுமாறு நான் வற்புறுத்தும்போது என்னைத் திட்டிவிடுவார். "உங்களிடம் சம்பளம் வாங்குவதற்காக நான் இங்கே இல்லை. உங்களுடன் வேலை செய்ய விரும்புகிறேன்; உங்கள் கொள்கைகளும் எனக்குப் பிடித்திருக்கின்றன என்பதனாலேயே இங்கே இருக்கிறேன்" என்பார்.

ஒரு சமயம் என்னிடம் நாற்பது பவுன் வாங்கிக் கொண்டார். ஆனால், அதைக் கடனாகவே பாவிக்க வேண்டும் என்று வற்புறுத்தினார். சென்ற ஆண்டு முழுத்தொகையையும் திருப்பி அனுப்பிவிட்டார். அவருடைய தியாகத்திற்குச் சமமானவை அவர் தைரியமும், பளிங்கு போன்ற மாசற்ற ஒழுக்கமும் போர் வீரனும் வெட்கமடையும்படி செய்யும் தீரம் கொண்ட சில பெண்களுடன் பழகும் பாக்கியமும் எனக்குக் கிடைத்தது. அத்தகைய பெண்களில் இவரும் ஒருவர். இப்பொழுது இவர் வயது முதிர்ந்த மாது. இவர் என்னிடம் இருந்தபோது நான் அறிந்திருந்ததுபோல, இப்பொழுது இவர் மனநிலையைப் பற்றி நான் அறியேன். ஆனால், இந்த யுவதியுடன் ஏற்பட்ட பழக்கம் எனக்கு என்றென்றும் புனிதமானதொரு நினைவாகவே இருந்துவரும். ஆகையால், இவரைப் பற்றி எனக்குத் தெரிந்தவைகளைக் கூறாமல் விடுவேனாயின் நான் சத்தியத்திற்குத் துரோகம் செய்தவனாவேன்.

லட்சியத்திற்காக உழைப்பதில் இவருக்கு இரவென்றும் பகலென்றும் தெரியாது. நள்ளிரவில் தன்னந்தனியாக வெளி இடங்களுக்குச் செய்தி கொண்டுபோவார். துணைக்கு ஆள் அனுப்புவதாகச் சொன்னால், கோபத்தோடு அதை மறுத்து விடுவார். ஆயிரக்கணக்கான தீரமான இந்தியர், இவருடைய புத்திமதியை எதிர்நோக்கி நின்றனர். சத்தியாக்கிரக சமயத்தில் தலைவர்கள் எல்லோரும் சிறையில் இருந்தபோது இவர் தன்னந்தனியாக இயக்கத்தை நடத்தி வந்தார். அப்பொழுது ஆயிரக்கணக்கானவர்களை வைத்துக்கொண்டு இவர் நிர்வகிக்க வேண்டியிருந்தது. கவனிக்க வேண்டிய கடிதப் போக்குவரத்துக்களும் ஏராளமாக இருந்தன. 'இந்தியன் ஒப்பீனியன்' பத்திரிக்கையையும் இவரே நடத்த வேண்டியிருந்ததென்றாலும், இவர் சோர்வடைந்துவிட்டதே இல்லை.

குமாரி ஷிலேஸினைக் குறித்து முடிவில்லாமல் நான் எழுதிக் கொண்டே போக முடியும். எனினும், இவரைக் குறித்துக் கோகலே கொண்டிருந்த அபிப்பிராயத்தைக் கூறி இந்த அத்தியாயத்தை முடிக்கிறேன். என் சக ஊழியர்கள் ஒவ்வொருவரையும் கோகலே நன்கு அறிவார். அவர்களில் பலரை அவருக்குப் பிடித்திருந்தது. அவர்களைப் பற்றி தமது அபிப்பிராயத்தையும் கூறுவார். எல்லா இந்திய, ஐரோப்பிய சக ஊழியர்களிலும் குமாரி ஷிலேஸினுக்கு அவர் முதலிடம் கொடுத்தார். "குமாரி, ஷிலேஸினிடம் நான் கண்ட தியாகம், தூய்மை, அஞ்சாமை ஆகியவைகளைப் போல வேறு யாரிடமும் நான் கண்டதில்லை" என்றார், அவர். "உங்களுடைய சக ஊழியர்களிடையே குமாரி ஷிலேஸின் முதலிடம் வகிக்கிறார் என்பதே என் அபிப்பிராயம்" என்றும் கூறினார்.

13. இந்தியன் ஒப்பீனியன்

மற்றும் பல ஐரோப்பியருடனும் ஏற்பட்ட நெருங்கிய தொடர்பைக் குறித்துச் சொல்லுவதற்கு முன்னால் இரண்டு மூன்று முக்கியமான விஷயங்களை நான் குறிப்பிட வேண்டும். என்றாலும், ஒருவருடன் ஏற்பட்ட தொடர்பைக் குறித்து இப்போதே சொல்லிவிடவேண்டும். என் வேலைக்குக் குமாரி டிக்கை நியமித்தது மாத்திரம் போதவில்லை. எனக்கு மேற் கொண்டும் உதவி தேவையாயிற்று. முந்திய அத்தியாயங்களில் ஸ்ரீ ரிச் என்பவரைப்பற்றிக் கூறியிருக்கிறேன். அவரை எனக்கு நன்றாகத் தெரியும். ஒரு வர்த்தக ஸ்தாபனத்தில் அவர் நிர்வாகியாக இருந்தார். அந்த வர்த்தக ஸ்தாபனத்தை விட்டு விட்டு என் கீழ் வக்கீல் வேலைக்குப் பயிற்சி பெறுமாறு யோசனை கூறினேன். அதன்படி அவர் செய்து எனக்கு இருந்த வேலைப்பளுவைப் பெரிதும் குறைத்தார்.

அந்தச் சமயம் ஸ்ரீ மதன்ஜித், 'இந்தியன் ஒப்பீனியனை' ஆரம்பிக் கும் திட்டத்துடன் என்னிடம் வந்து என் ஆலோசனையைக் கேட்டார். அப்பொழுதே அவர் ஓர் அச்சகத்தை நடத்திக் கொண்டிருந்தார். அவருடைய திட்டத்தை அங்கீகரித்தேன். இப்பத்திரிக்கை 1904–இல் ஆரம்பமாயிற்று. ஸ்ரீ மன்சுக்லால் நாஸர் அதன் முதல் ஆசிரியரானார். எல்லாச் சமயங்களிலும் நானே அப்பத்திரிகையை நடத்தி வரவேண்டி வந்ததால் வேலை முழுவதும் என் தலையிலேயே விழுந்தது.அவ்வேலையைச் செய்து கொண்டு போக ஸ்ரீ மன்சுக்லாலினால் முடியாது என்பதல்ல. இந்தியாவில் இருந்த போது ஓரளவுக்குப் பத்திரிக்கையாளராக அவர் அனுபவம் பெற்றிருக்கிறார். ஆனால், நான் அங்கே இருக்கும் போது சிக்கலான தென்னாப்பிரிக்கப் பிரச்னைகளைக் குறித்து அவர் எழுத முற்படுவதில்லை. என்னுடைய விருப்பு, வெறுப்பற்ற தன்மையில் அவருக்குப் பரிபூரண நம்பிக்கை உண்டு. ஆகவே, தலையங்கங்களை எழுதும் பொறுப்பை அவர் என்மீது போட்டு விட்டார். இன்றளவும் அது வாரப் பத்திரிகையாகவே இருந்து வருகிறது.

ஆரம்பத்தில் அது குஜராத்தி, ஹிந்தி, தமிழ், ஆங்கிலம் ஆகிய மொழிகளில் பிரசுரமாயிற்று. ஆனால், ஹிந்திப் பகுதியும் தமிழ்ப் பகுதியும் பெயரளவுக்குத்தான் இருந்தனவே ஒழிய, எந்த நோக்கத்தின் பேரில் அவை ஆரம்பிக்கப்பட்டனவோ அதை அவை நிறைவேற்றவில்லை. ஆகையால், அந்தப் பகுதிகளைத் தொடர்ந்து வெளியிட்டுக் கொண்டிருப்பது ஓரளவுக்கு ஏமாற்றுவதாகும் என்று நான் உணர்ந்ததால் அவற்றை நிறுத்தி விட்டேன்.

இந்தப் பத்திரிகைக்கு நான் பணம் எதுவும் போட வேண்டி வரும் என்று நினைக்கவே இல்லை. ஆனால், பண உதவி இல்லாமல் அது நடந்துகொண்டு போக முடியாது என்பதைச் சீக்கிரத்திலேயே கண்டுகொண்டேன். பெயரைப் பொறுத்த வரையில் இப்பத்திரிகைக்கு நான் ஆசிரியன் அல்ல என்றாலும் அதை நடத்துவதற்கு முழுப் பொறுப்பாளியாக இருப்பது நான்தான் என்பதை இந்தியரும், ஐரோப்பியரும் நன்கு அறிவார்கள். இப் பத்திரிகையை ஆரம்பிக்காமலேயே இருந்திருந்தாலும் பரவாயில்லை. ஆனால், ஆரம்பித்துவிட்ட பிறகு அதை நிறுத்தி விடுவதென்பது நஷ்டத்தோடு வெட்கக் கேடுமாகும். ஆகவே, என் பணத்தை அதில் போட்டுக் கொண்டே போனேன். முடிவில் நான் மிச்சம் பிடித்து வைத்திருந்த பணத்தையெல்லாம் அதிலேயே போட்டு விட நேர்ந்தது. ஒரு சமயம் மாதத்திற்கு 75 பவுன் நான் அனுப்ப வேண்டியிருந்ததும் எனக்கு நினைவிருக்கிறது.

இப் பத்திரிகை சமூகத்திற்கு நல்ல சேவை செய்திருக்கிறது என்பதை இத்தனை ஆண்டுகளுக்குப் பிறகும் நான் உணருகிறேன். லாபத்திற்கு நடத்தும் வர்த்தக ஸ்தாபனமாக அது இருக்க வேண்டும் என்ற நோக்கம் என்றும் இருந்ததில்லை. என்னால் நடத்தப்பட்டு வந்தவரையில் அப் பத்திரிகையில் ஏற்பட்ட மாறுதல்கள், என்னிடம் ஏற்பட்ட மாறுதல்களுக்கு அடையாளங்களாக இருந்தன. இப்பொழுது 'எங் இந்தியா' வும், 'நவஜீவ'னும் இருப்பதைப்போல் அந்த நாளில் 'இந்தியன் ஒப்பீனியன்' என் வாழ்க்கையின் ஒரு பகுதியைக் காட்டும் கண்ணாடி போல் இருந்து வந்தது. அதன் பத்திகளில் பிரதி வாரமும் என் ஆன்ம உணர்ச்சிகளைக் கொட்டி வந்தேன்.

சத்தியாக்கிரகக் கொள்கையையும் அதன் அனுஷ்டானத்தையும் நான் அறிந்திருந்த வகையில் அதில் வெளியிட்டு வந்தேன். பத்து வருட காலத்தில், அதாவது 1914–ஆம் ஆண்டு வரையில், சிறைச் சாலைக்குள் எனக்குக் கிடைத்த கட்டாய ஓய்வைத் தவிர மற்றச் சமயங்களில், என்னுடைய கட்டுரை இடம் பெறாத 'இந்தியன் ஒப்பீனியன்' இதழே இல்லை. நான் தீர யோசிக்காமலோ, வேண்டும் என்றே மிகைப்படுத்தியோ, திருப்திப்படுத்துவதற்கு மாத்திரம் என்றோ அக்கட்டுரைகளில் ஒரு வார்த்தையைக் கூட எழுதியதாக எனக்கு நினைவு இல்லை. எனக்கு அப்பத்திரிகை தன்னடக்கத்திற்கு ஒரு பயிற்சியாக இருந்தது என்பதில் சந்தேகம் இல்லை. நண்பர்களுக்கோ, என் கருத்துடன் தொடர்பு கொள்ளுவதற்கு அது ஒரு சாதனமாக இருந்தது. குற்றங் கண்டுபிடிப்பவர்களுக்கு, அதில் ஆட்சேபிக்கத் தக்க விஷயங்கள் அதிகம் கிடைப்பதில்லை. உண்மையில் 'இந்தியன் ஒப்பீனியனி'ன் நேர்மையான போக்கு, குற்றங் கூறுவோரும் தங்கள் பேனாவை அடக்கிக்கொள்ளும்படி செய்தது. 'இந்தியன் ஒப்பீனியன்' இல்லாமல் சத்தியாக்கிரகம் சாத்தியமில்லாமலும் இருந்திருக்கக்கூடும். சத்தியாக்கிரகப் போராட்டத்தின் நம்பிக்கையான விவரங்களையும் தென்னாப்பிரிக்காவில் இந்தியரின் உண்மையான நிலைமையையும் அறிவதற்கு வாசகர்கள் இப்பத்திரிகையை ஆவலுடன் எதிர்நோக்கினர். ஆசிரியருக்கும் வாசகர்களுக்கும் இடையே நெருங்கிய, தூய சம்பந்தத்தை உண்டாக்கிக் கொள்ளவேண்டுமென்று நான் எப்பொழுதும் முயன்று வந்தேன். ஆகையால், நான் மனித சுபாவத்தின் எல்லாவிதத் தோற்றங்களையும் சாயல்களையும் கற்றறிவதற்கு இப் பத்திரிக்கை ஒரு நல்ல சாதனமாயிற்று. இதய அந்தரங்க உணர்ச்சிகளைப் பொழிந்து எழுதிய கடிதங்கள் ஏராளமாக, பிரவாகமாக எனக்கு வந்து குவிந்துகொண்டிருந்தன. எழுதியவரின் மனப்போக்கை ஒட்டிச் சில சிநேக முறையில் இருந்தன; சில குற்றங்கூறுவனவாகவோ, கசப்பானவையாகவோ இருந்தன. இந்தக் கடிதங்களையெல்லாம் படித்து, விஷயத்தை அறிந்து கொண்டு பதில் சொல்வது எனக்கு நல்ல படிப்பாக அமைந்தது. என்னுடன் நடத்திய இக்கடிதப் போக்குவரத்தின் மூலம் சமூகம் தன்னுடைய எண்ணத்தை எனக்கு அறிவிப்பது போலவே இருந்தது. ஒரு பத்திரிக்கையாளரின் பொறுப்பை

முழுவதும் நான் அறிந்து கொள்ளுமாறும் அது செய்தது. இந்த வகையில் நான் சமூகத்தில் அடைந்த செல்வாக்கு, வருங்காலப் போராட்டத்தைக் காரிய சாத்தியமானதாகவும், கண்ணியமானதாகவும், எதிர்க்க முடியாததாகவும் ஆக்கியது.

பத்திரிக்கைத் தொழிலின் ஒரே நோக்கம் சேவையாகவே இருக்கவேண்டும் என்பதை 'இந்தியன் ஒப்பீனியன்' ஆரம்பமான முதல் மாதத்திலேயே அறிந்துகொண்டேன். பத்திரிக்கை, ஒரு பெரிய சக்தி. ஆனால், கரையில்லாத நீர்ப் பிரவாகம். எவ்விதம் கிராமப் புறங்களையெல்லாம் மூழ்கடித்துப் பயிர்களையும் நாசமாக்கி விடுமோ அதே போலக் கட்டுத்திட்டத்திற்கு உட்படாத பேனாவும் நாச வேலைக்குத்தான் பயன்படும். கட்டுத்திட்டம் வெளியிலிருந்தே வருவதாயிருந்தால், கட்டுத்திட்டமில்லாததை விட அது அதிக விஷமானதாகும். கட்டுத்திட்டம் உள்ளுக்குள்ளிருந்தே வருவதாக இருந்தால்தான் அதனால் லாபம் உண்டு. இந்த நியாயமே சரியானது என்றால், உலகில் இப்பொழுது இருக்கும் பத்திரிகைகளில் எத்தனை இந்தச் சோதனையில் தேறும்? ஆனால் பயனில்லாதவைகளாக இருப்பவைகளை யார் நிறுத்துவார்கள்? மேலும் இதில் முடிவு கூறுவது யார்? பொதுவாக நல்லதையும் தீயதையும் போலப் பயனுள்ளவையும் பயனில்லாதவையும் கலந்து இருந்துகொண்டுதான் வரும். மனிதனே அதில் சிறந்ததைத் தேர்ந்தெடுத்துக் கொள்ள வேண்டும்.

14. கூலிகளின் ஒதுக்கலிடங்கள்

நமக்கு மிகப் பெரிய சேவை செய்து வரும் வகுப்பினர் உண்டு. ஆனால், ஹிந்துக்களாகிய நாம், அவர்களைத் 'தீண்டாதார்' என்று சொல்லுகிறோம். பட்டணம் அல்லது கிராமத்தின் ஒதுக்குப்புறமான இடங்களில் அவர்களை ஒதுக்கியும் வைத்திருக்கிறோம். அப்படிப்பட்ட சேரிகள் குஜராத்தியில் 'டேட்வாடா' என்று சொல்லப்படுகின்றன. அப் பெயருக்கு இழிவையும் கற்பித்திருக்கிறோம். கிறிஸ்தவ ஐரோப்பாவில் இப்படித்தான் யூதர்கள் ஒரு சமயம் 'தீண்டாதோர்' ஆக இருந்தனர். அவர்கள் குடியிருக்க ஒதுக்கப்பட்டிருந்த இடத்தைக் 'கெட்டோக்கள்' என்ற இழிவான பெயர் கொண்டும் கூறி வந்தார்கள். அதே வழியில் இன்று நாம் தென்னாப்பிரிக்காவில் தீண்டாதவர்களாக இருக்கிறோம். ஆண்டுரூஸின் தியாகமும், சாஸ்திரியாரின் மந்திரக் கோலும் நம் கஷ்டங்களைப் போக்குவதற்கு எவ்வளவு தூரம் பயன்படப் போகின்றன என்பது இனிமேல்தான் தெரிய வேண்டும்.

புராதன யூதர்கள், தாங்களே கடவுளின் அன்புக்குப் பாத்திரமான மக்கள் என்றும், மற்றவர்களெல்லாம் அப்படியல்ல என்றும் எண்ணிக்கொண்டார்கள். இதன் காரணமாக அவர்களுடைய சந்ததியார் விசித்தரமானதும் அநீதியானதும் ஆன வினைப்பயனை அனுபவித்தாக வேண்டியவர்களாயினர். அநேகமாக அதே மாதிரியே ஹிந்துக்கள், தாங்கள் ஆரியர்கள் அல்லது நாகரிகமானவர்கள் என்று எண்ணிக் கொண்டனர். தமது சொந்த உற்றார் உறவினரேயான ஒரு பகுதியினரை அநாரியர்கள் அல்லது தீண்டாதார் என்று ஒதுக்கித் தள்ளினர். இதன் பயனாக, அநீதியானதேயென்றாலும் விசித்திரமான கர்ம பலன், தென்னாப்பிரிக்காவில் ஹிந்துக்களின் தலைமீது மாத்திரமல்ல, தங்கள் ஹிந்து சகோதரர்களைப் போல் அதே நிறத்தினரான முஸ்லிம்கள், பார்ஸிகள் ஆகியவர்கள் தலைமீதும், அவர்கள் ஒரே நாட்டைச் சேர்ந்தவர்கள் என்பதனால், இப்பொழுது விடிந்திருக்கிறது.

இந்த அத்தியாயத்தை 'ஒதுக்கலிடங்கள்' என்ற தலைப்புடன் ஆரம்பித்தேன். அதன் பொருளை ஓரளவுக்கு வாசகர் இப்பொழுது புரிந்துகொண்டிருப்பர். தென்னாப்பிரிக்காவில் 'கூலிகள்' என்ற கேவலமான பெயரை நாம் பெற்றிருக்கிறோம். இந்தியாவில் 'கூலி' என்றால், சுமை தூக்குகிறவர், கூலிக்கு வேலை செய்பவர் என்றுதான் பொருள். ஆனால் தென்னாப்பிரிக்காவிலோ அதற்கு அவமரியாதையான பொருள் இருக்கிறது. 'பறையன்' 'தீண்டாதான்' என்ற சொல்லுக்கு நாம் என்ன பொருள் கொள்ளுகிறோமோ அப்பொருளே தென்னாப்பிரிக்காவில் 'கூலி' என்பதற்குக் கொடுக்கப்படுகிறது. 'கூலி'களுக்குக் குடியிருக்கக் கொடுக்கப் பட்டிருக்கும் இடங்கள் 'கூலி ஒதுக்கலிடங்கள்' என்று சொல்லப்படுகின்றன. அப்படிப்பட்ட ஓர் ஒதுக்கலிடம் ஜோகன்னஸ்பர்க்கில் இருக்கிறது. ஆனால், ஒதுக்கலிடமுள்ள மற்ற இடங்களில் இந்தியருக்குச் சாசுவதக் குடிவார உரிமை இருப்பது போல் இங்கே இல்லை. ஜோகன்னஸ்பர்க்கில் அப்பகுதியில் இந்தியர், மனைகளை 99 வருடக் குத்தகைக்கு வாங்கிக் கொண்டிருக்கின்றனர். அப்பகுதியில் ஜனத்தொகை அதிகரிப்பதற்கு ஏற்றாற்போல விஸ்தீரணம் அதிகரிக்கப்படவில்லை. ஆகையால், அவ்விடத்தில் மக்கள் நெருக்கமாகவே வசிக்க நேர்ந்தது. அரை குறையான வகையில் கக்கூசுகளைச் சுத்தம் செய்ய ஏற்பாடு செய்திருந்ததைத் தவிர முனிசிபாலிடி அப் பகுதியில் வேறு எந்தவிதமான சுகாதார வசதியும் செய்யவே இல்லை. அங்கே நல்ல பாட்டைகளோ, விளக்குகளோ இல்லை. அங்கே குடியிருந்தவர்களின் நலனிலேயே இது சிரத்தையில்லாமல் இருந்தபோது, அப் பகுதியின் சுகாதாரத்தை அது பாதுகாக்கும் என்பதற்கு இடமே இல்லை. அங்கே குடியிருந்தவர்களோ, நகரசபையின் சுகாதார விதிகளையும் சுகாதாரத்தையும் பற்றி ஒன்றுமே அறியாதவர்களாகையால், நகரசபையின் உதவி அல்லது கண்காணிப்பு இல்லாமல் அவர்கள் எதுவும் செய்துகொள்ள முடியாது. தென்னாப்பிரிக்காவுக்குச் சென்ற இந்தியர், ராபின்ஸன் குருஸோக்கலாக இருந்திருப்பார்களாயின், அவர்கள் கதை வேறு விதமாக இருந்திருக்கும். ஆனால், ராபின்ஸன் குருஸோக்களாகக் குடியேறிய நாடு ஒன்றேனும் உலகில் இருப்பதாக நாம் அறியோம். பொதுவாகச் செல்வத்தையும்

வர்த்தகத்தையும் தேடிக்கொண்டே மக்கள் வெளிநாடுகளில் போய்க் குடியேறுகிறார்கள். ஆனால், தென்னாப்பிரிக்காவுக்குச் சென்ற இந்தியரில் பெரும்பாலானவர்கள், ஒன்றும் தெரியாத பரம ஏழை விவசாயிகள். ஆகையால், அவர்களுக்கு அளிக்க வேண்டிய எல்லாக் கவனமும் பாதுகாப்பும் அவர்களுக்குத் தேவை. அவர்களைத் தொடர்ந்து அங்கே சென்ற வியாபாரிகளும், படித்த இந்தியரும் மிகச் சிலரே.

நகரசபையின் அக்கிரமமான அசிரத்தையும், அப் பகுதியில் குடியிருந்த இந்தியரின் அறியாமையும் சேர்ந்து அவர்கள் குடியிருந்த இடத்தை முற்றும் சுகாதாரக் கேடானதாக்கி விட்டன. அப்பகுதியின் நிலைமை அபிவிருத்தியடையும்படி நகரசபை ஒன்றுமே செய்யாமல் இருந்ததோடு, தங்களுடைய சொந்த அசிரத்தையினால் ஏற்பட்ட சுகாதாரக் கேட்டை, அப்பகுதியையே அழித்து விடுவதற்கு ஒரு சாக்காகவும் உபயோகித்துக்கொண்டது. அந்த இடத்தில் குடியிருக்கும் உரிமையை இந்தியரிடமிருந்து பறித்துவிட உள்ளூர்ச் சட்டசபையின் அதிகாரத்தையும் பெற்றது. நான் ஜோகன்னஸ்பர்க்கில் குடியேறியபோது அங்கே இருந்த நிலைமை இதுவே.

குடியேறியிருந்தவர்களுக்குத் தங்கள் சொந்த நிலத்தில் சொத்துரிமை இருந்ததால் இயற்கையாகவே நஷ்டஈடு பெற வேண்டியவர்களாகின்றனர். சில ஆர்ஜித வழக்குகளை விசாரிப்பதற்கு என்று ஒரு விசேட நீதிமன்றம் அமைத்தார்கள். நகரசபை கொடுக்க முன்வரும் தொகையை ஏற்றுக்கொள்ளத் தயாராக இல்லாத இந்தியருக்கு அந்த நீதிமன்றத்திடம் அப்பீல் செய்துகொள்ள உரிமை உண்டு. அந்த நீதிமன்றம் தீர்ப்பளிக்கும் தொகை, நகரசபை கொடுக்க முன்வந்த தொகையைவிட அதிகமானதாக இருந்தால் நகரசபையே செலவுத் தொகையையும் கொடுக்க வேண்டும்.

அங்கே குடியிருந்தவர்களான இந்தியரில் பெரும்பாலானவர்கள் என்னையே சட்ட ஆலோசகராக வைத்துக் கொண்டனர். இந்த வழக்குகளின் மூலம் பணம் சம்பாதிக்க எனக்கு விருப்பமில்லை. ஆகையால், அவர்களிடம் ஒன்று கூறினேன். வழக்கில் வெற்றி பெற்றால், நீதிமன்றம் என்ன செலவுத் தொகைக்குத் தீர்ப்புச் செய்கிறதோ அதுவே எனக்குப் போதும்; வழக்கின் முடிவு

எதுவானாலும் ஒவ்வொரு வழக்குக்கும் எனக்குப் பத்து பவுன் கட்டணம் கொடுக்க வேண்டும் என்று கூறினேன். அவர்கள் இவ்விதம் கொடுக்கும் பணத்தில் ஒரு பாதியை ஏழைகளுக்கு வைத்திய சாலையோ அல்லது அத்தகைய வேறு ஸ்தாபனமோ ஆரம்பிக்க ஒதுக்கி வைத்துவிடப் போகிறேன் என்பதையும் அவர்களிடம் சொன்னேன். இயல்பாகவே இது அவர்கள் எல்லோருக்கும் திருப்தியளித்தது.

எழுபது வழக்குகளில் ஒன்றுதான் தோற்றுப் போயிற்று. ஆகவே, பெருந்தொகையே கட்டணமாகக் கிடைத்தது. வந்ததையெல்லாம் விடாமல் விழுங்கிக்கொண்டிருக்க 'இந்தியன் ஒப்பீனியன்' பத்திரிகை இருந்தது. இதுவரையில் அது 1600 பவுன் விழுங்கியிருக்கிறது என்பது எனக்கு ஞாபகம். இந்த வழக்குகளுக்காக நான் கஷ்டப்பட்டு வேலை செய்தேன். கட்சிக்காரர்கள் எப்பொழுதும் என்னைச் சூழ்ந்து கொண்டிருப்பார்கள். இவர்களில் பெரும்பான்மையோர், முன்னால் பீகாரிலிருந்தும் அதன் சுற்றுப்புறங்களிலிருந்தும், தென்னிந்தியாவிலிருந்தும் வந்தவர்கள். தங்களுடைய குறைகளுக்குப் பரிகாரம் தேடிக்கொள்ளுவதற்கென்று, சுயேச்சையான இந்திய வர்த்தகர்களின் சங்கத்தின் தொடர்பு இல்லாமல், தனியாக ஒரு சங்கத்தை அமைத்துக்கொண்டு இருந்தார்கள். இவர்களில் சிலர், கபடமில்லாதவர்கள்; தாராள குணம் உள்ளவர்கள்; உயர்ந்த ஒழுக்கம் உள்ளவர்கள். இவர்களுடைய தலைவர்கள் சங்கத் தலைவரான ஸ்ரீ ஜெயராம் சிங்கும், சங்கத் தலைவரைப் போன்றே இருந்த ஸ்ரீ பத்ரியும் ஆவார். அவர்கள் இருவரும் இப்பொழுது காலமாகி விட்டனர். அவர்கள் எனக்குப் பெரும் அளவு உதவியாக இருந்தார்கள். ஸ்ரீ பத்ரி என்னுடன் நெருங்கிப் பழகியதோடு சத்தியாக்கிரகத்திலும் முக்கியமான பங்கு எடுத்துக்கொண்டார். அவர்களையும் மற்ற நண்பர்களையும் கொண்டு, வடக்கிலிருந்தும் தென்னிந்தியாவிலிருந்தும் வந்து குடியேறி இருந்த அநேக இந்தியருடன் எனக்கு நெருங்கிய தொடர்பு ஏற்பட்டது. வெறும் சட்ட ஆலோசகர் என்பதைவிட அவர்களுக்கு நான் சகோதரனாகவே ஆகிவிட்டேன். மறைவாகவும், பகிரங்கமாகவும் அவர்கள் அனுபவித்த துக்கங்களிலும் கஷ்டங்களிலும் நானும் பங்கு கொண்டேன்.

அங்கே இந்தியர் என்னை எப்படி அழைத்து வந்தார்கள் என்பதை அறிவது கொஞ்சம் ருசிகரமானதாகவே இருக்கக்கூடும். காந்தி என்று என்னைக் கூட்பிட அப்துல்லா சேத் மறுத்துவிட்டார். அதிர்ஷ்டவசமாக யாரும் என்னை 'சாஹேப்' (துரை) என்று கருதவோ, அப்படி அழைத்து என்னை அவமதிக்கவோ இல்லை. அப்துல்லா சேத் சிறந்த சொல் ஒன்றைக் கண்டுபிடித்தார். 'பாய்', அதாவது சகோதரர் என்பது தான் அச்சொல். மற்றவர்களும் அதையே பின்பற்றி, நான் தென்னாப்பிரிக்காவிலிருந்து வந்துவிடும் வரையில் என்னை 'பாய்' என்றே கூப்பிட்டு வந்தார்கள். முன்னால் ஒப்பந்தத் தொழிலாளராக இருந்த இந்தியர் இப்பெயரால் என்னை அழைத்தபோது அதில் இனிமையானதொரு மணம் கமழ்ந்தது.

15. கறுப்பு பிளேக் -1

இந்தியர் குடியிருந்த ஒதுக்கல் இடங்களை நகரசபை வாங்கிக் கொண்டதுமே அவ்விடத்திலிருந்து இந்தியர் அகற்றப்பட்டு விடவில்லை. அவர்களை அப்புறப்படுத்துவதற்கு முன்னால் அவர்களுக்கு ஏற்றதான புது இடங்களைத் தேட வேண்டியிருந்தது. நகரசபை இதைச் சுலபத்தில் செய்து விட முடியாமல் இருந்ததனால், அந்த ஆபாசப் பகுதியிலேயே இந்தியர்கள் இருந்து கஷ்டப்பட வேண்டியதாயிற்று. முன்னால் இருந்ததைவிட அவர்கள் நிலைமை இப்போது மிகவும் மோசமானதாக இருந்தது என்பதுதான் இதில் வித்தியாசம். சொந்தக்காரர்கள் என்று இல்லாது போய்விட்டதால் அவர்கள் நகரசபையின் இடத்தில் வாடகைக்கு இருப்பவர்களாயினர். இதன் பலனாக அவர்களுடைய சுற்றுப்புறங்களெல்லாம் முன்னால் இருந்ததைவிட அதிக ஆபாசமாயின. அவர்களே சொந்தக்காரர்களாக இருந்தபோது சட்டத்திற்குப் பயந்துகொண்டாவது. ஏதோ ஒரு வகையில் சூழ்நிலை சுத்தமாக இருக்கும்படி செய்யவேண்டியிருந்தது. நகர சபைக்கோ அப்படிப்பட்ட பயம் எதுவும் இல்லை! அங்கே குடியிருந்தோர் தொகை அதிகமாயிற்று. அதோடு ஆபாசமும் ஒழுங்கீனமும் பெருகின.

நிலைமை இவ்வாறு இருந்து வந்ததைக் குறித்து இந்தியர் கொதிப்படைந்திருந்த சமயத்தில் அங்கே திடீரென்று கறுப்புப் பிளேக் நோய் பரவியது. இந்த நோயை நிமோனிக் பிளேக் என்றும் கூறுவது உண்டு. புபோனிக் பிளேக்கைவிட இது மகா பயங்கரமானதும் பிராணாபாயமானதுமாகும்.

இந்த நோய் பரவுவதற்குக் காரணமாக இருந்த இடம், அதிர்ஷ்டவசமாக இந்தியர் குடியிருப்பு இடமன்று. ஜோகன்னஸ்பர்க்குப் பக்கத்தில் இருந்த தங்கச் சுரங்கம் ஒன்றிலிருந்தே இந்த நோய் பரவியது. அச்சுரங்கத்தின் தொழிலாளர்கள் பெரும்பாலும் நீக்ரோக்கள். அவர்கள் சுத்தமாக இருப்பதற்குப் பொறுப்பு ஏற்க வேண்டியவர்கள்,

அவர்களுடைய வெள்ளைக்கார எஜமானர்களே. அங்கே இச் சுரங்க சம்பந்தமான வேலையில் சில இந்தியர்களும் இருந்தனர். இவர்களில் இருபத்து மூன்று பேருக்கு இந் நோய் கண்டது. ஒரு நாள் மாலை இந்நோயினால் கடுமையாகப் பீடிக்கப்பட்ட இவர்கள், இந்தியர் குடியிருப்புப் பகுதியிலிருந்த தங்கள் வீடுகளுக்குத் திரும்பினர். 'இந்தியன் ஒப்பீனியனு'க்கு அப்பொழுது சந்தாசேர்த்துக் கொண்டிருந்த 'ஸ்ரீ மதன்ஜித்' அப்பொழுது அப் பகுதிக்குப் போயிருந்தார். அவர் அச்சம் என்பதை ஒரு சிறிதும் அறியாதவர். கொள்ளை நோய்க்குப் பலியான இத் துர்ப்பாக்கியர்களைப் பார்த்ததும் அவர் உள்ளம் பதறியது. பென்ஸிலினால் எழுதி எனக்குப் பின்வருமாறு ஒரு குறிப்பு அனுப்பினார்: "திடீரென்று கறுப்புப் பிளேக் நோய் கண்டிருக்கிறது. தாங்கள் உடனே வந்து அவசரமாக நடவடிக்கை எடுத்துக்கொள்ள வேண்டும். இல்லாதுபோனால் மகா மோசமான விளைவுகளுக்கு நாம் தயாராக வேண்டியிருக்கும். தயவுசெய்து உடனே வாருங்கள்."

காலியாக இருந்த ஒரு வீட்டின் பூட்டை உடைத்து 'ஸ்ரீ மதன்ஜித்' தைரியமாகத் திறந்தார். நோயால் பீடிக்கப்பட்டிருந்தவர்களையெல்லாம் அவ் வீட்டில் கொண்டு போய்ச் சேர்த்தார். அப்பகுதிக்கு நான் உடனே சைக்கிளில் போனேன். எந்தச் சந்தர்ப்பத்தை முன்னிட்டு அந்த வீட்டை எடுத்துக் கொள்ளநேரிட்டது என்பதைக் குறித்து நகரசபை நிர்வாகிக்கு உடனே எழுதினேன்.

இச் செய்தியை அறிந்ததும் ஜோகன்னஸ்பர்க்கில் வைத்தியத் தொழில் செய்துவந்த டாக்டர் வில்லியம் காட்பிரே உதவிக்கு விரைந்து வந்து சேர்ந்தார். நோயாளிகளுக்கு அவரே டாக்டரும் தாதியுமானார். ஆனால், இருபத்து மூன்று நோயாளிகளை நாங்கள் மூன்று பேர் கவனித்துக் கொண்டுவிட முடியாது.

ஒருவருடைய உள்ளம் மாத்திரம் பரிசுத்தமானதாக இருக்குமாயின், துன்பம் வந்ததுமே அதைச் சமாளிக்க உடனே ஆட்களும் கிடைப்பார்கள்; சாதனங்களும் கிட்டும் என்பது அனுபவத்தின் அடிப்படையில் எனக்கு ஏற்பட்டிருக்கும் நம்பிக்கை. அச் சமயம் என் அலுவலகத்தில் நான்கு இந்தியர்கள் இருந்தனர். அவர்களில் மூவரின் பெயர்கள் ஸ்ரீ கல்யாண்தாஸ்,

மாணிக்கலால், குணவந்தராய் என்பவையாகும். மற்றொருவரின் பெயர் ஞாபகத்திற்கு வரவில்லை. கல்யாண்தாஸை அவர் தந்தை என்னிடம் ஒப்படைத்திருந்தார். பரோபகார குணத்திலும், சொன்ன மாத்திரத்தில் சொன்னதை மனமுவந்து பணிவுடன் செய்வதிலும் கல்யாண்தாஸைவிடச் சிறந்தவர்கள் யாரையும் நான் தென் ஆப்பிரிக்காவில் கண்டதில்லை. அதிர்ஷ்டவசமாக அவருக்கு அப்பொழுது மணமாகவில்லை. எவ்வளவுதான் மகத்தானவை ஆயினும் ஆபத்தை விளைவிக்கக்கூடிய கடமைகளை அவர்மீது சுமத்த நான் தயங்கவே இல்லை. மாணிக்கலால், ஜோகன்னஸ்பர்க்கில் எனக்குக் கிடைத்தார். இவருக்கும் மணமாகவில்லை என்றுதான் எனக்கு ஞாபகம். ஆகவே, அந்த நால்வரையும் – அவர்களைக் குமாஸ்தாக்கள் என்று சொன்னாலும் சரி; சக ஊழியர்கள் அல்லது என் புதல்வர்கள் என்று சொன்னாலும் சரி – தியாகம் செய்துவிடத் தீர்மானித்தேன். கல்யாண்தாஸைக் கலந்து ஆலோசிக்க வேண்டிய அவசியமே இல்லை. மற்றவர்களும் – அவர்களிடம் நான் கூறியதுமே – சம்மதித்து விட்டனர். "நீங்கள் எங்கே இருப்பீர்களோ அங்கே நாங்களும் இருப்போம்" என்பதே அவர்களுடைய சுருக்கமான, இனிமையான பதில்.

ஸ்ரீ ரிச்சின் குடும்பம் பெரியது. அவரும் இதில் குதித்து விடத்தயாராக இருந்தார். ஆனால், அவரை நான் தடுத்தேன். அவரை இந்த ஆபத்திற்கு உட்படுத்த எனக்கு மனம் வரவில்லை. ஆபத்துப் பிராந்தியத்திற்கு வெளியே இருந்த வேலைகளை அவர் கவனித்துக் கொண்டார்.

கண்விழித்துப் பணிவிடை செய்த அன்றிரவு மிகப் பயங்கரமான இரவு. அதற்கு முன்னால் எத்தனையோ நோயாளிகளுக்கு நான் பணிவிடை செய்திருக்கிறேன். ஆனால், கறுப்புப் பிளேக் நோய் கண்டவர்களில் யாருக்கும் நான் பணிவிடை செய்ததே இல்லை. டாக்டர் காட்பிரேயின் தீரம் மற்றவர்களையும் தொத்திக்கொண்டது. பணிவிடை செய்வது என்பது அதிகமாகத் தேவைப்படவில்லை. அப்போதைக்கப் போது அவர்களுக்கு மருந்து கொடுத்துவருவது, நோயாளிகளின் தேவைகளைக் கவனிப்பது, அவர்களுடைய படுக்கைகளைச் சுத்தமாக வைத்திருப்பது, அவர்கள் உற்சாகமாக இருக்கும்படி

பார்த்துக்கொள்ளுவது ஆகியவையே நாங்கள் செய்ய வேண்டியிருந்தவை.

வேலை செய்த இளைஞர்கள் காட்டிய தளராத உற்சாகத்தையும் பயமின்மையையும் கண்டு, அளவு கடந்த ஆனந்தமடைந்தேன். டாக்டர் காட்பிரேயின் தைரியத்தையும், அனுபவம் மிக்கவரான ஸ்ரீ மதன்ஜித்தின் தீரத்தையும், யாரும் அறிந்துகொள்ள முடியும். ஆனால், இன்னும் வயது வராதவர்களான இந்த இளைஞர்களின் உற்சாகத்தை என்னவென்று கூறுவது?

அன்றிரவு எல்லா நோயாளிகளையும் காப்பாற்றிவிட்டோம் என்பதுதான் எனக்கு ஞாபகம். ஆனால், அச்சம்பவம் – அதிலுள்ள பரிதாபம் ஒரு புறமிருக்க – உள்ளத்தைக் கவரும் முக்கியத்துவம் உடையதாகும். எனக்கு அது பாரமார்த்திக மதிப்பு வாய்ந்தது. ஆகையால், அதை விவரிக்க மேலும் இரு அத்தியாயங்களை நான் எழுத வேண்டும்.

16. கறுப்புப் பிளேக் - 2

மகாத்மா காந்தியின் சுய சரிதை சத்திய சோதனை (தமிழாக்கம் : ரா. வேங்கடராஜுலு) நான்காம் பாகம் 16. கறுப்புப் பிளேக் – 2 காலி வீட்டை எடுத்துக்கொண்டு, நோயாளிகளையும் கவனித்துக் கொண்டதற்காக நகரசபை நிர்வாகி எனக்கு நன்றி தெரிவித்து எழுதினார். இப்படிப்பட்டதோர் அவசர நிலைமையைச் சமாளிப்பதற்கு நகரசபையிடம் உடனே செய்வதற்கான சிகிச்சை முறைகள் எவையும் இல்லை என்பதையும், அவர் மனம்விட்டு ஒப்புக்கொண்டார். நகரசபை தனது கடமையைக் குறித்து விழிப்படைந்தது; துரிதமான நடவடிக்கைகள் எடுத்துக் கொள்ளுவதில் காலதாமதம் செய்யவில்லை.

மறுநாள், காலியாக இருந்த ஒரு கிடங்கை என்னிடம் ஒப்படைத்தார்கள். நோயாளிகளை அங்கே கொண்டுபோய் வைத்துக்கொள்ளலாம் என்றும் யோசனை கூறினர். ஆனால், அந்த இடத்தைச் சுத்தம் செய்யும் வேலையை நகரசபை எடுத்துக்கொள்ளவில்லை. அக் கட்டிடம் மிகவும் அசுத்தமாகவும் வசதியில்லாமலும் இருந்தது. அதை நாங்களே சுத்தம் செய்து கொண்டோம். தரும சிந்தனையுள்ள இந்தியரின் உதவியைக் கொண்டு சில படுக்கைகளையும் தேவையான மற்றவைகளையும் சேகரித்தோம். இவ்வாறு அதைத் தாற்காலிகமானதோர் வைத்திய சாலையாக்கிக் கொண்டோம். நகர சபை, உதவிக்கு ஒரு தாதியை அனுப்பியது. பிராந்தி முதலிய மற்ற ஆஸ்பத்திரிச் சாதனங்களுடன் அவர் வந்தார். டாக்டர் காட்பிரேயே இன்னும் பொறுப்பு வகித்து வந்தார். தாதி மிகுந்த அன்பானவர். தாமே நோயாளிகளுக்குப் பணிவிடை செய்ய விரும்பினார். நோய் அவருக்கும் தொத்தி விடக்கூடும் என்பதற்காக நோயாளிகளைத் தொட அவரை நாங்கள் விடவில்லை.

நோயாளிகளுக்கு அடிக்கடி பிராந்தி கொடுக்குமாறு எங்களுக்கு அறிவிக்கப்பட்டிருந்தது. நோய்த் தடுப்பு முறையாகத் தாதியும் அடிக்கடி பிராந்தி சாப்பிட்டார். அதே போல எங்களையும் சாப்பிடச்சொன்னார். ஆனால், எங்களில் யாரும் அதைத்

தொடவில்லை. நோயாளிகளுக்குக்கூட அது பயனளிக்கவல்லது என்ற நம்பிக்கை எனக்கு இல்லை. டாக்டர் காட்பிரேயின் அனுமதியின்பேரில் பிராந்தி சாப்பிடாமலேயே இருக்கத் தயாராயிருந்த மூன்று நோயாளிகளுக்கு மண் சிகிச்சை அளித்து வந்தேன். அவர்களுடைய தலைக்கும் மார்புக்கும் ஈர மண் வைத்துக் கட்டினேன். அவர்களில் இருவர் பிழைத்துக் கொண்டார்கள். கிடங்கிலிருந்த மற்ற இருபது பேர் இறந்து விட்டனர்.

இதன் நடுவே நகரசபை மற்ற நடவடிக்கைகளை எடுத்துக் கொள்ளுவதில் தீவிரமாக இருந்தது. ஜோகன்னஸ்பர்க்கிலிருந்து ஏழுமைல் தூரத்தில் தொத்துநோய் கண்டவர்களை வைப்பதற்கு என்று ஓர் இடம் இருந்தது. பிழைத்திருந்த இருவரையும் அங்கிருந்த கூடாரங்களுக்குக் கொண்டுபோயினர். புதிதாக நோய் கண்டவர்களை அங்கே கொண்டு போவதற்கும் ஏற்பாடு செய்தார்கள். இவ்விதம் இவ் வேலையிலிருந்து நாங்கள் விடுவிக்கப்பட்டோம்.

சில தினங்களுக்கெல்லாம் அந்த நல்ல தாதி அந்நோய் கண்டு இறந்துவிட்டார் என்று கேள்விப்பட்டோம். நோயாளிகளில் அந்த இருவர் மாத்திரம் எப்படிப் பிழைத்தார்கள், எங்களுக்கு மாத்திரம் அந் நோய் எப்படிப் பற்றாமல் இருந்தது என்பதைக் கூறுவது சாத்தியமில்லை. ஆனால், இதில் ஏற்பட்ட அனுபவம், மண் சிகிச்சையில் எனக்கு இருந்த நம்பிக்கையை அதிகப்படுத்தியது. மருந்து என்ற வகையில்கூட, பிராந்தியின் ஆற்றலில் எனக்கு இருந்த நம்பிக்கையின்மை பலப்பட்டது. இந்த நம்பிக்கையோ அல்லது இந்த நம்பிக்கையின்மையோ எந்த உறுதியான ஆதாரத்தையும் கொண்டது அல்ல என்பதை நான் அறிவேன். ஆனால், அன்று நான் பெற்ற கருத்து இன்றும் எனக்கு அப்படியே இருந்து வருகிறது. ஆகையால், அதை இங்கே குறிப்பிட வேண்டியது அவசியம் என்று கருதினேன்.

பிளேக் நோய் கண்டதும் நகரசபையைக் கண்டித்துப் பத்திரிகைகளுக்குக் கடிதம் எழுதினேன். இந்தியர் குடியிருந்த பகுதி நகரசபைக்குச் சொந்தமாகிவிட்ட பிறகு அச்சபை அசட்டையாக இருந்துவிட்ட குற்றத்தைச் செய்திருக்கிறது என்றும், பிளேக் தோன்றியதற்கே அவர்கள்தான் பொறுப்பு

என்றும் அதில் எழுதினேன். அந்தக் கடிதத்தினால் ஸ்ரீ ஹென்றி போலக் எனக்குக் கிடைத்தார். காலஞ்சென்ற பூஜ்யர் ஜோஸப் டோக்கின் நட்பு ஏற்பட்டதற்கும் அதுவே ஓரளவுக்குப் பொறுப்பாயிற்று.

ஒரு சைவ உணவு விடுதியில் நான் சாப்பிடுவது வழக்கம் என்று முந்திய அத்தியாயம் ஒன்றில் சொல்லியிருக்கிறேன். அங்கே தான் ஸ்ரீ ஆல்பர்ட் வெஸ்ட்டைச் சந்தித்தேன். ஒவ்வொரு நாள் மாலையில் இந்த விடுதியில் நாங்கள் சந்தித்துச் சாப்பிட்ட பிறகு உலாவப் போவது வழக்கம். ஒரு சிறு அச்சகத்தில் ஸ்ரீ வெஸ்ட் கூட்டாளி. பிளேக் நோய் ஏற்பட்டதைக் குறித்து நான் எழுதியிருந்த கடிதத்தை அவர் பத்திரிகையில் படித்தார். என்னை அந்த விடுதியில் காணாது போகவே அவருக்குக் கவலையாகிவிட்டது.

தொத்து நோய் ஏற்படும் காலங்களில் சாப்பாட்டைக் குறைத்துக் கொண்டு விடுவது என்பதை நீண்ட காலமாகவே நான் வழக்கமாகக் கொண்டிருந்தேன். பிளேக் நோய் ஏற்பட்டதும் நானும் என் சக ஊழியர்களும் எங்கள் சாப்பாட்டைக் குறைத்துக் கொண்டுவிட்டோம். ஆகையால், இந்த நாட்களில் மாலையில் சாப்பிடுவதை விட்டுவிட்டேன். மத்தியானச் சாப்பாட்டைக்கூட மற்ற விருந்தினர் வருவதற்கு முன்னால் சாப்பிடுவேன். அந்தச் சாப்பாட்டு விடுதியின் சொந்தக் காரரை எனக்கு நன்றாகத் தெரியும். பிளேக் நோயாளிகளுக்குப் பணிவிடை செய்யும் வேலையில் நான் ஈடுபட்டிருப்பதால் சாத்தியமான வரையில் நண்பர்களைச் சந்திப்பதைத் தவிர்த்துக்கொள்வது என்று இருக்கிறேன் என்று அவரிடம் தெரிவித்திருந்தேன்.

சாப்பாட்டு விடுதியில் இரண்டொரு நாட்கள் என்னைக் காணாது போகவே ஸ்ரீ வெஸ்ட், ஒரு நாள் காலையில் என் வீட்டிற்கு வந்தார். உலாவப் போவதற்கு அப்பொழுதுதான் நான் தயாராகிக் கொண்டிருந்தேன். நான் கதவைத் திறந்ததும் ஸ்ரீ வெஸ்ட் கூறியதாவது: "உங்களைச் சாப்பாட்டு விடுதியில் காணவில்லை. எனவே, உங்களுக்கு ஏதாவது நேர்ந்து விட்டதோ என்று பயந்து விட்டேன். ஆகையால், உங்களை வீட்டிலாவது போய்ப் பார்ப்போம் என்பதற்காகக் காலையில் புறப்பட்டு வந்தேன். இப்பொழுது நீங்கள் சொல்லும் பணியைச் செய்ய

நான் சித்தமாக இருக்கிறேன். நோயாளிகளுக்குப் பணிவிடை செய்வதில் உதவி செய்யத் தயாராயிருக்கிறேன். என்னால் பராமரிக்கப்பட வேண்டியவர்கள் யாருமில்லை என்பதுதான் உங்களுக்குத் தெரியுமே.''

என்னுடைய நன்றியை அவருக்குத் தெரிவித்துக் கொண்டேன். ஒரு விநாடிகூடச் சிந்திக்காமல் பின்வருமாறு பதில் சொன்னேன்: "உங்களை நோயாளிகளுக்குப் பணிவிடை செய்ய நான் எடுத்துக் கொள்ளப்போவதில்லை. மேற்கொண்டும் புதிய நோயாளிகள் இல்லை என்றால், இரண்டொரு நாளில் எங்களுக்கே வேலையிராது ஆனால், நீங்கள் செய்யக் கூடியது ஒன்று இருக்கிறது.''

"அது என்ன?'' என்று அவர் கேட்டார்.

"டர்பனிலிருக்கும் 'இந்தியன் ஒப்பீனியன்' அச்சக நிர்வாகத்தை ஏற்றுக் கொள்ளுவீர்களா? ஸ்ரீ மதன்ஜித்துக்கு இங்கே வேலை இருக்கிறது. டர்பனில் யாராவது இருக்க வேண்டியிருக்கிறது. உங்களால் அங்கே இருக்க முடியுமானால் எனக்கு அந்தக் கவலை நீங்கியதாக எண்ணுவேன்'' என்றேன்.

"எனக்கும் ஓர் அச்சகம் இருக்கிறது என்பதை நீங்கள் அறிவீர்கள். அநேகமாக நான் அங்கே போவது சாத்தியமாகலாம். ஆனால், என் முடிவான பதிலை இன்று மாலை கூறலாமல்லவா? மாலையில் நாம் உலாவப்போகும்போது அதைக் குறித்துப் பேசுவோம்'' என்றார்.

நான் மகிழ்ச்சியடைந்தேன். மாலையில் பேசினோம். போவதற்குச் சம்மதித்தார். சம்பளத்தைப்பற்றி அவருக்கு கவலை இல்லை. ஏனெனில், பணம் அவர் நோக்கமல்ல. என்றாலும், மாதம் 10 பவுன் சம்பளமும், ஏதாவது லாபம் வந்தால் அதில் ஒரு பங்கும் என்ற முடிவுக்கு வந்தோம். தமக்கு வரவேண்டிய பணத்தை வசூலிக்கும் வேலையை என்னிடம் விட்டுவிட்டு அன்று மாலை மெயில் ரெயிலிலேயே ஸ்ரீ வெஸ்ட், டர்பனுக்குப் புறப்பட்டார். அன்று முதல், தென்னாப்பிரிக்காவிலிருந்து நான் கப்பலேறிய வரையில், அவர் என்னுடைய இன்ப துன்பங்களில் பங்காளியாக இருந்து வந்தார்.

லௌத்தில் (லின்கன்ஷயர்) ஒரு விவசாயக் குடும்பத்தைச் சேர்ந்தவர் ஸ்ரீ வெஸ்ட். சாதாரணப் பள்ளிப் படிப்புத்தான் அவர்பெற்றிருந்த கல்வி. ஆனால், அனுபவம் என்ற பள்ளியிலும், திடமான சுயமுயற்சியினாலும் அவர் எவ்வளவோ அறிந்து கொண்டிருந்தார். அவர் எப்பொழுதும் தூய்மையும், நிதானமும், காருண்யமும், கடவுள் பக்தியுமுள்ள ஆங்கிலேயராக இருக்கக் கண்டேன்.

இனி வரும் அத்தியாயங்களில் அவரையும் அவருடைய குடும்பத்தையும் பற்றி அதிகமாகக் கவனிப்போம்.

17. ஒதுக்கலிடம் எரிந்தது

நோயாளிகளைக் கவனித்துக் கொள்ளவேண்டிய வேலை எனக்கும் என் சகஊழியர்களுக்கும் இல்லாதுபோயிற்று என்றாலும் கறுப்புப் பிளேக்கினால் ஏற்பட்ட பல காரியங்களை நாங்கள் இன்னும் கவனிக்க வேண்டியிருந்தது.

இந்தியர் குடியிருப்பு ஒதுக்கல் பகுதி சம்பந்தமாக நகரசபை சிரத்தையின்றி இருந்துவிட்டதைக் குறித்து முன்னால் கூறியிருக்கிறேன். ஆனால், வெள்ளைக்காரரின் சுகாதாரத்தைப் பற்றிய வரை அச்சபை அதிக விழிப்புடனேயே இருந்தது. வெள்ளைக்காரரின் தேகநிலை கெடாமலே இருக்கும்படி பார்த்துக் கொள்ளுவதற்காக நகரசபை ஏராளமான தொகையைச் செலவிட்டு வந்தது. இப்பொழுது பிளேக் நோயை ஒழிப்பதற்குப் பணத்தைத் தண்ணீர் போல வாரி இறைத்தது. இந்தியர் விஷயத்தில் அச்சபை செய்தது, செய்யாமலிருந்து விட்டது ஆகியவைகளை குறித்து அநேக குற்றச்சாட்டுகளை நான் அதன் மீது சுமத்தியிருந்த போதிலும், நகரிலிருந்த வெள்ளைக்கார மக்களின் நலன் விஷயத்தில் அது காட்டிய அக்கறையை நான் பாராட்டாமல் இருக்க முடியாது. அதனுடைய சிறந்த முயற்சிக்கு என்னால் இயன்ற உதவிகளைச் செய்தேன். நகரசபைக்கு என்னுடைய ஒத்துழைப்பை அளிக்காதிருந்திருப் பேனாயின், அதனுடைய வேலைகள் அதிகக் கஷ்டமானதாகியிருக்கும் என்று நினைக்கிறேன். அப்பொழுது ஆயுதந்தாங்கிய படை பலத்தை உபயோகிக்கவும், இன்னும் மோசமான முறைகளைக் கையாளவும் அச்சபை தயங்கியிராது.

ஆனால், அப்படி எதுவும் நடவாதபடி செய்துவிட்டோம். இந்தியர் நடந்துகொண்ட விதத்தைக் குறித்து நகரசபையினர் சந்தோஷம் அடைந்தார்கள். பிளேக் சம்பந்தமான எதிர்கால வேலைகள் பலவும் சுலபமாக்கப்பட்டன. நகரசபை விரும்புபவைகளுக்கெல்லாம் இந்தியர் உடன்பட்டு நடந்துகொள்ளும்படி செய்வதில் இந்திய சமூகத்தினரிடம் எனக்கு இருந்த முழுச் செல்வாக்கையும் உபயோகித்துக்கொண்டேன்.

எல்லாவற்றிற்குமே உடன்பட்டுச் செய்துகொண்டு போவது என்பது இந்தியருக்குக் கஷ்டமாகவே இருந்தது. ஆனால் என் ஆலோசனையை எந்த இந்தியரும் மறுதலித்ததாக எனக்கு ஞாபகம் இல்லை.

அந்த ஒதுக்கல் குடியிருப்புப் பகுதிக்குப் பலமான காவல் போட்டுவிட்டார்கள். அனுமதியில்லாமல் உள்ளே போவதோ, உள்ளே இருந்து வெளியே வருவதோ இயலாது. நானும் என் சக ஊழியர்களும் மாத்திரம் நினைத்தபோது உள்ளே போய்வருவதற்கு அனுமதிச் சீட்டுகள் கொடுத்திருந்தார்கள். அப் பகுதியில் குடியிருந்தவர்களையெல்லாம் காலி செய்து விடச் செய்வது, அவ்விதம் காலி செய்து விட்டவர்களெல்லாம் ஜோகன்னஸ்பர்க்கிலிருந்து பதின்மூன்று மைல் தூரத்திலுள்ள ஒரு திறந்த மைதானத்தில் கூடாரங்களில் வசிக்கும்படி செய்வது, பிறகு இந்த ஒதுக்கல் பகுதிக்கே தீ வைத்துவிடுவது என்று தீர்மானிக்கப்பட்டது. உணவுப் பொருள்கள் போன்ற அவசியமான பொருள்களுடன் இவர்களைக் கூடாரங்களில் போய் வசிக்கும்படி செய்யக் கொஞ்சகாலம் ஆகும். ஆகவே, இதற்கு நடுவில் காவல் போட வேண்டியது அவசியமாயிற்று.

மக்களோ, மிகவும் பயந்து போயிருந்தனர். ஆனால், நான் அடிக்கடி போய்க் கொண்டிருந்தது அவர்களுக்குக் கொஞ்சம் ஆறுதலாக இருந்தது. ஏழைகள் பலர், தங்களிடமிருந்த சிறு பொருள்களையெல்லாம் புதைத்து வைத்துவிடுவது வழக்கம். அவற்றையெல்லாம் தோண்டி எடுக்க வேண்டியிருந்தது. அவர்களுக்குப் ''பாங்கு''கள் இல்லை. ''பாங்க்'' என்பது இன்னது என்றே அவர்களுக்குத் தெரியாது. நானே அவர்களுடைய 'பாங்க்'கரானேன். ஏராளமான பணம் வந்து என் அலுவலகத்தில் குவிந்தது. இத்தகையதோர் நெருக்கடியில் என் உழைப்புக்காக எந்தக் கட்டணமும் விதிப்பதற்கில்லை. எப்படியோ இந்த வேலைகளையும் சமாளித்துக் கொண்டேன். நான் கணக்கு வைத்திருந்த பாங்கின் நிர்வாகியை நான் நன்றாக அறிவேன். இப்பணத்தையெல்லாம் அவர் பாங்கில் நான் போட்டுவைக்க வேண்டியிருக்கிறது என்று அவரிடம் கூறினேன். செப்புக் காசுகளையும் வெள்ளிப் பணத்தையும் ஏராளமாக வாங்கிக் கொள்ளுவது சிரமமானதால் வாங்கிக்கொள்ள அவர்கள்

விரும்புவதில்லை. பிளேக் நோய் பரவியிருக்கும் பகுதியிலிருந்து வருகிற பணம் என்பதனால், அதைத் தொடுவதற்கும் பாங்குக் குமாஸ்தாக்கள் மறுத்து விடக்கூடும் என்ற பயமும் இருந்தது. ஆனால், பாங்கு நிர்வாகி எல்லா வகையிலும் எனக்குச் சௌகரியம் செய்து கொடுத்தார். அப்பணத்தையெல்லாம் பாங்குக்கு அனுப்புவதற்கு முன்னால் அவற்றில் விஷக்கிருமிகள் இல்லாதபடி மருந்து கொண்டு சுத்தம் செய்து அனுப்புவது என்று தீர்மானித்தோம். சுமார் அறுபதாயிரம் பவுன் வரையில் பாங்கில் கட்டினோம் என்பது எனக்கு ஞாபகம். பணம் அதிகமாக வைத்திருந்தவர்களை—குறிப்பிட்ட காலத்திற்குப் பிறகே வாங்குவது என்ற முறைப்படி – டிபாசிட்டில் போடும்படி சொன்னேன். அவர்களும் என் யோசனையை ஏற்றுக்கொண்டார்கள். இதன் பலனாக, பணத்தைப் பாங்கில் போட்டுவைக்கும் வழக்கத்தைச் சிலர் கைக்கொண்டார்கள்.

ஒதுக்கல் பகுதியில் இருந்தவர்களைத் தனி ரெயிலில் ஜோகன்னஸ்பர்க்குக்கு அருகில் கிளிப்ஸ் புரூயிட் பண்ணைக்குக் கொண்டு போயினர். அங்கே அவர்களுக்கு நகரசபை தனது சொந்தச் செலவில் உணவுப் பொருள்களை அளிக்க ஏற்பாடு செய்தது. கூடாரங்களினாலாகிய இந்த நகரம், ஒரு ராணுவ முகாம்போலத் தோன்றியது. மக்கள், கூடாரங்களில் வாழ்ந்து பழக்கமில்லாததனால் எப்படி இருக்குமோ என்று கஷ்டத்துடன் இருந்தார்கள். ஆனால், அங்கே செய்யப்பட்டிருந்த ஏற்பாடுகளைக் கண்டு திகைத்துப் போயினர். குறிப்பிடத்தக்க அசௌகரியம் எதுவும் அவர்களுக்கு இல்லை. தினமும் சைக்கிளில் அந்த இடத்திற்கு நான் போய் வருவேன். அங்கே குடியேறிய இருபத்து நான்கு மணி நேரத்திற்குள் மக்கள் தங்கள் துன்பங்களையெல்லாம் மறந்து குதூகலமாக வாழ ஆரம்பித்துவிட்டனர். நான் அங்கே போன சமயங்களிலெல்லாம் அவர்கள் பாடிக்கொண்டும் சிரித்துக்கொண்டும் இருப்பதையே கண்டேன். திறந்த வெளியில் மூன்று வாரங்கள் வசித்ததால் அவர்களுடைய தேக நிலையும் விருத்தியடைந்தது.

இவர்களையெல்லாம் வெளியேற்றிவிட்ட மறுநாளே அந்த ஒதுக்கல் பகுதி தீயிடப்பட்டுவிட்டது என்றுதான் எனக்கு ஞாபகம். தீயினுக்கு இரையாகாமல் எதையும் காப்பாற்றிக்

கொள்ள வேண்டுமென்ற எண்ணம் நகரசபைக்கு சிறிதேனும் இல்லை. அதே சமயத்தில்தான் – இதே காரணத்திற்காகவே – மார்க்கெட்டிலிருந்த நகரசபையின் மரஉத்திரங்கள் எல்லாவற்றையும் கொளுத்தி விட்டார்கள். இதனால் நகரசபைக்கு பத்தாயிரம் பவுன் போல் நஷ்டம். மார்க்கெட்டில் எலிகள் செத்துக் கிடக்கக் கண்டதே இத் தீவிரமான நடவடிக்கைக்குக் காரணம்.

நகரசபைக்குச் செலவு ஏராளமாக ஆயிற்று. என்றாலும், மேற்கொண்டும் பிளேக் பரவாதபடி வெற்றிகரமாகத் தடுத்து விட்டார்கள். நகர மக்களும் பயம் தீர்ந்து பெருமூச்சு விட்டனர்.

18. ஒரு நூலின் மந்திர சக்தி

கறுப்புப் பிளேக், ஏழை இந்தியரிடையே என் செல்வாக்கை அதிகரிக்கச் செய்தது. அதனால், என் தொழில் வருவாயும் அதிகமானதோடு என் பொறுப்பும் அதிகமாயிற்று. புதிதாகத் தொடர்பு ஏற்பட்ட ஐரோப்பியருடன் நெருங்கிப் பழகியதனால் எனக்கு ஒழுக்க ரீதியான கடமைகள் அதிகமாயின.

சைவச் சாப்பாட்டு விடுதியில் ஸ்ரீ வெஸ்ட் எனக்குப் பழக்கமானது போல, ஸ்ரீ போலக்கும் அங்கே பழக்கமானார். ஒரு நாள் மாலை, என் மேஜைக்குக் கொஞ்ச தூரத்தில் உட்கார்ந்து சாப்பிட்டுக் கொண்டிருந்த ஓர் இளைஞர், என்னைப் பார்க்க விரும்புவதாக ஒரு சீட்டு அனுப்பினார். என் மேஜைக்கே வருமாறு அழைத்தேன். அவ்வாறே வந்தார்.

“நான், ‘கிரிடிக்’ என்ற பத்திரிகையில் உதவி ஆசிரியன். என் பெயர் போலக். பிளேக் சம்பந்தமாகப் பத்திரிகைகளுக்குத் தாங்கள் எழுதிய கடிதத்தைப் பார்த்தது முதல் தங்களைப் பார்க்க வேண்டும் என்று எனக்குப் பலமான ஆர்வம் ஏற்பட்டது. இந்தச் சந்தர்ப்பம் கிடைத்ததற்காக மகிழ்ச்சியடைகிறேன்” என்றார், அவர்.

ஸ்ரீ போலக்கின் கபடமற்ற தன்மை என்னை அவர்பால் இழுத்துவிட்டது. அன்று மாலை நாங்கள் ஒருவரையொருவர் நன்றாக அறிந்து கொண்டோம். வாழ்க்கையின் முக்கியமான விஷயங்களிலெல்லாம் நாங்கள் இருவரும் ஒரேவிதக் கருத்து உடையவர்களாக இருப்பதாகத் தோன்றியது. இவர் எளிய வாழ்க்கை நடத்தி வந்தார். தமது புத்திக்குப் பிடித்தமாக இருக்கும் எதையும் உடனே நடைமுறையில் கொண்டு வந்துவிடும் அற்புதமான ஆற்றல் அவருக்கு இருந்தது. தம் வாழ்க்கையில் அவர் செய்துகொண்ட மாறுதல்கள், தீவிரமானவைகளாக இருந்ததைப் போன்றே துரிதமாகவும் செய்து கொள்ளப்பட்டவைகளாகும்.

‘இந்தியன் ஒப்பீனியன்’ பத்திரிகைக்கு நாளுக்குநாள் செலவு அதிகமாகிக்கொண்டு வந்தது. ஸ்ரீ வெஸ்ட் அனுப்பியிருந்த முதல்

அறிக்கையே பீதி தருவதாக இருந்தது. அவர் எழுதியதாவது: "லாபம் வரக்கூடும் என்று நீங்கள் நினைத்தது போல இந்த ஸ்தாபனம் லாபம் தரும் என்று நான் எதிர்பார்க்கவில்லை. நஷ்டமும் வரலாம் என்றே அஞ்சுகிறேன். கணக்குகள் சரிவர இல்லை. வசூலாக வேண்டிய பாக்கி ஏராளமாக இருக்கிறது. அவைகளின் விவரத்தையே புரிந்து கொள்ள முடியவில்லை. எல்லாவற்றையும் அடியோடு மாற்றியாகவேண்டும்! ஆனால், இதையெல்லாம் கேட்டு நீங்கள் பீதியடைந்துவிட வேண்டாம். என்னால் முடிந்த வரையில் எல்லாவற்றையும் ஒழுங்காக்க முயல்கிறேன். லாபம் இருந்தாலும் இல்லாது போனாலும், நான் இங்கே வேலை பார்க்கவே போகிறேன்."

அதில் லாபம் எதுவும் வராது என்று கண்டதுமே ஸ்ரீ வெஸ்ட் அந்த வேலையைவிட்டுப் போயிருக்கலாம். அவர்மீது நான் குறை சொல்ல முடியாது. உண்மையில் போதுமான ருசுக்கள் இல்லாமல் அந்த ஸ்தாபனம் லாபம் தரக்கூடியதென்று நான் வருணித்ததற்காக என் மீது குற்றஞ் சொல்லவும் அவருக்கு உரிமை உண்டு. ஆனால், அவ்வாறு ஒரு வார்த்தையேனும் அவர் புகார் சொல்லவில்லை. என்றாலும், தாம் கண்டுபிடித்த நிலைமை, நான் எவரையும் எளிதில் நம்பிவிடக் கூடியவன் என்று என்னை எண்ணும்படி ஸ்ரீ வெஸ்ட்டைச் செய்திருக்கும் என்பதே என் அபிப்பிராயம். ஸ்ரீ மதன்ஜித் கூறியதைப் பரிசீலனை செய்து பார்க்காமலேயே நான் ஏற்றுக்கொண்டு விட்டேன். அதைக்கொண்டு லாபம் வரும் என்று ஸ்ரீ வெஸ்ட்டிடம் சொல்லிவிட்டேன்.

தமக்கு நிச்சயமாகத் தெரியாதவைகளை வைத்துக்கொண்டு பொதுஜன ஊழியர் எதையும் சொல்லிவிடக் கூடாது என்பதை நான் இப்பொழுது உணருகிறேன். அதிலும் சத்தியத்தை நாடுபவன் இதில் அதிக எச்சரிக்கையாக இருக்க வேண்டும். தான் பரிசீலனை செய்து நிச்சயமாகத் தெரிந்து கொள்ளாத விஷயத்தைக் கூறி மற்றொருவரை நம்பும்படி செய்துவிடுவது சத்தியத்திற்கு ஊறு செய்வதேயாகும். ஒரு விஷயத்தை ஒப்புக்கொண்டுவிட வேண்டி இருப்பதற்காக மனம் வருந்துகிறேன். இந்த அனுபவம் எனக்கு இருந்தும், பிறரைச் சுலபத்தில் நம்பிவிடும் என் சுபாவத்தை நான் இன்னும் போக்கிக்கொண்டு விடவில்லை.

நான் சமாளிக்கக் கூடியதை விட அதிகமான வேலையைச் செய்துவிட எனக்கு இருக்கும் ஆசையே இதற்குக் காரணம். இந்த ஆசை, என்னைவிட என் சக ஊழியர்களுக்கே அதிகத் தொந்தரவாக முடிந்து விடுகிறது.

ஸ்ரீ வெஸ்ட்டின் கடிதம் கிடைத்ததும் நேட்டாலுக்குப் புறப்பட்டேன். ஸ்ரீ போலக் என் முழு நம்பிக்கைக்கும் பாத்திரமானவர் ஆகிவிட்டார். என்னை வழியனுப்ப ஸ்டேஷனுக்கு வந்திருந்தார். பிரயாணத்தின்போது படிக்க எனக்கு ஒரு புத்தகம் கொடுத்து விட்டுப் போனார். அது எனக்குப் பிடித்தமான புத்தகமாக இருக்கும் என்றும் சொன்னார். ரஸ்கின் எழுதிய 'கடையனுக்கும் கதிமோட்சம்' என்ற நூலே அது.

இந்த நூலைப் படிக்க ஆரம்பித்த பின் நடுவில் கீழே வைக்கவே முடியவில்லை. அது என் உள்ளம் முழுவதையும் கவர்ந்துகொண்டுவிட்டது. ஜோகன்னஸ்பர்க்கிற்கும் டர்பனுக்கும் இருபத்துநான்கு மணி நேரப்பிரயாணம். ரெயில் அங்கே மாலையில் போய்ச் சேர்ந்தது. அன்றிரவு என்னால் தூங்கவே முடியவில்லை. அந்நூலில் கண்ட லட்சியங்களுக்கு ஏற்ற வகையில் என் வாழ்க்கையை மாற்றிக் கொண்டு விடுவது என்று தீர்மானித்தேன்.

ரஸ்கினின் நூல்களில் நான் படித்த முதல் நூல் இதுவே. நான் பள்ளிக்கூடத்தில் படித்து வந்த காலத்தில் பாடப் புத்தகங்களைத் தவிர அநேகமாக வேறு புத்தகங்களை நான் படித்ததில்லை எனலாம். சேவை வாழ்க்கையில் இறங்கிவிட்ட பிறகு படிப்பதற்கு எனக்கு நேரமே இருப்பதில்லை. ஆகையால், நூல்களைப் படித்த அறிவு எனக்கு உண்டென்றே சொல்லிக் கொள்ளுவதற்கில்லை. என்றாலும், இந்தக் கட்டாயமான தடையால் நான் அதிகமாக நஷ்டம் அடைந்து விடவில்லை என்றே கருதுகிறேன். ஆனால், இதற்கு மாறாக நான் கொஞ் சமாகப் படித்தது, நான் படித்ததையெல்லாம் அப்படியே முற்றும் கிரகித்துக்கொண்டு விடுவதற்கு உதவியாக இருந்தது. அத்தகைய நூல்களில், என் வாழ்க்கையில் உடனேயே நடைமுறையான மாறுதலை உண்டாக்கிய நூல் 'கடையனுக்கும் கதி மோட்சம்' என்ற நூலேயாகும். பின்னர் அதைக் குஜராத்தியில் மொழிபெயர்த்து, 'சர்வோதயம்'

(சர்வஜன நலம்) என்ற பெயருடன் வெளியிட்டேன். ரஸ்கினுடைய இம் மகத்தான நூலில் என் உள்ளத்தில் உறுதிப்பட்டிருந்த கொள்கைகள் பிரதிபலித்திருப்பதை நான் கண்டுகொண்டதாகவே நினைக்கிறேன். அதனால்தான் அது என்னை ஆட்கொணடதோடு என் வாழ்க்கையையும் மாற்றிக்கொள்ளும்படி செய்தது. மனித உள்ளத்திலிருக்கும் நல்ல தன்மையை எழுப்பிவிட வல்லவனே கவி. ஆனால் கவிகள், எல்லோரின் உள்ளங்களிலும் இதேபோன்ற மாறுதல்களை உண்டாக்கி விடுவதில்லை. ஏனெனில், எல்லோரும் சரி சமமான வளர்ச்சியை அடைந்திருக்கவில்லை. 'கடையனுக்கும் கதிமோட்சம்' என்ற நூல் பின்வருபவைகளைப் போதிக்கிறது என்று எனக்குத் தோன்றுகிறது:

1. எல்லோருடைய நலனில்தான் தனிப்பட்டவரின் நலனும் அடங்கியிருக்கிறது.

2. தங்கள் உழைப்பினால் ஜீவனோபாயத்தைத் தேடிக் கொள்ளுவதற்கு எல்லோருக்குமே ஒரே மாதிரியான உரிமை இருப்பதால், க்ஷவரத் தொழிலாளியின் வேலைக்கு இருக்கும் அதே மதிப்புத்தான் வக்கீலின் வேலைக்கும் உண்டு.

3. ஒரு பாட்டாளியின் வாழ்க்கையும், அதாவது நிலத்தில் உழுது பாடுபடும் குடியானவரின் வாழ்க்கையும், கைத்தொழில் செய்பவரின் வாழ்க்கையுமே வாழ்வதற்கு உகந்த மேன்மையான வாழ்க்கைகள்.

இவைகளில் முதலில் கூறப்பட்டதை நான் அறிவேன். இரண்டாவதாகக் கூறப்பட்டிருந்ததை அரைகுறையாகவே அறிந்து கொண்டிருந்தேன். மூன்றாவதாகக் கூறப்பட்டதோ, என் புத்தியில் தோன்றவே இல்லை. இரண்டாவதும் மூன்றாவதும், முதலாவதாகக் கூறப்பட்டிருப்பதிலேயே அடங்கியிருக்கின்றன என்பதைக் 'கடையனுக்கும் கதி மோட்சம்' பட்டப்பகல் போல் எனக்கு வெட்ட வெளிச்சமாகி விடும்படி செய்தது. பொழுது புலர்ந்ததும் நான் எழுந்து இந்தக் கொள்கையை நடைமுறையில் கொண்டுவரத் தயாரானேன்.

19. போனிக்ஸ் குடியிருப்பு

எல்லாவற்றையும் குறித்து ஸ்ரீ வெஸ்டுடன் பேசினேன். 'கடையனுக்கும் கதிமோட்சம்' என்ற நூல் என் உள்ளத்தில் உண்டாக்கியிருக்கும் மாறுதலை அவருக்கு விவரித்துச் சொன்னேன். 'இந்தியன் ஒப்பீனியன்' பத்திரிகையை ஒரு பண்ணைக்கு மாற்றிவிட வேண்டும்; அப் பண்ணையில் ஒவ்வொருவரும் உழைக்க வேண்டும், வாழ்க்கைக்கு வேண்டிய ஒரே மாதிரியான ஊதியத்தை எல்லோரும் பெறவேண்டும், ஓய்வு நேரங்களில் அச்சக வேலையைக் கவனிக்க வேண்டும் என்று ஒரு யோசனையை அவரிடம் கூறினேன். இந்த யோசனையை ஸ்ரீ வெஸ்ட் அங்கீகரித்தார். எந்த நிறத்தினராக இருந்தாலும், எந்த நாட்டினராக இருந்தாலும், ஒவ்வொருவருக்கும் மாத ஊதியம் மூன்று பவுன்தான் என்றும் நிர்ணயிக்கப்பட்டது.

ஆனால், அச்சகத்தில் வேலை செய்யும் பத்துப் பன்னிரண்டு பேரும் இந்த ஏற்பாட்டுக்கு ஒப்புக்கொள்ளுவார்களா? எங்கோ மூலை முடுக்கிலிருக்கும் ஒரு பண்ணைக்குப் போய்க் குடியேறி, உயிர் வாழ்வதற்கு மாத்திரமே போதுமான ஊதியத்தை மட்டுமே பெற்றுக்கொள்வார்களா? இதுவே பிரச்னையாயிற்று. ஆகையால், ஒரு யோசனை செய்தோம் புதிய திட்டத்தை ஒப்புக்கொள்ள முடியாதவர்கள், இப்பொழுது பெறும் சம்பளத்தையே தொடர்ந்து வாங்கிக்கொள்ளுவது, நாளா வட்டத்தில் குடியேற்றத்தின் உறுப்பினராகும் லட்சியத்தை அடைய முடிவு செய்வது என்பதே அந்த யோசனை.

இந்தத் திட்டத்தையொட்டி ஊழியர்களிடம் பேசினேன். ஸ்ரீ மதன்ஜித்திற்கு இந்த யோசனை பிடிக்கவே இல்லை. என் திட்டம் பைத்தியக்காரத்தனமானது என்றார். தமக்குள்ள சகலத்தையும், நான் ஈடுபட்டிருக்கும் இந்த முயற்சி நாசமாக்கிவிடும் என்றார். ஊழியர்களெல்லோரும் ஓடிப் போய் விடுவார்கள் என்றும், 'இந்தியன் ஒப்பீனியன்' நின்று விடும் என்றும், அச்சகத்தையும் மூடிவிடவேண்டியதாகிவிடும் என்றும் கூறினார்.

அச்சகத்தில் வேலை செய்து வந்தவர்களில் என் சிற்றப்பா பிள்ளையான மதன்லால் காந்தியும் ஒருவர். என் யோசனையை ஸ்ரீ வெஸ்ட்டிடம் கூறியபோதே அவரிடமும் சொன்னேன். அவருக்கு மனைவியும், குழந்தைகளும் இருந்தனர். ஆனால் அவர், குழந்தைப் பருவத்திலிருந்தே என்னிடம் பயிற்சி பெற்று என்னிடம் வேலை செய்ய விரும்பி வந்தவர். என்னிடம் அவருக்குப் பூரணமான நம்பிக்கை உண்டு. ஆகவே, எந்தவித வாதமும் செய்யாமல் என் திட்டத்தை ஒப்புக்கொண்டார். அது முதல் என்னுடனேயே இருக்கிறார். இயந்திரத்தை ஓட்டுபவரான கோவிந்தசாமியும் என் திட்டத்திற்குச் சம்மதித்தார். மற்றவர்கள் இத் திட்டத்தில் சேர்ந்து கொள்ளவில்லை. ஆனால், அச்சகத்தை எங்கே நான் கொண்டு போனாலும் அங்கே வருவதாக அவர்கள் ஒப்புக்கொண்டார்கள்.

இந்த விஷயங்களையெல்லாம் ஆட்களுடன் இரண்டு நாட்களில் பேசி முடித்துவிட்டேன் என்று நினைக்கிறேன். அதன் பிறகு, டர்பனுக்குப் பக்கத்தில் ஒரு ரெயில்வே ஸ்டேஷனுக்குப் பக்கமாக இருக்கக்கூடிய நிலம் விலைக்குத் தேவை என்று பத்திரிகைகளில் விளம்பரம் செய்தேன். போனிக்ஸ் சம்பந்தமாகப் பதில் வந்தது. அந்தப் பண்ணையைப் பார்த்து வர ஸ்ரீ வெஸ்ட்டும், நானும் போனோம். ஒரு வாரத்திற்குள் இருபது ஏக்கர் நிலம் வாங்கினோம். அதில் இனிய சிறிய நீர் ஊற்று ஒன்றும் ஆரஞ்சு செடிகளும் மாமரங்களும் இருந்தன. அந்த நிலத்திற்கு அடுத்தாற் போல எண்பது ஏக்கர் நிலப்பகுதி ஒன்றும் இருந்தது. அதில் மேலும் பல பழ மரங்களும், இடிந்துபோன ஒரு பழைய குடிசையும் இருந்தன. அந்த நிலத்தையும் வாங்கிவிட்டோம். எல்லாம் சேர்ந்து ஆயிரம் பவுன் விலையாயிற்று.

இது போன்ற என் முயற்சிகளிலெல்லாம் காலஞ்சென்ற ஸ்ரீ ருஸ்தம்ஜி எப்பொழுதும் எனக்கு ஆதரவு அளித்து வந்தார். இந்தத் திட்டம் அவருக்குப் பிடித்திருந்தது. ஒரு பெரிய கிடங்கிலிருந்து எடுத்த பழைய இரும்புத் தகடுகளையும், வீடு கட்டுவதற்கான மற்றச் சாமான்களையும் அவர் எனக்குக் கொடுத்தார். அவற்றைக் கொண்டு வேலையை ஆரம்பித்தோம். போயர் யுத்தத்தில் என்னோடு வேலை செய்தவர்களான சில இந்தியத் தச்சர்களும், கொத்து வேலைக்காரர்களும்

அச்சகத்திற்கு ஒரு கொட்டகை போட எனக்கு உதவி செய்தனர். 75 அடி நீளமும் 50 அடி அகலமும் உள்ள இக் கொட்டகை ஒரு மாதத்திற்குள்ளேயே கட்டி முடிக்கப்பட்டுவிட்டது. ஸ்ரீ வெஸ்டும் மற்றவர்களும் தங்களுக்கு ஏற்படக்கூடிய ஆபத்துக்களையும் பொருட்படுத்தாமல் தச்சர்களுடனும் கொத்து வேலைக்காரர்களுடனும் தங்கினர். அந்த இடம், இதற்கு முன்பு மனித சஞ்சாரமே இல்லாமல் இருந்த இடம். புல்லும் காடாக மண்டிப் போயிருந்தது. அங்கே பாம்புகள் ஏராளமாக இருந்ததால் வசிப்பதற்கு ஆபத்தான இடம். முதலில் எல்லோரும் கூடாரங்களில் வசித்து வந்தோம். ஒரு வாரத்தில் எங்கள் சாமான்களையெல்லாம் வண்டிகளில் ஏற்றிப் போனிக்ஸுக்குக் கொண்டு வந்துவிட்டோம். அந்த இடம் டர்பனிலிருந்து பதினான்கு மைல் தூரத்தில் இருக்கிறது. போனிக்ஸ் ரெயில்வே ஸ்டேஷனிலிருந்து இரண்டரை மைல் தூரம்.

'இந்தியன் ஒப்பீனியனின்' ஓர் இதழை மாத்திரமே வெளியில் மெர்க்குரி அச்சகத்தில் அச்சிடவேண்டியிருந்தது.

சம்பாதிக்கும் நோக்கத்தோடு இந்தியாவிலிருந்து என்னுடன் தென்னாப்பிரிக்காவுக்கு வந்திருந்த என் உறவினர்களையும் நண்பர்களையும் போனிக்ஸு க்கு இழுத்துவிட இப்பொழுது முயன்றேன். அவர்கள் பல வகையான வியாபாரங்களில் ஈடுபட்டிருந்தவர்கள். அவர்கள் செல்வம் திரட்ட வந்தவர்களாகையால் அவர்களை இங்கே வந்துவிடும்படி செய்வது மிகவும் கஷ்டமாக இருந்தது. ஆனால், சிலர் ஒப்புக்கொண்டார்கள். அப்படி ஒப்புக்கொண்டவர்களில் மகன்லால் காந்தியின் பெயரை மாத்திரம் நான் முக்கியமாகக் கூறுவேன். மற்றவர்கள் திரும்பவும் வியாபாரம் செய்யப் போய்விட்டனர். மகன்லால் காந்தி மட்டும் வியாபாரத்திற்கு முழுக்குப் போட்டுவிட்டு என்னோடு வந்து சேர்ந்து கொண்டார். தார்மிகத்துறையில் நான் செய்த சோதனைகளில் என் ஆரம்ப சக ஊழியர்களாக இருந்தவர்கள் சிலர் உண்டு. அவர்களுள், திறமையிலும் தியாகத்திலும் பக்தியிலும் தலைசிறந்து விளங்கியவர் இவரே. கைத்தொழில்களை இவர் தாமே கற்றுக்கொண்டார். அதனால், கைத்தொழிலாளிகளிடையே இவர் வகித்த ஸ்தானம் இணையில்லாதது.

இவ்விதம் போனிக்ஸ் குடியிருப்பு 1904–இல் ஆரம்பமாயிற்று. எவ்வளவோ கஷ்டங்களெல்லாம் ஏற்பட்டபோதிலும் 'இந்தியன் ஒப்பீனியன்' அங்கிருந்தே பிரசுரிக்கப்பட்டு வருகிறது. ஆரம்பத்தில் ஏற்பட்ட கஷ்டங்கள், செய்யப்பட்ட மாறுதல்கள், நம்பிக்கைகள், ஏமாற்றங்கள் ஆகியவைகளுக்கு ஒரு தனி அத்தியாயமே அவசியமாகிறது.

20. முதல் இரவு

போனிக்ஸிலிருந்து 'இந்தியன் ஒப்பீனியனி'ன் முதல் இதழை வெளியிடுவது எளிதான காரியமாகவே இல்லை. இரு முன்னெச்சரிக்கையான காரியங்களை நான் செய்யாது இருந்திருப்பேனாயின், முதல் இதழை நிறுத்திவிடவே நேர்ந்து இருக்கும்; அல்லது வெளியாவது தாமதப்பட்டிருக்கும். அச்சு இயந்திரத்தை ஓட்ட ஓர் இன்ஜின் வைத்துவிடுவது என்ற யோசனை எனக்குப் பிடிக்கவில்லை. விவசாய வேலையையும் கையினாலேயே செய்யவேண்டியிருக்கும் ஓர் இடத்தில், அச்சு இயந்திரமும் கையினாலேயே சுற்றப்படுவதாக இருப்பதே அந்த சூழ்நிலைக்குப் பொருத்தமானதாக இருக்கும் என்று நினைத்திருந்தேன். ஆனால், இந்த யோசனை சரியானதாகத் தோன்றாது போகவே ஓர் எண்ணெய் இன்ஜினை அமைத்தோம். இன்ஜின் சரியாக வேலை செய்யாது போனால், உடனே செய்வதற்கான வேறு ஏற்பாடும் தயாராக இருக்கட்டும் என்று வெஸ்டுக்கு யோசனை கூறி இருந்தேன். ஆகவே கையினால் சுற்றக்கூடிய ஒரு சக்கரத்தையும் அவர் தயார் செய்து வைத்திருந்தார். பத்திரிகையின் அளவு, தினப் பத்திரிகையின் அளவாக இருப்பது, போனிக்ஸ் போன்ற ஒதுக்குப்புறமான இடத்திற்கு வசதியானதல்ல என்று யோசிக்கப்பட்டது. அவசர நிலைமை ஏற்பட்டால் 'டிரடில்' அச்சு இயந்திரத்திலேயே பத்திரிகையை அச்சிட்டு விடுவதற்குச் சௌகரியமாக இருக்கட்டும் என்பதற்காகப் பத்திரிகை, 'புல்ஸ்காப்' அளவுக்குக் குறைக்கப்பட்டது.

ஆரம்ப காலங்களில் பத்திரிகை வெளியாவதற்கு முன்னால் நாங்கள் இரவில் வெகுநேரம் கண் விழிக்கும்படி ஆயிற்று. இளைஞர்களும், கிழவரும் ஒவ்வொருவரும் பத்திரிகைத் தாள்களை மடிக்க உதவவேண்டியிருந்தது. வழக்கமாக இரவு பத்து மணிக்கு மேல் பன்னிரெண்டு மணிக்குள் வேலையை முடிப்போம். ஆனால், முதல் நாள் இரவு என்றுமே மறக்க முடியாது. பக்கங்களை முடுக்கியாயிற்று;

இயந்திரமோ வேலை செய்ய மறுத்துவிட்டது. இன்ஜினை முடுக்கி அதை ஓட்டிக்கொடுப்பதற்காக டர்பனிலிருந்து ஒரு இன்ஜினீயரைத் தருவித்து வைத்திருந்தோம். அவரும் வெஸ்டும் எவ்வளவோ கஷ்டப்பட்டுப் பார்த்தார்கள். ஆனால், ஒன்றும் பயன்படவில்லை. எல்லோருக்கும் ஒரே கவலையாகி விட்டது. எல்லா முயற்சியும் முடியாது போய்க் கடைசியாகக் கண்களில் நீர் வழிய வெஸ்ட் என்னிடம் வந்தார். "இன்ஜின் வேலை செய்யாது. உரிய காலத்தில் பத்திரிகையை நாம் வெளியிடமுடியாது என்றே அஞ்சுகிறேன்" என்றார்.

"அதுதான் நிலைமையென்றால் இதில் நாம் செய்வதற்கு எதுவுமில்லை. கண்ணீர் விட்டு ஒரு பயனும் இல்லை. மனிதப் பிரயத்தனத்தில் சாத்தியமானதையெல்லாம் செய்வோம். கைச்சக்கரம் இருக்கிறதல்லவா?" என்று அவருக்கு ஆறுதல் அளித்துச் சொன்னேன்.

"அதைச் சுற்றுவதற்கு நம்மிடம் ஆட்கள் எங்கிருக்கிறார்கள்?" என்று அவர் கேட்டார். "அந்த வேலையைச் செய்வதற்கு நாம் போதாது. நான்கு நான்கு பேராக மாற்றி மாற்றிச் சுற்ற வேண்டும். நம் ஆட்களோ, களைத்துப் போயிருக்கின்றனர்" என்றார்.

கட்டிட வேலை இன்னும் முடிந்துவிடவில்லை. ஆகையால், தச்சர்கள் அந்த வேலையைச் செய்துவந்தனர். அவர்கள் அச்சுக் கூடத்திலேயே படுத்துத் தூங்கிக் கொண்டு இருந்தார்கள். நான் அவர்களைச் சுட்டிக்காட்டி, "இந்தத் தச்சர்களை நாம் பயன்படுத்திக் கொள்ள முடியாதா? நமக்கு இரவு முழுவதும் வேலை இருக்கும். இந்த உபாயம் நமக்குப் பாக்கியமாக இருக்கிறது என்று நினைக்கிறேன்" என்றேன்.

"தச்சர்களை எழுப்ப எனக்குத் தைரியமில்லை. நம் ஆட்களோ உண்மையில் மிகவும் களைத்துப் போயிருக்கின்றனர்" என்றார் வெஸ்ட்.

"சரி, அவர்களோடு நான் பேசிக்கொள்ளுகிறேன்" என்றேன்.

"அப்படியானால், வேலையை முடித்துவிடுவது சாத்தியமே" என்றார், வெஸ்ட்.

தச்சர்களை எழுப்பினேன். ஒத்துழைக்க வேண்டும் என்று அவர்களைக் கேட்டுக்கொண்டேன். அவர்களை வற்புறுத்த வேண்டிய அவசியமே ஏற்படவில்லை. "அவசரத்திற்கு எங்களைக் கூப்பிட்டுக் கொள்ளுவதற்கில்லை யென்றால் நாங்கள் இங்கே இருந்துதான் என்ன பயன்? நீங்கள் கொஞ்சம் இளைப்பாறுங்கள். சக்கரத்தைச் சுற்றும் வேலையை நாங்கள் பார்த்துக் கொள்ளுகிறோம். அது எங்களுக்குச் சுலபம்" என்றார்கள். எங்கள் சொந்த ஆட்களும் தயாராக இருந்தனர்.

வெஸ்ட்டுக்கு ஒரே ஆனந்தம். நாங்கள் வேலை செய்ய ஆரம்பித்ததும் அவர் ஒரு தோத்திரப் பாடலைப் பாட ஆரம்பித்து விட்டார். தச்சர்களுடன் நானும் சேர்ந்துகொண்டேன். மற்றவர்களெல்லாம் அவரவர்கள் முறையில் கலந்து கொண்டு வேலை செய்தார்கள். இவ்வாறு காலை ஏழு மணி வரையில் வேலை செய்தோம். இன்னும் வேலை எவ்வளவோ பாக்கியாக இருந்தது. ஆகவே, வெஸ்ட்டிடம் ஒரு யோசனை கூறினேன். இன்ஜினீயரை எழுப்பி இயந்திரத்தை ஓட்டச் சொல்லிப் பார்க்கலாம் என்றேன். இன்ஜின் ஓட ஆரம்பித்துவிட்டால் காலத்தில் வேலையை முடித்துவிடலாம்.

வெஸ்ட் அவரை எழுப்பினார். எழுந்ததும் இன்ஜின் அறைக்குப் போனார். என்ன ஆச்சரியம் பாருங்கள்! அவர் தொட்டவுடனேயே இன்ஜின் ஓட ஆரம்பித்துவிட்டது. அச்சுக் கூடம் முழுவதும் ஒரே சந்தோஷ ஆரவாரமாக இருந்தது. "இது எப்படி? இரவெல்லாம் நாம் கஷ்டப்பட்டும் முடியாமல் போயிற்று. ஆனால், இன்று காலையிலோ அதில் எந்தவிதமான கோளாறுமே இல்லாதது போல அது வேலை செய்ய ஆரம்பித்துவிட்டதே?" என்று விசாரித்தேன்.

"இது எப்படி என்று கூறுவது கஷ்டம். நம்மைப் போலவே தனக்கு ஓய்வு தேவை என்பதுபோல இயந்திரமும் சில சமயம் நடக்க ஆரம்பித்துவிடுகிறது போல் இருக்கிறது" என்று வெஸ்ட்டோ, இன்ஜினீயரோ கூறினார்கள். சொன்னது யார் என்பதை மறந்துவிட்டேன்.

இன்ஜின் கோளாறு ஆகிவிட்டது எங்கள் எல்லோருக்கும் ஒரு சோதனையாக ஆயிற்று என்றும், எங்களுடைய யோக்கியமான,

மனப்பூர்வமான உழைப்பின் பலனாகவே இன்ஜின் வேலை செய்யத் தொடங்கியது என்றும் எனக்குத் தோன்றிற்று.

பிரதிகளும் உரிய காலத்தில் அனுப்பப்பட்டன. எல்லோரும் மகிழ்ச்சியடைந்தோம்.

ஆரம்பத்தில் காட்டிய இந்தப் பிடிவாதம், பத்திரிகை ஒழுங்காக வெளியே வந்து கொண்டிருக்கும் என்பதை உறுதிப்படுத்தியது. போனிக்ஸில் சுயபலத்தில் நிற்கும் சூழ்நிலையையும் உண்டாக்கியது. வேண்டுமென்றே இன்ஜினை உபயோகிப்பதை நாங்கள் நிறுத்தி விட்டு, ஆள் பலத்தைக் கொண்டே வேலை செய்த சமயமும் உண்டு. போனிக்ஸில் குடியேறியிருந்தவர்களின் தார்மிக குணம் உச்ச நிலைக்கு எட்டியிருந்த சமயமே அது என்பது என் கருத்து.

21. போலக் துணிந்து இறங்கினார்

போனிக்ஸில் நான் குடியேற்றத்தை ஆரம்பித்துவிட்ட போதிலும் அங்கே நான் நிரந்தரமாக வசிக்க முடியாமல் இருந்தது, எப்பொழுதும் எனக்கு வருத்தத்தைக் கொடுத்தது. நாளாவட்டத்தில் வக்கீல் தொழிலிலிருந்து விலகி, இக்குடியேற்றத்தில் வசித்து, என் உடலுழைப்பினால் என் ஜீவனத்திற்கு வேண்டியதைச் சம்பாதித்துக் கொண்டு, போனிக்ஸ் பூரணத்துவத்தை அடைய நான் செய்யும் சேவையின் இன்பத்தை அனுபவிக்க வேண்டும் என்பதே என்னுடைய ஆரம்ப எண்ணம். ஆனால், அது நிறைவேறவில்லை. நாம் ஒன்று நினைக்கத் தெய்வம் ஒன்று நினைக்கிறது என்பதை அனுபவத்தில் கண்டிருக்கிறேன். ஆனால், அதே சமயத்தில் முடிவான லட்சியம், சத்தியத்தை நாடுவதாக மாத்திரம் இருந்துவிடுமானால், மனிதன் போடும் திட்டம் எவ்வளவு தான் தவறிப் போனாலும், முடிவு தீமையானதாக ஆவதில்லை என்பதுடன், சில சமயங்களில் எதிர்பார்த்ததை விட அதிக நன்மையானதாகவும் முடிந்துவிடுகிறது. போனிக்ஸ் குடியேற்றம் எதிர்பாராத விதமாக மாறுதல் அடைந்ததும், எதிர் பாராமல் நேர்ந்த சில நிகழ்ச்சிகளும், நாங்கள் ஆரம்பத்தில் எதிர்பார்த்ததைவிட மேலாக முடிந்தன என்று சொல்லுவது கஷ்டமேயானாலும், தீமையாக மாத்திரம் முடியவில்லை.

நாங்கள் எல்லோரும், உடல் உழைப்பினாலேயே ஜீவனம் செய்வது சாத்தியமாக வேண்டும் என்பதற்காக, அச்சுக்கூடத்தைச் சுற்றி இருந்த நிலத்தை ஆளுக்கு மூன்று ஏக்கர் வீதம் பிரித்துக் கொண்டோம். இதில் ஒரு பகுதி என் பங்குக்கு விழுந்தது. இந்த ஒவ்வொரு பகுதி நிலத்திலும், எங்கள் விருப்பத்திற்கு மாறாகவே இரும்புத் தகடு போட்டு வீடுகளைக் கட்டினோம். நாங்கள் விரும்பியதெல்லாம், வைக்கோல் வேய்ந்த மண் குடிசைகளைக் கட்டிக்கொள்ளுவதுதான். இல்லாவிட்டால், சாதாரண விவசாயி வசிக்கக் கூடிய வகையில் சிறு செங்கல் வீடுகளைக் கட்டிக் கொள்ளுவது என்பதே. ஆனால், அது நிறைவேறவில்லை.

அப்படிக் கட்டுவதாக இருந்தால் அதிகச் செலவாகும்; அதிக காலமும் பிடிக்கும். நாங்களோ, கூடுமானவரையில் சீக்கிரத்திலேயே குடியேற்றத்தில் நிலைபெற்றுவிட வேண்டும் என்பதில் அதிக ஆவலுடன் இருந்தோம்.

மன்சுக்லால் நாஸரே இன்னும் பத்திரிகை ஆசிரியராக இருந்தார். புதிய திட்டத்தை அவர் ஏற்றுக் கொள்ளவில்லை. 'இந்தியன் ஒப்பீனியனு'க்கு டர்பனில் ஒரு கிளைக் காரியாலயம் இருந்தது. அங்கே இருந்து கொண்டே அவர் இப் பத்திரிகைக்கு வேலைசெய்து வந்தார். அச்சுக் கோர்ப்போருக்குச் சம்பளம் கொடுத்து வந்தோம். ஆனால், குடியேற்றத்தைச் சேர்ந்த ஒவ்வொருவரும், அச்சுக் கோர்க்கக் கற்றுக்கொண்டு விடவேண்டும் என்பது என் அபிப்பிராயம். அச்சுக்கூடத்தில் இந்த வேலை அலுப்புத் தட்டும் வேலையானாலும் சுலபமான வேலையே. ஆகையால், இதற்கு முன்னால் இந்த வேலையைக் கற்றுக் கொள்ளாதிருந்தவர்கள், இப்பொழுது கற்றுக்கொண்டோம். ஆனால், இந்த வேலையில் நான் கடைசி வரையில் திறமை இல்லாதவனாகவே இருந்தேன். மகன்லால் காந்தி இதில் எங்களெல்லோரையும் விட முதன்மையாய் இருந்தார். இவர், இதற்கு முன்னால் அச்சுக்கூடத்தில் வேலையே செய்ததில்லையென்றாலும், அச்சுக் கோர்ப்பதில் அதிக சமர்த்தராகி விட்டார். அதிக வேகமாக அச்சுக் கோர்ப்பவராகி விட்டதோடு மாத்திரமல்லாமல், அச்சுக் கூடத்தின் எல்லா வேலைகளையுமே வெகுவிரைவில் கற்றுக் கொண்டுவிட்டார். இது எனக்கு அதிக ஆச்சரியத்தையும் மகிழ்ச்சியையும் அளித்தது. அவருடைய ஆற்றல் அவருக்கே தெரியாது என்பதுதான் எப்பொழுதும் என் அபிப்பிராயம்.

கட்டிடங்களைக் கட்டி முடித்து நாங்கள் அங்கே நிலை பெற ஆரம்பித்தவுடனேயே, புதிதாக அமைந்திருந்த கூட்டை விட்டுவிட்டு நான் ஜோகன்னஸ்பர்க்கிற்குப் போக வேண்டியதாயிற்று. அங்கே இருந்த வேலைகளை நான் கவனிக்காமலேயே அதிக காலத்திற்கு விட்டுவைத்துவிட என்னால் ஆகவில்லை.

ஜோகன்னஸ்பர்க்கிற்குத் திரும்பியதும், நான் செய்திருக்கும் முக்கியமான மாறுதல்களைக் குறித்து ஸ்ரீ போலக்கிடம்

கூறினேன். அவர் இரவல் கொடுத்த புத்தகம் இவ்வளவு பலனுள்ளதாக ஆயிற்று என்பதை அறிந்ததும் அவர் அடைந்த ஆனந்தத்திற்கு எல்லையே இல்லை. "இப் புதிய முறையில் நானும் பங்கெடுத்துக் கொள்ளச் சாத்தியப்படாதா?" என்று கேட்டார். "நிச்சயமாகச் சாத்தியமே. நீங்கள் விரும்பினால் நீங்களும் குடியேற்றத்தில் சேர்ந்து கொள்ளலாம்" என்றேன். "என்னைச் சேர்த்துக் கொள்ளுவதாக இருந்தால் நான் தயாராக இருக்கிறேன்" என்றார்.

அவருடைய உறுதி என்னைக் கவர்ந்துவிட்டது. 'கிரிடிக்' பத்திரிகையில் தாம் செய்து வந்த வேலையிலிருந்து ஒரு மாதத்தில் விலகிக்கொள்ள அனுமதிக்குமாறு பிரதம ஆசிரியருக்கு எழுதினார். பின்னர் அதிலிருந்து விலகிப் போனிக்ஸுக்கு வந்து சேர்ந்தார். தமது இனிய சுபாவத்தினாலும், எல்லோருடனும் நன்றாகப் பழகும் குணத்தினாலும், வெகு சீக்கிரத்தில் அவர் எல்லோருடைய மனத்தையும் கவர்ந்துவிட்டார். எங்கள் குடும்பத்தில் ஒருவராகவும் ஆகிவிட்டார். எளிமை அவருடைய சுபாவத்திலேயே இருந்தது. போனிக்ஸ் வாழ்க்கை அவருக்கு விசித்திரமானதாகவோ, கஷ்டமானதாகவோ தோன்றவில்லை. நீரிலிருப்பது மீனுக்கு எவ்விதம் இயற்கையோ அதேபோல் இவ்வாழ்க்கை அவருக்கு ஒத்ததாக இருந்தது. ஆனால், அவரை அங்கேயே அதிக காலம் நான் வைத்திருப்பதற்கில்லை. இங்கிலாந்துக்குப் போய்த் தமது சட்டப் படிப்பை முடிக்க ஸ்ரீ ரிச் விரும்பினார். எனவே, என் அலுவலகத்தின் வேலை பளுவை நான் ஒருவனே சமாளித்து விடுவதென்பது அசாத்தியம். ஆகவே, என் அலுவலகத்தில் சேர்ந்து அட்டர்னியாகப் பயிற்சி பெறுமாறு போலக்குக்கு யோசனை கூறினேன். முடிவில் நாங்கள் இருவருமே அத் தொழிலிலிருந்து விலகிப் போனிக்ஸில் நிலைத்துவிடலாம் என்று எண்ணியிருந்தேன். ஆனால், அது நிறைவேறாமலேயே போய்விட்டது. நம்பும் சுபாவமுள்ளவர், போலக் ஒரு நண்பரிடம் நம்பிக்கை வைத்து விடுவாரானால், அவரோடு விவாதித்துக் கொண்டிருப்பதைவிட ஒத்துப் போகவே அவர் முயல்வார். போனிக்ஸிலிருந்து எனக்கு எழுதினார். அங்கே இருக்கும் வாழ்க்கை தமக்கு இன்பமாக இருக்கிறதென்றாலும், தாம் சந்தோஷமாகவே இருப்பினும், குடியேற்றத்தை அபிவிருத்தி செய்யலாம் என்று

நம்பினாலும், இதை விட்டுவிட்டுக் காரியாலயத்தில் சேர்ந்து அட்டர்னிக்குப் பயிற்சி பெறுவதனால் நாங்கள் எங்கள் லட்சியத்தை வெகு சீக்கிரத்தில் அடைந்து விடமுடியும் என்று நான் நினைத்ததால் அப்படியே செய்யத் தாம் தயார் என்று எழுதினார். இக்கடிதத்தை நான் மனப்பூர்வமாக வரவேற்கிறேன். போலக், போனிக்ஸிலிருந்து கிளம்பி ஜோகன்னஸ்பர்க்கிற்கு வந்து பயிற்சி பெறத் தஸ்தாவேஜில் கையெழுத்தும் இட்டார்.

அதே சமயத்தில் ஸ்காட்லாந்துக்காரரான ஒரு பிரம்மஞான சங்கத்தினரையும் போலக்கைப் பின்பற்றும்படி அழைத்தேன். உள்ளூர்ச் சட்டப் பரீட்சைக்குப் போவதற்காக அவர் என்னிடம் முன்பு பயிற்சி பெற்று வந்தார். இப்பொழுது என் அழைப்பை ஏற்றுக்கொண்டு வக்கீல் குமாஸ்தாவாகச் சேர்ந்தார். ஸ்ரீ மெக்கின்டயர் என்பது அவர் பெயர்.

இவ்வாறு, போனிக்ஸில் லட்சியங்களைச் சீக்கிரத்தில் அடைந்து விடவேண்டும் என்ற உயரிய நோக்கத்தின் பேரில், நான் வேறு ஒரு திக்கில் மேலும் மேலும் தீவிரமாகப் போய்க் கொண்டிருக்கிறேன் என்று தோன்றியது. கடவுள் மாத்திரம் வேறுவிதமாக எனக்கு அருள் செய்யாதிருந்தால், எளிய வாழ்க்கையின் பெயரால் விரித்திருந்த வலையில் நான் சிக்கிக் கொண்டிருந்திருப்பேன்.

யாருமே எண்ணியோ, எதிர்பார்த்தோ இராத வகையில், நானும் என்னுடைய லட்சியங்களும் எவ்வாறு காப்பாற்றப் பட்டன என்பதை இன்னும் சில அத்தியாயங்களுக்குப் பிறகு நான் விவரிப்பேன்.

22. கடவுள் யாரைக் காக்கிறார்?

வருங்காலத்தில் இந்தியாவுக்குத் திரும்புவது என்ற நம்பிக்கையை எல்லாம் இப்பொழுது அடியோடு கைவிட்டுவிட்டேன். ஓர் ஆண்டில் திரும்பி வந்துவிடுவேன் என்று என் மனைவிக்கு வாக்களித்திருந்தேன். நான் திரும்புவதற்கான ஏது எதுவுமில்லாமலேயே அந்த ஓராண்டும் முடிந்துவிட்டது. ஆகையால், அவளையும் குழந்தைகளையும் வரவழைத்துக் கொள்ளுவது என்று தீர்மானித்தேன்.

அவர்கள் தென்னாப்பிரிக்காவுக்கு வந்துகொண்டிருந்த கப்பலில் என் மூன்றாவது மகன் ராமதாஸ், கப்பல் காப்டனுடன் விளையாடிக் கொண்டிருக்கையில் விழுந்து கையை முறித்துக் கொண்டான். காப்டன் அவனை நன்றாகக் கவனித்துக் கொண்டதோடு கப்பல் டாக்டர் அவனுக்குச் சிகிச்சை செய்யும்படியும் ஏற்பாடு செய்தார். கட்டுப்போட்ட கையோடு ராமதாஸ் கப்பலிலிருந்து இறங்கினான். வீட்டுக்குப் போனதும் தக்க டாக்டர் ஒருவரைக் கொண்டு அவன் காயத்திற்குக் கட்டுக்கட்ட வேண்டும் என்று கப்பல் டாக்டர் ஆலோசனை கூறினார். மண் சிகிச்சையில் நான் பூரணமாக நம்பிக்கை வைத்திருந்த சமயம் அது. என்னுடைய அரைகுறை வைத்தியத்தை நம்பிய என் கட்சிக்காரர்கள் சிலரையும் மண், நீர் சிகிச்சை செய்து கொள்ளும்படி தூண்டிவந்தேன்.

இந்த நிலைமையில் ராமதாஸ் விஷயத்தில் நான் என்ன செய்வது? அப்பொழுது அவனுக்கு எட்டு வயது. அவனுக்கு நான் கட்டு கட்டிவிடுவதில் சம்மதந்தானா என்று அவனைக் கேட்டேன். அவன் சிரித்துக்கொண்டு சம்மதம் என்றான். தனக்கு நல்லது இன்னது என்பதை அந்த வயதில் அவன் முடிவு செய்து கொள்ளுவது சாத்தியமில்லை. ஆனால், அரை குறையான வைத்தியத்திற்கும் சரியான வைத்திய சிகிச்சைக்கும் உள்ள பேதம் அவனுக்குத் தெரியும். என்னுடைய வீட்டு வைத்தியப் பழக்கத்தை அவன் அறிவான். தன்னை என்னிடம் ஒப்படைத்து விடுவதில் அவனுக்கு நம்பிக்கையும் இருந்தது.

பயந்து நடுங்கிக்கொண்டே அவனுக்குப் போட்டிருந்த கட்டை அவிழ்த்தேன். புண்ணை அலம்பினேன். அதன்மீது சுத்தமான மண் பற்றும் போட்டேன். பிறகு கைக்குக் கட்டுப் போட்டேன். புண் முற்றும் ஆறிவிடும் வரையில் ஒரு மாத காலம் இவ்விதம் கட்டுப்போடுவது தினந்தோறும் நடந்து வந்தது. எந்தத் தொந்தரவுமே இல்லை; சாதாரண சிகிச்சையினால் எவ்வளவு காலத்தில் இப் புண் ஆறிவிடும் என்று கப்பல் டாக்டர் கூறியிருந்தாரோ அதைவிட இப்பொழுது அது ஆறுவதற்கு அதிக காலம் ஆகவில்லை.

இதுவும், என்னுடைய மற்றப் பரீட்சைகளும், வீட்டு வைத்திய முறையில் எனக்கு இருந்த நம்பிக்கையை அதிகப் படுத்தின. நான் இப்பொழுது அதிகத் தன்னம்பிக்கையுடன் இம்முறைகளை மேற்கொண்டும் கையாளலானேன். மற்றும் பல நோய்களுக்கும் இம்முறையைக் கையாண்டேன். புண்கள், ஜுரங்கள், அஜீரணம், காமாலை ஆகிய நோய்களுக்கெல்லாம் மண், நீர் வைத்தியம் செய்து வந்தேன். அநேகமாகக் குணமாகிக் கொண்டே வந்தன. ஆனால், தென்னாப்பிரிக்காவில் இதில் எனக்கு இருந்த நம்பிக்கை இப்பொழுது இல்லை. இந்தச் சிகிச்சைகளில் அபாயங்களும் உண்டு என்பதை அனுபவத்தில் அறிந்திருக்கிறேன். ஆகையால், இந்தச் சோதனைகளைக் குறித்து நான் இங்கே கூறியிருப்பது, அவற்றின் வெற்றியை எடுத்துக்காட்டுவதற்காக அன்று. எந்தச் சோதனையும் முழுமையான வெற்றியைக் கண்டது என்று நான் கூறிக் கொள்ளுவதில்லை. வைத்தியர்கள்கூட, தங்கள் சோதனை பூரண வெற்றியை அளித்தது என்று சொல்ல முடியாது. புதிய சோதனைகளைச் செய்ய முற்படுகிறவர், முதலில் அவற்றைத் தம்மிடமே செய்துகொண்டு பரீட்சிக்க வேண்டும் என்பதை எடுத்துக் காட்டுவதே என் நோக்கம். இதனால், உண்மையைத் துரிதமாகக் கண்டுபிடிப்பது சாத்தியமாகிறது. அத்துடன் யோக்கியமாகப் பரிசோதனை செய்பவரைக் கடவுள் எப்பொழுதும் காப்பாற்றுகிறார்.

இயற்கை வைத்திய சோதனையில் எவ்வளவு ஆபத்துக்கள் உண்டோ, அவ்வளவு ஆபத்துக்கள் ஐரோப்பியர்களுடன் நெருங்கிய தொடர்பை வளர்த்துக் கொள்ளுவதற்குச் செய்யும் சோதனைகளிலும் இருக்கின்றன. அந்த அபாயங்கள் வேறு

வகையானவை என்று மட்டுமே சொல்லலாம். ஆனால், இந்தத் தொடர்புகளை உண்டாக்கிக் கொள்ளுவதற்குச் செய்த முயற்சியில் ஆபத்துக்கள் இருக்குமென்று நான் நினைக்கவே இல்லை.

என்னுடன் வந்து தங்குமாறு போலக்கை அழைத்தேன். சொந்தச் சகோதரர்கள் போல நாங்கள் வாழ ஆரம்பித்தோம். சீக்கிரத்தில் ஸ்ரீமதி போலக் ஆகவிருந்த பெண்ணுக்கும் அவருக்கும் சில ஆண்டுகளுக்கு முன்பே விவாகம் நிச்சயமாகியிருந்தது. ஆனால், அனுகூலமான வேளையை எதிர் பார்த்துத் திருமணம் ஒத்தி வைக்கப்பட்டிருந்தது. மண வாழ்க்கையில் நிலைபெறுவதற்கு முன்னால் கொஞ்சம் பணம் சம்பாதித்து வைத்துக் கொள்ளலாமென்று ஸ்ரீ போலக் விரும்பினார் என்பது என் அபிப்பிராயம். ரஸ்கினின் நூல்களை என்னைவிட அவர் நன்றாக படித்திருந்தார். ஆனால், அவருடைய மேனாட்டுச் சூழ்நிலை, ரஸ்கினின் உபதேசங்களை உடனே அனுபவத்திற்குக் கொண்டு வருவதற்குத் தடையாக இருந்தது. அவரிடம் நான் பின்வருமாறு கூறி வாதாடினேன்: "உங்கள் விஷயத்தில் உங்கள் இருவருக்கும் இத்தகைய ஒற்றுமை ஏற்பட்டிருக்கும்போது, பொருளாதாரக் காரணங்களுக்காக விவாகத்தை ஒத்தி வைத்துக் கொண்டு போவது நியாயமே அல்ல. வறுமை ஒரு தடையாக இருக்குமாயின், ஏழைகள் மணம் செய்து கொள்ளவே முடியாது. மேலும், இப்பொழுது நீங்கள் என்னுடன் தங்கியிருக்கிறீர்கள். வீட்டுச் செலவைப் பற்றிய கவலையும் இல்லை. ஆகையால், எவ்வளவு சாத்தியமோ அவ்வளவு சீக்கிரத்தில் நீங்கள் மணம் செய்துகொண்டுவிட வேண்டும்." முந்திய ஓர் அத்தியாயத்தில் நான் கூறியிருப்பதைப்போல, ஸ்ரீ போலக்குடன் ஒரு விஷயத்தைக் குறித்து நான் இரு முறை விவாதிக்க வேண்டி வந்ததே இல்லை. என் வாதத்திலுள்ள நியாயத்தை அவர் ஒப்புக் கொண்டார். அச்சமயம் இங்கிலாந்தில் இருந்த ஸ்ரீமதி போலக்குக்கு இதைக் குறித்து உடனே கடிதம் எழுதினார். அவரும் இந்த யோசனையைச் சந்தோஷமாக ஏற்றுக்கொண்டார். சில மாதங்களில் ஜோகன்னஸ்பர்க் வந்து சேர்ந்தார். கல்யாணத்திற்குச் செலவு செய்யும் எண்ணம் இல்லை. விசேட ஆடைகள் அவசியம் என்றும் கருதப்படவில்லை. தமது பந்தத்திற்கு முத்திரையிட இவர்களுக்கு எந்த மதச்

சடங்குகளுங்கூட அவசியப்படவில்லை. ஸ்ரீமதி போலக் பிறப்பினால் கிறிஸ்தவர்; போலக், யூதர். நீதியின் தருமமே இவர்கள் இருவருக்கும் பொதுவான மதம்.

இந்த விவாக சம்பந்தமாக நடந்த ஒரு வேடிக்கையான சம்பவத்தைக் குறித்துச்சிறிது கூற விரும்புகிறேன். டிரான்ஸ்வாலில் இருக்கும் ஐரோப்பியரின் கல்யாணங்களைப் பதிவு செய்து கொள்ளும் அதிகாரி, கறுப்பு அல்லது மற்ற நிறத்தினரின் விவாகங்களைப் பதிவு செய்யக்கூடாது. இந்தக் கல்யாணத்தில் நான் மாப்பிள்ளைத் தோழனாக இருந்தேன். இதற்கு ஓர் ஐரோப்பியர் எங்களுக்குக் கிடைக்கமாட்டார் என்பதல்ல. ஆனால், அந்த யோசனையைப் போலக் ஒப்புக்கொள்ளவில்லை. ஆகையால், நாங்கள் மூவரும் கல்யாணப் பதிவு அதிகாரியிடம் சென்றோம். நான் மாப்பிள்ளைத் தோழனாக இருந்த ஒரு விவாகத்தில், தம்பதிகள் வெள்ளக்காரர்கள்தான் என்று அவர் எப்படி நிச்சயமாக நம்பி விடமுடியும்? தம்பதிகள் வெள்ளையர்தானா என்பதை விசாரிப்பதற்காக விவாகப் பதிவை ஒத்தி வைப்பதாக அந்த அதிகாரி கூறினார். மறுநாளோ, ஞாயிற்றுக்கிழமை. அதற்கு அடுத்த நாள் புது வருடப் பிறப்பு நாளாதலால் விடுமுறை நாள். பக்தியுடன் ஏற்பாடு செய்யப்பட்டிருந்த ஒரு திருமணத்துக்கு இத்தகைய அற்பமான சாக்குப்போக்குக் கூறித் தேதியை ஒத்திவைப்பதென்றால், அதை யாரும் சகித்துக்கொண்டிருக்க முடியாது. பதிவு இலாகாவின் தலைவரான பிரதம மாஜிஸ்டிரேட்டை எனக்குத் தெரியும். தம்பதிகளுடன் அவர் முன்பு சென்றேன். அவர் சிரித்தார். பதிவு அதிகாரிக்கு ஒரு குறிப்பும் கொடுத்தார். அதன் பேரில் முறைப்படி திருமணம் பதிவாயிற்று.

இதுவரையில் எங்களுடன் வசித்து வந்த ஐரோப்பியர்கள், அநேகமாக எனக்கு ஏற்கனவே தெரிந்தவர்கள்தான். ஆனால் இப்பொழுதோ எங்களுக்கு முற்றும் புதியவரான ஓர் ஆங்கிலப் பெண் எங்கள் குடும்பத்தில் பிரவேசித்தாள். புதிதாக மணமான இத் தம்பதிகளுக்கும் எங்களுக்கும் எப்பொழுதேனும் அபிப்பிராய பேதம் ஏற்பட்டதாக எனக்கு ஞாபகம் இல்லை. ஸ்ரீமதி போலக்கும் என் மனைவிக்கும் சில மனஸ்தாபங்கள் அவ்வப்போது இருந்தது உண்டு. ஆனால், அவை சிறந்த வகையில்

ஒழுங்காகவும் ஒற்றுமையாகவும் உள்ள குடும்பங்களில் சாதாரணமாக ஏற்படும் மனஸ்தாபங்களைவிட எந்த விதத்திலும் அதிகமானவை அல்ல. இன்னும் ஒன்றும் நினைவில் இருக்க வேண்டும். முக்கியமாக என் குடும்பம் பற்பல வகையானவர்கள் சேர்ந்த கலப்புக் குடும்பம் என்றே கருதவேண்டும். எல்லா வகையானவர்களும், வெவ்வேறு குணாதிசயங்களுள்ளவர்களும் தாராளமாக இதில் சேர்த்துக் கொள்ளப்பட்டனர். இதைக் குறித்தும் நாம் நினைக்கும்போது ஒரே சாதி, வெவ்வேறு இனம் என்பதற்கிடையே உள்ள பேதமெல்லாம் வெறும் கற்பனையே என்பதைக் கண்டு கொள்ளுகிறோம். நாம் எல்லோரும் ஒரே குடும்பமே. வெஸ்டின் விவாகத்தையும் இந்த அத்தியாயத்திலேயே நடத்திவிடுகிறேன். என் வாழ்க்கையில் இந்தக் கட்டத்தில் பிரம்மச்சரியத்தைப் பற்றிய என் எண்ணம் பூரணமாக வளர்ச்சியடையவில்லை. ஆகவே, என் பிரம்மச்சரிய நண்பர்கள் எல்லோருக்கும் மணமாகிவிட வேண்டும் என்பதில் நான் அதிகச் சிரத்தை கொண்டேன். வெஸ்ட், தமது பெற்றோரைப் பார்த்துவிட்டு வருவதற்காக லௌத்துக்கு யாத்திரை சென்றார். சாத்தியமானால் விவாகம் செய்துகொண்டு திரும்புமாறு அவருக்குச் சொல்லியனுப்பினேன். போனிக்ஸ் எங்கள் எல்லோருக்கும் பொது வீடு. நாங்கள் எல்லோரும் விவசாயிகளாகவே ஆகி விட்டதாக எண்ணிக்கொண்டதால், விவாகத்தைப்பற்றியும், அதன் சாதாரணமான விளைவுகளைக் குறித்தும் நாங்கள் பயப்படவில்லை. வெஸ்ட் ஸ்ரீமதி வெஸ்ட்டுடன் திரும்பி வந்தார். அவர், லீஸ்டரைச் சேர்ந்த அழகிய இளம்பெண். லீஸ்டர் தொழிற் சாலையில் செருப்புத் தயாரிக்கும் வேலை செய்யும் ஒரு குடும்பத்தைச் சேர்ந்தவர். அத் தொழிற்சாலையில் வேலை செய்து ஸ்ரீமதி வெஸ்ட்டுக்கும் கொஞ்சம் அனுபவம் உண்டு. ‘அழகிய பெண்’ என்று நான் அவரைக் கூறியது, அவருடைய குணசீலத்தின் அழகு என்னை உடனே கவர்ந்திருந்ததனால்தான். உள்ளத்தின் தூய்மையிலேயே உண்மையான அழகு இருக்கிறது. ஸ்ரீ வெஸ்டுடன் அவருடைய மாமியாரும் வந்தார். அவ்வயோதிக மாது இன்றும் உயிருடன் இருக்கிறார். தமது உழைப்பு, உற்சாகம், சந்தோஷமான சுபாவம் ஆகியவைகளினால் அவர், நாங்கள் எல்லோரும் வெட்கப்படும்படி செய்துவிட்டார்.

விவாகம் செய்து கொள்ளுமாறு இந்த ஐரோப்பிய நண்பர்களை நான் தூண்டியதைப் போன்றே, இந்தியாவிலிருக்கும் தங்கள் குடும்பங்களைத் தருவித்துக் கொள்ளுமாறு இந்திய நண்பர்களையும் உற்சாகப்படுத்தினேன். இவ்விதம் போனிக்ஸ் ஒரு சிறு கிராமமாக வளர்ந்தது. ஆறு குடும்பங்கள் அங்கே வந்து குடியேறி வளர ஆரம்பித்தன.

23. குடும்பக் காட்சி

வீட்டுச் செலவு அதிகமாக இருந்தபோதிலும் எளிய வாழ்க்கை நடத்தவேண்டும் என்ற மனப்போக்கு டர்பனிலேயே ஆரம்பம் ஆகிவிட்டது என்பதை முன்பே கவனித்து இருக்கிறோம். ஆனால், ரஸ்கினின் உபதேசங்களை அனுசரித்து ஜோகன்னஸ்பர்க் வீடே கடுமையான மாறுதலை அடைந்தது.

ஒரு பாரிஸ்டரின் வீட்டில் எவ்வளவு எளிமையைப் புகுத்துவது சாத்தியமோ அவ்வளவையும் செய்தேன். ஓரளவுக்கு மேஜை நாற்காலிகள் இல்லாமல் இருக்க முடியாது. புறத்தில் ஏற்பட்ட மாறுதலைவிட அகத்தில் ஏற்பட்ட மாறுதலே அதிகம். உடலுழைப்பு வேலைகளையெல்லாம் நாமே செய்துகொள்ள வேண்டும் என்ற ஆவல் வளர்ந்தது. ஆகையால், என் குழந்தைகளையும் கூட இவ்விதமான கட்டுத் திட்டங்களின் கீழ் வளர்க்க ஆரம்பித்தேன்.

கடையில் ரொட்டி வாங்குவதை நிறுத்தினோம். கூனேயின் முறைப்படி தவிடு போக்காத கோதுமையைக் கொண்டு வீட்டிலேயே ரொட்டி தயாரிக்க ஆரம்பித்தோம். இதற்குக் கடையில் விற்கும் மில் மாவு பயனில்லை. கையினாலேயே அரைத்த மாவை உபயோகிப்பது அதிக எளிமை ஆவதோடு உடம்புக்கும் நல்லதாகவும் சிக்கனமாகவும் இருக்கும் என்று எண்ணினோம். எனவே கையினால் மாவு அரைக்கும் இயந்திரம் ஒன்றை ஏழு பவுன் கொடுத்து வாங்கினேன். அதன் இரும்புச் சக்கரத்தை ஒருவரே சுற்றுவது கஷ்டம். இரண்டு பேர் சுலபத்தில் சுற்றலாம். வழக்கமாகப் போலக்கும் நானும் குழந்தைகளும் அந்த இயந்திரத்தில் மாவு அரைப்போம். நாங்கள் மாவு அரைக்கும் நேரந்தான் சாதாரணமாக என் மனைவி அடுப்பங்கரை வேலையைப் பார்க்கப் போகும் நேரம். என்றாலும், மாவு அரைப்பதில் அவ்வப்போது அவளும் எங்களுக்கு உதவி செய்ய வருவாள். ஸ்ரீமதி போலக் வந்து சேர்ந்த பிறகு அவரும் எங்களுடன் சேர்ந்துகொள்ளுவார். மாவு அரைப்பது குழந்தைகளுக்கு நன்மை தரும் தேகப் பயிற்சியாக

இருந்தது. இந்த வேலையையோ, வேறு எந்த வேலையையோ செய்ய வேண்டும் என்று குழந்தைகள் கட்டாயப்படுத்தப் படுவதில்லை. தாங்களே வந்து, இதில் எங்களுக்கு உதவி செய்வது குழந்தைகளுக்கு ஒரு விளையாட்டு. களைத்துப் போனால் அவர்கள் போய்விடலாம். குழந்தைகள் – பின்னால் உங்களுக்கு நான் அறிமுகம் செய்துவைக்கப் போகிறவர்கள் உள்பட – எனக்கு உதவி செய்ய வராமல் இருந்ததே இல்லை. இவ் வேலையில் பின் தங்கியவர்களும் சிலர் உண்டு. ஆனால், அநேகர் உற்சாகமாகவே வேலை செய்தனர். அந்த நாளில் இளைஞர்கள், வேலை செய்யத் தயங்கியதாகவோ, களைப்பாயிருப்பதாகச் சொன்னதாகவோ எனக்கு நினைவு இல்லை.

வீட்டு வேலையைக் கவனித்துக்கொள்ளுவதற்காக ஒரு வேலைக்காரரை நியமித்திருந்தோம். குடும்பத்தில் ஒருவராக அவரும் எங்களுடன் வசித்தார். அவருடைய வேலைகளில் குழந்தைகளும் அவருக்கு உதவியாக இருப்பார்கள். முனிசிபல் தோட்டி மலத்தை அப்புறப்படுத்தி விடுவார். ஆனால், கக்கூசுகளை அலம்பும் வேலையை வேலைக்காரர் செய்யும்படி விடாமல், அவர் செய்வதை எதிர்பார்த்துக் கொண்டிராமல் நாங்களே செய்து வந்தோம். குழந்தைகளுக்கு இது நல்ல பயிற்சியாயிற்று. இதன் பலனாக, என் புதல்வர்கள் எல்லோருக்கும் தோட்டி வேலையில் அருவருப்பு ஏற்படாமல் இருந்தது. சுகாதார விதிகள் சம்பந்தமாகவும் நல்ல பயிற்சி பெற்றார்கள். ஜோகன்னஸ்பர்க் வீட்டில் யாருக்கும் நோய் என்பதே இல்லை. யாருக்காவது நோய் வந்தால், குழந்தைகள் மனம் உவந்து பணிவிடை செய்வார்கள். குழந்தைகளின் புத்தகப் படிப்பு விஷயத்தில் நான் அசிரத்தையாக இருந்தேன் என்றும் சொல்லமாட்டேன். என்றாலும், அதைத் தியாகம் செய்துவிட நிச்சயமாக நான் தயங்கவில்லை. ஆகையால், என் புதல்வர்கள் என் மீது குறை சொல்லுவதற்குக் கொஞ்சம் காரணமும் இருக்கிறது. சில சமயங்களில் இதை அவர்கள் தெரிவித்தும் இருக்கிறார்கள். இதில் ஓரளவுக்கு என் குற்றத்தையும் நான் ஒப்புக்கொள்ளவே வேண்டும். அவர்களுக்கு இலக்கியக் கல்வி அளிக்க வேண்டும் என்ற ஆசை எனக்கு இருந்தது. நானே அதைச் சொல்லிக் கொடுக்கவும் முயன்றேன். ஆனால், ஒவ்வொரு

சமயமும் இதற்கு ஏதாவது ஓர் இடையூறு வந்துகொண்டே இருந்தது. வீட்டில் அவர்களுக்குப் போதிக்க நான் வேறு எந்த ஏற்பாடும் செய்யவில்லை. என்றாலும், தினமும் என் அலுவலகத்திற்குப் போகும் போதும், வீடு திரும்பும்போதும், அவர்கள் என்னுடன் நடந்துவரும்படி செய்துவந்தேன். இப்படி நடக்கும் தூரம் மொத்தம் ஐந்து மைல்கள். இது எனக்கும் அவர்களுக்கும் நல்ல தேகாப்பியாசமாயிற்று. இவ்விதம் நடந்து போகும்போது, வேறு யாரும் என் கவனத்தைக் கவராது போனால், பேசிக்கொண்டே போவதன் மூலம் அவர்களுக்குக் கல்வி போதிக்க முயல்வேன். இந்தியாவில் தங்கியிருந்த மூத்த மகன் ஹரிலாலைத் தவிர மற்ற என் புதல்வர்கள் எல்லோரும் ஜோகன்னஸ்பர்க்கில் இந்த வகையில் வளர்ந்தவர்கள்தான். தினமும் ஒரு மணி நேரம் ஒழுங்காக அவர்களுடைய இலக்கியப் படிப்புக்குச் செலவிட என்னால் முடிந்திருக்குமானால், மிகச்சிறந்த படிப்பை நான் அவர்களுக்கு அளித்திருப்பேன் என்பது என் கருத்து. அவர்களுக்குப் போதுமான இலக்கியப் பயிற்சியை அளிக்க நான் தவறி விட்டது, அவர்களுக்கும் எனக்கும் கூடத் துயரம் தருவதாயிற்று. என் மூத்த மகன், தனது வருத்தத்தைத் தனிமையில் என்னிடத்திலும் பகிரங்கமாகப் பத்திரிகைகளிலும் அடிக்கடி தெரிவித்து வந்திருக்கிறான். ஆனால் என் மற்ற புதல்வர்கள், என் தவறு தவிர்க்க முடியாதது என்று எண்ணித் தாராளத்துடன் என்னை மன்னித்து விட்டனர். இதற்காக நான் மனம் உடைந்து போய் விடவில்லை. இதில் எனக்கு ஏதாவது வருத்தமிருந்தால், அது ஒரு தந்தை எப்படி இருக்க வேண்டுமோ அப்படி, நான் இல்லாது போய் விட்டேனே என்பதற்காகத்தான். சமூகத்திற்குச் சேவை என்று நான் எதை நம்பினேனோ அது தவறானதாகவும் இருந்து இருக்கக்கூடும். என்றாலும், நான் உண்மையாகவே நம்பிய அந்தச் சேவையில் என் புதல்வர்களின் இலக்கியப் பயிற்சியை நான் தியாகம் செய்துவிட்டேன் என்றே கருதுகிறேன். அவர்களுடைய ஒழுக்கத்தை வளர்ப்பதற்கு அவசியமானவை எவையோ அவைகளை நான் அலட்சியம் செய்துவிட்டதில்லை என்பது நிச்சயம். இதற்குச் சரியான ஏற்பாடு செய்யவேண்டியதே ஒவ்வொரு பெற்றோரின் முக்கியமான கடமையும் என்று நம்புகிறேன். இதில் நான் எவ்வளவு முயன்றிருந்தும், என்

புதல்வர்களிடம் குறைபாடுகள் தோன்றும் போதெல்லாம், அவற்றைக் குறித்து எனக்கு நிச்சயமாகத் தோன்றும் முடிவு ஒன்று உண்டு. அவர்களுடைய குறைபாடுகளுக்குக் காரணம். நான் போதிய கவனம் செலுத்தத் தவறியது அல்ல. ஆனால், அவர்களுடைய பெற்றோர் இருவரிடமும் இருக்கும் குறைகள்தான் என்பதே என் உறுதியான முடிவு.

குழந்தைகள், பெற்றோரின் உடற்கூற்றை மாத்திரமேயன்றி அவர்களுடைய குணத்தின் தன்மைகளையும் பிதுரார்ஜிதமாகப் பெறுகின்றனர். சுற்றுச் சார்பிலுள்ள நிலைமைகளும் குழந்தைகளின் குணங்கள் அமைவதில் முக்கியமான காரணங்களாக இருக்கின்றன. என்றாலும், குழந்தைகள், மூதாதையர்களிடமிருந்து அடைந்ததையே ஆரம்ப மூலதனமாகக் கொண்டு வாழ்க்கையை ஆரம்பிக்கின்றன. மூதாதையர்களிடமிருந்து பெறும் தீய தன்மைகளை வெற்றிகரமாகத் தள்ளிவிட்டு வளரும் குழந்தைகளையும் பார்த்திருக்கிறேன். ஆன்மாவுக்குத் தூய்மையே இயற்கையான குணமாக இருப்பதனால் இது சாத்தியமாகிறது.

குழந்தைகளுக்கு ஆங்கிலக் கல்வி அளிப்பது விரும்பத் தக்கதா என்பதைக் குறித்துப் போலக்கும் நானும் அடிக்கடி கடுமையான விவாதம் செய்திருக்கிறோம். ஆங்கிலத்திலேயே சிந்தித்து, ஆங்கிலத்திலேயே பேசுமாறு தங்கள் குழந்தைகளுக்குப் பயிற்சியளிக்கும் இந்தியப் பெற்றோர், தங்கள் குழந்தைகளுக்கும் நாட்டுக்கும் துரோகம் செய்தவர்கள் ஆவார்கள் என்பது எப்பொழுதுமே என் திடமான அபிப்பிராயமாக இருந்து வந்திருக்கிறது. இதன் மூலம் நாட்டின் ஆன்மீக, சமூக பாரம்பரியச் செல்வம் குழந்தைகளுக்கு இல்லாது போகும்படி செய்து, அந்த அளவுக்கு நாட்டின் சேவைக்குத் தகுதியில்லாதவர்களாகவும், அவர்களை செய்து விடுகிறார்கள். இவ்விதத் திடமான கருத்துக்களை நான் கொண்டிருந்ததால், குழந்தைகளிடம் குஜராத்தியில் தான் பேசுவது என்று வைத்துக்கொண்டேன். இது போலக்குக்குப் பிடிப்பதே இல்லை. அவர்களுடைய எதிர்காலத்தை நான் நாசமாக்குகிறேன் என்று அவர் கருதினார். தம் முழுவலிமையுடனும், அன்புடனும் என்னோடு விவாதிப்பார். ஆங்கிலம் போன்ற உலகம் முழுவதும் பரவியுள்ள ஒரு

மொழியை, மழலைப் பருவத்திலிருந்தே குழந்தைகள் கற்றுக்கொள்ளுவதாக இருந்தால், வாழ்க்கைப் போராட்டத்தில் மற்றவர்களை விட அதிக அனுகூலங்களைச் சுலபமாக அவர்கள் பெறுவார்கள் என்பார், போலக். ஆனால், என் மனத்தை அவரால் மாற்ற முடியவில்லை. என் போக்குத்தான் சரி என்பதை அவர் அறிந்து கொள்ளும்படி செய்துவிட்டேனா, அல்லது நான் அதிகப் பிடிவாதக்காரன் என்று அவர்தான் விட்டுவிட்டாரா என்பது எனக்கு இப்பொழுது ஞாபகமில்லை. இது, இருபது ஆண்டுகளுக்கு முன்னால் நடந்தது. என் கருத்துக்கள், அனுபவத்தினால் இப்பொழுது அதிகப் பலப்பட்டே இருக்கின்றன. முழு இலக்கியப் படிப்பும் இல்லாததனால் என் புதல்வர்கள் நஷ்டமடைந்திருந்தாலும், இயற்கையாகவே தாய் மொழியில் அவர்கள் அடைந்த அறிவு, அவர்களுக்கும் நாட்டுக்கும் நன்மையானதாகவே இருக்கிறது. இதனாலேயே, தங்கள் சொந்த நாட்டில் அந்நியரைப் போல் தோன்றியிருக்க வேண்டியவர்கள், இன்று அப்படித் தோற்றமளிக்காமல் இருக்கிறார்கள். இயற்கையாகவே அவர்கள் இரு மொழிகளை அறியலாயினர். ஏராளமான ஆங்கில நண்பர்களுடன் தினமும் தொடர்பு கொள்ளவேண்டியிருந்தாலும், முக்கியமாகப் பேசப்படும் மொழி ஆங்கிலமாகவே இருந்த நாட்டில் அவர்கள் இருந்தாலும் எளிதில் ஆங்கிலத்தில் எழுதவும் பேசவும் கூடியவர்களாக இருக்கின்றனர்.

24. ஜூலுக் கலகம்

ஜோகன்னஸ்பர்க்கில் நான் நிலைபெற்றுவிட்டேன் என்று நினைத்த பிறகும் எனக்கு நிலையான வாழ்க்கை ஏற்படவில்லை. இனிமேல் கொஞ்சம் அமைதியாக இருக்க முடியும் என்று நான் எண்ணிய சமயம், எதிர்பாராத ஒரு சம்பவம் நிகழ்ந்தது. நேட்டாலில் ஜுலுக் 'கலகம்' ஆரம்பமாயிற்று என்று பத்திரிகைகளில் செய்தியைப் படித்தேன். ஜுலுக்களிடம் எனக்கு எந்த விதமான விரோதமும் இல்லை. அவர்கள் இந்தியருக்கு தீமை செய்துவிடவும் இல்லை. 'கலகம்' என்று சொல்லப்பட்டதைக் குறித்து எனக்குச் சந்தேகம் இருந்தது. ஆனால், பிரிட்டிஷ் சாம்ராஜ்யம் உலகத்தின் நன்மைக்காகவே இருக்கிறது என்று நான் அப்பொழுது நம்பினேன். எனக்கு இருந்த உண்மையான விசுவாசம், அந்தச் சாம்ராஜ்யத்திற்கு ஒரு கெடுதலைக்கூட எண்ண முடியாதபடி என்னைத் தடுத்தது. ஆகையால், 'கலகம்' நியாயமானதுதானா, நியாயமில்லாததா என்பதும் கூட என்னுடைய தீர்மானத்தைப் பாதித்து விடவில்லை. நேட்டாலில் தொண்டர் பாதுகாப்புப் படை ஒன்று இருந்தது. அதில் அதிகம் பேரைச் சேர்த்துக் கொள்ளுவதற்கு இடமிருந்தது. 'கலகத்தை' அடக்குவதற்காக இப்படை பயன்படுத்தப்பட்டு வருகிறது என்றும் பத்திரிகைகளில் படித்தேன்.

நேட்டாலுடன் நான் நெருங்கிய தொடர்பு கொண்டவன். ஆகையால், என்னை அதன் பிரஜையாகவே கருதினேன். எனவே, அவசியமானால், இந்திய வைத்தியப் படை ஒன்றை அமைக்க நான் தயாராக இருக்கிறேன் என்று அறிவித்துக் கவர்னருக்கு எழுதினேன். என் யோசனையை ஏற்றுக்கொண்டு அவர் உடனே பதில் எழுதினார்.

இவ்வளவு சீக்கிரமே என் யோசனை ஏற்றுக்கொள்ளப் பட்டுவிடும் என்று நான் எதிர்பார்க்கவில்லை. அதிர்ஷ்டவசமாக, கடிதம் எழுதுவதற்கு முன்னாலேயே, அவசியமான எல்லா ஏற்பாடுகளையும் செய்து வைத்திருந்தேன். என் யோசனை ஏற்கப்பட்டுவிடுமானால், ஜோகன்னஸ்பர்க் ஜாகையை

எடுத்துவிடுவது, வேறு ஒரு சிறு வீட்டுக்குப் போலக் குடி போய்விடுவது, என் மனைவி போனிக்ஸு க்குப் போய் அங்கேயே இருப்பது என்று நான் தீர்மானித்தேன். இம் முடிவு குறித்து என் மனைவி பூரண சம்மதம் அளித்தாள். இதுபோன்ற காரியங்களில் என்தீர்மானத்திற்கு அவள் என்றாவது ஒரு சமயமேனும் குறுக்கே நின்றதாக எனக்கு ஞாபகமே இல்லை. ஆகையால், கவர்னரிடமிருந்து பதில் வந்ததுமே, வீட்டைக் காலி செய்வதற்கு வீட்டுச் சொந்தக்காரருக்கு வழக்கமான ஒரு மாத முன்னறிவிப்புக் கொடுத்தேன். வீட்டிலிருந்த சாமான்களில் சிலவற்றைப் போனிக்ஸு க்கு அனுப்பிவிட்டு மீதியைப் போலக்கிடம் விட்டுச் சென்றேன்.

டர்பனுக்குச் சென்று, ஆள் தேவை என்று கோரிக்கை வெளியிட்டேன். பெரிய படை எதுவும் தேவைப்படவில்லை. இருபத்து நான்கு பேரைக் கொண்ட ஒரு குழு எங்கள் படை. இதில் என்னைத் தவிர மற்றும் நான்கு குஜராத்திகள் இருந்தனர். சுயேச்சையான ஒரு பட்டாணியரைத் தவிர மற்றவர்களெல்லாம் தென்னிந்தியாவைச் சேர்ந்தவர்கள்; முன்னால் ஒப்பந்தத் தொழிலாளராக இருந்தவர்கள்.

எனக்கு ஓர் அந்தஸ்தை அளிப்பதற்காகவும், வேலை எளிதாக நடப்பதற்காகவும், அப்பொழுது இருந்த சம்பிரதாயத்தை அனுசரித்தும், பிரதம வைத்திய அதிகாரி என்னைத் தற்காலிக சார்ஜண்டு மேஜராக நியமித்தார். நான் தேர்ந்தெடுத்த மூவரை சார்ஜண்டுகளாகவும், ஒருவரைக் கார்ப்பொரலாகவும் நியமித்தார். இவற்றிற்குரிய ஆடைகளையும் அரசாங்கத்தினர் எங்களுக்கு அளித்தனர். எங்கள் படை ஆறு வாரம் சேவை செய்தது. 'கலக'ப் பிரதேசத்தை அடைந்ததும், 'கலகம்' என்ற பெயர் அதற்குச் சரி என்பதற்கான நியாயம் எதையும் நான் அங்கே காணவில்லை. கண்ணால் பார்க்கக்கூடிய வகையில் எதிர்ப்பு என்பதே இல்லை. சிறு கலவரம், பெறும் புரட்சியாக மிகைப்படுத்தப்பட்டதன் காரணம் இதுதான்: ஜுலுக்கள் மீது புது வரி விதித்தார்கள். அதைக் கொடுக்க வேண்டாம் என்று ஒரு ஜுலுத் தலைவர் தம் மக்களுக்கு கூறினார். வரி வசூலிக்கப் போன ஒரு சார்ஜண்டை ஈட்டியால் குத்திவிட்டனராம். விஷயம் எப்படி இருந்தாலும், என் அனுதாபம் ஜுலுக்கள்

பக்கமே இருந்தது. எங்களுடைய முக்கியமான வேலை, காயமடைந்த ஜுலுக்களுக்குப் பணிவிடை செய்வதே என்று, தலைமைக் காரியாலயத்திற்குப் போனதும் நான் அறிந்து ஆனந்தமடைந்தேன். அங்கிருந்த வைத்திய அதிகாரி எங்களை வரவேற்றார். காய மடைந்த ஜுலுக்களுக்கு வெள்ளைக்காரர்கள் மனமாரப் பணிவிடைகள் செய்வதில்லை என்றும், அவர்கள் புண்கள் அழுகிக்கொண்டு வருகின்றன என்றும், என்ன செய்வதென்று தெரியாமல் தாம் திகைத்துக் கொண்டிருந்ததாகவும் அந்த அதிகாரி கூறினார். நாங்கள் வந்தது, ஒரு பாவமும் அறியாத ஜுலுக்களுக்குத் தெய்வ சகாயம்போல் ஆயிற்று என்று அவர் ஆனந்தம் அடைந்தார். புண்களுக்கு மருந்து வைத்துக் கட்டுவதற்கு வேண்டியவைகளையும், கிருமி ஒழிப்பு மருந்துகளையும் எங்களுக்குக் கொடுத்தார். தாற்காலிக ஆஸ்பத்திரிக்கும் எங்களை அழைத்துச் சென்றார். எங்களைப் பார்த்ததும் ஜுலுக்கள் மகிழ்ச்சியடைந்தனர். எங்களுக்கும் வெள்ளைக்காரச் சிப்பாய்கள் இருந்த இடத்திற்கும் மத்தியில் கம்பிக் கிராதி போட்டிருந்தனர். அதன் வழியே வெள்ளைக்காரச் சிப்பாய்கள் எங்களை எட்டிப் பார்த்து, ஜுலுக்களுக்குச் சிகிச்சை செய்ய வேண்டாம் என்று எங்களைத் தூண்ட முயன்றனர். அவர்கள் சொல்லுவதை நாங்கள் கேட்காது போகவே ஜுலுக்களைச் சொல்லொணாத கேவலமான பாஷையில் திட்டினார்கள்.

நாளாவட்டத்தில் இந்தச் சிப்பாய்களுடன் நான் நெருங்கிப் பழகலானேன். பிறகு எங்கள் வேலையில் தலையிடுவதை அவர்கள் நிறுத்தி விட்டனர். ராணுவத்தில் பெரிய உத்தியோகத்தில் கர்னல் ஸ்பார்ஸு ம், கர்னல் வைலியும் இருந்தனர். 1896–இல் இவர்கள் என்னை அதிகக் கடுமையாக எதிர்த்தவர்கள். இப்பொழுது என் போக்கைக்கண்டு ஆச்சரியமடைந்தனர். என்னைப் பார்ப்பதற்கென்றே வந்து, எனக்கு நன்றியும் தெரிவித்தனர். ஜெனரல் மெக்கன்ஸியையும் எனக்கு அறிமுகம் செய்து வைத்தனர். இவர்கள் எல்லோரும் ராணுவ சேவையையே தொழிலாகக் கொண்டவர்கள் என்று வாசகர்கள் எண்ணிவிடவேண்டாம். கர்னல் வைலி, டர்பனில் பிரபலமான வக்கீல். கர்னல் ஸ்பார்கஸ், டர்பனில் ஒரு பெரிய கசாப்புக்கடையின் சொந்தக்காரர் என்ற வகையில்

பிரபலமானவர். ஜெனரல் மெக்கன்ஸி, நேட்டாலில் பிரபல விவசாயி. இவர்கள் எல்லோரும் தொண்டர்களாகப் படையில் சேர்ந்தவர்கள். இதனால், ராணுவப் பயிற்சியையும் அனுபவத்தையும் இவர்கள் பெற்றனர்.

எங்கள் பராமரிப்பில் இருந்த காயம்பட்டோர், யுத்தத்தில் காயமடைந்தவர்களல்ல. இவர்களில் ஒரு பகுதியினரைச் சந்தேகிக்கப்பட்டவர்கள் என்று சிறைப்படுத்தினர். இவர்களுக்குச் சவுக்கடி தண்டனை அளிக்கும்படி ஜெனரல் தீர்ப்பளித்தார். சவுக்கடியால் இவர்களுக்குப் பலமான புண்கள் ஏற்பட்டன. புண்களுக்கு எந்தச் சிகிச்சையுமே செய்யாது போனதால் அழுகிவிட்டன. மற்றவர்களோ, சிநேகமான ஜுலுக்கள். விரோதிகளிலிருந்து இவர்களைப் பிரித்துக் காட்டுவதற்காக இவர்களுக்குப் பட்டைகள் கொடுக்கப்பட்டிருந்தும் தவறாக இவர்களைச் சிப்பாய்கள் சுட்டுவிட்டனர்.

இந்த வேலையல்லாமல், வெள்ளைக்காரச் சிப்பாய்களுக்கு மருந்து கலந்து கொடுக்கும் வேலையும் எனக்கு இருந்தது. டாக்டர் பூத்தின் சிறிய வைத்தியசாலையில் ஒரு வருடம் நான் இதில் பயிற்சி பெற்றிருந்ததால், இந்த வேலை எனக்கு எளிதாக இருந்தது. இந்த வேலையின் காரணமாக அநேக ஐரோப்பியருடன் எனக்கு நெருங்கிய தொடர்பு ஏற்பட்டது.

அதிக வேகமாக ஓர் இடத்திலிருந்து மற்றோர் இடத்திற்குப் போய்க்கொண்டிருந்த ஒரு படையுடன் நாங்கள் இணைக்கப் பட்டிருந்தோம். எங்கெங்கே ஆபத்து இருப்பதாகத் தெரிந்ததோ அங்கே போகும்படி இப்படைக்கு உத்தரவிடப்பட்டது. இதில் பெரும்பகுதியினர் குதிரை வீரர்கள். எங்கள் முகாம் நகர்ந்ததும் காயமடைந்தவர்களைத் தூக்குவதற்குள்ள டோலிகளைத் தோளில் சுமந்துகொண்டு நாங்கள் நடந்தே போகவேண்டும். இரண்டு மூன்று தடவைகளில் ஒரே நாளில் நாற்பது மைல்கள் நாங்கள் நடந்து போகவேண்டி வந்தது. ஆனால், நாங்கள் சென்ற இடங்களிலெல்லாம் எங்களுக்குத் தெய்விகத்தொண்டு இருந்ததற்காக நன்றியுள்ளவனாகிறேன். தவறுதலாகச் சுடப்பட்டு விடும் சிநேக ஜுலுக்களை நாங்கள் டோலிகளில் தூக்கிக்கொண்டு முகாம்களுக்குப் போய்த் தாதிகளாக அவர்களுக்குப் பணிவிடை செய்து வந்தோம்.

25. இதய சோதனை

ஜுலுக் ‘கலக’த்தில் நான் அநேக புது அனுபவங்களைப் பெற்றேன். அது என்னை ஆழ்ந்து சிந்திக்கும்படியும் செய்தது. போரின் பயங்கரங்களைக் குறித்து ஜுலுக் ‘கலக’த்தில் நான் அறிந்து கொண்டதைப் போல் போயர் கலகத்தின் போது நான் தெரிந்து கொள்ளவில்லை. இது மனித வேட்டையேயன்றிப் போர் அல்ல. இது என்னுடைய அபிப்பிராயம் மாத்திரமல்ல, நான் இதைக் குறித்துப் பேச நேர்ந்த போது ஆங்கிலேயர் பலரும் இதே அபிப்பிராயத்தையே கூறினார்கள். ஒரு பாவமும் அறியாத மக்கள் வாழ்ந்த குக்கிராமங்களில், சிப்பாய்களின் துப்பாக்கிகள் பட்டாசுகள் போல் வெடித்தன என்ற செய்தியை ஒவ்வொரு நாள் காலையிலும் கேட்டுக் கொண்டு, அவர்கள் மத்தியிலும் வசித்து வருவது என்பது, பெருஞ் சோதனையாகவே இருந்தது. ஆனால், இந்த வேதனையை நான் ஒருவாறு சகித்துக்கொண்டேன். ஏனெனில் முக்கியமாகக் காயமடைந்த ஜுலுக்களுக்குப் பணிவிடை செய்வது என்பது மாத்திரமே எங்கள் படையின் வேலை. நாங்களும் இல்லாதிருந்தால், அந்த ஜுலுக்களை யாருமே கவனித்திருக்க மாட்டார்கள் என்பதையும் கண்டேன். ஆகவே, இந்த வேலை என் மனத்திற்குச் சமாதானமாக இருந்தது.

ஆனால், சிந்திக்கவேண்டிய வேறு விஷயங்களும் அநேகம் இருந்தன. அந் நாட்டில் மிகக் குறைவான ஜனத் தொகையைக் கொண்ட பகுதி அது. குன்றுகளிலும் பள்ளத்தாக்குகளிலும் ஒன்றுக்கொன்று தொலைதூரத்தில் ‘அநாகரிகர்கள்’ என்று சொல்லப்படும் ஜுலுக்களின் கிரால்கள் எனப்படும் கிராமங்கள் சிதறிக் கிடந்தன. காயமடைந்தவர்களைத் தூக்கிக்கொண்டோ, சும்மாவோ இந்த ஏகாந்தமான பகுதிகளில் நடந்து போகும்போதே அடிக்கடி தீவிரமான சிந்தனையில் ஆழ்ந்துவிடுவேன்.

பிரம்மச்சரியத்தைக் குறித்தும், அதன் விளைவுகளைப் பற்றியும் யோசித்தேன். அது சம்பந்தமான என் கருத்துக்கள்

ஆழ வேர் ஊன்றின. எனது சக ஊழியர்களுடன் அதைக் குறித்து விவாதித்தேன். ஆன்ம ஞானத்தை அடைவதற்குப் பிரம்மச்சரியம் எவ்வளவு இன்றியமையாதது என்பதை அப்பொழுது நான் அறிந்து கொண்டிருக்கவில்லை. ஆனால், தனது முழு ஆன்ம சக்தியுடன் மனித வர்க்கத்திற்குச் சேவை செய்யவேண்டும் என்று விரும்புகிறவர், பிரம்மச்சரியம் இல்லாமல் அதைச் செய்ய முடியாது என்பதை நான் தெளிவாகக் கண்டேன். பிரம்மச்சரியத்தை அனுசரித்தால், நான் செய்து வ்ருவதைப் போன்ற தொண்டுக்கு, மேலும் மேலும் சந்தர்ப்பங்கள் ஏற்படும் என்பதையும், குடும்ப வாழ்க்கையின் இன்பத்திலும் பிள்ளைகளைப் பெறுவதிலும் அவற்றை வளர்ப்பதிலுமே நான் ஈடுபட்டிருந்தேனாயின் என் வேலைக்கு நான் தகுதியுடையவனாக மாட்டேன் என்பதையும் உணர்ந்தேன்.

சுருங்கச் சொன்னால், உடலை நாடுவது அல்லது ஆன்மாவை நாடுவது இந்த இரண்டில் ஏதாவது ஒன்றிற்காகவே நாம் வாழ முடியும். உதாரணமாக, இச் சமயம் என் மனைவி பிள்ளைப்பேற்றை எதிர்பார்க்கும் நிலையில் இருந்திருப்பாளாயின், இப் போரின் சேவையில் நான் குதித்திருக்க முடியாது. பிரம்மச்சரியத்தை அனுசரிக்காத குடும்ப சேவை, சமூக சேவைக்குப் பொருந்தாகதாகவே இருக்கும். பிரம்மச்சரியத்தை அனுசரித்தால் அது முற்றும் பொருந்துவதாக இருக்கும்.

இவ்வாறு சிந்தித்ததனால், முடிவான விரதம் கொண்டு விட வேண்டும் என்று ஒருவகையில் அவசரப்பட்டுக் கொண்டிருந்தேன். இவ்விரதத்தை மேற்கொள்ளப் போகிறோம் என்ற எண்ணமே ஒரு வகையான ஆனந்தத்தை உண்டாக்கியது. கற்பனா சக்தியும் சுதந்திரமாக வேலை செய்ய ஆரம்பித்தது. சேவை செய்வதற்கு எல்லையற்ற துறைகள் தோன்றலாயின.

இவ்வாறு கடுமையான உடலுழைப்பின் நடுவிலும், மன உழைப்பின் நடுவிலும் இருந்த சமயத்தில், 'கலகத்தை' அடக்கும் வேலை அநேகமாக முடிந்துவிட்டது என்றும், நாங்கள் சீக்கிரத்தில் திருப்பி அனுப்பப்பட்டு விடுவோம் என்றும் ஒரு செய்தி வந்தது. இரண்டொரு நாட்களுக்குப் பிறகு

நாங்கள் விடுவிக்கப்பட்டோம் பிறகு சில தினங்களில் எங்கள் வீடுகளுக்குத் திரும்பினோம்.

கொஞ்ச நாட்கள் கழித்துக் கவர்னரிடமிருந்து எனக்கு வந்த கடிதத்தில், எங்கள் வைத்தியப் படையின் சேவைக்குப் பிரத்தியேகமாக நன்றி கூறியிருந்தார்.

போனிக்ஸ் போய்ச் சேர்ந்ததும், பிரம்மச்சரிய விஷயத்தைக் குறித்து சகன்லால், மகன்லால், வெஸ்ட் முதலியவர்களிடம் பேசினேன். இந்த யோசனை அவர்களுக்கும் பிடித்திருந்தது. இவ் விரதத்தை மேற்கொள்ள வேண்டியதன் அவசியத்தை ஒப்புக் கொண்டார்கள். ஆனால், அதிலிருக்கும் கஷ்டங்களையும் எடுத்துக் கூறினர். சிலர், இதை அனுசரிக்கத் தைரியமாக முன்வந்தார்கள். இதில் சிலர் வெற்றி பெற்றார்கள் என்பதையும் அறிவேன்.

நானும் துணிந்து இறங்கினேன். வாழ்நாள் முழுவதும் பிரம்மச்சரியத்தை அனுசரிப்பது என்று விரதம் பூண்டேன். ஆனால் நான் மேற்கொண்ட இக் காரியம் எவ்வளவு மகத்தானது, கடுமையானது என்பதை அப்பொழுது நான் உணரவில்லை அதிலுள்ள கஷ்டங்கள் இன்றும்கூட என் எதிரே மிரட்டிக் கொண்டிருக்கின்றன. இந்த விரதத்தின் முக்கியத்துவமும் நாளுக்கு நாள் எனக்கு நன்றாகப் புலனாகிக் கொண்டு வருகிறது. பிரம்மச்சரியம் இல்லாத வாழ்க்கை, சாரமற்றதாகவும் மிருகத்தனமாகவும் எனக்குத் தோன்றுகிறது. மிருகத்திற்கு இயற்கையிலேயே புலனடக்கம் என்பது இன்னதென்பது தெரியாது. இதற்குரிய சக்தி இருப்பதனால் புலனடக்கத்தை அனுசரிக்கும் வரையிலும், மனிதன் மனிதனாக இருக்கிறான். பிரம்மச்சரியத்தின் பெருமையைக் குறித்து நமது மத நூல்களில் புகழ்ந்து கூறப் பட்டிருப்பதெல்லாம் மிகைப்படுத்திக் கூறப்பட்டிருப்பதாக முன்பெல்லாம் நினைத்துக் கொண்டிருந்தேன். ஆனால், பிரம்மச் சரியத்தைக் குறித்து நாளுக்கு நாள் நான் தெளிவடைந்து வருவதால் சமய நூல்கள் கூறுவதெல்லாம் சரியானவையே என்பதையும், அனுபவத்தில் கண்டு கூறப்பட்ட உண்மைகள் என்பதையும் இன்று காண்கிறேன்.

எவ்வளவோ அற்புதமான சக்தியையுடையதான பிரம்மச்சரியம், எளிதான காரியமும் அன்று என்பதையும் கண்டேன். அது நிச்சயமாக உடலைப்பற்றிய விஷயம் மாத்திரம் அல்ல. உடலின் அடக்கத்தோடு அது ஆரம்பமாகிறது. ஆனால், அதோடு அது முடிந்துவிடுவதில்லை. பூரணமான பிரம்மச்சரியம், அசுத்தமான எண்ணத்திற்கே இடம் தராது. உண்மையான பிரம்மச்சாரி, சரீர இச்சைகளைப் பூர்த்தி செய்து கொள்ளக் கனவிலும் எண்ணமாட்டான். அந்த நிலையை அவன் எய்திவிட்டால் அன்றிப் பிரம்மச்சரியத்தை அடைவதற்கு அவன் வெகுதூரம் கடக்கவேண்டி இருக்கும்.

எனக்கோ சரீர அளவில் பிரம்மச்சரியத்தை அனுசரிப்பதிலும் கூடக் கஷ்டங்கள் அதிகம் இருந்தன. அநேகமாக அபாய எல்லையைத் தாண்டிவிட்டேன் என்று நான் இன்று சொல்லலாம். ஆயினும், இதில் மிகவும் அத்தியாவசியமான – சிந்தையை வசப்படுத்துவதில் – நான் இன்னும் முழு வெற்றியையும் அடைந்து விடவில்லை. இதில் உறுதியோ, முயற்சியோ இல்லாமலில்லை. ஆனால், விரும்பத்தகாத எண்ணங்கள் எங்கிருந்து எழுந்து வஞ்சகமாகப் படையெடுக்கின்றன என்பதை அறிந்துகொள்ளுவது இன்னும் எனக்கு ஒரு பிரச்னையாகவே இருந்துவருகிறது. விரும்பத்தகாத எண்ணங்களைத் தடுத்து மனக் கதவைப் பூட்டி விடுவதற்கு ஒருசாவி இருக்கிறது என்பதில் எனக்குச் சந்தேகமில்லை. ஆனால் ஒவ்வொருவரும் அதை அவரவரே தேடிக் கண்டுபிடித்துக் கொள்ள வேண்டியிருக்கிறது. மகான்களும் முனிவர்களும் தங்கள் அனுபவங்களை நமக்குச் சொல்லிப் போயிருக்கிறார்கள். ஆனால், எல்லோருக்கும் ஏற்றதாகவும், தவறாமல் பலிக்கக் கூடியதாகவும் உள்ள மருந்து எதையும் அவர்கள் குறிப்பிடவில்லை. பரிபூரணத்துவம் அல்லது தவறே இழைக்காமலிருக்கும் சக்தி கடவுளின் அருளினால் மாத்திரமே கைகூடும். அதனாலேயே கடவுளை நாடிய பக்தர்களும் ஞானிகளும் தங்களுடைய தவ வலிமையினாலும் தூய்மையினாலும், சக்தி பெற்ற ராமநாமம் போன்ற மந்திரங்களை நமக்கு அளித்திருக்கிறார்கள். அவன் அருளை நாடி அவனே கதி என்று பரிபூரணமாக அடைக்கலம் புகுந்து விட்டாலன்றிச் சிந்தையை முற்றிலும் அடக்கி விடுவது என்பது சாத்தியமே இல்லை. சிறந்த சமய நூல் ஒவ்வொன்றும் இதையே

போதிக்கிறது. பூரணமான பிரம்மச்சரியத்தை அடைந்து விடுவதற்காக நான் பாடுபடும் ஒவ்வொரு கணத்திலும் இந்த உண்மையை உணர்ந்து வருகிறேன்.

அந்த முயற்சி, போராட்டம் ஆகியவற்றின் சரித்திரத்தில் ஒரு பகுதியை இனி வரும் அத்தியாயங்களில் கூறுகிறேன். இம்முயற்சியை எப்படித் தொடங்கினேன் என்பதை மாத்திரம் சுட்டிக்காட்டி இந்த அத்தியாயத்தை முடிக்கிறேன். உற்சாகத்தின் ஆரம்ப வேகத்தில், பிரம்மச்சரியத்தை அனுசரிப்பது வெகு எளிதானது என்பதைக் கண்டேன். என் வாழ்க்கை முறையில் நான் செய்த முதல் மாறுதல், என் மனைவியுடன் ஒரே படுக்கையில் படுப்பதையும் அவளுடன் தனிமையை நாடுவதையும் விட்டு விட்டதாகும்.

இவ்வாறு 1900– ஆம் ஆண்டிலிருந்து, விரும்பியும் விரும்பாமலும் நான் அனுசரித்து வந்த பிரம்மச்சரியத்திற்கு, 1906– ஆம் ஆண்டு மத்தியிலிருந்து ஒரு விரதத்தின் மூலம் முத்திரையிட்டேன்.

26. சத்தியாக்கிரகத்தின் பிறப்பு

என்னளவில் நான் மேற்கொண்ட பிரம்மச்சரியமாகிய ஆன்மத் தூய்மை, சத்தியாக்கிரகத்திற்குப் பூர்வாங்கமானதாகும்படி செய்வதற்காக ஜோகன்னஸ்பர்க்கில் சம்பவங்கள் தாமாகவே உருவாகிக்கொண்டு வந்தன. பிரம்மச்சரிய விரதத்தில் முடிந்த என் வாழ்க்கையின் முக்கியமான சம்பவங்கள் எல்லாமே அந்தரங்கத்தில் என்னைச் சத்தியாக்கிரகத்திற்குத் தயார் செய்து வந்தன என்பதை இப்பொழுது காண முடிகிறது. சத்தியாக்கிரகம் என்ற சொல் கண்டுபிடிக்கப்படுவதற்கு முன்னாலேயே அத்ததுத்துவம் தோன்றி விட்டது. அது பிறந்தபோது, அதை இன்னதென்று சொல்ல எனக்கே தெரியவில்லை. குஜராத்தியிலும் கூட அதைக் கூற ஆங்கிலச் சொற்றொடரான பாஸிவ் ரெஸிஸ்ட்டன்ஸ் (றிணீஉவீஸ்மீ ஸிமீஉவீஉமீணீஸீமீ – சாத்விக எதிர்ப்பு) என்பதையே உபயோகித்தோம். ஐரோப்பியர்களின் கூட்டமொன்றுக்குச் சென்றிருந்தபோது, 'சாத்விக எதிர்ப்பு' என்பதற்கு மிகக் குறுகிய பொருளே உண்டு என்பதைக் கண்டேன். மேலும், அது பலவீனங்களின் ஆயுதமாகவும் கருதப்பட்டது. அதில் பகைமைக்கு இடம் உண்டு என்பதையும், முடிவில் அதுவே பலாத்காரமாக வளர்ந்து விடக்கூடும் என்பதையும் அறிந்தேன். இந்தக் கருத்துக்களை எல்லாம் நான் மறுத்துக்கூறி, இந்தியரின் இயக்கத்தினுடைய உண்மையான தன்மையை விளக்கவேண்டி இருந்தது. இப் போராட்டத்தைக் குறிப்பிடுவதற்கு ஒரு புதிய சொல்லை இந்தியர் கண்டுபிடித்தாக வேண்டும் என்பது தெளிவாயிற்று.

நான் எவ்வளவோ முயன்று பார்த்தும் ஒரு புதிய பெயரைக் கண்டுபிடிக்க என்னால் முடியவில்லை. ஆகவே, இது சம்பந்தமாகச் சிறந்த யோசனையைக் கூறுபவருக்கு ஒரு சிறு பரிசு அளிப்பதாக 'இந்தியன் ஒப்பீனியன்' பத்திரிகை மூலம் அறிவித்தேன். இதன் பயனாக மகன்லால் காந்தி 'சதாக்கிரகம்' (சத்–உண்மை; ஆக்கிரகம்–உறுதி) என்ற சொல்லைச் சிருஷ்டித்துப் பரிசைப்பெற்றார். ஆனால்,

அது இன்னும் தெளிவானதாக இருக்கட்டும் என்பதற்காக அதைச் 'சத்தியாக்கிரகம்' என்று மாற்றினேன். அதிலிருந்து அப்போராட்டத்திற்குக் குஜராத்தியில் அச்சொல் வழங்கலாயிற்று.

இந்தப் போராட்டத்திற்குச் சரித்திரமே, என்னுடைய தென்னாப்பிரிக்க வாழ்க்கையின் சரித்திரமும் – முக்கியமாக அந்த உபகண்டத்தில் நான் நடத்திய சத்திய சோதனையின் சரித்திரமும் – ஆகும். இந்தச் சரித்திரத்தின் பெரும் பகுதியை எராவ்டாச் சிறையில் இருக்கும்போது எழுதினேன். நான் விடுதலையான பிறகு மீதத்தைப் பூர்த்திசெய்தேன். அது 'நவ ஜீவ'னில் பிரசுரமாகிப் பின்னர் புத்தகரூபமாக வெளிவந்தது. 'கரண்ட்தாட்' பத்திரிக்கைக்காக ஸ்ரீ வால்ஜி கோவிந்தஜி தேசாய், அதை ஆங்கிலத்தில் மொழி பெயர்த்துவருகிறார். சீக்கிரத்தில் அதைப் புத்தக ரூபத்தில் வெளியிடுவதற்காக ஏற்பாடு செய்து கொண்டிருக்கிறேன். தென்னாப்பிரிக்காவில் நான் செய்த மிகவும் முக்கியமான சோதனைகளை அறிய விரும்புவோருக்கு உதவியாக இருக்கட்டும் என்பதற்காகவே இந்த ஏற்பாடு. இன்னும் படிக்காதவர்கள் நான் எழுதிய 'தென்னாப்பிரிக்கச் சத்தியாக்கிரகத்'தைப் படிக்கும்படி சிபாரிசு செய்வேன். அதில் எழுதியிருப்பதை இங்கே நான் திரும்பச் சொல்லப் போவதில்லை. ஆனால், பின்வரும் சில அத்தியாயங்களில் அந்தச் சரித்திரத்தில் கூறப்படாத என் வாழ்க்கையின் சொந்தச் சம்பவங்கள் சிலவற்றை மாத்திரமே கூறுவேன். இவற்றைச் சொல்லி முடித்ததும், இந்தியாவில் நான் செய்த சில சோதனைகளைக் குறித்து உடனே கூற ஆரம்பிப்பேன். ஆகையால், இந்தச் சோதனையை வரிசைக்கிரமத்தில் கவனிக்க விரும்புகிறவர்கள், தென்னாப்பிரிக்கச் சத்தியாக்கிரக சரித்திரத்தை முன்னால் வைத்துக் கொள்ளுவது நல்லது.

27. மேலும் உணவுப் பரிசோதனைகள்

மனம், வாக்கு, செயல் ஆகிய மூன்றிலும் பிரம்மச்சரியத்தை அனுசரிக்க வேண்டும் என்பதில் நான் ஆர்வத்துடனிருந்தேன். அதேபோல் சத்தியாக்கிரகப் போராட்டத்திற்கே அதிக அளவு என் காலத்தைச் செலவிடவும், தூய்மையை வளர்த்துக் கொண்டு அதற்கு என்னைத் தகுதியுடையவனாக்கிக் கொள்ளவும் ஆர்வம் கொண்டிருந்தேன். ஆகையால், என் உணவு சம்பந்தமாக மேலும் பல மாறுதல்களைச் செய்துகொண்டு, எனக்கு நானே அதிகக் கட்டுப்பாடுகளையும் விதித்துக் கொள்ள வேண்டியதாயிற்று. முன்னால் செய்த மாறுதல்களெல்லாம் பெரும்பாலும் தேகாரோக்கியத்தை முன்னிட்டுச் செய்தவை. ஆனால், புதிய சோதனைகளோ, சமய நோக்கில் செய்தவை.

உண்ணாவிரதமும், ஆகாரக் கட்டுப்பாடும் என் வாழ்க்கையில் இப்பொழுது முக்கியமானவைகளாயின. நாவின் சுவையில் அவாவுடையவனிடமே பெரும்பாலும் காமக்குரோதங்கள் இயல்பாகக் குடிகொள்ளும். என் விஷயத்திலும் அவ்வாறே இருந்தது. காம இச்சையையும் நாவின் ருசியையும் அடக்க முயன்றதில் நான் எத்தனயோ கஷ்டங்களை அனுபவிக்க வேண்டி இருந்தது. அவைகளை முற்றும் அடக்கிவிட்டேன் என்று நான் இன்னும் சொல்லிக் கொள்வதற்கில்லை. என்னைப் பெருந்தீனிக்காரனாகக் கருதி வந்தேன். எனது கட்டுத்திட்டம் என்று நண்பர்கள் எதை நினைத்தார்களோ அது கட்டுத்திட்டமாக எனக்கு என்றும் தோன்றவில்லை. நான் இன்று கொண்டிருக்கும் அளவுக்குக் கட்டுத்திட்டங்களை வளர்த்துக் கொள்ளத் தவறியிருப்பேனாயின், மிருகங்களிலும் இழிந்த நிலைக்கு நான் தாழ்ந்துபோய் வெகுகாலத்திற்கு முன்பே நாசமடைந்து இருப்பேன். என்றாலும், என்னுடைய குறைபாடுகளைப் போதிய அளவுக்கு நான் அறிந்திருந்ததால், அவைகளைப் போக்கிக் கொண்டுவிடப் பெரும் முயற்சிகளை நான் செய்தேன். இந்த முயற்சிகளின் பலனாக இவ்வளவு காலமும் இவ்வுடலுடன் காலந்தள்ளி வருவதோடு அதைக் கொண்டு என்னால் இயன்ற பணியையும் செய்து வருகிறேன்.

என் குறைகளை நான் அறிந்திருந்ததோடு மனத்துக்கு இசைந்த சகாக்களின் தொடர்பும் எதிர்பாராத விதமாக ஏற்பட்டது. ஏகாதசி தினத்தன்று பழங்கள் மாத்திரமே சாப்பிடுவது அல்லது பட்டினி விரதம் இருப்பது என்று ஆரம்பித்தேன். ஜன்மாஷ்டமி முதலிய விரத தினங்களையும் அனுஷ்டிக்கத் தொடங்கினேன்.

முதலில் பழ ஆகாரத்துடன் ஆரம்பித்தேன். ஆனால், நாவின் சுவையடக்கத்தைப் பொறுத்த வரையில் பழ ஆகாரத்திற்கும் தானிய ஆகாரத்திற்கும் எந்த விதமான வித்தியாசமும் எனக்குத் தோன்றவில்லை. தானிய ஆகாரத்தைப் போலவே பழ ஆகாரத்திலும் நாவின் சுவை இன்பத்திற்கு இடமுண்டு என்பதைக் கண்டேன். பழ ஆகாரத்தில் பழக்கப்பட்டுவிட்டால் அதில் ருசி இன்பம் இன்னும் அதிகமாகிவிடவும் கூடும். ஆகையால், பட்டினி இருப்பது அல்லது விடுமுறை நாட்களில் ஒரே வேளைச் சாப்பாட்டுடன் இருப்பது என்பதற்கு அதிக முக்கியத்துவம் அளித்தேன். பிராயச்சித்தம் செய்து கொள்ளுவது போன்ற சந்தர்ப்பம் வந்தால், அதையும் பட்டினி கிடப்பதற்கு வாய்ப்பாகப் பயன்படுத்திக் கொண்டேன்.

உபவாசத்தினால் உடலிலிருந்து கழிவுப் பொருள்கள் நன்றாக வெளியேறிவிடுவதால் சாப்பாடு அதிக ருசியாக இருந்தது; நன்றாகப் பசி எடுத்தது. பட்டினியைப் புலன் அடக்கத்துக்கு மட்டுமின்றிப் புலன் நுகர்ச்சிக்கும் சக்தி வாய்ந்த சாதனமாகப் பயன்படுத்தலாம் என்பது அப்பொழுது எனக்குத் தெரிந்தது. நான் கண்ட இந்த திடுக்கிடும் உண்மைக்கு, பின்னால் எனக்கு ஏற்பட்ட இதே போன்ற அனுபவங்களையும், மற்றவர்களின் அனுபவங்களையும் சான்றுகளாகக் காட்டலாம். என் உடல் நிலையை அபிவிருத்தி செய்யவும், அதற்கு பயிற்சி அளிக்கவும் விரும்பினேன். ஆனால், இப்பொழுது எனது முக்கியமான நோக்கம், கட்டுத்திட்டங்களும் சுவையடக்கமுமே. ஆகையால், முதலில் ஓர் ஆகாரத்தையும், பிறகு மற்றோர் ஆகாரத்தையும் தேர்ந்தெடுத்துச் சோதித்தேன். அதே சமயத்தில் அளவையும் குறைத்தேன். ஆனால் சுவை இன்பம் மாத்திரம் எனக்கு முன்பு இருந்ததைப் போன்றே இருந்தது. ஒன்றைவிட்டு மற்றொன்றைச் சாப்பிட ஆரம்பித்த போது, முன்னால் சாப்பிட்டதைவிடப் பின்னால் சாப்பிட்டது புதிதாகவும், அதிக ருசியுள்ளதாகவும் எனக்குத் தோன்றிற்று.

இச்சோதனைகளைச் செய்வதில் எனக்குப் பல தோழர்களும் இருந்தனர். இவர்களில் முக்கியமானவர் ஹெர்மான் கால்லென்பாக். இந்த நண்பரைக் குறித்துத் தென்னாப்பிரிக்கச் சத்தியாக்கிரக சரித்திரத்தில் முன்பே எழுதியிருக்கிறேன். ஆகையால், அதைப்பற்றி நான் இங்கே திரும்பச் சொல்லப் போவதில்லை. பட்டினியானாலும் சரி, உணவு மாற்றமானாலும் சரி, கால்லென்பாக் எப்பொழுதும் என்னுடன் இருப்பார். சத்தியாக்கிரகப் போராட்டம் உச்சநிலையில் இருந்தபோது, அவருடைய இடத்தில் நான் அவருடன் வசித்து வந்தேன். எங்கள் உணவு மாறுதல்களைக் குறித்து விவாதிப்போம். பழைய சாப்பாட்டை விடப் புதிய சாப்பாட்டில் அதிக இன்பத்தை அனுபவிப்போம். இப்படிப்பட்ட பேச்சுக்கள் அந்த நாளில் அதிக இன்பமானவைகளாக இருந்தன. அவை தகாத பேச்சுக்களாக எனக்குத் தோன்றவே இல்லை. ஆனால், உணவின் சுவையில் கவனம் செலுத்துவது தவறு என்பதை அனுபவம் எனக்குப் போதித்தது. நாவின் சுவையைத் திருப்தி செய்வதற்காகச் சாப்பிடக் கூடாது; உடலை வைத்திருப்பதற்கு என்று மாத்திரமே சாப்பிட வேண்டும். உணர்ச்சி தரும் ஒவ்வோர் உறுப்பும் உடலுக்கும், உடலின் மூலம் ஆன்மாவுக்கும் ஊழியம் செய்யும்போது அதனதன் இன்ப நுகர்ச்சி மறைந்து போகிறது. அப்பொழுது தான் அதற்கென்று இயற்கை வகுத்திருக்கும் கடமையை அது செய்ய ஆரம்பிக்கிறது.

இயற்கையோடு இசைந்த இந்த நிலையை அடைவதற்கு எத்தனைதான் பரிசோதனைகள் நடத்தினாலும் போதுமானவையாக மாட்டா; எந்தத் தியாகமும் இதற்கு அதிகமாகாது. ஆனால், துரதிருஷ்டவசமான இக்காலத்தின் போக்கோ இதற்கு எதிரிடையான திக்கில் பலமாக ஓடிக்கொண்டு இருக்கிறது. அழியும் உடலை அலங்கரிப்பதற்காகவும், மிகச் சொற்ப காலம் அது நீடித்திருப்பதற்கு முயலுவதற்கும், ஏராளமான மற்ற உயிர்களைப் பலியிட நாம் வெட்கப்படுவதில்லை. இதன் பலனாக நம்மையே உடலோடும், ஆன்மாவோடும் மாய்த்துக் கொள்ளுகிறோம். பழைய நோய் ஒன்றைப் போக்கிக் கொள்ள முயன்று, நூற்றுக்கணக்கான புதிய நோய்களுக்கு இடந்தருகிறோம். புலன் இன்பங்களை அனுபவிக்க முயன்று முடிவில் இன்பானுபவத்திற்கான நமது சக்தியையும்

இழந்துவிடுகிறோம். இவை யாவும் நம் கண் முன்னாலேயே நடந்து கொண்டிருக்கின்றன. ஆனால், இவற்றைப் பார்க்காமல் இருப்பவர்களைப் போன்ற குருடர்கள் வேறு யாருமே இல்லை. உணவுச் சோதனைகளின் நோக்கத்தையும், அவற்றிற்குக் காரணமாக இருந்த கருத்துக் கோவையையும் இதுவரை எடுத்துக் காட்டினேன். இனி உணவுச் சோதனைகளைக் குறித்துக் கொஞ்சம் விவரமாகவே கூற நினைக்கிறேன்.

28. கஸ்தூரிபாயின் தீரம்

என் மனைவி தனது வாழ்க்கையில் மும்முறை கடுமையான நோய்வாய்ப்பட்டு மரணத்திலிருந்து தப்பிப் பிழைத்தாள். குடும்ப வைத்திய முறைகளினாலேயே அவள் குணமடைந்தாள். சத்தியாக்கிரகம் நடந்து கொண்டிருந்த போதோ அல்லது ஆரம்பம் ஆவதற்கிருந்த சமயத்திலோ அவள் முதல் முறை கடுமையாக நோயுற்றாள். அவளுக்கு அடிக்கடி ரத்த நஷ்டம் ஏற்பட்டு வந்தது. ரண சிகிச்சை செய்வது அவசியம் என்று ஒரு வைத்திய நண்பர் ஆலோசனை கூறினார். முதலில் கொஞ்சம் தயங்கினாள் எனினும் பிறகு சம்மதித்தாள். அவள் அதிகப் பலவீனமாக இருந்ததால் மயக்க மருந்து கொடுக்காமல் டாக்டர் ரண சிகிச்சை செய்ய வேண்டியிருந்தது. கிசிச்சை வெற்றிகரமானதாயிற்று. ஆனால், அவள் அதிக நோவை அனுபவிக்க நேர்ந்தது. நானே அதிசயிக்கத்தக்க தீரத்துடன் அதை அவள் சகித்துக்கொண்டாள். டாக்டரும், அவருக்குத் தாதியாக இருந்து பணிவிடை செய்த அவருடைய மனைவியும் அதிகக் கவனத்துடன் அவளைப் பார்த்துக்கொண்டார்கள். இது டர்பனில் நடந்தது. பிறகு நான் ஜோகன்னஸ்பர்க் போக டாக்டர் அனுமதித்தார். அவளைக் குறித்துக் கவலைப்பட வேண்டாம் என்றும் சொன்னார்.

ஆனால், அவளுடைய உடல்நிலை அதிக மோசமாகி விட்டது என்று சில தினங்களுக்கெல்லாம் எனக்குக் கடிதம் வந்தது. படுக்கையில் உட்காருவதற்குக் கூட அவளுக்குப் பலமில்லை என்றும் ஒரு சமயம் பிரக்ஞை இல்லாமல் இருந்தாள் என்றும் அறிந்தேன். என்னுடைய சம்மதமில்லாமல் அவளுக்கு மதுவாவது, மாமிசமாவது கொடுக்கக்கூடாது என்பது டாக்டருக்குத் தெரியும். எனவே, ஜோகன்னஸ்பர்க்கில் இருக்கும் என்னுடன் டெலிபோனில் பேசி, அவளுக்கு மாட்டு மாமிச சூப் கொடுக்க அவர் அனுமதி கேட்டார். இதற்கு நான் அனுமதி கொடுக்க முடியாது என்று அவருக்கு பதில் சொல்லிவிட்டேன். ஆயினும், இது விஷயமாக அபிப்பிராயம்

கூறக்கூடிய நிலையில் அவள் இருந்ததால், அவளைக் கலந்து ஆலோசிக்கலாம் என்றும், அவள் இஷ்டம்போல் செய்து கொள்ளலாம் என்றும் சொன்னேன். ஆனால், டாக்டரோ, "இவ்விஷயத்தில் நோயாளியின் விருப்பத்தைக் கேட்க நான் மறுக்கிறேன். நீங்கள் தான் இதில் அபிப்பிராயம் கூறவேண்டும். நான் கொடுக்க விரும்பும் ஆகாரத்தைக் கொடுக்கும் சுதந்திரத்தை எனக்கு அளிக்க நீங்கள் மறுப்பதானால், உங்கள் மனைவியின் உயிருக்கு நான் பொறுப்பாளியாக மாட்டேன்" என்றார்.

அன்றே ரெயிலில் டர்பனுக்குப் புறப்பட்டேன். அங்கே போனதும் டாக்டரைச் சந்தித்தேன். அவர் நிதானத்துடன் சமாசாரத்தை என்னிடம் கூறினார். "தங்களுடன் டெலிபோனில் பேசுவதற்கு முன்னாலேயே ஸ்ரீமதி காந்திக்கு மாட்டு மாமிச சூப் கொடுத்துவிட்டேன்" என்றார்.

"டாக்டர், நீங்கள் செய்தது பெரும் மோசம்" என்றேன்.

"ஒரு நோயாளிக்கு மருந்தோ, ஆகாரமோ இன்னது கொடுப்பதென முடிவு செய்வதில், மோசம் என்பதற்கே இடமில்லை. நோயுற்றிருப்போரையோ, அவர்கள் உறவினரையோ இவ்விதம் ஏமாற்றிவிடுவதன் மூலம் நோயாளியின் உயிரைக் காப்பாற்ற முடிவதாயின், டாக்டர்களாகிய நாங்கள் ஏமாற்றுவதையே புண்ணியமாகக் கருதுகிறோம்" என்றார் டாக்டர்.

இதைக் கேட்டதும் நான் பெரிதும் மனவேதனை அடைந்தேன். என்றாலும், அமைதியுடன் இருந்தேன். டாக்டர் நல்லவர்; என் சொந்த நண்பர். அவருக்கும், அவருடைய மனைவிக்கும் நான் எவ்வளவோ கடமைப்பட்டிருக்கிறேன். என்றாலும், அவருடைய வைத்திய தருமத்தைச் சகித்துக் கொள்ள நான் தயாராயில்லை.

"டாக்டர், இப்பொழுது என்ன செய்வதாக உத்தேசம் என்பதைச் சொல்லுங்கள். என் மனைவி சாப்பிட விரும்பினாலன்றி, என் மனைவிக்கு ஆட்டிறைச்சி அல்லது மாட்டு இறைச்சி கொடுப்பதை நான் அனுமதிக்கவே மாட்டேன். இதனால், அவள் இறந்துவிட நேர்ந்தாலும் சரிதான்" என்றேன்.

"உங்களுடைய தத்துவத்தை நீங்கள் தாராளமாக வைத்துக் கொள்ளுங்கள். உங்களுடைய மனைவி என்னிடம் சிகிச்சையில்

இருக்கும் வரையில் நான் விரும்பும் எதையும் அவருக்குக் கொடுக்கும் உரிமை எனக்கு இருக்க வேண்டும். இது உங்களுக்குப் பிடிக்கவில்லையானால், அவரை அழைத்துக்கொண்டு போய்விடும்படியே வருத்தத்துடன் நான் கூற வேண்டியிருக்கும். என் வீட்டில் அவர் சாக நான் பார்த்துக் கொண்டிருக்க முடியாது" என்றார், டாக்டர்.

"அப்படியானால், அவளை உடனே அழைத்துக்கொண்டு போய்விட வேண்டும் என்கிறீர்களா?"

"அவரை அழைத்துக்கொண்டு போய்விடவேண்டும் என்று நான் எப்பொழுது சொன்னேன்? இதில் எனக்குப் பூரண உரிமையை நீங்கள் கொடுக்க வேண்டும் என்றே கூறுகிறேன். அப்படிக் கொடுத்தால் நானும் என் மனைவியும் அவருக்காக எங்களாலானதை எல்லாம் செய்யத் தயாராக இருக்கிறோம். அவரைப்பற்றி நீங்களும் கொஞ்சம்கூடக் கவலைப்படாமல் திரும்பிப் போகலாம். இந்தச் சிறு விஷயத்தை நீங்கள் புரிந்து கொள்ளவில்லை என்றால், என் இடத்திலிருந்து அவரை அழைத்துக் கொண்டு போய்விடுங்கள் என்று சொல்ல என்னைக் கட்டாயப் படுத்தியவர்களாவீர்கள்."

என் புதல்வர்களில் ஒருவனும் என்னுடன் இருந்தான் என்று நினைக்கிறேன். என் கருத்தை அவனும் முற்றும் ஆதரித்தான். தன் தாயாருக்கு மாட்டு மாமிச சூப் கொடுக்கக் கூடாது என்றான். பிறகு நான் கஸ்தூரிபாயிடமே இதைக் குறித்துப் பேசினேன். உண்மையில் அவள் அதிகப் பலவீனமாக இருந்தாள். இதுபற்றிக் கலந்து ஆலோசிக்கும் நிலையிலும் அவள் இல்லை. என்றாலும், அவளுடன் ஆலோசிக்க வேண்டியது என் வருந்தத்தக்க கடமை என்று எண்ணினேன். டாக்டரும் நானும் பேசிக்கொண்டிருந்த விவரத்தை அவளிடம் கூறினேன். அவள் தீர்மானமாகப் பதில் சொல்லி விட்டாள். "நான் மாட்டு மாமிச சூப் சாப்பிடமாட்டேன். இவ்வுலகில் மானிடராய்ப் பிறப்பதே அரிது. அப்படியிருக்க இத்தகைய பாதகங்களினால் இவ்வுடலை அசுத்தப்படுத்திக் கொள்ளுவதைவிட உங்கள் மடியிலேயே இறந்து போய்விட நான் தயார்" என்றாள்.

அவளுக்குச் சொல்லிப் பார்த்தேன். என்னைப் பின்பற்றித் தான் நடக்கவேண்டும் என்ற கட்டாயம் எதுவும் இல்லை என்றேன்.

மதுவையும் மாமிசத்தையும் மருந்தாகச் சாப்பிடுவதில் தவறு இருப்பதாக நினைக்காமல் நண்பர்களான ஹிந்துக்கள் சிலர் சாப்பிட்டிருக்கும் உதாரணங்களையும் அவளுக்கு எடுத்துக் கூறினேன். அவள் பிடிவாதமாக இருந்தாள். "தயவு செய்து என்னை இங்கிருந்து அழைத்துச் சென்று விடுங்கள்" என்றாள்.

நான் மிகுந்த ஆனந்தமடைந்தேன். எனக்குக் கொஞ்சம் மனக்கலக்கமும் ஏற்பட்டது. என்றாலும், அவளை எடுத்துக் கொண்டு போய்விடத் தீர்மானித்தேன். நான் செய்துவிட்ட இம்முடிவை டாக்டருக்கு அறிவித்தேன். அவருக்கு ஒரே கோபம் வந்து விட்டது. அவர் சொன்னதாவது: "எவ்வளவு ஈவிரக்கமில்லாத மனிதர் நீங்கள்! இப்பொழுது அவருக்கு இருக்கும் தேக நிலையில் இந்த விஷயத்தை அவரிடம் சொல்லவே நீங்கள் வெட்கப்பட்டிருக்க வேண்டும். இங்கிருந்து எடுத்துக்கொண்டு போகக் கூடிய நிலையில் உங்கள் மனைவி இல்லை என்பதை உங்களுக்குச் சொல்கிறேன். கொஞ்சம் உடம்பு அசங்கினாலும் அவரால் தாங்க முடியாது. வழியிலேயே அவர் இறந்துவிட நேர்ந்தாலும்கூட நான் ஆச்சரியப்படமாட்டேன். அப்படியிருந்தும் நீங்கள் பிடிவாதம் செய்வதானால், உங்கள் இஷ்டம்போல் செய்து கொள்ளுங்கள். அவருக்கு மாட்டு மாமிச சூப் கொடுக்கக் கூடாது என்றால், அவரை ஒருநாள் கூட என் இடத்தில் வைத்துக்கொண்டு அந்த ஆபத்துக்கு உடன்பட நான் தயாராக இல்லை."

ஆகவே, அந்த இடத்தைவிட்டு உடனே புறப்பட்டுவிட முடிவு செய்தோம். மழை தூறிக்கொண்டிருந்தது. ரெயில்வே ஸ்டேஷனுக்குக் கொஞ்சதூரம் போக வேண்டும். டர்பனிலிருந்து போனிக்ஸு க்கு ரெயிலில் போய் அங்கிருந்து எங்கள் குடியிருப்புக்கு இரண்டரை மைல் போகவேண்டும். நான் பெரும் அபாயகரமான காரியத்தையே மேற்கொண்டேன் என்பதில் சிறிதும் சந்தேகமில்லை. ஆனால், கடவுளிடம் நம்பிக்கை வைத்து இவ்வேலையில் இறங்கினேன். முன் கூட்டிப் போனிக்ஸு க்கு ஓர் ஆள் அனுப்பினேன். ஓர் ஏணை, ஒரு புட்டி சூடான பால், ஒரு சுடு நீர்ப் புட்டி ஆகியவைகளுடன் ஸ்டேஷனுக்கு வந்து எங்களைச் சந்திக்குமாறு வெஸ்ட்டுக்குச் சொல்லியனுப்பினேன். ஏணையில் வைத்துக் கஸ்தூரிபாயைத்

தூக்கி செல்ல ஆறு ஆட்களும் வேண்டும் என்று அறிவித்தேன். அடுத்த ரெயிலில் கஸ்தூரிபாயை அழைத்துச் செல்ல ரெயில்வே ஸ்டேஷனுக்குப் போக ஒரு ரிக்ஷாவை அமர்த்தினேன். அபாய நிலையிலிருந்த அவளை அதில் வைத்துக் கொண்டு புறப்பட்டேன்.

கஸ்தூரிபாயை உற்சாகப்படுத்த வேண்டிய அவசியம் ஏற்படவில்லை. அதற்குப் பதிலாக அவள் எனக்கு ஆறுதல் கூறினாள். "எனக்கு ஒன்றும் நேர்ந்துவிடாது. நீங்கள் கவலைப்படாதீர்கள்" என்றாள்.

பல நாட்களாக ஆகாரமே இல்லாததனால் அவள் எலும்பும் தோலுமாக இருந்தாள். ஸ்டேஷன் பிளாட்பாரம் மிகப் பெரியது. ரிக்ஷாவைப் பிளாட்பாரத்திற்குள் கொண்டு போக முடியாததனால் கொஞ்ச தூரம் நடந்துதான் ரெயில் நிற்கும் இடத்திற்குச் செல்ல வேண்டும் ஆகையால், அவளை என் கைகளிலேயே தூக்கிக் கொண்டுபோய் ரெயில் வண்டியில் ஏற்றினேன். போனிக்ஸ் ஸ்டேஷனிலிருந்து ஏணையில் வைத்துக் கொண்டு போனோம். அங்கே நீர்ச் சிகிச்சை செய்ததில் கொஞ்சம் கொஞ்சமாகப் பலம் பெற்று வந்தாள்.

நான் போனிக்ஸ் போய்ச் சேர்ந்த இரண்டு மூன்று நாட்களுக்கெல்லாம் ஒரு சாமியார் அங்கே வந்து சேர்ந்தார். டாக்டர் கூறிய யோசனையை ஏற்றுக்கொள்ள நாங்கள் எவ்விதம் பிடிவாதமாக மறுத்து விட்டோம் என்பதை அவர் அறிந்தார். கஸ்தூரிபாயின் நிலைக்காக அனுதாபம் கொண்டு, எங்களுடன் வாதாடி எங்களைத் திருப்பிவிடுவதற்காகவே அவர் வந்தார். சாமியார் அங்கே வந்தபோது என் இரண்டாவது மகன் மணிலாலும், மூன்றாவது மகன் ராமதாஸும் அங்கே இருந்ததாக எனக்கு ஞாபகம். மாமிசம் சாப்பிடுவது மத விரோதமாகாது என்று அவர் வாதித்தார். இதற்கு மனுஸ்மிருதியிலிருந்து ஆதாரங்களையும் எடுத்துக் கூறினார். என் மனைவியின் முன்னிலையில் அவர் இவ்வாறு விவாதம் செய்தது எனக்குப் பிடிக்கவே இல்லை. ஆனால், மரியாதைக்காக நான் அவரைத் தடுக்காமல் இருந்தேன். மனுஸ்மிருதியின் சுலோகங்கள் எனக்குத் தெரியும். என்னுடைய நம்பிக்கையைப் பொறுத்தவரையில் அவை தேவையும் இல்லை. அந்தச்

சுலோகங்களெல்லாம் இடைச் செருகல்கள் என்று கருதும் ஒரு சாராரும் இருக்கிறார்கள். அப்படி இவை இடைச் செருகல்கள் அல்ல என்றே வைத்துக்கொண்டாலும் என்னுடைய சைவ உணவுக் கொள்கை சமய நூல்களை ஆதாரமாகக் கொள்ளாமல் சுயேச்சையாகக் கைக்கொள்ளப் பட்டதாகும். கஸ்தூரிபாயின் மன உறுதியும் அசைக்க முடியாதது. சாத்திரங்களைப் பற்றி அவள் எதுவும் அறியாள். தன்னுடைய மூதாதையரின் பாரம்பரிய தருமமே அவளுக்குப் போதுமானதாக இருந்தது. குழந்தைகளும் தந்தையின் கொள்கையில் உறுதி கொண்டிருந்தன. ஆகையால், அவர்கள் சாமியாரின் வாதங்களை அலட்சியமாகக் கருதி எதிர்த்துப் பேசினர். இந்தச் சம்பாஷணைக்குக் கஸ்தூரிபாய் உடனே ஒரு முடிவு கட்டிவிட்டாள். "சுவாமிஜி, நீங்கள் என்ன சொன்னாலும் சரி, மாட்டு மாமிச சூப் சாப்பிட்டுக் குணமடைய நான் விரும்பவில்லை. தயவுசெய்து என்னை மேற்கொண்டும் தொந்தரவு செய்யாதீர்கள். நீங்கள் விரும்பினால் என் கணவருடனும் குழந்தைகளோடும் விவாதித்துக் கொள்ளுங்கள். ஆனால், நான் ஒரு தீர்மானம் செய்து கொண்டு விட்டேன்" என்று சொல்லிவிட்டாள்.

29. குடும்ப சத்தியாக்கிரகம்

சிறை வாழ்க்கையில் முதல் அனுபவம் எனக்கு ஏற்பட்டது 1908–ஆம் ஆண்டில். கைதிகள் அனுசரித்தாக வேண்டிய சில கட்டுத் திட்டங்கள், ஒரு பிரம்மச்சாரி அதாவது புலனடக்கம் செய்துகொள்ள விரும்புகிறவர் தாமாகவே அனுபவிக்க வேண்டியவைகளாக இருந்தன என்பதைக் கண்டேன். உதாரணமாக, அத்தகையதோர் கட்டுத் திட்டம், தினம் கடைசிச் சாப்பாட்டைச் சூரியன் மறைவதற்கு முன்னால் முடித்துக் கொண்டு விடவேண்டும் என்பது. இந்தியக் கைதிகளுக்கோ, ஆப்பிரிக்கக் கைதிகளுக்கோ தேநீரோ அல்லது காப்பியோ கொடுப்பதில்லை. சமைத்த உணவில் வேண்டுமானால் அவர்கள் உப்புச் சேர்த்துக் கொள்ளலாம். ஆனால், ருசியைத் திருப்தி செய்வதற்காக என்று மாத்திரம் அவர்கள் எதையும் சாப்பிடக்கூடாது. எங்களுக்குக் கறிமசாலைப் பொடி கொடுக்கும் படியும் உணவைச் சமைக்கும்போதே அதில் உப்பைச் சேர்த்துக் கொள்ள அனுமதிக்குமாறும் சிறை வைத்திய அதிகாரியைக் கேட்டேன். அதற்கு அவர் கூறியதாவது: "ருசி பார்த்துச் சாப்பிடுவதற்காக நீங்கள் இங்கே இல்லை. உடல்நலனைப் பொறுத்த வரையில் கறிமசாலைப்பொடி அவசியமே இல்லை. சமைக்கும் போது உப்பைச் சேர்ப்பதற்கும் பின்னால் உப்புப் போட்டுக் கொள்ளுவதற்கும் எந்த வித்தியாசமும் இல்லை."

அதிகக் கஷ்டத்தின் பேரிலேயே ஆயினும், பின்னால் இந்தத் தடைகளுக்கெல்லாம் விமோசனம் ஏற்பட்டது. ஆனால், அவை இரண்டும் புலனடக்கத்திற்குச் சிறந்த விதிகள். வெளியிலிருந்து விதிக்கப்படும் கட்டுப்பாடுகள் அநேகமாக வெற்றி பெறுவதில்லை. ஆனால், அந்தக் கட்டுப்பாடுகள் தமக்குத் தாமே விதித்துக் கொண்டவையாக இருப்பின், நிச்சயமாக நல்ல பலனை அளிக்கின்றன. ஆகவே சிறையிலிருந்து விடுதலையானாலும் அவ்விரு விதிகளையும் எனக்கு நானே விதித்துக் கொண்டேன். சாத்தியமான வரையில் தேநீர் சாப்பிடுவதை நிறுத்திவிட்டேன். கடைசிச்

சாப்பாட்டைச் சூரியன் மறைவதற்கு முன்னால் முடித்து விடுவேன். இவ்விரண்டையும் அனுசரிப்பதற்கு இப்பொழுது எந்த முயற்சியுமே எனக்குத் தேவையில்லை.

உப்பை அடியோடு விட்டுவிட வேண்டிய சந்தர்ப்பமும் எனக்கு ஏற்பட்டது. இந்தத் தடையைப் பத்து ஆண்டுகாலம் தொடர்ந்து அனுசரித்து வந்தேன். மனிதனுடைய உணவில் உப்பு அவசியமான பொருள் அல்ல என்று சைவ உணவைப் பற்றிய ஏதோ ஒரு புத்தகத்தில் படித்தேன். உப்பு இல்லாத உணவே உடலின் சுகத்திற்கு நல்லது என்றும் அதில் கூறப்பட்டிருந்தது. இதிலிருந்து பிரம்மச்சாரிக்கு உப்பில்லாத உணவு நல்லது என்ற முடிவுக்கு வந்தேன். பலவீனமான உடம்பைக் கொண்டவர்கள் பருப்பு வகைகளைத் தவிர்க்க வேண்டும் என்று நான் படித்திருந்ததோடு அதன் உண்மையை அறிந்துமிருந்தேன். எனக்கோ, பருப்பு வகைகளில் அதிகப்பிரியம்.

ரண சிகிச்சைக்குப் பிறகு குணமடைந்து வந்த கஸ்தூரிபாய்க்குத் திரும்பவும் ரத்த நஷ்டம் ஏற்பட ஆரம்பித்தது. இந்த நோய் சுலபத்தில் குணமாகாது என்றும் தோன்றிற்று. நீர்ச் சிகிச்சையினாலும் குணம் ஏற்படவில்லை. என்னுடைய சிகிச்சை முறைகளை அவள் எதிர்க்கவில்லையாயினும் அவற்றில் அவளுக்கு அவ்வளவாக நம்பிக்கையில்லை. ஆனாலும் வெளி வைத்திய உதவி வேண்டும் என்று அவள் கேட்கவே இல்லை. ஆகவே, என் வைத்திய முறைகளெல்லாம் பயன்படாது போய்விட்டதால் உப்பையும் பருப்புவகைகளையும் தள்ளும்படி அவளைக் கேட்டுக் கொண்டேன். தக்க ஆதாரங்களையெல்லாம் எடுத்துச் சொல்லி நான் எவ்வளவோ விவாதித்துப் பார்த்தும் இதற்கு அவள் சம்மதிக்க மறுத்து விட்டாள். கடைசியாக அவள் எனக்கு ஒரு சவாலும் விட்டாள். உப்பையும் பருப்பையும் விட்டுவிடுமாறு எனக்கு யாராவது யோசனை கூறினாலும் அவற்றை என்னாலும் விட்டுவிட முடியாது என்றாள். இதைக் கேட்டு நான் வருந்தினேன். என்றாலும் அதே சமயத்தில் மகிழ்ச்சியும் அடைந்தேன். அவளிடம் எனக்குள்ள அன்பைப் பொழிவதற்கு ஒரு வாய்ப்புக் கிடைத்தது என்பதே மகிழ்ச்சிக்குக் காரணம். நான் அவளிடம் சொன்னேன்: “நீ தவறாக நினைத்து விட்டாய். நான் நோயுற்று இருந்து, இவற்றையும்

மற்றவைகளையும் தவிர்த்து விடுமாறு வைத்தியர் யோசனை கூறினால், கொஞ்சமும் தயங்காமல் அப்படியே செய்வேன். அது போகட்டும் வைத்திய ஆலோசனை எதுவும் இல்லாமலேயே, நீ விட்டாலும் விடாது போனாலும், உப்பையும் பருப்புக்களையும் ஓர் ஆண்டுக்கு நான் கைவிடுகிறேன்.''

இதைக் கேட்டதும் அவள் திடுக்கிட்டுப் போனாள். மிகுந்த துயரத்தோடு அவள் கூறியதாவது: ''தயவு செய்து என்னை மன்னித்து விடுங்கள். உங்கள் இயல்பு தெரிந்திருந்தும் நான் இப்படி உங்களுக்குக் கோபம் மூட்டியிருக்கக்கூடாது. உப்பையும் பருப்பையும் சாப்பிடுவதில்லை என்று உறுதி கூறுகிறேன். கடவுள் ஆணை; உங்களை வேண்டிக் கொள்ளுகிறேன். இந்த விரதத்தை மட்டும் நீங்கள் விட்டுவிடுங்கள். இப்படி நீங்கள் என்னைத் தண்டிக்கக் கூடாது.''

''உப்பையும் பருப்பையும் சாப்பிடாமல் இருப்பது உனக்கு மிகவும் நல்லது. அவைகள் இல்லாமல் நீ நன்றாகவே இருப்பாய் என்பதில் எனக்குக் கொஞ்சமும் சந்தேகமில்லை. என்னைப் பொறுத்தவரையில், நான் நிச்சயமாக எடுத்துக் கொண்டுவிட்ட விரதத்தைக் கைவிட முடியாது. இது எனக்கும் நன்மையே செய்வது நிச்சயம். ஏனெனில், ஒரு கட்டுத்திட்டம், அது எக்காரணத்தினால் ஏற்பட்டதாயினும், மனிதருக்கு நல்லதே. ஆகையால், என்னைப்பற்றிக் கவலைப்படாதே. இது எனக்கு ஒரு சோதனை. அதோடு நமது தீர்மானத்தை நிறைவேற்றுவதற்கு இது உனக்கு ஓர் தார்மிக ஆதரவாகவும் இருக்கும்'' என்றேன்.

எனவே, என்னை மாற்றுவதற்கில்லை என்று விட்டு விட்டாள். ''நீங்கள் மிகுந்த பிடிவாதக்காரர். யார் சொன்னாலும் கேட்க மாட்டீர்கள்'' என்று கூறிக் கண்ணீர் வடித்து ஆறுதல் அடைந்தாள்.

இந்தச் சம்பவத்தைச் சத்தியாக்கிரகத்திற்கு ஓர் உதாரணமாகவே கொள்ள விரும்புவேன். என்னுடைய வாழ்க்கையின் இனிமையான நினைவுகளில் இதுவும் ஒன்று.

இதற்குப் பிறகு கஸ்தூரிபாயின் தேக நிலை வெகு வேகமாகக் குணமடைந்து வந்தது. இவ்விதம் குணம் ஏற்பட்டது, உப்பும், பருப்பு வகையும் இல்லாத சாப்பாட்டினாலா? அல்லது அதன் பலனாக அவளுடைய ஆகாரத்தில் ஏற்பட்ட மற்ற

மாறுதல்களினாலா? வாழ்க்கை சம்பந்தமான மற்ற விதிகளில் சரியாக நடக்கும்படி செய்வதில் நான் கவனமாக இருந்ததன் காரணமாகவா? அல்லது அந்தச் சம்பவத்தினால் உள்ளத்தில் உண்டான ஆனந்தத்தின் பலனாலா? அப்படித்தான் என்றால் எந்த அளவுக்கு? இதை என்னால் சொல்லிவிட முடியாது. ஆனால், அவள் துரிதமாய் குணமடைந்து வந்தாள். ரத்த நஷ்டம் அடியோடு நின்றுவிட்டது. அரைகுறை வைத்தியன் என்று எனக்கு இருந்த மதிப்பும் அதிகமாயிற்று.

என்னைப் பொறுத்த வரையில், உப்பையும் பருப்பையும் தவிர்த்துக் கொண்டதால் நன்மையே அடைந்தேன். விட்டு விட்ட பொருள்களைத் தின்னவேண்டும் என்ற ஆசையும் எனக்கு வரவில்லை. ஒரு வருடமும் விரைவில் கடந்துவிட்டது. முன்னால் இருந்ததைவிட என் புலன்கள் கட்டுக்கு அடங்கியவைகளாக இருந்ததைக் கண்டேன். இந்தப் பரீட்சை புலனடக்க ஆர்வத்தை அதிகரித்தது. நான் இந்தியாவுக்குத் திரும்பி வெகுகாலம் வரையிலும் உப்பையும் பருப்பு வகைகளையும் தின்னாமலேயே இருந்து வந்தேன். 1914–இல் லண்டனில் இருந்தபோது, ஒரே ஒரு முறை மாத்திரம் அந்த இரண்டையும் நான் சாப்பிட வேண்டியதாகி விட்டது. அந்தச் சந்தர்ப்பத்தைக் குறித்தும், இந்த இரண்டையும் நான் எவ்விதம் திரும்பவும் சாப்பிட ஆரம்பித்தேன் என்பது பற்றியும் பிந்திய அத்தியாயம் ஒன்றில் கூறுகிறேன்.

தென்னாப்பிரிக்காவில் எனது சகஊழியர்கள் பலரிடத்திலும் கூட, உப்பும் பருப்புமில்லாத உணவை நான் சோதனை செய்து நல்ல பலனையே கண்டிருக்கிறேன். இத்தகைய உணவின் நன்மையைக் குறித்து வைத்திய ரீதியில் இருவகையான அபிப்பிராயங்கள் இருக்கக் கூடும். ஆனால், தார்மிக ரீதியில், தன்மறுப்பு எல்லாமே ஆன்மாவுக்கு நல்லதுதான் என்பதில் எனக்கு எவ்விதச் சந்தேகமும் இல்லை. புலனடக்கத்துடன் இருப்பவருக்கும், புலன் நுகர்ச்சிகளில் ஈடுபட்டிருப்பவருக்கும் எவ்விதம் வாழ்க்கை வழிகளில் வேறுபாடு இருக்குமோ அதே போல, அவ்விரு தரத்தினரின் உணவிலும் வேறுபாடு இருக்கவேண்டும். பிரம்மச்சரியத்தை அடைய விரும்புகிறவர்கள், சுகபோக வாழ்விற்கு ஏற்ற அனுஷ்டானங்களைக் கைக்கொண்டே தங்கள் லட்சியத்தில் தோல்வியை அடைந்து விடுகிறார்கள்.

30. புலனடக்கத்தை நோக்கி

என் உணவில் சில மாறுதல்களைச் செய்வதற்குக் கஸ்தூரிபாயின் தேக அசௌக்கியம் எவ்வாறு காரணமாக இருந்தது என்பதை முந்திய அத்தியாயத்தில் விவரித்திருக்கிறேன். பிந்திய கட்டமொன்றில், பிரம்மச்சரியத்திற்கு உதவியாக இருக்கவேண்டும் என்பதற்காக மற்றும் பல மாறுதல்கள் செய்யப்பட்டன.

இவற்றில் முதலாவது பால் சாப்பிடுவதை விட்டுவிட்டது. பால் மிருக உணர்ச்சியைத் தூண்டுகிறது என்று ராய்ச்சந்திர பாயிடமிருந்தே முதன் முதலில் அறிந்தேன். சைவ உணவைப் பற்றிய புத்தகங்களும் இக்கருத்தைப் பலப்படுத்தின. ஆனால், நான் பிரம்மச்சரிய விரதத்தை மேற்கொள்ளாமல் இருந்த வரையில் பால் சாப்பிடுவதை விட்டுவிட நான் துணியவில்லை. உடலை வளர்ப்பதற்குப் பால் அவசியமானது அல்ல என்று நான் முன்னமே அறிந்திருந்தேன். ஆனால், அதை விட்டுவிடுவது எளிதாக இல்லை. புலனடக்கத்திற்காகப் பாலைத் தவிர்த்துவிட வேண்டும் என்ற அவசியம் எனக்கு வளர்ந்து விட்டபோது, கல்கத்தாவிலிருந்து வந்த சில பிரசுரங்களை நான் காண நேர்ந்தது. பசுக்களையும் எருமைகளையும் அவற்றின் சொந்தக்காரர்கள் எவ்வளவு கொடுமை படுத்துகிறார்கள் என்பது அவற்றில் விவரிக்கப்பட்டிருந்தது. இது என்னிடம் ஆச்சரியகரமான பலனை உண்டுபண்ணியது. ஸ்ரீ கால்லென்பாக்குடன் இதைக் குறித்து விவாதித்தேன்.

'தென்னாப்பிரிக்கச் சத்தியாக்கிரக சரித்திரம்' என்ற புத்தகத்தில் ஸ்ரீ கால்லென்பாக்கை வாசகர்களுக்கு நான் அறிமுகம் செய்து வைத்திருந்த போதிலும், முந்திய ஒரு அத்தியாயத்தில் அவரைப் பற்றிக் குறிப்பிட்டிருந்தாலும், அவரைக் குறித்து இங்கே மேலும் கொஞ்சம் சொல்ல வேண்டியது அவசியம் என்று எண்ணுகிறேன். முதன்முதலில் தற்செயலாகவே நாங்கள் சந்தித்தோம். அவர் ஸ்ரீ கானுக்கு நண்பர். அவருடைய

உள்ளத்தின் ஆழத்தில் பர உலகப்பற்று இருப்பதை ஸ்ரீ கான் கண்டுபிடித்ததால், அவரை எனக்கு அறிமுகம் செய்து வைத்தார்.

அவரை அறிய ஆரம்பித்ததும், சுகபோக வாழ்க்கையிலும் ஆடம்பரத்திலும் அவருக்கு இருந்த ஆர்வத்தைக் கண்டு திடுக்கிட்டுப் போனேன். ஆனால் எங்களுடைய முதல்சந்திப்பிலேயே சமய சம்பந்தமாக மிகவும் நுணுக்கமான கேள்விகளை எல்லாம் அவர் கேட்டார். பேச்சின் நடுவில் கௌதம புத்தரின் துறவைப் பற்றியும் பேசினோம். எங்களுடைய பழக்கம் சீக்கிரத்தில் நெருங்கிய நட்பாகக் கனிந்தது. எங்கள் இருவரின் எண்ணங்களும் ஒன்றுபோல் ஆயின. என் வாழ்க்கையில் நான் செய்து கொள்ளும் மாறுதல்களைத் தாமும் தமது வாழ்க்கையில் அனுசரிக்க வேண்டும் என்று உறுதி கொண்டார்.

அச்சமயம் அவருக்கு மணமாகவில்லை, வீட்டு வாடகையைச் சேர்க்காமல் தமக்கு மாத்திரம் மாதம் ரூ.1,200 செலவழித்து வந்தார். இப்பொழுதோ, மாதம் ரூ.120 மாத்திரம் செலவு செய்து கொள்ளும் அளவுக்குத் தமது வாழ்க்கையை எளிமையாக்கிக் கொண்டு விட்டார். என் குடித்தனத்தை எடுத்துவிட்ட பிறகு, முதல் தடவை சிறையிலிருந்து விடுதலையான பின்னர், நாங்கள் இருவரும் சேர்ந்து வசிக்கத் தொடங்கினோம். நாங்கள் நடத்தியது மிகவும் கஷ்டமான வாழ்க்கையே.

இந்த சமயத்தில் தான் பாலைப்பற்றி நாங்கள் விவாதித்தோம். ஸ்ரீ கால்லென்பாக் கூறியதாவது: “பாலினால் ஏற்படக்கூடிய தீய விளைவுகளைக் குறித்து நாம் ஓயாமல் பேசிக் கொண்டிருக்கிறோம். அப்படியானால், நாம் ஏன் அதை விட்டு ஒழித்து விடக்கூடாது? நிச்சயமாக அது அவசியமானதே அல்ல.” இந்த யோசனையைக் கேட்டு எனக்கு ஆச்சரியமும் திருப்தியும் ஒருங்கே ஏற்பட்டன. அதைச் சந்தோஷமாக வரவேற்றேன். அப்பொழுதிலிருந்தே பால் சாப்பிடுவதை விட்டுவிடுவதென்று இருவரும் பிரதிக்ஞை செய்து கொண்டோம். இது நடந்தது டால்ஸ்டாய் பண்ணையில், 1912ல்.

ஆனால், பாலை மறுப்பது மாத்திரம் எனக்குப் போதிய திருப்தியளித்து விடவில்லை. இதற்குப் பின் சீக்கிரத்திலேயே பழ ஆகாரத்தை மாத்திரம், அதுவும் சாத்தியமான வரையில்

மலிவான பழங்களை மட்டும் சாப்பிட்டு வாழ்வது என்று தீர்மானித்தேன். மிகுந்த வறுமையிலிருக்கும் மக்களின் வாழ்க்கையையே நாங்களும் வாழவேண்டும் என்பது எங்கள் விருப்பம்.

பழ ஆகாரம் அதிகச் சௌகரியமானதாகவும் கூட இருந்தது. சமைப்பது என்ற வேலையே இல்லை. பச்சை நிலக் கடலை, வாழைப் பழங்கள், பேரீச்சம் பழங்கள், எலுமிச்சம் பழங்கள், ஆலிவ் எண்ணெய் ஆகியவையே எங்கள் வழக்கமான சாப்பாடு.

பிரம்மச்சரியத்தை அடைய விரும்புவோருக்கு இங்கே ஓர் எச்சரிக்கையைச் செய்ய வேண்டியிருக்கிறது. பிரம்மச்சரியத்திற்கும் உணவுக்கும் நெருங்கிய தொடர்பு இருக்கிறது என்று நான் எடுத்துக்காட்டியிருந்த போதிலும், இதில் மனமே மிகவும் முக்கியமானது என்பது நிச்சயம். தான் அறிய அசுத்தமானதாக இருக்கும் மனத்தைப் பட்டினியினால் சுத்தம் செய்துவிட முடியாது; உணவில் செய்கிற மாறுதல்கள் அதனிடம் பலனை உண்டாக்காது. மனத்திலிருக்கும் காம விகாரங்களைத் தீவிரமான ஆன்ம சோதனையினாலும், ஆண்டவனிடம் அடைக்கலம் புகுவதனாலும், அவன் அருளினாலுமன்றிப் போக்கிக் கொண்டு விடவே முடியாது. ஆனால், உடலுக்கும் உள்ளத்திற்கும் நெருங்கிய தொடர்பு இருக்கிறது. சிற்றின்ப இச்சை கொண்டுள்ள மனம், சுவையானவைகளையும் சுகபோகத்திற்கானவைகளையுமே எப்பொழுதும் நாடும். இந்தப் புத்திப் போக்கைப் போக்கிக் கொள்ளுவதற்கு உணவுக் கட்டுத் திட்டங்களும், பட்டினி இருப்பதும் அவசியமானவை என்று தோன்றலாம். சிற்றின்ப வயப்பட்டுள்ள மனம், உணர்ச்சிகளை அடக்குவதற்குப் பதிலாக அவற்றிற்கு அடிமையாகிவிடுகிறது. ஆகையால் உணர்ச்சியைத் தூண்டிவிடாத சுத்தமான உணவும், அவ்வப்போது பட்டினி இருந்து வருவதும் உடலுக்கு அவசியம்.

உணவுக் கட்டுத் திட்டங்களையும் பட்டினி இருப்பதையும் அலட்சியம் செய்கிறவர்களைப் போலவே, எல்லாவற்றையும் இவற்றிற்காகத் தத்தஞ் செய்கிறவர்களும் தவறையே செய்கின்றனர். புலனடக்கத்தை நோக்கிப் போகும் மனமுடையவர்களுக்கு, உணவுக் கட்டுத் திட்டங்களும் பட்டினியும் அதிகப் பயனளிப்பவை என்று என் அனுபவம்

போதிக்கிறது. உண்மையில் இவற்றின் உதவியினாலன்றி உள்ளத்திலிருக்கும் காம விகாரங்களை அடியோடு போக்கிக் கொண்டு விடவே முடியாது.

31. பட்டினி விரதம்

பால் சாப்பிடுவதையும், தானிய வகைகள் உண்பதையும் விட்டுவிட்டுப் பழ ஆகார சோதனையை ஆரம்பித்த அதே சமயத்தில், புலனடக்கத்திற்கு ஒரு சாதனமாகப் பட்டினி விரதம் இருக்கவும் தொடங்கினேன். இதில் என்னுடன் ஸ்ரீ கால்லென் பாக்கும் சேர்ந்து கொண்டார். இதற்கு முன்னால் அவ்வப் போது நான் பட்டினி விரதம் இருந்து வந்ததுண்டு. ஆனால், அந்த விரதம் முற்றும் தேக ஆரோக்கியத்திற்காகத்தான். புலனடக்கத்திற்கும் பட்டினி அவசியம் என்பதை ஒரு நண்பரின் மூலம் அறிந்தேன்.

நான் வைஷ்ணவக் குடும்பத்தில் பிறந்தவனாதலாலும், என் தாயாரும் கடுமையான விரதங்களை எல்லாம் அனுசரித்து வந்ததாலும், இந்தியாவில் இருந்தபோது ஏகாதசி போன்ற விரதங்கள் இருந்திருக்கிறேன். ஆனால், அப்பொழுதெல்லாம் என் தாயாரைப் போல் நடக்க வேண்டும் என்பதற்காகவும், என் பெற்றோரை மகிழ்விப்பதற்காகவுமே அந்த விரதங்கள் இருந்தேன்.

பட்டினி விரதத்தின் நன்மை அந்தக் காலங்களில் எனக்குத் தெரியாது. அதில் எனக்கு நம்பிக்கையும் இல்லை. ஆனால், நான் மேலே குறிப்பிட்ட நண்பர், பிரம்மச்சரியத்திற்குச் சாதனமாகப் பட்டினி விரதத்தை அனுசரித்து நன்மை பெற்றிருக்கிறார் என்பதை அறிந்ததும், அந்த உதாரணத்தை நானும் பின்பற்றி ஏகாதசி விரதம் இருந்து வந்தேன். ஹிந்துக்கள் இத்தகைய விரத தினங்களில் பாலும் பழமும் மாத்திரம் சாப்பிடுவது உண்டு. ஆனால், இந்த விரதத்தை நான் தினமும் அனுசரித்து வந்ததால், நீரைத் தவிர எதுவும் சாப்பிடுவதில்லை என்று விரதத்தைத் தொடங்கினேன்.

இந்தச் சோதனையை நான் ஆரம்பித்தபோது, ஹிந்துக்களின் சிராவண மாதமும், முஸ்லிம்களின் ரம்ஜான் மாதமும் ஒரே சமயத்தில் வந்தன. காந்தி வம்சத்தினர், வைஷ்ணவ விரதங்களை

மட்டுமின்றிச் சைவ விரதங்களையும் அனுசரிப்பது உண்டு. சிவ ஆலயங்களுக்கும் விஷ்ணு ஆலயங்களுக்கும் போவார்கள். குடும்பத்தைச் சேர்ந்த சிலர், சிராவண மாதத்தில் பிரதோஷ விரதம் (மாலை வரையில் பட்டினி இருப்பது) அனுசரிப்பதும் உண்டு. இந்த விரதத்தை நானும் அனுசரிப்பது என்று தீர்மானித்தேன்.

இந்த முக்கியமான சோதனைகளையெல்லாம் டால்ஸ்டாய் பண்ணையில் இருந்தபோதே மேற்கொண்டோம். அங்கே ஸ்ரீ கால்லென்பாக்கும் நானும் சில சத்தியாக்கிரகிகளின் குடும்பங்களுடன் இருந்தோம். சில இளைஞர்களும் குழந்தைகளும் கூட எங்களுடன் இருந்தார்கள். இக்குழந்தைகளுக்கு ஒரு பள்ளிக்கூடம் வைத்திருந்தோம். அவர்களில் நான்கு, ஐந்து பேர் முஸ்லிம்கள். தங்கள் மத சம்பந்தமான நோன்புகளையெல்லாம் அனுசரித்து வருமாறு அவர்களை நான் உற்சாகப்படுத்தி வந்தேன். நாள்தோறும் அவர்கள் நமாஸ் செய்து வருமாறும் கவனித்துக் கொண்டேன். கிறிஸ்தவ, பார்ஸிச் சிறுவர்களும்கூட அங்கே இருந்தார்கள். அவர்களும் தங்கள் தங்கள் மத சம்பந்தமானவைகளை அனுசரிக்கும்படி செய்ய வேண்டியது என் கடமை என்று கருதினேன்.

ஆகையால், அந்த மாதத்தில் ரம்ஜான் பட்டினி விரதத்தை அனுசரிக்கும்படி முஸ்லிம் சிறுவர்களைத் தூண்டினேன். என் அளவிலோ, பிரதோஷ விரதமிருப்பதென்று தீர்மானித்தேன். ஆனால், ஹிந்து, கிறிஸ்தவ, பார்ஸிச் சிறுவர்களையும் என்னுடன் சேர்ந்து விரதமிருக்கும்படி கூறினேன். விரதானுஷ்டானம் போன்றவைகளில் மற்றவர்களுடன் சேர்ந்து கொள்ளுவது நல்லது என்று அவர்களுக்கு விளக்கிக் கூறினேன். பண்ணையில் இருந்தவர்கள் பலர் என் யோசனையை வரவேற்றார்கள். ஹிந்து, பார்ஸிச் சிறுவர்கள், விரதத்தின் எல்லாச் சிறு விவரங்களிலும் முஸ்லிம்களைப் பின்பற்றவில்லை; அது அவசியமும் அல்ல. பகலெல்லாம் பட்டினி இருந்துவிட்டுச் சூரியன் மறையும்போதே முஸ்லிம் சிறுவர்கள் சாப்பிடுவார்கள். ஆனால் மற்றவர்களோ அப்படி சூரிய அஸ்தமனத்திற்குக் காத்திருப்பதில்லை. ஆகவே, இவர்கள் தங்கள் முஸ்லிம் நண்பர்களுக்கு இனிய பண்டங்களைத் தயாரித்துப் பரிமாற முடிந்தது. அதோடு மறுநாள் காலையில்

சூரியன் உதயமாவதற்கு முன்னால் முஸ்லிம் குழந்தைகள் சாப்பிடுவார்கள். அதே போல ஹிந்து, பார்ஸிக் குழந்தைகள் சாப்பிடுவதில்லை. முஸ்லிம்களைத் தவிர மற்றவர்கள் பகலில் தண்ணீர் குடிப்பார்கள்.

இந்தச் சோதனைகளின் பலனாக, பட்டினி விரதத்தின் நன்மையை எல்லோரும் உணர்ந்தார்கள். இவர்களிடையே அற்புதமான தோழமையும் வளர்ந்தது.

டால்ஸ்டாய் பண்ணையில் நாங்கள் எல்லோருமே சைவ உணவு சாப்பிடுகிறவர்கள். இதில் எல்லோரும் என் உணர்ச்சியை மதித்து நடந்து கொண்டதை நான் நன்றியறிதலுடன் ஒப்புக் கொள்ளவே வேண்டும். முஸ்லிம் சிறுவர்கள் வழக்கமாகச் சாப்பிட்டு வந்த மாமிச உணவை ரம்ஜான் காலத்தில் விட்டுவிட வேண்டிவந்தது. ஆனால், அதைக் குறித்து அவர்களில் யாரும் என்னிடம் குறை சொன்னதே இல்லை. சைவச் சாப்பாட்டை அவர்கள் சுவைத்துச் சாப்பிட்டு இன்புற்றனர். பண்ணையின் எளிய வாழ்வை அனுசரித்து, ஹிந்து இளைஞர்கள் அவர்களுக்கு அடிக்கடி சைவப் பட்சணங்கள் செய்து கொடுப்பார்கள். இந்த இன்பகரமான நினைவுகளை நான் வேறு எந்த இடத்திலும் கூறமுடியாதாகையால், வேண்டுமென்றே பட்டினி விரதத்தைப் பற்றிய இந்த அத்தியாயத்தின் மத்தியில் கூறி இருக்கிறேன். என்னுடைய ஒரு குணாதிசயத்தையும் நான் மறைமுகமாகக் கூறியிருக்கிறேன். அதாவது நல்லது என்று எனக்குத் தோன்றியவைகளிலெல்லாம் என் சக ஊழியர்களும் என்னைப் பின்பற்றும்படி செய்வதில் எனக்கு எப்பொழுதுமே ஆசை. அவர்களுக்குப் பட்டினி விரதம் புதியது. ஆனால், பிரதோஷ, ரம்ஜான் விரதங்களின் காரணமாகப் புலனடக்கத்திற்கு ஓர் உபாயமாகப் பட்டினி இருப்பதில் அவர்களுக்கு சிரத்தை ஏற்படும்படி செய்வது எனக்கு எளிதாயிற்று.

இவ்வாறு புலனடக்கச் சூழ்நிலை இயற்கையாகவே பண்ணையில் தோன்றிவிட்டது. பண்ணைவாசிகள் யாவரும் எங்களுடன் சேர்ந்து அரைப் பட்டினி, முழுப் பட்டினி விரதங்களையெல்லாம் அனுசரித்தார்கள். இது முற்றும் நன்மைக்கே என்று நான் நிச்சயமாகக் கருதுகிறேன். ஆனால், இந்த விரதங்கள் எவ்வளவு தூரம் அவர்களுடைய உள்ளங்களைத்

தொட்டு, உடலின்ப இச்சையை அடக்குவதில் அவர்களுக்கு உதவியாக இருந்தன என்பதை நான் திட்டமாகக் கூறிவிட முடியாதென்றாலும், என்னளவில் உடல் சம்பந்தமாகவும், ஒழுக்க சம்பந்தமாகவும் நான் அதிக நன்மையை அடைந்தேன் என்பது நிச்சயம். பட்டினியும் மற்ற கட்டுத் திட்டங்களும் எல்லோரிடத்திலும் அதே விதமான பலனை உண்டாக்க வேண்டும் என்பதில்லை. இதையும் நான் அறிவேன்.

புலனடக்கத்தையே நோக்கமாகக் கொண்டு பட்டினி விரதமிருந்தால் தான் மிருக இச்சையை அடக்குவதற்கு அது பயன்படும். இத்தகைய விரதங்களுக்கு பின்னால் நாவின் ருசிப் புலனும் மிருக இச்சையும் அதிகரித்து விட்டதை என் நண்பர்கள் சிலர் தங்கள் அனுபவத்தில் கண்டுமிருக்கிறார்கள். அதாவது, புலனடக்கத்தில் இடையறாத ஆர்வமும் சேர்ந்து இருந்தாலன்றிப் பட்டினி விரதத்தினால் மாத்திரம் எவ்விதப் பயனுமில்லை. இதன் சம்பந்தமாகப் பகவத்கீதை இரண்டாவது அத்தியாயத்தின் பிரபலமான சுலோகம் குறிப்பிடத்தக்கதாகும்.

“இந்திரியங்களைத் தடுத்து வைப்பவனுக்கு விஷயானுபவங்கள் அற்றுப் போய்விடுகின்றன. ஆனால், ஆசை எஞ்சி நிற்கிறது. பரமாத்மாவைத் தரிசித்தபின் அவனுடைய ஆசையும் அழிகிறது.”

ஆகையால் பட்டினி விரதமிருப்பதும் அதுபோன்ற கட்டுத் திட்டங்களும் புலனடக்கத்திற்கான சாதனங்களில் ஒன்றாகும். அதுவே எல்லாமும் அல்ல. உடலோடு சேர்ந்து உள்ளமும் பட்டினி விரதத்தை அனுஷ்டிக்காவிட்டால், அது நயவஞ் சகத்திலும், அழிவிலுமே முடியும்.

32. பள்ளி ஆசிரியனாக

0தென்னாப்பிரிக்கச் சத்தியாக்கிரகச் சரித்திரத்தில் சொல்லாத அல்லது சுருக்கமாக மாத்திரம் குறிப்பிட்டுச் சென்றுவிட்ட விஷயங்களை மட்டுமே நான் இந்த அத்தியாயங்களில் கூறி வருகிறேன் என்பதை வாசகர்கள் நினைவில் வைத்திருப்பார்கள் என்று நம்புகிறேன். அப்படி நினைவில் வைத்திருந்தால், சமீபத்திய அத்தியாயங்களுக்கிடையே இருக்கும் தொடர்பை அவர்கள் எளிதில் காண முடியும்.

பண்ணை வளர்ந்து வரவே அதிலிருந்த சிறுவர்களுக்கும், சிறுமிகளுக்கும் படிப்புக்கு ஏதாவது ஏற்பாடு செய்தாக வேண்டியது அவசியமாயிற்று. இவர்களில் ஹிந்து, முஸ்லிம், பார்ஸி, கிறிஸ்தவச் சிறுவர்களும், சில ஹிந்துப் பெண்களும் இருந்தனர். இவர்களுக்குத் தனியாக உபாத்தியாயர்களை வைப்பது சாத்தியமல்ல. அப்படிச் செய்வது அவசியம் என்று நான் எண்ணவுமில்லை. தகுதி பெற்ற இந்தியப் பள்ளி ஆசிரியர்கள் கிடைப்பதில்லை. ஆகையால், ஆசிரியர்களை நியமிப்பது சாத்தியமில்லை. அப்படியே ஆசிரியர்கள் கிடைத்தாலும், குறைந்த சம்பளத்தில் ஜோகன்னஸ்பர்க்கிலிருந்து 21 மைலுக்கப்பால் போக யாரும் தயாராக இருக்க மாட்டார்கள். அவர்களுக்குக் கொடுக்க எங்களிடம் பணமும் ஏராளமாக இல்லை. மேலும் பண்ணைக்கு வெளியிலிருந்து உபாத்தியாயர்களை இறக்குமதி செய்யவேண்டியது அவசியம் என்றும் நான் கருதவில்லை. அப்பொழுது நடை முறையிலிருந்த கல்வி முறையிலும் எனக்கு நம்பிக்கை இல்லை. அனுபவத்தினாலும், சோதனைகளினாலும், உண்மையானதொரு கல்வி முறையைக் கண்டுபிடிக்க வேண்டும் என்ற எண்ணமும் எனக்கு இருந்தது. ஒன்றை மாத்திரம் நான் அறிவேன். அதாவது, மிகவும் சிறப்பான ஒரு நிலையில் பெற்றோரினாலேயே உண்மையான கல்வியை அளிக்க முடியும். இதற்கு வெளி உதவி மிகக் குறைவாகவே இருக்கவேண்டும். டால்ஸ்டாய் பண்ணையோ ஒரு குடும்பம். அதில் தந்தையின் ஸ்தானத்தை நான் வகித்தேன். ஆகையால், சிறுவர்களுக்குப்

பயிற்சி அளிக்கும் பொறுப்பைச் சாத்தியமான வரையில் நானே ஏற்றுக் கொள்ளவேண்டும்.

மேற்கண்ட யோசனையில் குறைகளும் இல்லாமல் இல்லை. எல்லா இளைஞர்களும் சிறு வயதிலிருந்தே என்னுடன் இருந்து வந்தவர்களல்ல. அவர்கள் மாறுபட்ட நிலையிலும், சூழ்நிலையிலும் வளர்ந்தவர்கள். அவர்கள் ஒரே மதத்தைச் சேர்ந்தவர்களும் அல்ல. இத்தகைய நிலையிலிருக்கும் சிறுவர்களுக்கு நான் குடும்பத்தின் தந்தை என்ற ஸ்தானத்தை வகித்தாலும், எவ்விதம் முழுப் பயிற்சியையும் நான் அளித்துவிட முடியும்?

ஆனால், உள்ளத்தின் பண்பு அல்லது சன்மார்க்கத்தை வளர்த்துக்கொள்ளுவதற்கே எப்பொழுதும் நான் முதல் இடம் கொடுத்து வந்தேன். அவர்களுடைய வயதிலும், அவர்கள் வளர்ந்த விதத்திலும் என்னதான் வித்தியாசம் இருந்தாலும், எல்லோருக்கும் ஒரே விதமான சன்மார்க்கப் பயிற்சியை அளித்து விடமுடியும் என்பதில் நான் நம்பிக்கை கொண்டிருந்தேன். ஒரு நாளில் இருபத்து நான்கு மணி நேரமும் அவர்களுடைய தந்தையாக அவர்களிடையே இருந்து வருவது என்றும் தீர்மானித்தேன். அவர்கள் பெறும் கல்விக்குச் சரியான அடிப்படை அவர்கள் ஒழுக்கத்தை வளர்த்துக் கொள்ளுவதே என்று கருதினேன். அந்த அடிப்படையைப் பலமாகப் போட்டுவிட்டால், மற்ற விஷயங்களை யெல்லாம் அவர்களாகவோ அல்லது நண்பர்களின் உதவியாலோ அவர்கள் கற்றுக்கொண்டு விடுவார்கள் என்பதும் என் கருத்து.

அதோடு இலக்கியப் பயிற்சி இருக்க வேண்டியது அவசியம் என்பதை உணர்ந்ததால் ஸ்ரீ கால்லென்பாக், ஸ்ரீ பிரக்ஜி தேசாய் ஆகியவர்களின் உதவியுடன் சில வகுப்புக்களையும் ஆரம்பித்தேன். உடலை வளர்க்க வேண்டியதன் முக்கியத்துவத்தையும் நான் குறைத்து எண்ணிவிடவில்லை. அன்றாடம் வழக்கமாக அவர்கள் செய்து வந்த காரியங்களினால் இந்த உடல் வளர்ச்சியை அவர்கள் பெற்று வந்தார்கள். ஏனெனில், பண்ணையில் வேலைக்காரர்களே இல்லை. சமையலிலிருந்து தோட்டிவேலை வரையில் எல்லாவற்றையும் பண்ணைவாசிகளே செய்துவந்தனர். பழ மரங்கள் பலவற்றைக்

கவனித்துக் கொள்ளவும் வேண்டியிருந்தது. தோட்ட வேலையும் அதிகமிருந்தது. தோட்டவேலையில் ஸ்ரீ கால்லென் பாக்குக்கு அதிக ஆர்வம். அரசாங்கத்தின் மாதிரித் தோட்டம் ஒன்றில் இருந்ததனால் அவருக்கு இதில் அனுபவமும் இருந்தது. சமையல் வேலையில் ஈடுபடாத மற்ற எல்லாக் குழந்தைகளும், பெரியவர்களும், கொஞ்ச நேரம் தோட்ட வேலை செய்தாக வேண்டியது அவர்களுடைய கடமையாயிற்று. இவ்வேலையில் பெரும் பகுதியைக் குழந்தைகளே செய்துவந்தனர். குழிகளைத் தோண்டுவது, மரம் வெட்டுவது, தூக்குவது போன்றவைகளை அவர்களே செய்தார்கள். இவை அவர்களுக்கு நல்ல தேகப்பயிற்சியை அளித்தன. இவ் வேலைகளை அவர்கள் சந்தோஷத்தோடு செய்துவந்தனர். ஆகையால், அவர்களுக்கு வேறு தேகப்பயிற்சியோ, விளையாட்டுக்களோ பொதுவாகத் தேவைப்படவில்லை. இக் குழந்தைகளில் சிலர் – சிற்சில சமயங்களில் எல்லாக் குழந்தைகளுமே – வேலைக்குச் சோம்பியதும் உண்டு. சில சமயங்களில் இதைப் பார்க்காதது போல இருந்து விடுவேன். ஆனால், அநேகமாக அவர்களிடம் நான் கண்டிப்பாகவே இருப்பேன். இந்தக் கண்டிப்பை அவர்கள் விரும்புவதில்லை என்றே சொல்லுவேன். என்றாலும், என் கண்டிப்பை அவர்கள் ஒரு சமயமாவது எதிர்த்ததாக எனக்கு ஞாபகமில்லை. நான் அவர்களிடம் கண்டிப்பாக இருந்த சமயங்களில் ஒருவர் செய்ய வேண்டிய வேலை விஷயத்தில் விளையாட்டாக இருந்துவிடக் கூடாது என்று எடுத்துக்காட்டி, அவர்கள் உணரும்படி செய்வேன். ஆனால், அந்த உறுதி அவர்களிடம் கொஞ்ச நேரத்திற்குத்தான் இருக்கும். அடுத்த கணம் அவர்கள் வேலையைப் போட்டுவிட்டு விளையாடப் போய்விடுவார்கள். என்றாலும், நாங்கள் சமாளித்துக் கொண்டு வந்தோம். அவர்கள் நல்ல உடற்கட்டும் அடைந்து வந்தார்கள். பண்ணையில் நோய் என்பதே இல்லை. இதற்கு நல்ல காற்றும், நீரும், உரிய வேலையில் சாப்பிடுவதும் காரணங்களாகும் என்றும் சொல்லவேண்டும்.

கைத்தொழில் பயிற்சியைப் பற்றியும் கூற வேண்டும். சிறுவர்களில் ஒவ்வொருவருக்கும் பயனுள்ள ஏதாவது ஒரு கைத்தொழிலைச் சொல்லிக் கொடுக்க வேண்டும் என்பது என் நோக்கம். ஸ்ரீ கால்லென்பாக் செருப்புத் தைக்கும்

தொழிலைக் கற்றுக்கொண்டு வந்தார். இந்த வித்தையை நானும் கற்றுக்கொண்டு, அதைக் கற்றுக்கொள்ள விரும்பியவர்களுக்கும் சொல்லிக் கொடுத்தேன். ஸ்ரீ கால்லென்பாக்குக்குத் தச்சுவேலையிலும் கொஞ்சம் அனுபவம் உண்டு. அத் தொழிலறிந்த மற்றொருவரும் பண்ணையில் இருந்தார். ஆகவே, தச்சுத் தொழில் கற்றுக்கொடுக்கவும் ஒரு சிறு வகுப்பு ஆரம்பித்தோம். சமையல் வேலையோ அநேகமாக எல்லாச் சிறுவர்களுக்குமே தெரியும்.

இவை யாவும் அவர்களுக்குப் புதியவை. ஒரு நாளைக்கு இவைகளையெல்லாம் தாங்கள் கற்றுக்கொள்ள வேண்டி இருக்கும் என்று அவர்கள் கனவு கண்டதுகூட இல்லை. பொதுவாகத் தென்னாப்பிரிக்காவில் இந்தியச் சிறுவர்கள் பெற்று வந்த ஒரே பயிற்சி, படிப்பதும், எழுதுவதும், கணக்குப் போடுவதும்தான்.

டால்ஸ்டாய் பண்ணையில் உபாத்தியாயர்கள் எதைத் தாம் செய்யவில்லையோ, அவற்றைச் செய்யுமாறு சிறுவர்களிடம் சொல்லக்கூடாது என்பதை ஒரு விதியாக்கி விட்டோம். ஆகையால், ஒரு வேலையைச் செய்யுமாறு குழந்தைகளிடம் கூறினால், ஓர் உபாத்தியாயரும் அவர்களுடன் இருந்து அந்த வேலையைச் செய்து கொண்டிருப்பார். எனவே, சிறுவர்கள் எதைக் கற்றுக்கொண்டாலும் அதை மகிழ்ச்சியுடன் கற்றுக் கொண்டார்கள். இலக்கியப் பயிற்சியைப் பற்றியும் ஒழுக்கத்தை வளர்ப்பது பற்றியும் பின்னால் வரும் அத்தியாயங்களில் கவனிப்போம்.

33. இலக்கியப் பயிற்சி

டால்ஸ்டாய் பண்ணையில் தேகப் பயிற்சிக்கு ஏற்பாடு செய்ததோடு தற்செயலாகத் தொழிற் கல்வியும் போதித்து வந்ததைக் குறித்து முந்திய அத்தியாயத்தில் கவனித்தோம். எனக்குத் திருப்தியளிக்கக் கூடிய வகையில் இவை நடந்தன என்று சொல்ல முடியாவிட்டாலும் ஏறக்குறைய வெற்றிகரமாக நடந்தன என்றே சொல்லலாம். ஆனால், இலக்கியக் கல்வி அளிப்பது அதிகக் கஷ்டமான விஷயமாக இருந்தது. அதற்கு வேண்டிய வசதிகளோ, தேவையான இலக்கிய ஞானமோ என்னிடம் இல்லை. அதோடு, இத்துறையில் செலவிட வேண்டும் என நான் விரும்பிய அளவு அவகாசமும் எனக்குக் கிடைக்கவில்லை. உடல் உழைப்பில் நான் ஈடுபட்டு வந்ததால், மாலையில் முற்றும் களைத்துப் போய் விடுவேன். இவ்விதம் எனக்கு ஓய்வு மிகவும் அவசியம் என்றிருக்கும் நேரத்தில்தான் வகுப்புகளை நான் நடத்த வேண்டியிருந்தது. ஆகையால், வகுப்புகளை நடத்துவதற்கு எனக்கு மன உற்சாகம் இராது. தூங்கி விடாமல் விழித்துக் கொண்டிருப்பதற்கே அதிகச் சிரமப்பட வேண்டியதாயிற்று. காலை நேரமெல்லாம் பண்ணை வேலைக்கும், வீட்டு வேலைகளுக்கும் சரியாகப் போய்விடும். எனவே, மத்தியானச் சாப்பாட்டிற்குப் பிறகே பள்ளிக்கூடத்திற்குரிய நேரமாக வைத்துக் கொள்ளவேண்டியதாயிற்று. இதைத் தவிரப் பள்ளிக்கூடத்திற்குத் தகுதியான நேரம் கிடைக்கவில்லை.

இலக்கியப் பயிற்சிக்கு அதிகப் பட்சம் மூன்று பாட நேரங்களை ஒதுக்கினோம். ஹிந்தி, தமிழ், குஜராத்தி, உருது மொழிகள் போதிக்கப்பட்டன. சிறுவர்களின் மொழியிலேயே அவர்களுக்குப் பாடங்களைப் போதித்தோம். ஆங்கிலமும் கற்பித்து வந்தோம். குஜராத்தி ஹிந்துக் குழந்தைகளுக்குக் கொஞ் சமாவது சமஸ்கிருதமும் சொல்லிக் கொடுக்க வேண்டியது அவசியமாயிற்று. எல்லாக் குழந்தைகளுக்குமே சரித்திரம், பூகோளம், கணக்கு இவைகளில் ஆரம்பப் பாடங்களையாவது போதிக்க வேண்டியிருந்தது.

தமிழும் உருதும் சொல்லிக் கொடுப்பதை நான் ஏற்றுக் கொண்டேன். எனக்குத் தெரிந்த சொற்பமான தமிழ், என் கப்பல் பிரயாண காலத்திலும், சிறையிலும் கற்றுக் கொண்டதாகும். போப் என்பவர் எழுதிய சிறந்த தமிழ்ப் பாடப் புத்தகத்தைத் தவிர வேறொன்றையும் நான் படித்ததில்லை. ஒரு கப்பல் பிரயாணத்தில் நான் கற்றுக்கொண்டதே, உருது எழுத்துக்களைக் குறித்து எனக்கு இருந்த ஞானம். முஸ்லிம் நண்பர்களுடன் பழகியதால், நான் தெரிந்துகொண்ட சாதாரணமான பர்ஸிய, அரபுச் சொற்களே உருதுவில் எனக்குத் தெரிந்ததெல்லாம் ஆகும். உயர்தரப் பள்ளியில் நான் படித்ததற்கு மேல் எனக்குச் சமஸ்கிருதமும் தெரியாது. பள்ளிக் கூடத்தில் படித்துக் கற்றுக் கொண்டதற்கு அதிகமானதுமல்ல, என் குஜராத்தி மொழி ஞானம்.

இத்தகைய மூலதனத்தைக் கொண்டே நான் சமாளித்துக் கொள்ள வேண்டியதாயிற்று. இலக்கியத் தகுதியில் என் சகாக்கள் என்னைவிட அதிக வறுமையில் இருந்தனர். ஆனால், என் நாட்டு மொழிகளில் எனக்கு இருந்த ஆசை, உபாத்தியாயராக இருக்க முடியும் என்பதில் எனக்கு இருந்த நம்பிக்கை, என் மாணவர்களின் அறியாமை. அதைவிட அவர்களுடைய தாராள மனப்பான்மை ஆகியவைகளெல்லாம் சேர்ந்து என் வேலையை எளிதாக்கின.

தமிழ்ச் சிறுவர்கள் எல்லோரும் தென்னாப்பிரிக்காவில் பிறந்தவர்கள். ஆகையால், அவர்களுக்குத் தமிழ் அவ்வளவாகத் தெரியாது. தமிழ் எழுத்துக்கள் அவர்களுக்குக் கொஞ்சமும் தெரியாது. ஆகவே, அவர்களுக்கு நான் தமிழ் எழுத்துக்களையும் ஆரம்ப இலக்கண விதிகளையும் சொல்லிக் கொடுக்க வேண்டியிருந்தது. இது மிகவும் எளிதானதே. தமிழில் பேசுவதில் என்னை எப்பொழுதும் தாங்கள் தோற்கடித்துவிட முடியும் என்பதை என் மாணவர்கள் அறிவார்கள். ஆங்கிலம் தெரியாத தமிழர்கள் என்னைப் பார்க்க வந்தபோது அம்மாணவர்கள் என் மொழிபெயர்ப்பாளர்களாக இருந்தனர். எனக்கிருந்த அறியாமையை என் மாணவர்களுக்குத் தெரியாமல் மறைக்க நான் என்றுமே முயன்றதில்லையாகையால், நான் சந்தோஷமாகவே சமாளித்து வந்தேன். உண்மையாகவே எல்லா விஷயங்களிலும்

நான் எவ்விதம் இருக்கிறேன் என்பதை அவர்களுக்குக் காட்டி வந்தேன். ஆகையினால், அம்மொழியில் எனக்கு ஒன்றுமே தெரியாமல் இருந்தபோதிலும் அவர்களுடைய அன்பையும் மரியாதையையும் மாத்திரம் நான் என்றுமே இழந்ததில்லை. முஸ்லிம் சிறுவர்களுக்கு உருது சொல்லிக் கொடுப்பது இதைவிட எளிதாக இருந்தது. அம்மொழியின் எழுத்துக்கள் அவர்களுக்குத் தெரியும். படிக்கும்படியும், கையெழுத்தை விருத்தி செய்துகொள்ளுமாறும் அவர்களை உற்சாகப்படுத்துவதே நான் செய்ய வேண்டியிருந்ததெல்லாம்.

இச்சிறுவர்களில் பெரும்பாலானவர்கள், எழுத்து வாசனையையே இதற்கு முன்னால் அறியாதவர்கள்; பள்ளிக்கூடங்களுக்குச் சென்றும் அறியாதவர்கள். ஆனால், அவர்களுக்கு இருந்த சோம்பலைப் போக்கி, அவர்கள் படிக்கும்படி மேற்பார்வை பார்ப்பதைத் தவிர அவர்களுக்கு நான் சொல்லிக் கொடுக்க வேண்டியது அதிகமில்லை என்பதை அனுபவத்தில் கண்டேன். இவ்வளவோடு நான் திருப்தியடைந்து விட்டதால், பல வயதையுடையவர்களையும், வெவ்வேறு பாடங்களைப் படிப்பவர்களையும் ஒரே வகுப்பில் வைத்துச் சமாளிப்பது சாத்தியமாயிற்று.

பாடப் புத்தகங்களின் அவசியத்தைக் குறித்துப் பிரமாதமாகக் கூறப்படுகிறது. ஆனால், அவை அவசியம் என்று எனக்குத் தோன்றவே இல்லை. கிடைத்த பாடப் புத்தகங்களைக்கூட நான் அவ்வளவாகப் பயன்படுத்திக் கொண்டதாக எனக்கு நினைவு இல்லை. ஏராளமான புத்தகங்களைப் பிள்ளைகளின் மேல் சுமத்துவது அவசியம் என்பதையும் நான் காணவில்லை. மாணவருக்கு உண்மையான பாடப் புத்தகம் உபாத்தியாயரே என்பதை நான் எப்பொழுதும் உணர்ந்து வந்தேன். என் உபாத்தியாயர்கள் புத்தகங்களிலிருந்து எனக்குச் சொல்லிக் கொடுத்த எதுவும் எனக்கு நினைவில் இல்லை. ஆனால், புத்தகங்களைக் கொண்டல்லாமல் தனியாக அவர்கள் எனக்குச் சொல்லிக் கொடுத்ததெல்லாம் இப்பொழுதும் கூடத் தெளிவாக என் நினைவில் இருக்கின்றன.

எப்பொழுதுமே குழந்தைகள் கண்ணால் பார்த்துத் தெரிந்து கொள்ளுவதை விட அதிகமாகவும், கஷ்டமின்றியும் காதால்

கேட்டுத் தெரிந்து கொள்ளுகின்றனர். என் பையன்களுடன் நான் எந்தப் புத்தகத்தையும் முதல் பக்கத்திலிருந்து கடைசிப் பக்கம் வரையில் படித்து முடித்ததாக எனக்கு ஞாபகம் இல்லை. ஆனால், பல புத்தகங்களிலும் நான் படித்துத் தெரிந்து கொண்டவைகளை எல்லாம் என்னுடைய சொந்த நடையில் அவர்களுக்குச் சொல்லி வந்தேன். அவை இன்னும் அவர்கள் ஞாபகத்தில் இருந்து வருகின்றன என்று நான் தைரியமாகச் சொல்லுவேன். புத்தகங்களிலிருந்து படிப்பவைகளை நினைவில் வைத்துக் கொள்ளுவது அவர்களுக்குச் சிரமமாக இருந்தது. ஆனால், நான் வாய்மொழியாகச் சொன்னவைகளையெல்லாம் வெகு எளிதாக அவர்கள் திரும்பச் சொல்லி விட முடிந்தது. புத்தகத்தைப் படிப்பது அவர்களுக்குக் கடினமாக இருந்தது. ஆனால், சொல்லுகிற விஷயத்தை அவர்களுக்குச் சுவையாக இருக்கும்படி மாத்திரம் நான் சொல்லி விடுவேனாயின், அவைகளைக் கேட்பதே அவர்களுக்கு இன்பமாக இருந்தது. நான் பேசியதைக் கேட்டுவிட்டு, அதன்பேரில் அவர்கள் கேட்ட கேள்விகளிலிருந்து, அவர்கள் நான் கூறியதை எவ்வளவு தூரம் புரிந்து கொண்டு இருக்கிறார்கள் என்பதை நான் அளந்தறிய முடிந்தது.

34. ஆன்மப் பயிற்சி

சிறுவர்களின் உடல், அறிவுப் பயிற்சியைவிட அவர்களுடைய ஆன்மிகப் பயிற்சியே இன்னும் அதிகக் கஷ்டமானதாக இருந்தது. ஆன்மப் பயிற்சிக்கு நான் சமய நூல்களை அவ்வளவாக நம்பியிருக்கவில்லை. என்றாலும், ஒவ்வொரு மாணவனும் தன் சமயத்தைக் குறித்த மூலாதாரமான விஷயங்களை அறிந்திருப்பதோடு அச்சமய சம்பந்தமான நூல்களைப் பற்றியும் பொதுவாகத் தெரிந்திருப்பது அவசியம் என்று கருதினேன். ஆகவே, என்னால் இயன்றவரையில், அத்தகைய அறிவு அவர்களுக்கு இருக்கும்படி செய்து வந்தேன். ஆனால், அது அறிவுப் பயிற்சியின் ஒரு பகுதியே என்பது என் கருத்து. டால்ஸ்டாய் பண்ணையில் சிறுவர்களுக்குக் கல்வி போதிக்கும் பணியை நான் மேற் கொள்ளுவதற்கு வெகு காலத்திற்கு முன்பே, ஆன்மப் பயிற்சி அதனளவில் தனியானது என்பதை அறிந்திருந்தேன். ஆன்மாவை வளர்ப்பது என்பது ஒழுக்கத்தை வளர்த்து, கடவுளைப் பற்றிய ஞானத்தை அடைவதற்கு ஒருவரைப் பாடுபடும்படி செய்வதோடு தன்னைத் தானே அறியச் செய்வதுமாகும். இளைஞருக்கு அளிக்க வேண்டிய பயிற்சியில் இது முக்கியமானதோர் பகுதி என்று கருதினேன். ஆன்ம வளர்ச்சியோடு தொடர்பில்லாத எல்லாப் பயிற்சியும் பயனற்றது என்றும், அது தீமையாகவும் ஆகக் கூடும் என்றும் எண்ணினேன்.

வாழ்க்கையில் நான்காவது நிலையான சன்னியாச ஆசிரமத்தை அடைந்த பிறகே ஆன்ம ஞானத்தை அடைய முடியும் என்ற மூட நம்பிக்கை இருந்து வருகிறது என்பதை நான் நன்கு அறிவேன். ஆனால், மதிப்பதற்கரியதான இந்த அனுபவத்திற்கு வேண்டிய முயற்சியை வாழ்க்கையின் கடைசிக் கட்டத்தை அடையும் வரையில் தள்ளி வைத்துக் கொண்டு போனால் பிறகு அடைவது கிழப் பருவத்தையேயன்றி ஆன்ம ஞானத்தை அன்று. பரிதாபகரமான இரண்டாவது குழந்தைப் பருவத்திற்குச் சமமான அந்த முதுமைப் பருவம், பூமிக்குப் பாரமாக வாழ்வதேயாகும்.

நான் குழந்தைகளுக்குப் பாடம் கற்பித்தபோதே, *1911–12–* ஆம் ஆண்டிலேயே இக்கருத்தைக் கொண்டிருந்தேன் என்பது எனக்கு நன்றாக நினைவில் இருக்கிறது. ஆனால், என்னுடைய இக்கருத்துக்களை இதே முறையில் நான் அப்பொழுது எடுத்துச் சொல்லாமல் இருந்திருக்கக் கூடும்.

அப்படியானால், ஆன்மப் பயிற்சியை அளிப்பது எப்படி? குழந்தைகள், தோத்திரப் பாடல்களை மனப்பாடம் செய்து பாடும் படி செய்தேன் நல்லொழுக்கத்தைப் போதிக்கும் நூல்களிலிருந்து அவர்களுக்குப் படித்துச் சொன்னேன். ஆனால் இவையெல்லாம் எனக்குத் திருப்தியளிக்கவில்லை. குழந்தைகளுடன் நான் நெருங்கிப் பழக ஆரம்பிக்கவே, நூல்களின் மூலம் அவர்களுக்கு ஆன்மப் பயிற்சியை அளித்துவிட முடியாது என்பதைக் கண்டேன். எவ்விதம் தேகாப்பியாசங்களின் மூலமே உடற்பயிற்சியும், அறிவு அப்பியாசங்களினாலேயே அறிவுப் பயிற்சியும் அளிக்க முடியுமோ அவ்வாறே ஆன்ம சாதனங்களினாலேயே ஆன்மப் பயிற்சியை அளிக்க முடியும். ஆன்ம சாதனப் பயிற்சியோ, முழுக்க முழுக்க உபாத்தியாயரின் வாழ்க்கையையும் ஒழுக்கத்தையும் பொறுத்தது. ஓர் உபாத்தியார் குழந்தைகளின் நடுவில் இருக்கும் போதும் சரி, தனியாக இருக்கும் போதும் சரி, தம்முடைய குணத்திலும் செயலிலும் எப்பொழுதும் அதிகக் கவனத்துடன் இருக்கவேண்டும்.

ஓர் உபாத்தியாயர், மாணவர்களுக்குப் பல மைல்கள் தொலைவில் இருக்கும்போதும் தமது வாழ்க்கை முறையைக் கொண்டு அம்மாணவர்களின் ஆன்மப் பயிற்சிக்கு உதவவோ, தீமை செய்யவோ முடியும். நான் பொய்யனாக இருந்து கொண்டு, உண்மை பேசும்படி மாணவர்களுக்குப் போதிப்பது என்பது வீண் வேலை. தாம் கோழையாக இருக்கும் ஓர் உபாத்தியாயர், தம்மிடம் படிக்கும் மாணவர்களை வீரர்களாக்கிவிடவே முடியாது. புலனடக்கம் என்பதே தெரியாத ஓர் ஆசிரியர், புலனடக்கத்தை மாணவர்களுக்குப் போதித்து விடவும் முடியாது. ஆகையால், என்னுடன் இருக்கும் பிள்ளைகளுக்கும் பெண்களுக்கும் நானே எப்பொழுதும் உதாரண பாடமாக இருக்கவேண்டும் என்பதைக் கண்டேன். இவ்விதம் அவர்கள் என் உபாத்தியாயர்களாயினர். அவர்களுக்காகவேனும் நான்

நல்லவனாக இருந்து நேர்மையுடன் வாழ வேண்டும் என்பதை நான் கற்றுக்கொண்டேன். டால்ஸ்டாய் பண்ணையில் இருந்தபோது எனக்கு நானே அதிகமாக விதித்துக் கொண்ட கட்டுத்திட்டங்களும் புலனடக்கங்களும், பெரும்பாலும் என் பாதுகாப்பிலிருந்த குழந்தைகளுக்காகவே என்றும் சொல்லலாம்.

அங்கே இருந்த பையன்களில் ஒருவன் முரடன்; அடங்காப்பிடாரி. அவன் பொய் சொல்லுவான்; யாருடனும் சண்டை போடுவான். ஒரு நாள் அவன் துஷ்டத்தனம் எல்லை மீறிப் போய்விட்டது. எனக்கு ஒரே கவலையாகிவிட்டது. சிறுவர்களை நான் தண்டித்ததே இல்லை. ஆனால், அச்சமயமோ எனக்கு அதிகக் கோபம் வந்துவிட்டது. அவனுக்குப் புத்திமதி கூறித் திருத்தப் பார்த்தேன். அவனோ, பிடிவாதமாக இருந்ததோடு என்னையும் எதிர்த்து மிதமிஞ்சிப் போகப் பார்த்தான். கடைசியாகப் பக்கத்திலிருந்த ரூல் தடியை எடுத்து அவன் கையில் ஓர் அடி கொடுத்தேன். அவனை அடித்தபோதே என் உடம்பெல்லாம் நடுங்கியது. இதை அவனும் பார்த்திருக்கவே வேண்டும். அவர்கள் எல்லோருக்குமே இது புதிய அனுபவம். அப்பையன் கதறி அழுதான். தன்னை மன்னிக்குமாறும் வேண்டினான். அவன் அழுதது, பட்ட அடி அவனுக்கு வேதனையாக இருந்ததனால் அல்ல. அவன் பதினேழு வயதுள்ள திடகாத்திரமானவன். விரும்பியிருந்தால், என்னை அவன் திருப்பி அடித்திருக்கவும் கூடும். ஆனால், அடிக்கவேண்டிய நிலைமை எனக்கு ஏற்பட்டதைக் குறித்து நான் அடைந்த மனவேதனையை அவன் அறிந்துகொண்டான். இச்சம்பவத்திற்குப் பிறகு அவன் எனக்குப் பணியாமல் இருந்ததே கிடையாது. என்றாலும், பலாத்காரத்தை உபயோகித்ததற்காக நான் இன்றும் வருத்தப்படுகிறேன். அன்று அவனுக்கு முன்னால் என்னுள் இருக்கும் ஆன்ம உணர்ச்சிக்குப் பதிலாக மிருக உணர்ச்சியையே காட்டி விட்டேன் என்று அஞ்சுகிறேன்.

அடிப்பது போன்ற தண்டனையே கூடாது என்று நான் எப்பொழுதும் எதிர்த்து வந்திருக்கிறேன். என் குமாரர்களில் ஒருவனை ஒரே தடவை மாத்திரம் நான் அடித்துவிட்டதாக எனக்கு ஞாபகம். ஆகையால், அன்று நான் ரூல் தடியை உபயோகித்தது சரியா, தவறா என்பதில் நான் இன்னும்

ஒரு முடிவுக்கு வர முடியாதவனாகவே இருக்கிறேன். கோபத்தினாலும், தண்டிக்க வேண்டும் என்ற ஆர்வத்தினாலும் தூண்டப் பெற்று நான் அவ்விதம் செய்ததால் ஒருவேளை அது தவறானதாக இருக்கலாம். என் மன வேதனையை வெளிப்படுத்துவதாக மாத்திரமே அது இருக்குமாயின், அது நியாயமானதே என்று நான் கருதியிருப்பேன். ஆனால், இவ்விஷயத்தில் நோக்கம் கலப்பானதாகவே இருந்தது.

இச்சம்பவம், என்னை ஆழ்ந்து சிந்திக்கும்படி செய்தது, மாணவர்களைத் திருத்துவதற்குச் சிறந்த முறையையும் அது எனக்குப் போதித்தது. ஆனால், அம்முறை நான் கூறிய அந்தச் சந்தர்ப்பத்தில் எவ்வளவு தூரம் பயன்பட்டிருக்கும் என்று நான் கூற முடியாது. இளைஞன் சீக்கிரத்திலேயே அச் சம்பவத்தை மறந்துவிட்டான். எப்பொழுதேனும் அவனிடம் அதிக அபிவிருத்தி காணப்பட்டதாகவும் எனக்குத் தோன்றவில்லை. ஆனால், இச்சம்பவம் மாணவர்கள் விஷயத்தில் உபாத்தியாயரின் கடமை என்ன என்பதை நான் நன்றாக அறிந்துகொள்ளும்படி செய்தது.

சிறுவர்கள் தவறாக நடந்துகொண்டுவிட்ட சம்பவங்கள் இதற்குப் பிறகும் நடந்தது உண்டு. ஆனால், அடி கொடுக்கும் தண்டனையில் அதன் பிறகு நான் இறங்கியதே இல்லை. இவ்விதம் என்னிடம் இருந்த சிறுவர் சிறுமியருக்கு ஆன்மிகப் பயிற்சி அளிக்க நான் செய்த முயற்சியில் ஆன்மாவின் சக்தியை மேலும் மேலும் நன்றாக நான் அறியலானேன்.

35. தானியத்தில் பதர்

அதற்கு முன்னால் எனக்கு என்றுமே தோன்றாத ஒரு பிரச்னையை டால்ஸ்டாய் பண்ணையில் ஸ்ரீ கால்லென்பாக் என் கவனத்திற்குக் கொண்டு வந்தார். பண்ணையிலிருந்த பையன்களில் சிலர் கெட்டவர்கள், கட்டுக்கடங்காதவர்கள் என்பதை முன்பே கூறியிருக்கிறேன். இவர்களில் ஒன்றுக்குமே உதவாதவர்களும் இருந்தனர். இவர்களுடன் என் குமாரர்கள் மூவரும் சேர்ந்து பழகி வந்தார்கள். என் குமாரர்களின் தரத்திலிருந்த மற்றச் சிறுவர்களும் அது போலவே பழகி வந்தார்கள். இது ஸ்ரீ கால்லென்பாக்குக்குக் கவலையாகிவிட்டது. ஆனால், என் குமாரர்களை அடங்காப் பிடாரிகளான அச்சிறுவர்களுடன் சேர்த்து வைப்பது சரியல்ல என்பதிலேயே அவருடைய கவனமெல்லாம் ஈடுபட்டிருந்தது.

ஒரு நாள் அவர் மனம்விட்டுச் சொல்லிவிட்டார். "உங்கள் குமாரர்களைக் கெட்டவர்களுடன் பழகவிடும் உங்கள் முறை எனக்குப் பிடிக்கவே இல்லை. இதனால் ஏற்படக்கூடிய பலன் ஒன்றே ஒன்றுதான். இந்தக் கெட்ட சகவாசத்தினால் அவர்களும் கெட்டுப் போவார்கள்" என்றார்.

இப் பிரச்னை அச்சமயம் எனக்குக் கலக்கத்தை உண்டாக்கியதா என்பது எனக்கு நினைவு இல்லை. ஆனால், அவருக்கு நான் பதில் சொன்னேன் என்பது எனக்கு ஞாபகமிருக்கிறது: என் பிள்ளைகளுக்கும், துஷ்டர்களாக இருக்கும் பிள்ளைகளுக்கும் நான் எவ்வாறு வேற்றுமை பாராட்ட முடியும்? இரு தரப்பார் விஷயத்திலும் நான் சமமான பொறுப்பை வகிப்பவன். நான் அழைத்தன் பேரிலேயே இக்குழந்தைகள் இங்கே வந்திருக்கிறார்கள். கொஞ்சம் பணம் கொடுத்து அவர்களை நான் போகச் சொல்லிவிட்டால் அவர்கள் திரும்ப ஜோகன்னஸ்பர்க்கிற்கு ஓடிப்போய்த் தங்கள் பழைய வழிகளிலேயே நடக்கத் தலைப்பட்டு விடுவார்கள். ஓர் உண்மையை உங்களுக்குச் சொல்லுகிறேன். அவர்கள் இங்கே வந்திருப்பதனால் எனக்கு ஏதோ நன்மையைச் செய்திருப்பதாக அவர்களும், அவர்களுடைய பெற்றோர்களும்

நினைத்திருக்கக் கூடும். இங்கே அவர்கள் பலவிதமான அசௌகரியங்களுக்கு உள்ளாக வேண்டியிருக்கிறது என்பதை நீங்களும் நானும் நன்றாக அறிவோம். ஆனால், என் கடமை தெளிவானது. அவர்களை நான் இங்கே வைத்திருக்க வேண்டும். ஆகையால், என் குமாரர்களும் அவர்களுடன் சேர்ந்து அவசியம் வாழ்ந்தே ஆகவேண்டும். மற்றச் சிறுவர்களைவிடத் தாங்கள் உயர்வானவர்கள் என இன்றிலிருந்து உணரும்படி என் புத்திரர்களுக்கு நான் போதிக்கவேண்டும் என்று நிச்சயமாக நீங்கள் விரும்பமாட்டீர்கள். அந்த உயர்வு எண்ணத்தை அவர்கள் புத்தியில் புகுத்துவது அவர்களைத் தவறான வழியில் செலுத்துவதேயாகும். மற்றச் சிறுவர்களுடன் அவர்கள் பழகுவது அவர்களுக்கு நல்ல ஒழுங்கு முறையை அளிப்பதாக இருக்கும். நல்லது இன்னது, கெட்டது இன்னது என்பதை அவர்கள் தாங்களாகவே தெரிந்துகொள்வார்கள். என் புதல்வர்களிடம் உண்மையாகவே ஏதாவது நல்லது இருக்குமாயின் அவர்களுடன் பழகுகிறவர்களிடமும் அது பிரதிபலிக்கும் என்று நாம் ஏன் நம்பக்கூடாது? அது எப்படியானாலும் சரி, அவர்களை நான் இங்கேதான் வைத்திருக்கவேண்டும். அதில் சிறிது ஆபத்து இருந்தபோதிலும், அதற்கும் நாம் தயாராக இருக்க வேண்டியதே'' என்றேன்.

ஸ்ரீ கால்லென்பாக் தலையை அசைத்துக்கொண்டார். இதன் பலன் தீமையானதாக இருந்தது என்று நான் நினைக்கவில்லை. இந்தச் சோதனையினால் என் குமாரர்கள் எந்தக் கெடுதலையும் அடைந்துவிட்டதாகவும் நான் கருதவில்லை. ஆனால், இதற்கு மாறாக அவர்கள் சில நன்மைகளையும் அடைந்தார்கள் என்பதை நான் காண முடிகிறது. தாங்கள் உயர்வானவர்கள் என்ற எண்ணம் அவர்களிடம் சிறிதளவு இருந்திருந்தாலும் அது அழிந்துவிட்டது. எல்லாவிதமான குழந்தைகளுடனும் தாராளமாகக் கலந்துகொள்ள அவர்கள் கற்றுக்கொண்டார்கள்; அவர்கள் சோதிக்கப்பட்டுக் கட்டுப்பாடுகளையும் பெற்றனர்.

கெட்ட குழந்தைகளுடன் சேர்த்து நல்ல குழந்தைகளுக்குப் போதித்தால், அவர்களுடன் சேர்ந்திருக்கும்படி செய்தால், இந்தப் பரீட்சை, பெற்றோர் அல்லது போஷகரின் ஜாக்கிரதையான கண்காணிப்பில் மாத்திரம் நடப்பதாக இருந்தால், நல்ல

குழந்தைகள் எதையும் இழந்துவிடுவதில்லை. இதுவும் இதுபோன்ற மற்றச் சோதனைகளும் இதையே எனக்குக் காட்டியிருக்கின்றன.

வெளிக்காற்றே படக்கூடாது என்று குழந்தைகளைப் பத்திரமாக மூடிவைத்து வளர்த்துவிடுவதால் மாத்திரம், அவர்களை ஆசாபாசங்களோ, தீமைகளோ பற்றாமல் இருந்து விடுவதில்லை. ஆனால், பலவிதமான முறைகளில் வளர்க்கப்பட்ட சிறுவர், சிறுமிகளைச் சேர்த்துவைத்து அவர்களுக்குப் போதிக்கும்போது பெற்றோரும் உபாத்தியாயர்களும் கடுமையான சோதனைக்கு ஆளாகிறார்கள் என்பது மாத்திரம் உண்மை. அவர்கள் எப்பொழுதுமே உஷாராக இருக்க வேண்டியிருக்கிறது.

36. பிராயச்சித்தமாகப் பட்டினி

பையன்களையும், பெண்களையும் சரியான வழியில் வளர்த்து அவர்களுக்குக் கல்வி போதிப்பது எவ்வளவு கஷ்டமானது என்பது நாளுக்கு நாள், மேலும் மேலும் எனக்குத் தெளிவாகிக் கொண்டு வந்தது. அவர்களுக்கு உண்மையான உபாத்தியாயராகவும் பாதுகாப்பாளராகவும் இருக்க வேண்டுமாயின், நான் அவர்களுடைய உள்ளங்களைத் தொட வேண்டும். அவர்களுடைய இன்ப துன்பங்களில் நான் பங்கு கொள்ள வேண்டும். அவர்களுக்கு ஏற்படும் பிரச்னைகளைத் தீர்ப்பதில் நான் உதவி செய்ய வேண்டும். இளமையின் காரணமாக அவர்களுக்கு எழும் அபிலாஷைகளை எல்லாம் சரியான வழிகளில் நான் கொண்டு செலுத்த வேண்டும்.

சிறையிலிருந்து சில சத்தியாக்கிரகிகள் விடுதலையாகவே டால்ஸ்டாய் பண்ணையில் வசிப்பவர்களின் தொகை மிக அதிகமாகிவிட்டது. அங்கேயே இருந்த சிலர் போனிக்ஸைச் சேர்ந்தவர்கள். ஆகவே, அவர்களை நான் அங்கேயே அனுப்பி விட்டேன். இங்கே அதிகக் கஷ்டமான நிலைமையைச் சமாளிக்க வேண்டியதாயிற்று.

அந்த நாட்களில் நான் ஜோகன்னஸ்பர்க்கிற்கும் போனிக்ஸு க்கும் போய் வந்தவண்ணம் இருக்க வேண்டியதாயிற்று. ஒரு சமயம் நான் ஜோகன்னஸ்பர்க்கில் இருந்த போது, ஆசிரமவாசிகளில் இருவர் ஒழுக்கம் தவறி நடந்து விட்டார்கள் என்ற செய்தி எனக்கு எட்டியது. சத்தியாக்கிரகப் போராட்டத்தில் ஒரு தவறு அல்லது ஒரு தோல்வி போன்ற செய்திகூட எனக்கு அவ்வளவு அதிர்ச்சியை உண்டாக்கியிராது. ஆனால், இச்செய்தியோ, எனக்கு இடி விழுந்தது போல் ஆயிற்று. அன்றே போனிக்ஸு க்குப் போக ரெயிலில் புறப்பட்டேன். ஸ்ரீ காலென்பாக்கும் என்னுடன் வருவதாகப் பிடிவாதமாகக் கூறினார். அப்பொழுது நான் எந்த விதமான நிலைமையில் இருந்தேன் என்பதை அவர் கவனித்தார். எனக்கு இவ்வளவு கலக்கத்தை உண்டாக்கிவிட்ட செய்தியைக் கொண்டுவந்தவர்

அவரேயாகையால் நான் தனியாக அங்கே போவது என்பதை எண்ணவும் அவரால் முடியவில்லை.

என் கடமை என்ன என்பது பிரயாணத்தின்போது எனக்குத் தெளிவாகத் தோன்றியது. தமது பாதுகாப்பில் இருப்பவர்கள் அல்லது தம்மிடம் மாணவர்களாக இருப்பவர்கள் செய்துவிடும் தவறுக்குப் பாதுகாப்பாளர் அல்லது உபாத்தியாயர், ஓரளவுக்காவது பொறுப்பாளியாவார் என்பதை உணர்ந்தேன். எனவே, சம்பந்தப்பட்ட சம்பவம் சம்பந்தமாக என் பொறுப்பு இன்னதென்பது எனக்குப் பட்டப் பகல் போல் தெளிவாயிற்று. இவ்விஷயத்தில் என் மனைவி எனக்கு முன்பே எச்சரிக்கை செய்திருந்தாள். ஆனால், நான் எல்லோரையும் நம்பிவிடும் சுபாவமுள்ளவனாகையால் அந்த எச்சரிக்கையை அலட்சியம் செய்து விட்டேன். குற்றம் செய்துவிட்டவர்கள், என் மனவேதனையையும், தாங்கள் செய்துவிட்டது எவ்வளவு பெரிய குற்றம் என்பதையும் உணரும்படி செய்வதற்குள்ள ஒரே வழி, பிராயச்சித்தத் தவத்தை நான் மேற்கொள்ளுவது தான் என்பதை அறிந்தேன். ஆகையால், ஏழு நாட்களுக்கு உண்ணாவிரதம் இருப்பது, நாலரை மாத காலத்திற்கு தினம் ஒரு வேளையே சாப்பிடுவது என்று விரதம் எடுத்துக் கொண்டேன். நான் இவ்விதம் செய்யாதிருக்கும்படி என் மனத்தை மாற்ற ஸ்ரீ கால்லென்பாக் முயன்றும் பயன்படவில்லை. என்னுடைய இப்பிராயச்சித்தத் தவம் சரியானதே என்பதை அவர் முடிவில் ஒப்புக்கொண்டார். தாமும் அவ் விரதத்தை மேற்கொள்ளப் போவதாகப் பிடிவாதம் செய்தார். அவருடைய தெள்ளத்தெளிவான அன்பை எதிர்க்க என்னால் ஆகவில்லை.

நான் செய்துகொண்ட இத்தீர்மானம் என் மனத்திலிருந்து பெரும் பாரத்தை நீக்கியதால் நான் அதிக மன ஆற்றலை அடைந்தேன். குற்றம் செய்துவிட்டவர்கள் மீது இருந்த கோபம் குறைந்தது. அதற்குப் பதிலாக அவர்கள் மீது எனக்குப் பரிசுத்தமான இரக்கமே உண்டாயிற்று. இவ்வாறு எவ்வளவோ மன ஆறுதல் அடைந்தவனாக நான் போனிக்ஸ் போய்ச் சேர்ந்தேன். அச்சம்பவத்தைக் குறித்து மேற்கொண்டும் விசாரித்தேன். நான் அறிய வேண்டிய மற்றும் பல விவரங்களையும் தெரிந்துகொண்டேன்.

எனது பிராயச்சித்தத் தவம் எல்லோருக்கும் மனக்கஷ்டத்தை உண்டாக்கியது. ஆனால், அதனால் நிலைமை தெளிவடைந்தது. பாவம் செய்துவிடுவது எவ்வளவு பயங்கரமான காரியம் என்பதை ஒவ்வொருவரும் உணர்ந்து கொண்டார்கள். பையன்கள், பெண்கள் ஆகியோருக்கும் எனக்கும் இருந்த பந்தமும் பலமானதாகவும் உண்மையானதாகவும் ஆயிற்று. இச்சம்பவத்தினால் ஏற்பட்ட ஒரு நிலைமையின் காரணமாகக் கொஞ்ச காலத்திற்குப் பிறகு பதினான்கு நாட்கள் உண்ணாவிரதத்தை நான் மேற்கொள்ள வேண்டியதாயிற்று. அதன் பலன்கள் நான் எதிர்பார்த்ததையும் விட அதிகமாகவே இருந்தன.

மாணவர்கள் ஏதாவது தகாத காரியத்தைச் செய்துவிட்டால் அதற்காக உண்ணாவிரதம் இருக்கவேண்டியது உபாத்தியாரின் கடமை என்பதை இச்சம்பவங்களிலிருந்து எடுத்துக் காட்டுவது அல்ல என் நோக்கம். என்றாலும், சில சமயங்களில் இவ்விதக் கடுமையான பரிகாரம் அவசியமாகிறது என்று நான் கருதுகிறேன். ஆனால், இப்பரிகாரத்தை மேற்கொள்ளுவதற்குத் தெளிவான நோக்கமும் ஆன்மிகத் தகுதியும் இருக்க வேண்டியது அவசியம். உபாத்தியாயருக்கும் மாணவருக்குமிடையே உண்மையான அன்பு இல்லாதபோது, மாணவர் செய்துவிட்ட தவறைக் குறித்து மனப்பூர்வமான துயரம் உபாத்தியாயருக்கு ஏற்படாத போது, உபவாசம் பொருந்தாது. அது தீமையானதாகவும் ஆகக்கூடும். இத்தகைய விஷயங்களில் உண்ணாவிரதம் இருப்பது என்பது சரிதானா என்பதைச் சந்தேகிக்க இடமிருந்த போதிலும், மாணவர்களின் தவறுக்கு உபாத்தியாயர்கள் பொறுப்பாளிகளாவார்கள் என்பதில் மாத்திரம் சந்தேகமே இல்லை.

முதல் பிராயச்சித்த விரதம் எங்களில் யாருக்கும் கஷ்டமானதாக இல்லை. என்னுடைய வழக்கமான காரியங்களில் எதையும் நான் நிறுத்தி வைக்கவோ, நிறுத்திவிடவோ நேரவில்லை. இந்தப் பிராயச்சித்தத் தவம் இருந்த காலம் முழுவதும் நான் பழ ஆகாரம் மட்டுமே சாப்பிட்டு வந்தேன் என்பதை நினைவுபடுத்த வேண்டும். இரண்டாவது உபவாச காலத்தின் பிற்பகுதியில் எனக்கு அதிகக் கஷ்டமாகவே இருந்தது. ராம

நாமத்தின் அற்புதமான சக்தியை அச்சமயம் நான் முற்றும் அறிந்திருக்கவில்லை. கஷ்டத்தைச் சகித்துக் கொள்ளுவதற்கு வேண்டிய சக்தி, அந்த அளவுக்கு என்னிடம் குறைவாகவே இருந்தது. அதோடு பட்டினி விரதத்தின் முறைகளையும் நான் அப்பொழுது நன்கு அறிந்தவனல்ல. பட்டினிக் காலத்தில் தண்ணீர் குடிப்பது, எவ்வளவுதான் குமட்டலை உண்டாக்குவதாகவும் ருசியற்றதாகவும் இருந்தாலும், நிறையத் தண்ணீர் குடிக்க வேண்டியது முக்கியமானது என்பதும் எனக்குத் தெரியாது. மேலும், முதல் உண்ணாவிரதம் எளிதாக இருந்தது, இரண்டாவது உண்ணாவிரத விஷயத்தில் நான் அலட்சியமாக இருக்கும்படி செய்துவிட்டது. முதல் உண்ணாவிரதத்தின் போது டாக்டர் கூனேயின் முறைப்படி நான் தினமும் குளித்து வந்தேன். ஆனால், இரண்டாவது உண்ணாவிரதத்தின் போது, இரண்டு மூன்று நாட்களுக்குப் பிறகு அவ்வாறு குளிப்பதை விட்டுவிட்டேன். தண்ணீர் குடிக்கப் பிடிக்காததனாலும், குடித்தால் குமட்டல் உண்டாவதனாலும் மிகக் குறைவாகவே தண்ணீர் குடித்தேன். இதனால், தொண்டை வறண்டு பலவீனமாயிற்று. கடைசி நாட்களில் மிகவும் மெல்லிய குரலிலேயே என்னால் பேச முடிந்தது. என்றாலும், நான் செய்ய வேண்டிய வேலைகளைச் செய்து வந்தேன். எழுத வேண்டிய அவசியம் வந்தபோது, நான் சொல்லிப் பிறரை எழுதச் செய்தேன். ராமாயணம் முதலிய சமய நூல்களைப் படிக்கச் சொல்லித் தவறாமல் கேட்டு வந்தேன். அவசரமான காரியங்களைக் குறித்து விவாதிப்பதற்கும் ஆலோசனை கூறுவதற்கும் வேண்டிய பலம் எனக்கு இருந்தது.

37. கோகலேயைச் சந்திக்க

தென்னாப்பிரிக்கா பற்றிய நினைவுகள் பலவற்றைக் கூறாமல் விட்டுவிட்டே நான் மேலே செல்ல வேண்டும். *1914–*இல் சத்தியாக்கிரகப் போராட்டம் முடிவடைந்த சமயம், லண்டன் வழியாக இந்தியாவுக்குத் திரும்புமாறு கோகலே எனக்கு அறிவித்திருந்தார். ஆகவே, ஜூலையில் நானும் கஸ்தூரிபாயும் கால்லென்பாக்கும் இங்கிலாந்துக்குப் பிரயாணமானோம்.

சத்தியாக்கிரகத்தின்போது மூன்றாம் வகுப்பு வண்டியில் பிரயாணம் செய்ய ஆரம்பித்தேன். ஆகவே, இந்தப் பிராயணத்திற்கும் மூன்றாம் வகுப்பிலேயே ஏற்பாடு செய்திருந்தேன். ஆனால், இந்த வழியில் செல்லும் கப்பல்களில் மூன்றாம் வகுப்பில் இருக்கும் வசதிகளுக்கும், இந்தியாவில் கடலோரக் கப்பல்களிலும் ரெயில் வண்டிகளிலும் மூன்றாம் வகுப்பில் இருக்கும் வசதிகளுக்கும் அதிகமான வித்தியாசம் உண்டு. இந்தியாவிலிருக்கும் மூன்றாம் வகுப்பில் தூங்குவதற்கு மாத்திரமல்ல, உட்காருவதற்குக்கூடப் போதுமான இடம் இல்லை. சுத்தமும் கிடையாது. ஆனால், இதற்கு மாறாக லண்டனுக்குச் சென்றபோது, கப்பலில் மூன்றாம் வகுப்பில் போதுமான இடவசதி இருந்ததோடு சுத்தமாகவும் இருந்தது. கப்பல் கம்பெனியாரும் எங்களுக்கு விசேஷ வசதிகளைச் செய்து கொடுத்தனர். கம்பெனியார், எங்களுக்கென்று தனிக் கக்கூசு வசதியைச் செய்து கொடுத்தனர். நாங்கள் பழ உணவு மாத்திரமே சாப்பிடுகிறவர்களாகையால் பழங்களும் கொட்டைப் பருப்புகளும் மாத்திரம் எங்களுக்குக் கொடுக்க ஏற்பாடு செய்திருந்தனர். வழக்கமாக மூன்றாம் வகுப்புப் பிரயாணிகளுக்குப் பழமும் கொட்டைகளும் தருவதில்லை. இந்த வசதிகளெல்லாம் இருந்ததால் எங்கள் பதினெட்டு நாள் கப்பல் யாத்திரை சௌகரியமாகவே இருந்தது.

இப்பிரயாணத்தின்போது நடந்த சில சம்பவங்கள் குறிப்பிடத்தக்கவை. தொலைவிலுள்ளதைப் பார்க்க உபயோகிக்கும் 'பைனாக்குலர்' என்ற தூரதிருஷ்டிக்

கண்ணாடிகளில் ஸ்ரீ கால்லென்பாக்குக்கு விருப்பம் அதிகம். அவர் இரண்டொரு விலையுயர்ந்த தூரதிருஷ்டிக் கண்ணாடிகள் வைத்திருந்தார். இவற்றில் ஒன்றைக்குறித்து நாங்கள் தினமும் விவாதித்து வந்தோம். இவைகளை வைத்துக்கொண்டிருப்பது, நாங்கள் அடைய ஆசைப்பட்டுக் கொண்டிருந்த எளிய வாழ்க்கைக்கு உகந்தது அல்ல என்பதை அவர் உணரும்படி செய்யவேண்டும் என்று நான் முயன்று வந்தேன். ஒரு நாள் நாங்கள் எங்கள் அறையின் காற்றுத் துவாரத்திற்கு அருகில் நின்று பேசிக்கொண்டிருந்தபோது இந்த வாதம் உச்சநிலைக்கு வந்து விட்டது. "நமக்குள் இத்தகராறுக்கு இடம் தருவதாக இத்தூர திருஷ்டிக் கண்ணாடிகள் இருந்து வருவதைவிட இவற்றைக் கடலில் எறிந்துவிட்டு அதோடு ஏன் விவகாரத்தை முடித்து விடக்கூடாது?" என்றேன்.

"இந்தச் சனியன்களை எறிந்தே விடுங்கள்" என்றார் ஸ்ரீ கால்லென் பாக்.

"நான் சொல்லுவதும் அதுதான்" என்றேன். "நானும் அதைத்தான் சொல்லுகிறேன்" என்று உடனே பதில் சொன்னார் அவர்.

அதை உடனே கடலில் நான் வீசி எறிந்துவிட்டேன். அக்கண்ணாடியின் பெறுமானம் ஏழு பவுன்தான். ஆனால் ஸ்ரீ கால்லென்பாக்குக்கு அதன்மீது இருந்த மோகத்தோடு ஒப்பிட்டுப் பார்த்தால் இந்த ஏழு பவுன் மிகக் குறைவான விலை மதிப்புத்தான். என்றாலும் அதை விட்டொழித்த பிறகு அதற்காக அவர் வருத்தப்படவே இல்லை.

ஸ்ரீ கால்லென்பாக்குக்கும் எனக்கும் இடையே ஏற்பட்ட சம்பவங்கள் பலவற்றுள் ஒன்றுதான் இது.

நாங்கள் இருவரும் சத்திய மார்க்கத்தில் செல்ல முயன்று வந்ததால் இவ்விதமாக ஒவ்வொரு நாளும் நாங்கள் ஏதாவது ஒரு புதிய உண்மையை அறிந்து வந்தோம். சத்தியத்தை நாடிச் செல்லும் போது கோபம், சுயநலம், துவேஷம் முதலியன இயற்கையாகவே நீங்கிவிடுகின்றன. ஏனெனில், அவை நீங்காவிட்டால் சத்தியத்தை அடைவது இயலாததாகும். ஒருவர் மிகவும் நல்லவராக இருக்கலாம்; உண்மையே பேசுகிறவராகவும் இருக்கக் கூடும். ஆனால், காமக் குரோத உணர்ச்சிகளுக்கு

மாத்திரம் வயப்பட்டவராக அவர் இருந்தாராயின் சத்தியத்தை அவர் காணவே முடியாது. அன்பு பகை, இன்பம்–துன்பம் ஆகிய இந்த இரண்டு வகையானவைகளிலிருந்தும் முற்றும் விடுபடுவது ஒன்றே சத்தியத்தை வெற்றிகரமான வகையில் தேடுவதாகும்.

நாங்கள் இந்தக் கப்பல் யாத்திரை புறப்பட்டபோது, நான் உண்ணாவிரதமிருந்து அதிக காலம் ஆகிவிடவில்லை. பழைய பலத்தை நான் இன்னும் அடைந்துவிடவில்லை. எனக்கு நல்ல பசி எடுக்க வேண்டும் என்பதற்காகவும், சாப்பிட்டது ஜீரணமாக வேண்டும் என்பதற்காகவும், தேகாப்பியாசம் இருக்கட்டும் எனக் கருதிக் கப்பலின் மேல் தளத்தில் கொஞ்சம் உலாவி வருவேன். ஆனால், இந்த நடையைக் கூட என் உடல் தாங்கவில்லை. கெண்டைக் கால்களில் வலி ஏற்பட்டுவிடும். ஆகவே, நான் லண்டன் சேர்ந்தபோது என் தேக நிலை நன்றாக இருப்பதற்குப் பதிலாக மோசமாகவே இருந்தது. அங்கே டாக்டர் ஜீவராஜமேத்தா எனக்கு அறிமுகமானார். எனது உண்ணாவிரதத்தின் சரித்திரத்தையும், அதன் பிறகு எனக்கு ஏற்பட்ட வலியைப் பற்றியும் அவரிடம் கூறினேன். "சில தினங்களுக்கு நீங்கள் முழு ஓய்வு எடுத்துக் கொள்ளாது போனால் உங்கள் கால்கள் முற்றும் பயனற்றவைகளாகி விடக் கூடும்" என்று அவர் சொன்னார். நீண்ட உபவாசம் இருந்து விட்ட பிறகு இழந்த பலத்தைத் திரும்பப் பெற அவசரப்படக் கூடாது, பசியைக்கூடக் கட்டுப்படுத்திக்கொள்ள வேண்டும் என்பதை அப்பொழுது தான் நான் அறிந்துகொண்டேன். உண்ணாவிரதம் இருந்துகொண்டிருக்கும்போது இருப்பதை விட அதிக எச்சரிக்கையும், கட்டுத் திட்டங்களும் உண்ணாவிரதத்தை நிறுத்துவதற்கு வேண்டும்.

எந்த நேரத்திலும் பெரும் போர் மூண்டுவிடக் கூடும் என்று மடீராவில் நாங்கள் கேள்விப்பட்டோம். ஆங்கிலக் கால்வாயில் எங்கள் கப்பல் போய்க் கொண்டிருந்தபோது யுத்தமே மூண்டு விட்டது என்ற செய்தி கிடைத்தது. எங்கள் கப்பல் சிறிது காலம் நிறுத்தி வைக்கப்பட்டது. ஆங்கிலக் கால்வாய் நெடுக நீர் மூழ்கிக் கப்பல்கள் கடற்கண்ணிகளைப் போட்டிருந்தன. அவற்றில் மோதி விடாமல் கப்பலை ஓட்டிச் செல்லுவது

எளிதான காரியமன்று. ஆகவே, சௌதாம்டன் போய்ச் சேர இரண்டு நாட்களாயின.

யுத்தம் ஆகஸ்டு நான்காம் தேதி பிரகடனமாயிற்று. நாங்கள் ஆறாம் தேதி லண்டன் சேர்ந்தோம்.

38. போரில் என் பங்கு

பாரிஸிலிருந்து லண்டனுக்குத் திரும்பி வர முடியாமல் கோகலே சிக்கிக்கொண்டார் என்று நான் லண்டன் போய்ச் சேர்ந்ததும் அறிந்தேன். தேக சுகத்தை முன்னிட்டு அவர் பாரிஸுக்குப் போயிருந்தார். பாரிஸுக்கும் லண்டனுக்கும் இடையே எல்லாப் போக்குவரத்துமே துண்டிக்கப்பட்டு விட்டதால் அவர் எப்பொழுது திரும்புவார் என்பதைப் பற்றியும் எதுவும் தெரியவில்லை. அவரைப் பார்க்காமல் இந்தியாவுக்குத் திரும்ப நான் விரும்பவில்லை. ஆனால், அவர் எப்பொழுது வருவார் என்பதையும் யாரும் சொல்ல முடியவில்லை.

இதற்கு மத்தியில் நான் என்ன செய்வது? போர் சம்பந்தமாக என் கடமை என்ன? என்னுடைய சிறைத் தோழரும் சத்தியாக்கிரகியுமான சோராப்ஜி அடாஜணியா, அப்பொழுது வக்கீல் தொழிலுக்காக லண்டனில் படித்துக்கொண்டிருந்தார். அவர் சிறந்த சத்தியாக்கிரகிகளில் ஒருவராகையால், தென்னாப்பிரிக்காவுக்குத் திரும்பியதும் என் ஸ்தானத்தை வகிப்பதற்காக அவர் வக்கீல் தொழிலுக்குப் படித்து வர இங்கிலாந்துக்கு அனுப்பப்பட்டிருந்தார். அவருக்கு ஆகும் செலவுக்கு டாக்டர் பிராண ஜீவன்தாஸ் மேத்தா பணம் கொடுத்து வந்தார். அவருடனும் அவர் மூலமும், இங்கிலாந்தில் அப்பொழுது படித்துக் கொண்டிருந்த டாக்டர் ஜீவராஜ மேத்தாவுடனும் மற்றவர்களுடனும் நான் கலந்து பேசினேன். அவர்களுடன் கலந்து ஆலோசித்து, இங்கிலாந்திலும், அயர்லாந்திலும் இருக்கும் இந்தியரின் கூட்டமொன்று கூட்டப்பட்டது. அக்கூட்டத்தின் முன்பு என் கருத்தைத் தெரிவித்தேன்.

இங்கிலாந்தில் வசித்துவரும் இந்தியர், யுத்தத்திற்குத் தங்களாலான உதவியைச் செய்யவேண்டும் என்று நான் கருதினேன். ஆங்கில மாணவர்கள் ராணுவத்தில் சேவை செய்யத் தொண்டர்களாக முன்வந்திருக்கிறார்கள். அவ்வளவாவது இந்தியரும் செய்ய வேண்டும். இவ்விதமான என் வாதத்திற்குப் பலவிதமான

ஆட்சேபங்கள் எழுந்தன. இந்தியருக்கும் ஆங்கிலேயருக்கும் எவ்வளவோ பேதம் இருக்கிறது என்றார்கள். நாம் அடிமைகளாக இருக்கிறோம். அவர்களோ எஜமானர்கள் என்றார்கள். எஜமானனுக்குத் தேவைப்படும் நேரம் வந்து விடும்போது மாத்திரம் ஓர் அடிமை எஜமானனுடன் எப்படி ஒத்துழைத்து விட முடியும்? எஜமானனுக்கு ஏற்பட்டிருக்கும் அவசியத்தைத் தனக்கு ஒரு வாய்ப்பாக அடிமை பயன்படுத்திக்கொண்டு சுதந்திரமடையப் பார்ப்பது அடிமையின் கடமையல்லவா? இந்த வாதம் நியாயமானதாக அப்பொழுது எனக்குத் தோன்றவில்லை. இந்தியனுக்கும் ஆங்கிலேயனுக்கும் அந்தஸ்தில் இருக்கும் வித்தியாசத்தை நான் அறிவேன். ஆனால், அடிமை நிலைக்கு நாம் கொண்டு வரப்பட்டு விட்டோம் என்பதை நான் நம்பவில்லை. தவறுகளுக்கெல்லாம் தனிப்பட்ட பிரிட்டிஷ் அதிகாரிகள்தான் காரணமே அன்றிப் பிரிட்டிஷ் முறை அல்ல என்றும், அவர்களையும் அன்பினால் மாற்றி விடலாம் என்றும் நான் எண்ணினேன். பிரிட்டிஷாரின் ஒத்துழைப்பினாலும் உதவியினாலுமே நமது அந்தஸ்தை நாம் உயர்த்திக் கொள்ளுவதாக இருந்தால், அவர்களுக்குக் கஷ்டம் ஏற்பட்டிருக்கும் நேரத்தில் அவர்களுக்குப் பக்கத் துணையாக இருந்து அவர்களுடைய தயவைப் பெற வேண்டியது நமது கடமை. பிரிட்டிஷ் முறையே தவறானதாக இருந்தாலும், அது இன்று எனக்குத் தோன்றுவதுபோல், சகிக்க முடியாததாக அப்பொழுது எனக்குத் தோன்றவில்லை. ஆனால், பிரிட்டிஷ் முறையில் எனக்கு நம்பிக்கை இல்லாது போய் விட்டதால் இன்று நான் பிரிட்டிஷ் அரசாங்கத்துடன் ஒத்துழைக்க மறுக்கிறேன் என்றால், பிரிட்டிஷ் ஆட்சி முறையில் மாத்திரமே அன்றி அதன் அதிகாரிகளிடமும் நம்பிக்கையை இழந்துவிட்ட அந்த நண்பர்கள் எப்படி ஒத்துழைப்பார்கள்?

இந்தியர் கோரிக்கைகளைக் குறித்துத் தைரியமாகக் கூறுவதற்கும், இந்தியரின் அந்தஸ்தை உயர்த்திக்கொள்ளுவதற்கும் ஏற்ற சமயம் அதுதான் என்று என் யோசனையை எதிர்த்த நண்பர்கள் கூறினார்கள். இங்கிலாந்தின் கஷ்டத்தை நமக்கு ஏற்ற வாய்ப்பாக மாற்றிக் கொண்டுவிடக்கூடாது என்று நான் எண்ணினேன். போர் நடந்துகொண்டிருக்கும் வரையில் நமது கோரிக்கைகளை வற்புறுத்தாமலிருப்பதே அதிக

யோக்கியமானது, முன்யோசனையோடு கூடியது என்றும் கருதினேன். ஆகையால், நான் கூறிய யோசனையை வலியுறுத்தித் தொண்டர்களாகச் சேர முன்வருகிறவர்களை வருமாறு அழைத்தேன். அநேகர் முன் வந்தார்கள். அப்படி வந்தவர்களில் எல்லா மாகாணத்தினரும், மதத்தினரும் இருந்தனர்.

இந்த விவரங்களை எல்லாம் எடுத்துக் கூறி லார்டு கிரிவேக்குக் கடிதம் எழுதினேன். எங்கள் சேவையை ஏற்றுக்கொள்ளும் முன்பு நாங்கள் வைத்தியப் படை வேலைகளில் பயிற்சிபெறுவது அவசியம் என்றால் அப்பயிற்சியைப் பெறவும் தயாராக இருக்கிறோம் என்று அதில் அறிவித்தேன். கொஞ்சம் தயக்கத்திற்குப் பிறகு லார்டு கிரிவே எங்கள் சேவையை ஏற்றுக்கொள்ளச் சம்மதித்தார். நெருக்கடியான அந்த நேரத்தில் சாம்ராஜ்யத்திற்கு எங்கள் சேவையை அளித்ததற்காக நன்றியும் தெரிவித்தார்.

காயம்பட்டவர்களுக்கு முதல் வைத்திய உதவி செய்யும் பயிற்சியைப் பிரபலமான டாக்டர் காண்ட்லீயின் ஆதரவில் தொண்டர்கள் பெற்றனர். ஆறு வாரக் குறுகிய காலப் பயிற்சியே அது. ஆனால், முதல் உதவி சம்பந்தமான எல்லாமே அதில் கற்றுக் கொடுக்கப்பட்டது.

எங்கள் வகுப்பில் நாங்கள் எண்பது பேர் இருந்தோம். ஆறு வாரங்களில் எங்களுக்குப் பரீட்சை நடந்து ஒருவர் தவிர மற்றெல்லோரும் தேறிவிட்டோம். அவர்களுக்கு ராணுவக் கவாத்து முதலிய பயிற்சிகளுக்கு அரசாங்கம் ஏற்பாடு செய்தது. இந்த வேலை கர்னல் பேக்கரிடம் ஒப்படைக்கப்பட்டிருந்தது.

அந்த நாட்களில் பார்ப்பதற்கு லண்டன் அற்புதக் காட்சியாக இருந்தது. மக்களிடையே பீதியே இல்லை. ஆனால், தங்களாலியன்ற உதவியைச் செய்யவேண்டும் என்பதில் எல்லோரும் சுறுசுறுப்பாக இருந்தனர். வயது வந்த திடமான ஆண்களெல்லாம், போரில் சிப்பாய்களாகப் பயிற்சி பெறப் போய்விட்டனர். ஆனால், வயோதிகர்களும், பலவீனர்களும், பெண்களும் என்ன செய்வது? அவர்கள் செய்ய விரும்பினால் அவர்களுக்கும் போதுமான வேலைகள் இருந்தன. துணிகளை வெட்டி ஆடைகள் தயாரிப்பது, காயமடைந்தவர்களுக்குக் கட்டுக் கட்டுவது போன்ற வேலைகளில் அவர்கள் ஈடுபட்டார்கள்.

லைஸியம் என்ற பெண்களின் சங்கம், தங்களால் எவ்வளவு முடியுமோ அவ்வளவு ஆடைகளைச் சிப்பாய்களுக்குத் தைத்துக் கொடுப்பது என்ற வேலையை ஏற்றுக்கொண்டது. இந்தச் சங்கத்தில் ஸ்ரீமதி சரோஜினி நாயுடு ஓர் உறுப்பினர். இவர் அவ்வேலையில் முழு மனத்துடன் ஈடுபட்டிருந்தார். முதன் முதலாக அப்பொழுது தான் அவருடன் எனக்குப் பழக்கம் ஏற்பட்டது. தைப்பதற்காக வெட்டப்பட்டிருந்த ஒரு துணிக் குவியலை அவர் என்னிடம் கொடுத்து அவைகளை எல்லாம் தைத்துக் கொண்டு வந்து தம்மிடம் கொடுக்கும்படி சொன்னார். அவருடைய கோரிக்கையை ஏற்றுக்கொண்டேன். முதல் உதவிக்கு நான் பயிற்சி பெற்று வந்த காலத்தில் நண்பர்களின் உதவியைக் கொண்டு எவ்வளவு ஆடைகளைத் தைக்க முடியுமோ அவ்வளவையும் தைத்துக் கொண்டுபோய் அவரிடம் கொடுத்தேன்.

39. ஓர் ஆன்மிகக் குழப்பம்

மற்ற இந்தியருடன் என் சேவையை யுத்தத்திற்கு அளிக்க முன்வந்திருக்கிறேன் என்ற செய்தி தென்னாப்பிரிக்காவுக்கு எட்டியதும் எனக்குத் தந்திகள் வந்தன. அதில் ஒன்று ஸ்ரீ போலக்கிடமிருந்து வந்தது. எனது கொள்கையான அகிம்சைக்கும் நான் செய்யும் காரியத்திற்கும் எப்படிப் பொருத்தமாகும் என்று அவர் கேட்டிருந்தார்.

இந்த ஆட்சேபத்தை நான் ஓரளவுக்கு எதிர்பார்த்தே இருந்தேன். இப்பிரச்னையைக் குறித்து 'ஹிந்த் சுயராஜ்' (இந்திய சுயராஜ்யம்) என்ற நூலில் விவாதித்திருக்கிறேன். அதல்லாமம் தென் ஆப்பிரிக்காவில் நண்பர்களுடனும் இதைக் குறித்து அடிக்கடி விவாதித்து வந்திருக்கிறேன். யுத்தத்தில் இருக்கும் அதர்மத்தை எல்லோருமே ஒப்புக் கொண்டிருக் கிறோம். என்னைத் தாக்கியவரைக் கைதுசெய்து வழக்குத் தொடர நான் தயாராக இல்லாத போது, போரில் ஈடுபட்டு இருக்கிறவர்களின் லட்சியம் நியாயமானதா, இல்லையா என்பது பற்றி எனக்கு எதுவுமே தெரியாமல் இருக்கும்போது, யுத்தத்தில் ஈடுபடுவதற்கு நான் தயாராக இருப்பதற்கில்லை. என்றாலும் முன்பு போயர் யுத்தத்தில் நான் சேவை செய்திருக்கிறேன் என்பது நண்பர்களுக்குத் தெரியும். ஆயினும், அதன் பிறகு என் கருத்துக்கள் மாறுதலை அடைந்து இருக்கின்றன என்று அவர்கள் எண்ணிக் கொண்டார்கள்.

உண்மையில் போயர் யுத்தத்தில் நான் பங்கு கொள்ளும்படி எந்தவிதமான வாதங்கள் என்னைத் தூண்டினவோ அதே விதமான வாதங்களே இச்சமயமும் என்னை இம்முடிவுக்கு வரும்படி செய்தன. யுத்தத்தில் ஈடுபடுவது அகிம்சைக்குக் கொஞ் சமும் பொருத்தமானதல்ல என்பது எனக்குத் தெளிவாகவே தெரிந்திருந்தது. ஆனால், தன்னுடைய கடமை என்ன என்பதை யாரும் தெளிவாக அறிந்து கொண்டுவிட முடிவதில்லை. அதிலும் சத்தியத்தை நாடுகிறவர் அடிக்கடி இருட்டில் தடவிக் கொண்டிருக்க வேண்டியே வருகிறது.

அகிம்சை என்பது விரிவான பொருள்களைக் கொண்டதோர் கொள்கை. நாமெல்லோரும் இம்சையாகிய தீயில் சிக்கிக் கொண்டு உதவியற்றுத் தவிக்கும் மாந்தரேயாவோம். ஓர் உயிரைத் தின்றே மற்றோர் உயிர் வாழ்கிறது என்று சொல்லப்படுவதில் ஆழ்ந்த பொருள் உண்டு. மனிதன், வெளிப்படையாக இம்சையை அறிந்தோ, அறியாமலோ செய்யாமல் ஒரு கணமும் வாழமுடியாது. வாழ்வது என்ற ஒன்றிலேயே, உண்பது, குடிப்பது, நடமாடுவது ஆகியவைகளில், என்ன தான் மிகச் சிறியதாயிருப்பினும் ஏதாவது இம்சை அல்லது உயிரைக் கொல்லுவது அவசியமாக இருந்துதான் தீருகிறது. ஆகையால், அகிம்சை விரதம் கொண்டவர், அந்தத் தருமப்படி உண்மையோடு நடப்பதாயின், அவருடைய ஒவ்வோர் செயலும் கருணையிலிருந்தே எழுவதாக இருக்க வேண்டும். மிக மிகச் சிறிய உயிரையும் கூடக் கொல்லாமல் தம்மால் முடிந்த வரையில் அதை அவர் காப்பாற்ற வேண்டும். இவ்விதம் இம்சையின் மரணப் பிடியிலிருந்து விடுபடவும் இடை விடாது முயன்று வரவேண்டும், புலனடக்கத்திலும் கருணையிலும் அவர் இடை விடாது வளர்ந்து கொண்டும் இருப்பார். ஆனாலும், புற இம்சையிலிருந்து மாத்திரம் அவர் என்றுமே பூரணமாக விடுபட்டு விட முடியாது.

மேலும், எல்லா ஜீவராசிகளின் ஒருமைப்பாடே அகிம்சையின் அடிப்படையாகையால், ஒன்றின் தவறு மற்றெல்லாவற்றையும் பாதிக்காமல் இருக்க முடியாது. ஆகவே, மனிதன் இம்சையிலிருந்து முற்றும் விடுபட்டு விட இயலாது. ஒரு சமூகத்தைச் சேர்ந்தவராக ஒருவர் இருந்து கொண்டிருக்கும் வரையில், அச் சமூகத் தொடக்கத்திலிருந்தே ஏற்படுவதான இம்சையில் அவரும் கலந்து கொண்டு விடாமல் இருப்பதற்கில்லை. இரு நாட்டினர் போராடிக் கொண்டிருக்கும்போது, யுத்தத்தை நிறுத்துவதே அகிம்சைவாதியின் பொறுப்பு. அப் பொறுப்பை நிறைவேற்ற இயலாதவர், யுத்தத்தை எதிர்ப்பதற்கான சக்தி இல்லாதவர்; யுத்தத்தை எதிர்ப்பதற்கு வேண்டிய தகுதியை அடையாதவர் இவர்களும் அப்போரில் ஈடுபடக் கூடும். அப்படிப் போரில் ஈடுபட்டாலும் தம்மையும் தம் நாட்டையும் உலகத்தையும் போரிலிருந்து மீட்க முழு மனத்துடன் முயற்சி செய்யவேண்டும்.

பிரிட்டிஷ் சாம்ராஜ்யத்தின் மூலமே என் அந்தஸ்தையும், என் நாட்டு மக்களின் அந்தஸ்தையும் உயர்த்திக்கொள்ளலாம் என்று நான் நம்பியிருந்தேன். இங்கிலாந்தில் நான் இருந்த போது பிரிட்டிஷ் கடற்படையின் பாதுகாப்பை நான் அனுபவித்து வந்தேன். பிரிட்டனின் ஆயுத பலத்தின் கீழ் நான் பத்திரமாகவும் இருந்து வந்தேன். நான் இவ்விதம் இருந்ததன் மூலம் அதனுடைய பலாத்கார சக்தியில் நான் நேரடியாகப் பங்குகொண்டு வருகிறேன். ஆகையால், சாம்ராஜ்யத்துடன் எனக்கு இருக்கும் தொடர்பை வைத்துக்கொண்டு அதன் கொடியின் கீழ் வாழ நான் விரும்பினால், நான்கு காரியங்களில் ஏதாவது ஒன்றின்படியே நான் நடக்க வேண்டும். யுத்தத்திற்கு என்னுடைய பகிரங்கமான எதிர்ப்பைத் தெரிவிக்கலாம். சத்தியாக்கிரக விதிகளின்படி சாம்ராஜ்யம் அதன் ராணுவக் கொள்கையை மாற்றிக் கொள்ளும்வரை அதைப் பகிஷ்கரித்து விடலாம்; அல்லது மீறுவதற்கு ஏற்றவையான அதன் சட்டங்களை மீறுவதன் மூலம் சட்ட மறுப்பைச் செய்து சிறைப்பட முற்படலாம்; இல்லாவிட்டால், சாம்ராஜ்யத்தின் சார்பில் யுத்தத்தில் ஈடுபட்டு அதன் மூலம் யுத்த பலாத்காரத்தை எதிர்ப்பதற்கு வேண்டிய பலத்தையும் தகுதியையும் பெறலாம். இத்தகைய ஆற்றலும் தகுதியும் எனக்கு இல்லை. ஆகவே, அவற்றை அடைவதற்கு யுத்தத்தில் ஈடுபடுவதைத் தவிர வேறு வழி இல்லை என்று எண்ணினேன்.

அகிம்சை நோக்குடன் கவனித்தால், போர்ச் சேவையில் ஈடுபட்டிருக்கிறவர்களில் போர்க்களத்தில் போராடும் சிப்பாய்களுக்கும் மற்றவர்களுக்கும் வேற்றுமையை நான் காணவில்லை. கொள்ளைக்காரர்களுக்கு மூட்டை தூக்கவோ, அவர்கள் கொள்ளையடித்துக் கொண்டிருக்கும் போது காவல் இருக்கவோ, அவர்கள் காயமடையும்போது அவர்களுக்குப் பணி விடை செய்யவோ ஒப்புக்கொள்ளுகிறவனும், கொள்ளைக்காரர்களைப் போல் கொள்ளைக் குற்றம் செய்தவனே யாவான். அதே போலப் போரில் காயமடைந்தவர்களுக்குச் சிகிச்சை செய்வதோடு மாத்திரம் இருந்து விடுகிறவர்களும் போர்க் குற்றத்திலிருந்து விடுபட்டவர்கள் ஆகமுடியாது.

போலக்கிடமிருந்து தந்தி வருவதற்கு முன்னாலேயே இந்த வகையில் இதையெல்லாம் குறித்து என்னுள்ளேயே நான்

விவாதித்துக்கொண்டேன். அத்தந்தி வந்த பிறகும் இதைக் குறித்துப் பல நண்பர்களுடன் விவாதித்தேன். போரில் சேவை செய்ய முன் வருவது என் கடமை என்ற முடிவுக்கே வந்தேன். பிரிட்டிஷ் உறவுக்குச் சாதகமாக நான் அப்பொழுது கொண்டிருந்த கருத்தைக் கொண்டு கவனிக்கும்போது, அந்த விதமான விவாதப் போக்கில் எந்தத் தவறும் இருப்பதாக இன்றும் நான் கருதவில்லை. அப்பொழுது நான் செய்ததற்காக வருத்தப்படவும் இல்லை.

என் நிலைமை சரியானதே என்பதை என் நண்பர்கள் எல்லோருமே ஒப்புக்கொள்ளும்படி செய்ய என்னால் அப்பொழுதும் முடியவில்லை என்பதே அறிவேன். இப்பிரச்சனை மிகவும் நுட்பமானது. இதில் கருத்து வேற்றுமை இருந்து தான் தீரும். ஆகையால், அகிம்சையில் நம்பிக்கையுள்ளவர்களுக்கும், வாழ்க்கையின் ஒவ்வொரு துறையிலும் அதை அனுசரிக்கத் தீவிரமாக முயன்று வருகிறவர்களுக்கும் என்னால் இயன்ற அளவு தெளிவாக என்னுடைய வாதங்களை எடுத்துக் கூறினேன். சத்தியத்தின் பக்தர், சம்பிரதாயம் என்பதற்காக எதையும் செய்து விட முடியாது. தாம் திருத்தப்படுவதற்கு அவர் எப்பொழுதும் தயாராக இருக்க வேண்டும். தாம் செய்தது தவறானது என்பதைக் கண்டுகொள்ளும் போது, என்ன நேருவதாயினும் பொருட்படுத்தாது, அதை ஒப்புக்கொண்டு அதற்குப் பரிகாரம் தேட வேண்டும்.

40. குட்டிச் சத்தியாக்கிரகம்

இவ்விதம் கடமை என்று கருதியதனால் போரில் நான் கலந்து கொண்டேன். ஆயினும், அதில் நான் நேரடியாக ஈடுபடமுடியாது போயிற்று. அத்தோடு அந்த நெருக்கடியான நிலைமையிலும் கூட ஒரு குட்டிச் சத்தியாக்கிரகம் என்று சொல்லக் கூடியதையும் செய்யவேண்டிய கட்டாயம் எனக்கு ஏற்பட்டது.

எங்கள் பெயர்கள் அங்கீகரிக்கப்பட்டுப் பதிவானவுடன் எங்களுக்குப் பயிற்சியளிப்பதைக் கவனிப்பதற்காக ஓர் அதிகாரியும் நியமிக்கப்பட்டார் என்று நான் முன்பே கூறியிருக்கிறேன். இந்த அதிகாரி, பயிற்சி சம்பந்தமான விஷயங்களில் மட்டுமே எங்களுக்குத் தலைவர் என்றும், மற்ற விஷயங்களிலெல்லாம் அப்படைக்கு நானே தலைவன் என்றும் அதனுடைய உள் கட்டுத் திட்டங்களைப் பொறுத்தவரை எனக்கே நேரடியான பொறுப்பு உண்டு என்றும் நாங்கள் எல்லோரும் எண்ணியிருந்தோம். அதாவது, அந்த அதிகாரி இப்படை விஷயத்தில் என் மூலமே எதையும் செய்ய வேண்டும் என்று கருதினோம். ஆனால், இந்தப் பிரமை இருந்து வர அந்த அதிகாரி ஆரம்பத்திலிருந்தே விட்டுவைக்கவில்லை.

ஸ்ரீ சோராப்ஜி அடாஜணியா மிக்க புத்திக் கூர்மை உள்ளவர். அவர் என்னை எச்சரிக்கை செய்தார்: "அந்த ஆசாமி விஷயத்தில் எச்சரிக்கையுடன் இருங்கள். நம் மீது ஆதிக்கம் செலுத்த அவர் விரும்புகிறார் என்று தோன்றுகிறது. அவர் கட்டளையை ஏற்று நடக்க நாங்கள் தயாராயில்லை. நமக்குப் போதிப்பவர் என்று அவரை ஏற்றுக்கொள்ள நாங்கள் தயார். ஆனால், நமக்குப் போதிப்பதற்கென்று அவர் நியமித்திருக்கும் இளைஞர்கள் கூட, நமக்குத் தாங்கள் எஜமானர்களாக வந்திருப்பதாக எண்ணிக் கொள்ளுகின்றனர்" என்றார்.

அந்த இளைஞர்கள் ஆக்ஸ்போர்டு மாணவர்கள். எங்களுக்குச் சொல்லிக் கொடுக்க வந்திருந்தனர். அந்தத் தலைமை அதிகாரி, அவர்களை எங்கள் படைப்பிரிவின் தலைவர்களாக நியமித்தார்.

தலைமை அதிகாரியின் மிதமிஞ்சிய செய்கைகளை நானும் கவனிக்காமலில்லை. என்றாலும், அதைப் பற்றிக் கவலைப்பட வேண்டாமென்று சோராப்ஜியிடம் கூறி அவரைச் சமாதானப்படுத்த முயன்றேன். ஆனால், அவர் எளிதில் சமாதானமடைந்து விடுகிறவர் அல்ல.

“நீங்கள் எல்லோரையும் நம்பிவிடுகிறீர்கள். இவர்கள் பசப்புப் பேச்சினால் உங்களை ஏமாற்றி விடுவார்கள். ஏமாற்றி விட்டார்கள் என்பது கடைசியாக உங்களுக்குத் தெரியும் போது சத்தியாக்கிரகம் செய்யும்படி எங்களிடம் கூறுவீர்கள். இவ்விதம் நீங்கள் துன்பப்படுவதோடு உங்களோடு சேர்ந்து நாங்கள் எல்லோரும் துன்பப்பட நேரும்” என்று அவர் சிரித்துக்கொண்டே சொன்னார்.

“நீங்கள் என்னுடன் சேர்ந்துவிட்டபிறகு துன்பத்தைத் தவிர வேறு எதை எதிர்பார்க்கிறீர்கள்? சத்தியாக்கிரகி ஏமாற்றப்படவே பிறந்திருக்கிறான். இப்பிரதம அதிகாரி நம்மை ஏமாற்றட்டும். ‘ஏய்ப்பவனே முடிவில் ஏமாற்றப்படுகிறான்’ என்று உங்களுக்கு எத்தனையோ முறை நான் சொல்லவில்லையா?” என்றேன்.

சோராப்ஜி உடனே உரக்கச் சிரித்தார். “அப்படியானால் சரி, தொடர்ந்து ஏமாற்றப்பட்டு வாருங்கள். என்றாவது ஒரு நாள் நீங்கள் சத்தியாக்கிரகத்திலேயே மரணமடைவீர்கள். அப்பொழுது எங்களைப்போன்ற அப்பாவிகளையும் உங்களுக்குப் பின்னால் இழுத்துக் கொண்டு போவீர்கள்” என்றார்.

இந்தச் சொற்கள், ஒத்துழையாமையைக் குறித்துக் குமாரி எமிலி ஹாப்ஹவுஸ் எனக்கு எழுதியதை என் நினைவிற்குக் கொண்டு வருகின்றன. “சத்தியத்திற்காக என்றாவது ஒரு நாள் நீங்கள் தூக்குமேடைக்குப் போக நேர்ந்தால் நான் ஆச்சரியப்பட மாட்டேன். கடவுள் உங்களுக்குச் சரியான வழியைக் காட்டிப் பாதுகாப்பாராக” என்று அவர் எழுதினார்.

தலைமை அதிகாரி நியமிக்கப்பட்டவுடனேயே எனக்கும் சோராப்ஜிக்கும் இடையே மேற்கண்ட பேச்சு நடந்தது. சில தினங்களுக்கெல்லாம் அவருடன் எங்களுக்கிருந்த சம்பந்தம் துண்டித்துப் போய்விடும் கட்டம் ஏற்பட்டது. பதினான்கு நாள் உண்ணாவிரதத்தில் இழந்த பலத்தை நான் இன்னும்

பெற்றுவிட வில்லை. எனினும் கவாத்தில் நான் பங்கெடுத்துக் கொண்டதோடு நான் குடியிருந்த இடத்திலிருந்து அதற்கென குறிப்பிட்டிருந்த இடத்திற்கு இரண்டு மைல் தூரம் நடந்தே போவேன். இதனால் நுரையீரலில் புண் ஏற்பட்டு நான் நோய்வாய்ப்பட்டேன். இந்த நிலைமையில் வாரக் கடைசியில் நடக்கும் முகாம்களுக்கும் போகவேண்டியிருந்தது. மற்றவர்கள் அங்கேயே தங்கிவிடுவார்கள்; நான் மட்டும் வீடு திரும்புவேன். இங்கேதான் சத்தியாக்கிரகத்திற்கு ஒரு சந்தர்ப்பம் ஏற்பட்டது.

தலைமை அதிகாரி தம்முடைய அதிகாரத்தைக் கண்டபடி எல்லாம் பிரயோகிக்க ஆரம்பித்தார். ராணுவ சம்பந்தமானது, ராணுவ சம்பந்தமில்லாதது ஆகிய எல்லா விஷயங்களிலும் அவரே எங்களுக்குத் தலைவர் என்று நாங்கள் அறிந்து கொள்ளும்படி அவர் செய்ததோடு, தமது அதிகாரம் எப்படி இருக்கும் என்பதையும் எங்களுக்குக் காட்டத் தொடங்கிவிட்டார். உடனே சோராப்ஜி என்னிடம் வந்தார். அந்த அதிகாரியின் எதேச்சாதிகாரத்திற்கு உடன் பட்டுவிட அவர் கொஞ்சங்கூடத் தயாராயில்லை. அவர் சொன்னதாவது: "எங்களுக்கு வரும் உத்தரவுகள் எல்லாம் உங்கள் மூலமே வரவேண்டும். நாங்கள் இன்னும் பயிற்சி முகாமிலேயே இருக்கிறோம். இப்பொழுதே எங்களுக்கு எல்லாவித அபத்தமான உத்தரவுகள் எல்லாம் இடப்படுகின்றன. நமக்கும், நமக்கு இடையே சொல்லிக் கொடுப்பதற்கென்று நியமிக்கப்பட்டிருக்கும் அந்த இளைஞர்களுக்கும், எரிச்சலை மூட்டும் பாரபட்சமான வேற்றுமைகளெல்லாம் காட்டப்படுகின்றன. இதைக் குறித்துத் தலைமை அதிகாரி உடன் பேசி ஒரு முடிவுக்கு வந்தாக வேண்டும். இல்லையானால் எங்களால் மேற்கொண்டு எதுவும் செய்ய முடியாது. நம் படையில் சேர்ந்திருக்கும் இந்திய மாணவர்களும் மற்றவர்களும், அபத்தமான உத்தரவுகளுக்கெல்லாம் கீழ்படியப் போவதில்லை. சுயமரியாதையை முன்னிட்டு மேற்கொண்டு இருக்கும் ஒரு கடமையில் சுயமரியாதையை இழப்பது என்பதைச் சகித்துக் கொண்டிருக்கவே முடியாது."

தலைமை அதிகாரியிடம் போனேன். எனக்கு வந்திருக்கும் புகார்களைக் குறித்து அவரிடம் கூறினேன். இப்புகார்களை எழுத்து மூலம் தமக்குத் தெரிவிக்கும்படி அவர் சொன்னார்.

அதோடு, “இப்பொழுது நியமிக்கப்பட்டிருக்கும் படைப் பகுதித் தலைவர்கள் மூலம் புகார்களைத் தெரிவிக்க வேண்டும். அவர்கள் அவற்றை எனக்கு அறிவிப்பார்கள். இதுதான் புகார்களை அனுப்புவதற்கான சரியான வழி என்பதைப் புகார் கூறுவோர் அறியச் செய்யுங்கள்” என்றும் அவர் எனக்குக் கூறினார்.

இதற்கு நான், “எனக்கு அதிகாரம் எதுவும் இருப்பதாக நான் உரிமை கொண்டாடவில்லை. ராணுவ ரீதியில் மற்றவர்களைப் போலவே நானும். ஆயினும், இத்தொண்டர் படையின் தலைவன் என்ற முறையில் அவர்கள் பிரதிநிதியாக நடந்துகொள்ள உத்தியோகச் சார்பற்ற முறையில் நான் அனுமதிக்கப்படுவேன் என்று நம்பி வந்தேன்” என்று சொன்னேன். என் கவனத்திற்குக் கொண்டு வரப்பட்ட குறைகளையும் கோரிக்கைகளையும் எடுத்துக் கூறினேன். படையைச் சேர்ந்தவர்களின் உணர்ச்சியைச் சிறிதும் மதிக்காமலேயே படைப் பகுதித் தலைவர்கள் நியமிக்கப் பட்டிருக்கிறார்கள். அவர்களை எடுத்துவிட்டுத் தலைமை அதிகாரியின் அங்கீகாரத்திற்கு உட்பட்டுப் படையினரே படைப்பிரிவுத் தலைவர்களைத் தேர்ந்தெடுத்துக் கொள்ளச் சொல்ல வேண்டும் என்பவையே அந்தக் குறைகளும் கோரிக்கைகளும்.

இது தலைமை அதிகாரிக்குப் பிடிக்கவில்லை. படையினரே படைப் பகுதித் தலைவர்களைத் தேர்ந்தெடுத்துக் கொள்ளுவது என்பது எல்லாவித ராணுவக் கட்டுத் திட்டங்களுக்கும் விரோதமானது என்றார். நியமிக்கப்பட்டு விட்டவர்களை நீக்கி விட வேண்டும் என்று கேட்பது எல்லாக் கட்டுத் திட்டங்களையும் கவிழ்ப்பதாகும் என்றும் சொன்னார்.

எனவே, நாங்கள் ஒரு கூட்டம் போட்டுப் படையிலிருந்து விலகிக்கொண்டு விடுவது என்று தீர்மானித்தோம். சத்தியாக் கிரகத்தினால் ஏற்படக் கூடிய மோசமான விளைவுகளைக் குறித்து எல்லோருக்கும் எடுத்துக் கூறினேன். ஆயினும் மிகப் பெரும் பகுதியினர் தீர்மானத்தை ஆதரித்தார்கள். இதுவரையில் நியமிக்கப்பட்டிருக்கும் கார்ப்பொரல்களை நீக்காவிடில், தங்கள் சொந்தக் கார்ப்பொரல்களைத் தேர்ந்தெடுத்துக் கொள்ளப் படையினருக்குச் சந்தர்ப்பம் அளிக்காது போனால், இதைச்

சேர்ந்தவர்கள் மேற்கொண்டும் கவாத்துக்களுக்கும், வாரக் கடைசி முகாம்களுக்கும் போகாமல் இருக்கவே நேரும் என்று தீர்மானம் கூறியது.

பிறகு, நான் தலைமை அதிகாரிக்கு ஒரு கடிதம் எழுதினேன். என் யோசனையை நிராகரித்து அவர் எழுதியது எவ்வளவு பெரிய ஏமாற்றத்தை உண்டாக்கிவிட்டது என்பதை அதில் கூறினேன். அதிகாரம் செலுத்த வேண்டும் என்னும் ஆசை எதுவும் எனக்கு இல்லை என்றும், சேவை செய்ய வேண்டும் என்றே நான் மிகுந்த ஆர்வத்துடன் இருப்பதாகவும் அவருக்கு உறுதி கூறினேன். என் யோசனையைப் போல் முன்னால் நடந்தது ஒன்றையும் அவருக்கு எடுத்துக் காட்டினேன். போயர் யுத்தத்தின் போது தென்னாப்பிரிக்க இந்திய வைத்தியப் படையில் உத்தியோக ஸ்தானம் எதையும் நான் வகிக்காதிருந்தாலும், கர்னல் கால்வேக்கும் படைக்கும் எந்த விதமான தகாராறுமே இருந்ததில்லை என்றும், படையினரின் கருத்தைத் தெரிந்து கொள்ளுவதற்காக என்னைக் கலந்து ஆலோசிக்காமல் அக் கர்னல் எதுவுமே செய்ததில்லை என்றும் குறிப்பிட்டேன். முந்திய நாள் மாலையில் நாங்கள் நிறைவேற்றிய தீர்மானத்தின் பிரதி ஒன்றையும் அக்கடிதத்தோடு அனுப்பினேன்.

அந்த அதிகாரியின் விஷயத்தில் இக்கடிதம் எந்த நல்ல பலனையும் உண்டாக்கவில்லை. கூட்டம் போட்டதும், தீர்மானம் செய்ததும் கட்டுத் திட்டங்களை மீறிய பெருங் குற்றங்கள் என்று அவர் கருதினார்.

அதன்பேரில் இந்திய மந்திரிக்கு ஒரு கடிதம் எழுதினேன். எல்லா விவரங்களையும் அவருக்குத் தெரிவித்ததோடு தீர்மானத்தின் பிரதி ஒன்றையும் அனுப்பினேன். அவர் எனக்கு எழுதிய பதிலில், தென்னாப்பிரிக்காவில் நிலைமை வேறு என்று விளக்கியிருந்தார். விதிகளின்படி, படைப்பிரிவுத் தலைவர்கள் தலைமை அதிகாரிகளினாலேயே நியமிக்கப்படுகின்றனர் என்பதை என் கவனத்திற்குக் கொண்டு வந்தார். ஆனால், இப்பிரிவுத் தலைவர்களை இனி நியமிக்கும்போது தலைமை அதிகாரி என் சிபாரிசைக் கவனிப்பார் என்றும் எனக்கு உறுதி கூறினார்.

இதற்குப் பிறகு எங்களுக்கிடையே கடிதப் போக்குவரத்து ஏராளமாக நடந்தது. ஆனால், கசப்பான இக்கதையை நீட்டிக்கொண்டு போக நான் விரும்பவில்லை. இந்தியாவில் தினந்தோறும் நான் அடைந்துவரும் அனுபவத்தை ஒத்ததாகவே அங்கே எனக்கு ஏற்பட்ட அனுபவமும் இருந்தது என்று சொல்லுவதே போதும். மிரட்டல்களினாலும் சாதுர்யத்தினாலும் தலைமை அதிகாரி எங்கள் படையைச் சேர்ந்தவர்களிடையே பிளவை உண்டாக்கி விட்டார். தீர்மானத்திற்குச் சாதகமாக வோட்டு செய்திருந்தவர்களில் சிலர், தலைமை அதிகாரியின் மிரட்டல்களுக்கு அல்லது வற்புறுத்தல்களுக்கு உடன்பட்டுப் போய்த் தங்கள் வாக்குறுதியையே மீறிவிட்டனர்.

அந்தச் சமயத்தில், எதிர்பாராதவிதமாக காயமடைந்த சிப்பாய்கள் ஏராளமாக நெட்லி வைத்தியசாலைக்கு வந்து சேர்ந்தனர். அவர்களுக்குப் பணிவிடை செய்ய எங்கள் படையின் சேவை கோரப்பட்டது. தலைமை அதிகாரியின் வற்புறுத்தலுக்கு உடன்பட்டவர்கள் நெட்லிக்குப் போனார்கள். மற்றவர்கள் போக மறுத்துவிட்டனர். அப்பொழுது நான் படுத்த படுக்கையாக இருந்தேன். என்றாலும், அப்படையைச் சேர்ந்தவர்களுடன் கடிதத் தொடர்பு வைத்துக்கொண்டு இருந்தேன். உதவி இந்திய மந்திரி ஸ்ரீ ராபர்ட்ஸ், அந்த நாட்களில் பன்முறை என்னைப் பார்க்க வந்து எனக்குக் கௌரவம் அளித்தார். மற்றவர்களையும் சேவை செய்யப் போகுமாறு நான் தூண்ட வேண்டும் என்று வற்புறுத்தினார். அவர் ஒரு யோசனையும் கூறினார். நாங்கள் ஒரு தனிப்படையாக இருக்க வேண்டும் என்றும், நெட்லி வைத்தியசாலையில் இப்படை அங்கிருக்கும் தலைமை அதிகாரிக்கு மாத்திரமே பொறுப்பு வாய்ந்ததாக இருக்கும் என்றும் சொன்னார். அப்படிச் செய்வதால் சுயமரியாதையை இழப்பதென்பதும் இல்லை. அரசாங்கத்தையும் சமாதானப்படுத்தியதாகும்; ஆஸ்பத்திரிக்கு வரும் காயமடைந்த ஏராளமானவர்களுக்கு உதவியான சேவை செய்வதாகவும் ஆகும் என்பதே அவர் கூறிய யோசனை. இந்த யோசனை எனக்கும் என் தோழர்களுக்கும் பிடித்திருந்தது. இதன் பலனாக நெட்லிக்குப் போகாமல் இருந்து விட்டவர்களும் அங்கே சென்றனர்.

நான் மாத்திரம் போகவில்லை. படுத்த படுக்கையாக இருந்து கொண்டு என்னால் ஆனதைச் செய்துவந்தேன்.

41. கோகலேயின் தாராளம்

இங்கிலாந்தில் எனக்கு நுரையீரலுக்குப் பக்கத்தில் ரணமாகி நான் நோயுற்றிருந்ததைக் குறித்து முன்பே கூறியிருக்கிறேன். சில நாட்களுக்கெல்லாம் கோகலே லண்டனுக்குத் திரும்பிவிட்டார். கால்லென்பாக்கும் நானும் தவறாமல் அவரைப் போய்ப் பார்த்துக் கொண்டிருந்தோம். பெரும்பாலும் யுத்தத்தைக் குறித்தே பேசுவோம். கால்லென்பாக், ஜெர்மனியின் நாட்டு அமைப்பு முழுவதையும் வெகு நன்றாக அறிந்திருந்தாலும் ஐரோப்பாவில் அதிகமாகச் சுற்றுப்பிரயாணம் செய்து இருந்தாலும், யுத்தம் சம்பந்தப்பட்ட பல இடங்களையும் பூகோளப் படத்தில் கோகலேக்குக் காட்டுவது வழக்கம்.

எனக்கு இந்த நோய் வந்த பிறகு இதைக் குறித்துத் தினந்தோறும் பேசுவோம். எனது உணவுப் பரிசோதனைகள் அப்பொழுதும் தொடர்ந்து நடந்து கொண்டுதான் இருந்தன. அப்பொழுது நான் மற்றவைகளுடன் நிலக்கடலை, பழுத்த, பழுக்காத வாழைப்பழங்கள், எலுமிச்சம்பழம், ஆலிவ் எண்ணெய், தக்காளி, திராட்சைப் பழங்கள் ஆகியவைகளையும் சாப்பிட்டு வந்தேன். பால், தானியங்கள், பருப்பு வகைகள் முதலியவைகளை அடியோடு தள்ளிவிட்டேன்.

டாக்டர் ஜீவராஜ மேத்தா எனக்கு வைத்தியம் செய்து வந்தார். பாலும் தானியங்களும் சாப்பிடும்படி என்னை அவர் வற்புறுத்தி வந்தார். ஆனால், அதற்குச் சம்மதிக்கப் பிடிவாதமாக மறுத்து வந்தேன். இவ்விஷயம் கோகலேயின் காதுக்கு எட்டியது. பழ உணவுதான் சிறந்தது என்று நான் கொண்டு இருந்த கொள்கையில் அவருக்கு அவ்வளவாக மதிப்பில்லை. என் தேக நிலைக்குச் சரியானது என்று டாக்டர் என்ன சொல்லுகிறாரோ அதை நான் சாப்பிடவேண்டும் என்றார் கோகலே.

கோகலேயின் வற்புறுத்தலுக்கு நான் இணங்காமல் இருப்பதென்பது எனக்கு அவ்வளவு எளிதான காரியம் அல்ல. நான் மறுதலிப்பதை அவர் ஒப்புக்கொள்ளாத போது அவ்

விஷயத்தைப் பற்றிச் சிந்திக்க எனக்கு இருபத்து நான்கு மணி நேர அவகாசம் கொடுக்கும்படி கேட்டுக்கொண்டேன். அன்று மாலை நானும் கால்லென்பாக்கும் வீடு திரும்பிய போது என் கடமை என்ன என்பதைக் குறித்து விவாதித்தோம். என்னுடைய சோதனைகளில் அவரும் என்னுடன் ஈடுபட்டு வந்தார். அதில் அவருக்குப் பிரியமும் இருந்தது. ஆனால், என் தேக நிலைமைக்கு அவசியம் என்றிருந்தால் உணவுச் சோதனையைக் கைவிடுவது அவருக்கும் சம்மதமே என்பதைக் கண்டேன். ஆகவே, என் அந்தராத்மா இடும் ஆணைக்கு ஏற்ப இதில் எனக்கு நானே முடிவு செய்து கொள்ள வேண்டியிருந்தது.

இரவெல்லாம் இந்த விஷயத்தைக் குறித்தே சிந்தித்தேன். உணவுச் சோதனையைக் கைவிடுவது என்றால் அத்துறையில் எனக்குள்ள கருத்துக்களை யெல்லாம் கைவிடவேண்டி வரும். ஆனால், அந்தச் சோதனைகளில் எந்தக் குறைபாடுகளையும் நான் காணவில்லை. இப்பொழுது பிரச்னையெல்லாம், கோகலேயின் அன்பான வற்புறுத்தல்களுக்கு எந்த அளவுக்கு நான் உடன்படுவது; என் தேக நிலையின் நன்மையை முன்னிட்டு என்னுடைய சோதனைகளை எந்த அளவுக்கு மாற்றிக் கொள்ளுவது என்பதே. கடைசியாக இதில் ஒரு முடிவுக்கு வந்தேன். முக்கியமாக ஆன்மிகத்தையே நோக்கமாகக் கொண்டு நான் கைக்கொண்ட உணவுச் சோதனைகளை மட்டும் பின்பற்றி வருவது; வேறு நோக்கம் கொண்டதான உணவுச் சோதனைகளை வைத்தியரின் ஆலோசனையின்படி விட்டு விடுவது என்பதே நான் செய்து கொண்ட முடிவு. பால் சாப்பிடுவதை விட்டதற்கு மிக முக்கியமான நோக்கம் ஆன்மிகமானதேயாகும். பசுக்கள், எருமைகளின் மடிகளிலிருந்து கடைசிச் சொட்டு வரையிலும் பாலைக் கறந்து விடுவதற்குக் கல்கத்தாவில் மாட்டுக்காரர்கள் அனுசரித்த கொடிய முறைகள் என் மனக் கண்முன் காட்சியளித்தன. மாமிசம் எவ்விதம் மனிதனின் உணவல்லவோ, அதேபோல மிருகங்களின் பாலும் மனிதனின் உணவாக இருப்பதற்கில்லை என்ற ஓர் எண்ணமும் எனக்கு இருந்துவந்தது. ஆகையால், பால் சாப்பிடுவதில்லை என்ற என் தீர்மானத்தில் உறுதியுடன் இருந்துவருவது என்ற முடிவுடனேயே காலையில் படுக்கையிலிருந்து எழுந்தேன். இது என் மனத்திற்கும் அதிக ஆறுதலாக இருந்தது. கோகலேயிடம்

போவதற்கே எனக்குப் பயமாக இருந்தது. ஆனால், என் தீர்மானத்தை அவர் மதிப்பார் என்று நம்பினேன்.

மாலையில் கால்லென்பாக்கும் நானும் நாஷனல் லிபரல் கிளப்புக்குப் போய்க் கோகலேயைப் பார்த்தோம். அவர் கேட்ட முதல் கேள்வி, "டாக்டரின் ஆலோசனையை ஏற்றுக் கொள்வது என்ற தீர்மானத்திற்கு வந்துவிட்டீர்களா?" என்பதே.

மரியாதையோடு, ஆனால் உறுதியோடு, நான் கூறியதாவது: "ஒன்றைத் தவிர மற்றவைகளிலெல்லாம் இணங்கிவிட நான் தயாராக இருக்கிறேன். அந்த ஒன்றைப்பற்றி மாத்திரம் என்னை வற்புறுத்த வேண்டாம் என்று கேட்டுக்கொள்ளுகிறேன். பாலையும், பாலிலிருந்து தயாரானவைகளையும், மாமிசத்தையும் மாத்திரம் நான் சாப்பிடமாட்டேன். இவைகளைச் சாப்பிடாததனால் நான் சாக நேருமாயின், அதற்கும் தயாராவது நல்லதே என்று கருதுகிறேன்."

"இதுவே உங்கள் முடிவான தீர்மானமா?" என்று கோகலே கேட்டார்.

"வேறுவிதமான முடிவுக்கு நான் வருவதற்கில்லை என்றே அஞ்சுகிறேன். என்னுடைய இத்தீர்மானம் தங்களுக்கு மன வருத்தத்தை உண்டாக்கும் என்பதை அறிவேன் அதற்காக என்னை மன்னிக்க வேண்டுகிறேன்" என்றேன்.

கொஞ்சம் மனவருத்தத்துடன், ஆனால் மிகுந்த அன்போடும் கோகலே கூறியதாவது: "உங்கள் தீர்மானம் சரி என்று நான் ஒப்புக் கொள்ளுவதற்கில்லை. இதில் ஆன்மிக அவசியம் எதுவும் இருப்பதாகவும் நான் கருதவில்லை. ஆனால், மேற்கொண்டும் நான் உங்களை வற்புறுத்த மாட்டேன்." இவ்விதம் என்னிடம் கூறிவிட்டு, டாக்டர் ஜீவராஜ மேத்தாவைப் பார்த்து அவர் சொன்னதாவது: "தயவுசெய்து இனி அவரைத் தொந்தரவு செய்யாதீர்கள். அவர் தமக்கென வகுத்துக் கொண்டிருக்கும் வரம்புக்கு உட்பட்டு அவருக்கு உணவைப் பற்றிய ஏதாவது யோசனை கூறுங்கள்."

என் தீர்மானத்தைத் தாம் ஒப்புக் கொள்ளுவதற்கில்லை என்றார், டாக்டர். என்றாலும், அவர் வேறு எதுவும் செய்வதற்கில்லை. பச்சைப் பயற்றுச் சூப்பில் கொஞ்சம் பெருங்காயம் போட்டுச்

சாப்பிடும்படி அவர் எனக்கு யோசனை கூறினார். இதற்கு நான் சம்மதித்தேன். இரண்டொரு நாள் அதைச் சாப்பிட்டேன். ஆனால், எனக்கிருந்த வலி அதிகமாயிற்று. அது எனக்கு ஒத்துக் கொள்ளவில்லை என்பதைக் கண்டதும், திரும்பவும் பழங்களையும் கொட்டைகளையும் சாப்பிட ஆரம்பித்தேன். மேலுக்குச் செய்து வந்த சிகிச்சையை டாக்டர் தொடர்ந்து செய்துவந்தார். இதனால், வலி கொஞ்சம் குறைந்தது. ஆனால், என்னுடைய கட்டுப்பாடுகள் இடையூறாக இருந்தன என்று அவர் எண்ணினார். இதற்கிடையில் லண்டனில் அக்டோபர் மாத மூடுபனியைச் சகிக்க முடியாததனால் கோகலே தாய்நாட்டுக்குத் திரும்பினார்.

42. நோய்க்குச் சிகிச்சை

நுரையீரலுக்கு அருகில் இருந்த ரணத்தினால் ஏற்பட்ட என் நோய், குணமாகாமல் இருந்துவந்தது,கொஞ்சம் கவலையை அளித்தது. ஆனால், உள்ளுக்கு மருந்து சாப்பிடுவதனால் இது குணமாவதில்லை என்பதையும் உணவில் செய்து கொள்ளும் மாறுதல்களினாலும் வெளி பரிகாரங்களினாலும் குணமாகும் என்பதையும் அறிவேன்.

டாக்டர் அல்லின்ஸன் பிரபலமான சைவ உணவுவாதி. அவரை அழைத்து வரச் செய்தேன். அவர் உணவு மாறுதல்களின் மூலமே பல நோய்களுக்குச் சிகிச்சை செய்துவந்தார். 1890–ஆம் ஆண்டிலும் அவரைச் சந்தித்திருக்கிறேன். அவர் என்னை முற்றும் பரிசோதனை செய்து பார்த்தார். பால் சாப்பிடுவதே இல்லை என்று நான் விரதம் எடுத்துக் கொண்டிருப்பது பற்றியும் அவரிடம் சொன்னேன். அவர் என்னை உற்சாகப்படுத்திவிட்டுச் சொன்னதாவது: "நீங்கள் பால் சாப்பிட வேண்டியதே இல்லை. உண்மையில், சில நாட்களுக்கு நீங்கள் கொழுப்புச் சத்து எதையுமே சாப்பிடக் கூடாது என்றே நான் விரும்புகிறேன்." சாதாரணப் பழுப்பு ரொட்டி, பீட்ரூட், முள்ளங்கி, வெங்காயம், மற்றும் கிழங்குகள் போன்றவற்றைப் பச்சையாகவும், கீரைகளையும், பழங்களையும் முக்கியமாக ஆரஞ்சுப் பழங்களையும் சாப்பிட்டு வருமாறு அவர் எனக்கு யோசனை கூறினார். கறிகாய்களைச் சமைக்கக் கூடாது; அப்படியே பச்சையாக மென்று தின்ன என்னால் முடியாவிட்டால் நுட்பமாகத் திருகி வைத்துக்கொண்டு சாப்பிடச் சொன்னார்.

இதன்படி மூன்று நாட்கள் சாப்பிட்டேன். ஆனால், பச்சைக் காய்கறிகள் எனக்கு ஒத்துக்கொள்ளவில்லை. இந்தப் பரீட்சையை முற்றும் அனுசரித்துப் பார்க்கும் வகையில் என் உடல்நிலை இல்லை. பச்சைக் கறிகாய்களைச் சாப்பிடுவதற்கு எனக்குப் பயமாகவே இருந்தது.

அதோடு, என் அறையின் சன்னல்களை யெல்லாம் எப்பொழுதும் திறந்தே வைத்திருக்கும்படியும், வெதுவெதுப்பான

நீரில் குளிக்குமாறும், நோயுள்ள பகுதிகளில் எண்ணெய் தடவித்தேய்க்கும் படியும், பதினைந்து நிமிடங்களிலிருந்து முப்பது நிமிட நேரம் வரை திறந்த வெளியில் நடக்கு மாறும் டாக்டர் அல்லின்ஸன் எனக்குக் கூறினார்.

என் அறையின் சன்னல்கள், பிரெஞ்சு முறையிலானவை. ஆகவே, முழுவதும் திறந்து வைத்துவிட்டால் மழை நீரெல்லாம் உள்ளே வந்துவிடும். விசிறி போன்றிருந்த சன்னல் கதவைத் திறக்கவே முடியவில்லை. ஆகவே, நல்ல காற்று உள்ளே வரட்டும் என்பதற்காக அதன் கண்ணாடிகளை உடைத்துவிட்டேன். மழை நீர் உள்ளேவராத வகையில் ஒருவாறு சன்னலையும் திறந்து வைத்தேன். இந்த முறைகள் எல்லாம் ஓரளவுக்கு என் தேக நிலையில் அபிவிருத்தியை அளித்தன. என்றாலும், பூரணமாகக் குணமாகிவிடவில்லை.

அச்சமயம் லேடி செஸிலியா எப்பொழுதாவது என்னைப் பார்க்க வருவதுண்டு. நாங்கள் நண்பர்களானோம். நான் பால் சாப்பிடும்படி செய்துவிட வேண்டும் என்று அவர் மிகவும் முயன்றார். ஆனால், நான் பிடிவாதமாக மறுத்து விடவே பாலுக்குப் பதிலாகச் சாப்பிடக்கூடிய ஒன்றைத் தேடிப் பிடிப்பதற்காக அலைந்தார். பாலும் தானியச் சத்தும் கலந்ததான 'மால்ட்டட் மில்க்' சாப்பிடலாம் என்று யாரோ ஒரு நண்பர் அவருக்குக் கூறினார். அதில் பால் கலப்பே கிடையாது என்றும், பால் சத்து இருக்கும் வகையில் ரசாயன முறையில் அது தயாரிக்கப்பட்டது என்றும், உண்மையை அறியாமலேயே அந்த நண்பர் அவருக்கு உறுதி கூறிவிட்டார். லேடி செஸிலியா, என்னுடைய சமயக் கொள்கை சம்பந்தமான நம்பிக்கைகளை மதித்து நடப்பவர் என்பதை அறிவேன். ஆகவே, அவர் சொன்னதை அப்படியே நம்பிவிட்டேன். அந்தப் பொடியை நீரில் கலந்து சாப்பிட்டேன். அதன் சுவை பாலின் சுவை போன்றே இருக்கக் கண்டேன். பிறகு புட்டியின் மீது ஒட்டியிருந்த சீட்டில் எழுதியிருந்ததைப் படித்துப் பார்த்தேன். பாலிலிருந்து தயாரிக்கப் படுவதே அது என்பதை அறிந்தேன். சாப்பிட்ட பிறகுதான் இதெல்லாம் தெரிந்தது. ஆகவே, அதைச் சாப்பிடுவதை விட்டு விட்டேன்.

நான் கண்டுபிடித்துவிட்டதைக் குறித்து லேடி செஸிலியாவுக்கு அறிவித்து அதைப் பற்றிக் கவலைப்பட வேண்டாம் என்றும்

கேட்டுக் கொண்டேன். அவரோ, தமது வருத்தத்தைத் தெரிவித்துக் கொள்ள விரைந்தோடி வந்தார். அவருக்குச் சொன்ன நண்பர், புட்டி மீது ஒட்டியிருந்த சீட்டைப் படித்துப் பார்க்கவே இல்லை. இதைக் குறித்து கவலைப்படவே வேண்டாம் என்று அவரை மிகவும் வேண்டிக் கொண்டேன். எவ்வளவோ சிரமப் பட்டுத் தேடிக்கொண்டு வந்தவைகளை நான் பயன்படுத்திக் கொள்ள முடியாமைக்கு என் வருத்தத்தையும் தெரிவித்துக் கொண்டேன். தெரியாததனால் தவறாகப் பால் சாப்பிட்டு விட்டதற்காக, குற்றம் செய்து விட்டதாக எண்ணி நான் வருத்தப் படவில்லை என்றும் அவருக்கு உறுதி கூறினேன்.

லேடி செஸிலியாவுடன் ஏற்பட்ட தொடர்பைப் பற்றிய மற்றும் பல இனிய ஞாபகங்களெல்லாம் உண்டு. அவற்றையெல்லாம் கூறாமல் மேலே செல்ல வேண்டியவன் ஆகிறேன். எத்தனையோ சோதனைகளுக்கும் ஏமாற்றங்களுக்கும் இடையே எனக்குப் பெரும் ஆறுதல் அளிப்பவர்கள் ஆக இருந்து வந்த அநேக நண்பர்களைப் பற்றி நான் எண்ணிப் பார்க்க முடியும். இவ்விதம் கடவுள், துயரங்களையும் இன்பமானவைகளாக்கி விடுகிறார். இதில் நம்பிக்கையுள்ளவர்கள், கருணைக் கடலான கடவுளின் அந்த அருளையே அந்நண்பர்களிடமும் காண்பார்கள்.

டாக்டர் அல்லின்ஸன் அடுத்த முறை என்னைப் பார்க்க வந்த போது, ஆகாரத்தில் எனக்கு விதித்திருந்த கட்டுத் திட்டங்களைத் தளர்த்தி விட்டார். கொழுப்புச் சத்துக்காக நிலக்கடலை, வெண்ணெய் அல்லது ஆலிவ் எண்ணெய் சேர்த்துக் கொள்ளும் படியும், கறிகாய்களைச் சமைத்து, நான் விரும்பினால் அரிசிச் சாதத்துடன் சாப்பிடுமாறும் கூறினார். இந்த மாறுதல்கள் எனக்குப் பிடித்தன. ஆனால், இவைகளினாலும் பூரண குணம் ஏற்படவில்லை. அதிக ஜாக்கிரதையான பணிவிடை அவசியமாகவே இருந்தது. பெரும்பாலும் நான் படுக்கையிலேயே இருக்க வேண்டியிருந்தது.

என்னைப் பரிசோதித்துப் பார்ப்பதற்காக டாக்டர் மேத்தா அவ்வப்போது வருவதுண்டு. தாம் சொல்லுகிறபடி கேட்பதாய் இருந்தால், என் நோயைக் குணப்படுத்தி விடுவதாக அவர் எப்பொழுதும் சொல்லி வந்தார்.

நிலைமை இவ்வாறு இருந்து வரும்போது ஒருநாள், ஸ்ரீ ராபர்ட்ஸ் என்னைப் பார்க்க வந்தார். தாய் நாட்டுக்குத் திரும்பி விடுமாறு அவர் வற்புறுத்திச் சொன்னார். "இந்த நிலைமையில் நீங்கள் நெட்லிக்குப் போவது சாத்தியமே இல்லை. இனி வரப்போவது கடுமையான குளிர்காலம். இந்தியாவில் தான் நீங்கள் பூரணமாகக் குணமடைய முடியுமாகையால் அங்கே நீங்கள் போய்விட வேண்டும் என்று உங்களுக்குக் கண்டிப்பாகக் கூறுகிறேன். அங்கே நீங்கள் குணமடைந்த பிறகு அப்பொழுதும் யுத்தம் தொடர்ந்து நடந்து கொண்டு இருந்தால், நீங்கள் உதவி செய்ய அங்கே அநேக வாய்ப்புகள் இருக்கின்றன. இப்பொழுதுகூட, நீங்கள் இது வரை செய்து இருப்பது எந்த விதத்திலும் அற்பமானது என்று நான் கருதவில்லை."

அவருடைய யோசனையை ஏற்றுக்கொண்டேன். இந்தியாவுக்குத் திரும்புவதற்கு வேண்டிய ஏற்பாடுகளைச் செய்யலானேன்.

43. தாய்நாடு நோக்கி

இந்தியாவுக்குப் போவதற்காக ஸ்ரீ கால்லென்பாக் என்னுடன் இங்கிலாந்துக்கு வந்தார். இருவரும் ஒன்றாகவே வசித்து வந்தோம். ஒரே கப்பலிலேயே புறப்படவும் விரும்பினோம். அப்பொழுது ஜெர்மானியர் மீது கண்காணிப்புக் கடுமையாக இருந்து வந்தது. ஆகையால், ஸ்ரீ கால்லென்பாக்குக்குப் பிரயாண அனுமதிச் சீட்டுக் கொடுப்பதற்கு ஸ்ரீ ராபர்ட்ஸ் ஆதரவாக இருந்தார். இதைக் குறித்து வைசிராய்க்கும் அவர் தந்தி கொடுத்தார். "வருந்துகிறோம். அத்தகைய அபாயம் எதற்கும் உட்பட இந்திய அரசாங்கம் தயாராயில்லை" என்று லார்டு ஹார்டிஞ்சிடமிருந்து நேரடியான பதில் வந்துவிட்டது. அந்தப் பதிலில் அடங்கியிருந்த நியாயத்தை நாங்கள் எல்லோரும் உணர்ந்து கொண்டோம்.

ஸ்ரீ கால்லென்பாக்கை விட்டுப் பிரிவது எனக்கு மிகுந்த வேதனையாக இருந்தது. அவருக்கு இருந்த துயரம் இன்னும் அதிகம் என்பதைக் கண்டேன். அவர் இந்தியாவுக்கு வர முடிந்திருந்தால், அவர் இன்று ஒரு குடியானவனாகவும், நெசவாளியாகவும் இன்பமான எளிய வாழ்க்கையை நடத்திக் கொண்டிருப்பார். இப்பொழுது அவர் தென்னாப்பிரிக்காவில் இருக்கிறார். அவர் பழைய வாழ்க்கையை நடத்திக்கொண்டு கட்டிடச் சிற்பியாக நல்ல வருமானத்துடன் தொழில் நடத்தி வருகிறார்.

கப்பலில் மூன்றாம் வகுப்பில் பிரயாணம் செய்யவே விரும்பினோம். ஆனால், பி. அண்டு ஓ. கம்பெனிக் கப்பல்களில் மூன்றாம் வகுப்பு இல்லாததால் இரண்டாம் வகுப்பில் சென்றோம். தென்னாப்பிரிக்காவிலிருந்து நாங்கள் கொண்டு வந்திருந்த உலர்ந்த பழங்களை உடன்கொண்டு போனோம். இவை கப்பலில் கிடைக்கமாட்டா. ஆனால், புதுப் பழங்கள் தாராளமாகக் கிடைக்கும்.

என் விலா எலும்புகளுக்கு டாக்டர் ஜீவராஜ மேத்தா, 'மெடேஸ் பிளாஸ்திரி' போட்டுக் கட்டி விட்டதோடு

செங்கடல் போகும் வரையில் அதை நீக்கக் கூடாது என்றும் சொன்னார். இதனால் உண்டான தொல்லையை இரண்டு நாள் சகித்துக் கொண்டுவிட்டேன். அதற்கு மேல் என்னால் சகிக்க முடியவில்லை. அதிகச் சிரமப்பட்டே அந்த பிளாஸ்திரியை அவிழ்க்க என்னால் முடிந்தது. அதன் பிறகு உடம்பைச் சுத்தம் செய்து கொள்ளவும் குளிக்கவும், மீண்டும் சுதந்திரம் பெற்றேன்.

பெரும்பாலும் பழங்களையும் கொட்டைப் பருப்புகளையுமே சாப்பிட்டு வந்தேன். நாளுக்கு நாள் குணம் அடைந்து வருவதாக உணர்ந்தேன். சூயஸ் கால்வாய்க்குள் பிரவேசித்த போது, அதிக தூரம் குணமடைந்து விட்டதாக எனக்குத் தோன்றிற்று. நான் பலவீனமாகவே இருந்தேனாயினும் ஆபத்தைக் கடந்துவிட்டதாக எண்ணினேன். என் தேகாப்பியாசத்தையும் நாளுக்கு நாள் அதிகமாக்கிக் கொண்டு வந்தேன். நடுத்தரமான வெப்பமுள்ள பிரதேசத்தின் சுத்தமான காற்றே என் தேக நிலையில் ஏற்பட்ட அபிவிருத்திக்குக் காரணம் என்று கருதினேன்.

கப்பலிலிருந்து இந்தியப் பிரயாணிகளும் ஆங்கிலப் பிரயாணிகளும் நெருங்கிப் பழகாமல் தொலைவாகவே இருந்து வந்ததைக் கவனித்தேன். தென்னாப்பிரிக்காவிலிருந்து நான் கப்பலில் சென்ற சமயங்களில் கூட, இப்படி இருந்ததாக நான் கண்டதில்லை. எனக்கு இவ்விதம் தோன்றியது முந்திய அனுபவங்களினாலா, வேறு காரணத்தினாலா என்பது எனக்குத் தெரியாது. சில ஆங்கிலேயருடன் நான் பேசிக் கொண்டிருந்தேன். ஆனால், அது வெறும் சம்பிரதாயப் பேச்சே. தென்னாப்பிரிக்கக் கப்பல்களில் சென்றபோது இருந்ததைப் போன்ற அன்னியோன்யமான சம்பாஷணைகளே இந்தத் தடவை இல்லை. இதற்கு ஒன்று காரணமாக இருக்கக் கூடும் என்று நான் எண்ணுகிறேன். தாங்கள் ஆளும் இனத்தைச் சேர்ந்தவர்கள் என்ற எண்ணம், அறிந்தோ அறியாமலேயோ, ஆங்கிலேயரின் உள்ளத்திற்குள் இருந்திருக்கக் கூடும். அடிமைப்பட்ட இனத்தினர் தாங்கள் என்ற எண்ணம் இந்தியரின் உள்ளத்திற்குள்ளும் இருந்து இருக்கலாம். இத்தகைய சூழ்நிலையிலிருந்து விடுபட்டு வீடு போய்ச் சேர்ந்து விடவேண்டும் என்று நான் அதிக ஆர்வத்துடனிருந்தேன்.

ஏடன் சேர்ந்ததுமே தாய்நாட்டுக்கு வந்துவிட்டதைப் போன்ற உணர்ச்சி எங்களுக்கு உண்டாயிற்று. ஸ்ரீ கெகோபாத்

காவாஸ்ஜி தின்ஷா, ஏடனைச் சேர்ந்தவர். அவரை டர்பனில் சந்தித்திருக்கிறோம். அவருடனும் அவர் மனைவியோடும் நெருங்கிப் பழகியும் இருக்கிறோம். ஆகையால், ஏடன் வாசிகளைப் பற்றி எங்களுக்கு நன்றாகத் தெரியும்.

சில தினங்களுக்கெல்லாம் பம்பாய் வந்தடைந்தோம். பத்து ஆண்டுகள் பிற நாடுகளில் இருந்துவிட்ட பின்பு தாய் நாட்டிற்குத் திரும்பியது பெரிய ஆனந்தமளித்தது.

கோகலேயினுடைய யோசனையின் பேரில் பம்பாயில் எனக்கு வரவேற்பு ஏற்பாடு செய்திருந்தார்கள். தமது தேக நிலை சரியாக இல்லாதிருந்தும் கோகலேயும் பம்பாய்க்கு வந்திருந்தார். அவரோடு நான் ஐக்கியமாகி விடுவதன் மூலம் கவலையற்றிருக்கலாம் என்ற திடமான நம்பிக்கையுடனேயே நான் இந்தியாவுக்கு வந்தேன். ஆனால், விதியோ முற்றும் வேறுவிதமாக இருந்துவிட்டது.

44. வக்கீல் தொழில் பற்றிய நினைவுகள்

இந்தியாவில் என் வாழ்க்கை எந்தப் போக்கில் போயிற்று என்பதைப் பற்றி சொல்ல ஆரம்பிக்கும் முன்பு, இதுவரையில் வேண்டுமென்றே நான் கூறாமல் இருந்து வந்திருக்கும் தென் ஆப்பிரிக்கா பற்றிய மற்றும் சில செய்திகளை ஞாபகப்படுத்திக் கொள்ள வேண்டியது அவசியம் என்று கருதுகிறேன்.

வக்கீல் தொழிலைப் பற்றிய என் நினைவுகளைக் கூறுமாறு சில வக்கீல் நண்பர்கள் கேட்கிறார்கள். அத்தகைய நினைவுகள் ஏராளமானவை. அவைகளையெல்லாம் சொல்லுவதானால் அதுவே ஒரு புத்தகமாகிவிடும். அது என் நோக்கத்திற்கும் மாறானது. ஆனால், அவைகளில் உண்மையைக் கடைபிடிப்பது சம்பந்தமான சில நினைவுகளை மாத்திரம் கூறுவது தவறாக இல்லாமலும் இருக்கக்கூடும்.

எனக்கு நினைவிருக்கும் வரையில், எனது வக்கீல் தொழிலில் பொய்யை அனுசரித்ததே இல்லை என்று முன்பே சொல்லியிருக்கிறேன். நான் நடத்திய வழக்குகளில் பெரும் பகுதி பொதுஜன நன்மைக்காக நடத்தப்பட்டது. என் கையை விட்டுச் செலவு செய்த பணத்திற்கு அதிகமாக அந்த வழக்குகளுக்கு நான் பணம் வாங்குவதே இல்லை. அவற்றில்கூட சில சமயங்களில் என் சொந்தப் பணத்தையும் செலவு செய்தது உண்டு. இதை முன்பே சொல்லிவிட்டதன் மூலம், என் வக்கீல் தொழிலைக் குறித்துச் சொல்லுவதற்கு அவசியமானவைகளை யெல்லாம் நான் சொல்லி விட்டதாகவே எண்ணினேன். இன்னும் அதிகமாகச் சொல்ல வேண்டும் என்று நண்பர்கள் விரும்புகின்றனர். வக்கீல் தொழிலில் சத்தியத்தினின்றும் தவறிவிட மறுத்து நான் உறுதியுடனிருந்த சந்தர்ப்பங்களில் சிலவற்றைக் குறித்துச் சிறிதளவேனும் நான் விவரித்துச் சொன்னால் வக்கீல் தொழிலில் ஈடுபட்டிருப்போர் அதனால் பயனடையக் கூடும் என்று அந்த நண்பர்கள் நினைக்கிறார்கள் என்று தெரிகிறது.

வக்கீல் தொழில் பொய்யர்களின் தொழில் என்று சொல்லப் பட்டதை நான் மாணவனாக இருந்தபோது கேட்டிருக்கிறேன். பொய்சொல்லிப் பணத்தையோ, அந்தஸ்தையோ சம்பாதித்துக் கொண்டுவிட வேண்டும் என்ற நோக்கம் எனக்கு இல்லாததனால், அதெல்லாம் என் மனத்தை மாற்றி விடவே இல்லை.

தென்னாப்பிரிக்காவில் என் கொள்கைகள் பன்முறைகளிலும் சோதனைக்கு உள்ளானது உண்டு. என் எதிர்க்கட்சிக்காரர்கள், சாட்சிகளுக்குச் சொல்லிக் கொடுத்துத் தயார் செய்திருக்கிறார்கள் என்பதைப் பல தடவைகளிலும் நான் அறிந்திருக்கிறேன். என் கட்சிக்காரரையோ, அவருடைய சாட்சிகளையோ பொய் சொல்ல மாத்திரம் நான் உற்சாகப் படுத்தியிருந்தால், நாங்கள் சில வழக்குகளில் வெற்றி பெற்று இருப்போம். ஆனால், அத்தகைய ஆசையை நான் எப்பொழுதும் எதிர்த்தே வந்திருக்கிறேன். ஒரு வழக்கில் வெற்றி பெற்றுவிட்ட பிறகு என் கட்சிக்காரர் என்னை ஏமாற்றி விட்டார் என்று நான் சந்தேகித்த ஒரே ஒரு சம்பவம் எனக்கு ஞாபகம் இருக்கிறது. என் கட்சிக்காரரின் வழக்கில் நியாயமிருந்தால்தான் அதில் வெற்றி கிடைக்க வேண்டும் என்று என் உள்ளத்திற்குள் எப்பொழுதும் விரும்பி வந்தேன். வழக்குக்கு என் கட்டணத்தை நிர்ணயிப்பதில்கூட, அதில் வெற்றிபெற்றால் இவ்வளவு கொடுக்க வேண்டும் என்று நான் நிபந்தனை போட்டதாகவும் எனக்கு நினைவில்லை. கட்சிக்காரர் வெற்றி பெற்றாலும் தோற்றாலும், என் கட்டணத்திற்கு அதிகமாகவோ, குறைவாகவோ எதையும் நான் எதிர்பார்ப்பதில்லை.

பொய் வழக்கை நடத்துவோன் என்றோ, சாட்சிகளுக்குச் சொல்லிக் கொடுத்துத் தயார் செய்வோன் என்றோ என்னிடம் எதிர்பார்க்க வேண்டாம் என்று புதிதாக வரும் கட்சிக்காரரிடம் ஆரம்பத்திலேயே கூறிவிடுவேன். இதன் பலனாக, எனக்கு ஒரு பெயர் ஏற்பட்டு என்னிடம் பொய் வழக்கே வருவதில்லை. என்னுடைய கட்சிக்காரர்களில் சிலர், பொய்க் கலப்பில்லாத வழக்குகளை மாத்திரம் என்னிடம் கொண்டு வந்து, சந்தேகத்திற்கு இடமுள்ளதான வழக்குகளுக்கு வேறு வக்கீல்களை அமர்த்திக் கொள்ளுவார்கள்.

ஒரு வழக்கு மிகவும் கடுமையான சோதனையாகிவிட்டது. என்னுடைய கட்சிக்காரர்களில் மிகச் சிறந்தவரான ஒருவருடைய

வழக்கு அது; அதிகச் சிக்கலான கணக்கு வழக்குகளைப் பற்றிய நடவடிக்கை அது; நீண்ட காலம் நடந்து வந்தது. பல கோர்ட்டுகளும் அவ்வழக்கைக் கொஞ்சம் கொஞ்சம் விசாரித்திருந்தன. முடிவாக அவ்வழக்கில் சம்பந்தப்பட்ட கணக்குத் தகராறுகளைத் தகுதி வாய்ந்த கணக்கர்களின் மத்தியஸ்தத்திற்குக் கோர்ட்டு விட்டு விட்டது. இந்த மத்தியஸ்தர்களின் முடிவு என் கட்சிக்காரருக்குச் சாதகம் ஆயிற்று. ஆனால், மத்தியஸ்தர்கள் கூட்டிப் போட்டதில் அறியாமலேயே ஒரு தவறைச் செய்து விட்டார்கள். தவறு சிறியதேயாயினும், பற்று வைக்க வேண்டிய தொகை வரவாக வைக்கப்பட்டு விட்டதால் அது முக்கியமான தவறேயாயிற்று. இத்தீர்ப்பை, எதிர்த்தரப்பினர் இக்காரணத்திற்காக ஆட்சேபிக்காமல் வேறு காரணங்களைக் கூறி ஆட்சேபித்தார்கள். இவ்வழக்கில் என் கட்சிக்காரருடைய பெரிய வக்கீலின் கீழ் நான் உதவி வக்கீலாகவே இருந்தேன். நடந்து இருந்த தவறைப் பெரிய வக்கீல் அறிந்ததும், அதை ஒப்புக் கொள்ள எங்கள் கட்சிக்காரர் கடமைப் பட்டவரல்ல என்று கூறினார். தம் கட்சிக்காரருக்கு விரோதமான எதையும் ஏற்றுக்கொண்டுவிடும் கடமை எந்த வக்கீலுக்கும் இல்லை என்பது அவருடைய தெளிவான அபிப்பிராயம். நானோ, தவறை ஏற்றுக்கொண்டுவிட வேண்டும் என்றேன்.

ஆனால், பெரிய வக்கீல் பின்வருமாறு விவாதித்தார்: “தவறு நடந்திருப்பதாக நாம் ஏற்றுக்கொண்டால், மத்தியஸ்தர்களின் தீர்ப்பு முழுவதையுமே கோர்ட்டு ரத்து செய்துவிடக்கூடும். சித்த சுவாதீனமுள்ள எந்த வக்கீலும் தம் கட்சிக்காரனின் வழக்குக்கு அந்த அளவுக்கு ஆபத்தை உண்டாக்கிவிட மாட்டார். எப்படியானாலும் சரி, அத்தகைய அபாயத்திற்கு நான் உடன் படவே மாட்டேன். திரும்பவும் புதிதாக விசாரிக்கும்படி வழக்கு அனுப்பப்பட்டு விட்டால் நம் கட்சிக்காரருக்கு எவ்வளவு பணம் செலவாகும், முடிவு என்னவாகும் என்று யார்தான் சொல்ல முடியும்?” இவ்விதம் நாங்கள் பேசிக் கொண்டிருந்த போது கட்சிக்காரரும் அங்கிருந்தார்.

நான் கூறியதாவது: “இதில் ஆபத்திருந்தாலும் அதற்கு நாமும் நமது கட்சிக்காரரும் உடன்பட வேண்டியதே என்றுதான்

நான் கருதுகிறேன். நடந்திருக்கும் ஒரு தவறை நாம் ஏற்றுக் கொள்ளாததனாலேயே தவறானதோர் தீர்ப்பைக் கோர்ட்டு அங்கீகரித்து விடும் என்பதற்கு என்ன நிச்சயம் இருக்கிறது? நாம் தவறை ஏற்றுக் கொள்ளுவதால் நம் கட்சிக்காரருக்குக் கஷ்டமே ஏற்படுவதாக இருந்தாலும் அதனால் என்ன தீங்கு நேர்ந்துவிடும்?''

"ஆனால் நாமாகப் போய் ஏன் அதிலிருக்கும் தவறை ஏற்றுக் கொள்ள வேண்டும்?'' என்று கேட்டார், பெரிய வக்கீல்.

"அத்தவறைக் கோர்ட்டு கண்டு பிடித்துவிடாது, எதிர்த் தரப்பினரும் கண்டுகொண்டுவிட மாட்டார்கள் என்பது என்ன நிச்சயம்?'' என்றேன், நான்.

"ஆனால், இந்த வழக்கின் மீது கோர்ட்டில் விவாதிக்க நீங்கள் தயாரா? நீங்கள் கூறுகிற வகையில் அந்த வழக்கில் விவாதிக்க நான் தயாராயில்லை'' என்று தீர்மானமாகப் பதில் சொன்னார் பெரிய வக்கீல்.

இதற்கு நான் பணிவுடன் பின்வருமாறு பதில் சொன்னேன்: "நீங்கள் விவாதிக்கவில்லையானால், நம் கட்சிக்காரர் விரும்பினால், நான் விவாதிக்கத் தயாராக இருக்கிறேன். தவறை ஏற்றுக் கொள்ளாவிட்டால் இந்த வழக்கில் நான் எந்தவித சம்பந்தமும் வைத்துக் கொள்ளப் போவதில்லை.''

இவ்விதம் கூறிவிட்டு என் கட்சிக்காரரைப் பார்த்தேன். அவர் நிலைமை கொஞ்சம் சங்கடமாகவே இருந்தது. ஆரம்பத்திலிருந்தே நான் இந்த வழக்கை நடத்திவருகிறேன். கட்சிக்காரருக்கு என் மீது பூரண நம்பிக்கை உண்டு. என்னை அவர் மிக நன்றாக அறிவார். அவர் சொன்னார்: "அப்படியானால் சரி, வழக்கில் கோர்ட்டில் நீங்கள் விவாதியுங்கள். தவறையும் ஏற்றுக்கொள்ளுங்கள். அதுதான் நம் கதி என்றால் இதில் தோற்றுப் போனாலும் போகட்டும். நியாயத்தைக் கடவுள் பாதுகாப்பார்.''

நான் ஆனந்தமடைந்தேன். இந்தப் பெருங் குணத்தைத் தவிர வேறு எதையும் என் கட்சிக்காரரிடம் நான் எதிர்பார்க்கவில்லை. பெரிய வக்கீல் என்னை மீண்டும் எச்சரிக்கை செய்தார். என்

பிடிவாதத்தைக் கண்டு பரிதாபப்பட்டார். ஆனால், அதே சமயத்தில் எனக்கு வாழ்த்தும் கூறினார்.

கோர்ட்டில் என்ன நடந்தது என்பதை அடுத்த அத்தியாயத்தில் கவனிப்போம்.

45. மோசடியான வேலையா?

நான் கூறிய யோசனை சிறந்தது என்பதில் எனக்குச் சிறிதளவும் சந்தேகமே இல்லை. ஆனால், இந்த வழக்கைச் சரியானபடி நடத்திவிட என்னால் முடியுமா என்று அதிக தூரம் ஐயுற்றேன். சுப்ரீம் கோர்டின் முன்பு இத்தகையதொரு கஷ்டமான வழக்கில் விவாதிக்க முற்படுவது மிகுந்த துணிச்சலான காரியமே என்று எண்ணினேன். பயத்துடன் நடுங்கிக் கொண்டே நீதிபதிகளின் முன்பு எழுந்து நின்றேன்.

கணக்கில் ஏற்பட்டுவிட்ட தவறைப்பற்றி நான் கூறியதும் நீதிபதிகளில் ஒருவர், "இது மோசடியான வேலையல்லவா, ஸ்ரீ காந்தி?" என்று கேட்டார்.

அவர் இவ்வாறு கூறக் கேட்டதும் என் உள்ளம் கொதித்து விட்டது. காரணம் எதுவுமே இல்லாதபோது, மோசடியான வேலை செய்திருப்பதாகக் குற்றம் சாட்டப்படுவது சகிக்க முடியாதது. 'இவ்விதம் ஆரம்பத்திலேயே ஒரு நீதிபதி துவேஷம் கொண்டிருக்கும்போது இந்தக் கஷ்டமான வழக்கில் வெற்றி பெறுவதற்குச் சந்தர்ப்பமே இல்லை' என்று எனக்கு நானே சொல்லிக் கொண்டேன். என்றாலும், மனத்தைச் சாந்தப்படுத்திக் கொண்டு, "நான் கூறுவதை முழுவதும் கேட்டுக் கொள்ளாமலேயே இதில் மோசடியான வேலை இருப்பதாக நீதிபதியவர்கள் சந்தேகிப்பதைக் குறித்து ஆச்சரியமடைகிறேன்" என்றேன்.

"அப்படி நான் குற்றம் சாட்டவில்லை. அது மாதிரி இருக்குமா என்ற யோசனைதான்" என்றார் நீதிபதி.

"அப்படி யோசிப்பது இந்த இடத்தில் குற்றச்சாட்டுக்கே சமமானதாகும் என்று எனக்குத் தோன்றுகிறது. நான் சொல்லப் போவது முழுவதையும் கேட்டுவிட்டு அதன் பிறகு காரணம் இருந்தால் என் மீது குற்றம் சாட்டும்படி கேட்டுக் கொள்ளுகிறேன்" என்றேன்.

அதற்கு நீதிபதி, ‘‘இடையில் குறுக்கிட்டதற்காக வருந்துகிறேன். கணக்கில் ஏற்பட்டிருக்கும் தவறைக் குறித்து உங்கள் சமாதானத்தைத் தொடர்ந்து சொல்லுங்கள்’’ என்றார்.

நான் கூறவேண்டிய சமாதானத்திற்குப் போதுமான ஆதாரங்கள் என்னிடம் இருந்தன. நீதிபதி இந்தப் பிரச்சனையைக் கிளப்பியது நல்லதாயிற்று. ஆரம்பம் முதலே என்னுடைய வாதங்களை நீதிபதிகள் கவனிக்கும்படி செய்வதும் எனக்குச் சாத்தியமாயிற்று. நான் அதிக உற்சாகமடைந்ததோடு என்னுடைய சமாதானத்தை விவரமாக எடுத்துக் கூற இந்தச் சந்தர்ப்பத்தைப் பயன்படுத்திக் கொண்டேன். நீதிபதிகளும் நான் கூறியதைக் கவனமாகக் கேட்டுக் கொண்டார்கள். கணக்கில் ஏற்பட்ட தவறு, கவனக் குறைவினால் ஏற்பட்டதே அன்றி வேறல்ல என்பதை நீதிபதிகள் ஒப்புக்கொள்ளும்படி செய்வதும் என்னால் முடிந்தது. ஆகையால், அதிகச் சிரமப்பட்டுச் செய்யப்பட்ட மத்தியஸ்தர் தீர்ப்பு முழுவதையுமே தள்ளிவிட வேண்டும் என்று அவர்கள் கருதவில்லை.

தவறு ஒப்புக் கொள்ளப்பட்டு விட்டபடியால் தாம் அதிகமாக வாதம் செய்யவேண்டிய அவசியமில்லை என்ற நம்பிக்கையில் எதிர்த் தரப்பு வக்கீல் இருந்தார் என்று தோன்றியது. ஆனால், நேர்ந்துவிட்ட கணக்குத் தவறு கைத்தவறே என்றும், அதைச் சுலபத்தில் திருத்திக் கொண்டு விடலாம் என்றும் நீதிபதிகள் கருதினர். இதனால் எதிர்த் தரப்பு வக்கீலை அடிக்கடி இடைமறித்துக் கேள்விகள் கேட்டனர். மத்தியஸ்தர் தீர்ப்பே தவறானது என்று கூறி அதைத் தாக்க அந்த வக்கீல் அதிகச் சிரமம் எடுத்துக்கொண்டார். ஆனால், ஆரம்பத்தில் என்னிடம் சந்தேகம் கொண்ட நீதிபதி, இப்பொழுது நிச்சயமாக என் கட்சிக்குத் திரும்பி விட்டார்.

‘‘கணக்கிலிருந்த தவறை ஸ்ரீகாந்தி, ஒப்புக் கொண்டிருக்கவில்லை என்று வைத்துக்கொள்ளுவோம். அப்பொழுது நீங்கள் என்ன செய்திருப்பீர்கள்?’’ என்று நீதிபதி, அவரைக் கேட்டார்.

‘‘நாங்கள் நியமித்தவரைவிட அதிகத் திறமை வாய்ந்த, யோக்கியமான கணக்கர் வேறு யாரும் எங்களுக்குக் கிடைத்திருக்க மாட்டார்’’ என்றார், அந்த வக்கீல்.

“உங்கள் கட்சி உங்களுக்கு நன்றாகத் தெரிந்திருக்க வேண்டும் என்றே கோர்ட்டு எண்ண வேண்டும். நிபுணராக உள்ள எந்தக் கணக்கரும் செய்துவிடக்கூடிய தவறைத் தவிர வேறு எதையும் உங்களால் குறிப்பிட முடியவில்லை என்றால் வெளிப்படையான இந்தத் தவறுக்காகத் திரும்பவும் புதிதாக வழக்கை நடத்தும் படியும், புதிதாகச் செலவு செய்யுமாறும் கட்சிக்காரர்களைக் கட்டாயப்படுத்தக் கோர்ட்டு விரும்பவில்லை. இச்சிறு தவறை எளிதில் திருத்திவிடலாம் என்று இருக்கும்போது இவ்வழக்கை மறு விசாரணைக்கு அனுப்ப நாங்கள் உத்தரவிட வேண்டியிருக்காது” என்று தொடர்ந்து சொன்னார், நீதிபதி.

இவ்வாறு எதிர்த் தரப்பு வக்கீலின் ஆட்சேபம் நிராகரிக்கப் பட்டது. கணக்குத் தவறைத் தானே திருத்திவிட்டு மத்தியஸ்தர் தீர்ப்பைக் கோர்ட்டு ஊர்ஜிதம் செய்ததா அல்லது திருத்தும்படி மத்தியஸ்தருக்கு உத்தரவிட்டதா என்பது எனக்குச் சரியாக நினைவில் இல்லை.

நான் மிகுந்த மகிழ்ச்சியடைந்தேன். என் கட்சிக்காரரும், எங்கள் பெரிய வக்கீலும்கூட, மகிழ்ச்சி அடைந்தனர். உண்மைக்கு விரோதமில்லாமல் வக்கீல் தொழிலை நடத்துவது அசாத்தியமானது அல்ல என்ற என் நம்பிக்கையும் உறுதியாயிற்று.

ஆனால், ஒரு விஷயத்தை வாசகர் நினைவில் வைக்க வேண்டும். வக்கீல் தொழிலை நடத்துவதில் உண்மையோடு நடந்துகொண்டாலும், அத்தொழிலைச் சீரழித்துவரும் அடிப்படையான குறைபாட்டைப் போக்கிவிட முடியாது.

46. கட்சிக்காரர்கள் சகாக்களாயினர்

நேட்டாலில் வக்கீல் தொழில் நடத்துவதற்கும், டிரான்ஸ்வாலில் அத்தொழிலை நடத்துவதற்கும் வித்தியாசம் உண்டு. நேட்டாலில் வக்கீல் தொழில் கூட்டானது. ஓர் அட்வகேட்டின் ஸ்தானத்தில் ஏற்றுக் கொள்ளப்படும் ஒரு பாரிஸ்டர், அட்டர்னியாகவும் அங்கே தொழில் நடத்தலாம். ஆனால், டிரான்ஸ்வாலிலோ பம்பாயில் இருப்பதைப்போல, அட்டர்னிகளுக்கும் அட்வகேட்டுகளுக்கும் உள்ள பொறுப்புக்கள் வெவ்வேறானவை. ஒரு பாரிஸ்டர், தம் இஷ்டப்படி அட்டர்னியாகவோ, அட்வகேட்டாகவோ தொழிலை நடத்தலாம். ஆகவே, நேட்டாலில் நான் அட்வகேட்டாக ஏற்றுக் கொள்ளப் பட்டேன். ஆனால், டிரான்ஸ்வாலில் அட்டர்னியாக இருக்க அனுமதிக்குமாறு கோரினேன். ஏனெனில், அட்வகேட் என்ற முறையில் நான் இந்தியருடன் நேரடியான தொடர்பு வைத்துக் கொள்ளுவதற்கில்லை. தென்னாப்பிரிக்காவிலிருக்கும் வெள்ளைக்கார அட்டர்னிகள் என்னை வக்கீலாக அமர்த்திக் கொண்டிருக்க மாட்டார்கள்.

ஆனால், டிரான்ஸ்வாலில் கூட அட்டர்னிகள், மாஜிஸ்டிரேட்டுகளுக்கு முன்னால் ஆஜராகி விவாதிக்கலாம். ஒரு சமயம் ஜோகன்னஸ்பர்க்கில் ஒரு மாஜிஸ்டிரேட்டின் முன்னால் நான் ஒரு வழக்கை நடத்திக்கொண்டிருக்கையில், என் கட்சிக்காரர் என்னை ஏமாற்றி விட்டார் என்பதைக் கண்டுகொண்டேன். சாட்சிக் கூண்டில் ஏற்றி விசாரித்தபோது அவர் திக்குமுக்காடியதைப் பார்த்தேன். ஆகவே, அந்த வழக்கின்மீது நான் விவாதிக்காமல் அவ்வழக்கைத் தள்ளி விடுமாறு மாஜிஸ்டிரேட்டைக் கேட்டுக் கொண்டேன். இதைப் பார்த்து எதிர்த்தரப்பு வக்கீல் ஆச்சரியப்பட்டுப் போனார். மாஜிஸ்டிரேட் திருப்தியடைந்தார். என்னிடம் பொய் வழக்கைக் கொண்டு வந்ததற்காக என் கட்சிகாரரைக் கண்டித்தேன். பொய் வழக்குகளை நான் எடுத்துக் கொள்ளுவதே இல்லை என்பது அவருக்குத் தெரியும். இதை அவருக்கு நான் எடுத்துச் சொன்னபோது அவர் தமது தவறை ஒப்புக்கொண்டார். தனக்கு விரோதமாகத் தீர்ப்புக் கூறி

விடும்படி நான் மாஜிஸ்டிரேட்டைக் கேட்டுக் கொண்டதைக் குறித்தும் அவர் என்மீது கோபம் அடையவில்லை என்பது எனக்கு ஞாபகம். அது எப்படியாயினும் இந்த வழக்கில் நான் நடந்து கொண்ட விதத்தினால் என் தொழிலுக்கு எந்தவிதமான பாதகமும் ஏற்பட்டு விடவில்லை. உண்மையில் இதனால் என் வேலை மிக எளிதாயிற்று. உண்மையினிடம் நான் கொண்டிருந்த பற்று மற்ற வக்கீல்களிடையே என் மதிப்பை அதிகப்படுத்தியது என்பதையும் கண்டேன். நிறத்தின் காரணமாக எனக்கு இடையூறுகள் இருந்தபோதிலும், சில சந்தர்ப்பங்களில் அவர்களுடைய அன்பைப் பெறுவதும் எனக்குச் சாத்தியமாயிற்று.

வக்கீல் தொழில் சம்பந்தமான வேலையில் கட்சிகாரர்களிடமும் சகாக்களிடமும் என் அறியாமையை ஒளிக்கும் வழக்கமே எனக்கு இல்லை. எனக்குத் தெரியாது என்று நான் உணரும் போது வேறு யாராவது வக்கீலிடம் கலந்து ஆலோசிக்கும்படி கட்சிக்காரரிடம் கூறிவிடுவேன். என்னையே வக்கீலாக வைத்துக் கொள்ளவேண்டும் என்று கட்சிக்காரர் பிடிவாதமாக விரும்பினால் பெரிய வக்கீலை உதவிக்கு வைத்துக் கொள்ள அக்கட்சிக்காரரிடம் அனுமதி கேட்பேன். ஒளிவு மறைவில்லாத என்னு டைய இந்த நடத்தையினால் கட்சிக்காரர்களின் அளவற்ற அன்பிற்கும் நம்பிக்கைக்கும் பாத்திரமானேன். பெரிய வக்கீலின் யோசனையைக் கேட்பது அவசியம் என்று இருக்கும் போதெல்லாம் அதற்குள்ள கட்டணத்தைக் கொடுக்க அவர்கள் எப்பொழுதும் தயாராய் இருந்தார்கள். இந்த அன்பும் நம்பிக்கையும் பொது வேலைகளில் எனக்கு அதிக உதவியாக இருந்தன.

தென்னாப்பிரிக்காவில் நான் வக்கீல் தொழில் செய்து வந்ததன் நோக்கம் சமூகத்திற்குச் சேவை செய்வதே என்பதை முந்திய அத்தியாயங்களில் குறிப்பிட்டிருக்கிறேன். இக்காரியத்திற்கும் மக்களின் நம்பிக்கையைப் பெறுவது இன்றியமையாததாகும். பணத்திற்காக வக்கீல் தொழில் நான் செய்த வேலைகளையும், சேவை என்றே, பெரிய மனம் படைத்த இந்தியர் மிகைப்படுத்திக் கொண்டனர். தங்களுடைய உரிமைகளுக்காகச் சிறைவாசக் கஷ்டத்தையும் ஏற்குமாறு நான் அவர்களுக்கு யோசனை கூறிய

போது, அவர்களில் அநேகர் என் யோசனையை மகிழ்ச்சியுடன் ஏற்றுக்கொண்டார்கள். அவர்கள் இவ்விதம் செய்தது, என் மீது அவர்கள் கொண்டிருந்த நம்பிக்கையினாலும் அன்பினாலுமே அன்றி, அம் முறையே சரியானது என்று அவர்கள் ஆராய்ந்து பார்த்து முடிவுக்கு வந்ததனால் அன்று.

இதை நான் எழுதும்போது இனிமையான நினைவுகள் எத்தனையோ என் உள்ளத்தில் எழுகின்றன. நூற்றுக்கணக்கான கட்சிக்காரர்கள் என் நண்பர்களாகவும் பொதுச் சேவையில் சக ஊழியர்களாகவும் ஆயினர். துன்பங்களும் அபாயங்களும் நிறைந்திருந்த வாழ்க்கையை அவர்களின் கூட்டுறவு இனிதாக்கியது.

47. கட்சிக்காரரைக் காப்பாற்றிய விதம்

பார்ஸி ருஸ்தம்ஜியின் பெயர் இதற்குள் வாசகருக்குப் பழக்கமான பெயராகியிருக்கும். அவர் உடனடியாக என் கட்சிக்காரராகவும் சக ஊழியராகவும் ஆகிவிட்டவர்களில் ஒருவர். முதலில் அவர் என் சக ஊழியராகி, அதன் பிறகு என் கட்சிக்காரரானார் என்று சொல்வதே உண்மையாகவும் இருக்கலாம். அதிக அளவு நான் அவருடைய நம்பிக்கைக்குப் பாத்திரமாகி விட்டேன். அதனால், அவர் தமது சொந்தக் குடும்ப விஷயங்களில் கூட என் ஆலோசனைகளைக் கேட்டு அதன்படி நடந்து வந்தார். எங்கள் இருவரின் வாழ்க்கை முறைக்கும் அதிக வித்தியாசம் இருந்த போதிலும் அவர் நோயுற்றிருக்கும்போது, என் உதவியைத் தான் நாடுவார். அரை குறை வைத்தியனான என்னுடைய சிகிச்சை முறைகளை ஏற்றுக்கொள்ளவும் அவர் தயங்குவதில்லை.

இந்த நண்பர் ஒரு சமயம் பெரிய சங்கடத்தில் சிக்கிக் கொண்டார். அநேகமாக தாம் செய்துவரும் காரியங்களை எல்லாம் அவர் என்னிடம் கூறி வந்தாரெனினும், ஒரு விஷயத்தை மாத்திரம் என்னிடம் சொல்லாமல் சாமர்த்தியமாக மறைத்து வைத்திருந்தார். பம்பாயிலிருந்தும், கல்கத்தாவில் இருந்தும் ஏராளமாகச் சாமான்களைத் தருவித்து வரும் பெரிய வியாபாரி அவர். அடிக்கடி சுங்கவரி கொடுக்காமல் திருட்டுத்தனமாகச் சாமான்களை அவர் கடத்திவிடுவதும் உண்டு. ஆனால், சுங்க அதிகாரிகளுடன் நல்ல நட்பிருந்ததால் அவர்மீது யாரும் சந்தேகப்படுவதில்லை. தீர்வை விதிக்கும் போது அவர் காட்டும் பட்டியல்களை நம்பி, அதன்படியே தீர்வையும் விதிப்பார்கள். அவருடைய திருட்டுத்தனம் தெரிந்தும் சிலர் அதற்கு உடந்தையாகவும் இருந்திருக்கக் கூடும்.

குஜராத்திக் கவியான அகோ என்பவர் கூறியிருக்கும் சிறந்த உவமையோடு சொல்லுவதென்றால் பாதரசத்தைப் போலவே திருட்டையும் வெகுநாளைக்கு மறைத்துவிட முடியாது. பார்ஸி ருஸ்தம்ஜி விஷயத்திலும் அது உண்மையாயிற்று. அந்த நல்ல நண்பர் ஒருநாள் என்னிடம் ஓடி வந்தார். கன்னத்தில் கண்ணீர்

வழிந்து கொண்டிருந்தது. "பாய்! நான் உங்களை ஏமாற்றி விட்டேன். என் குற்றத்தை இன்று கண்டுபிடித்து விட்டார்கள். நான் திருட்டுத்தனமாகச் சாமான்களை இறக்குமதி செய்து அகப்பட்டுக் கொண்டேன். என் கதி அதோகதிதான். நான் சிறைசென்று அழிந்தே போய் விடுவேன். இந்த ஆபத்திலிருந்து நீங்கள் ஒருவர்தான் என்னைக் காப்பாற்றக் கூடும். இதைத் தவிர வேறு எதையுமே உங்களிடம் கூறாமல் நான் ஒளித்ததில்லை. ஆனால், வியாபார தந்திரங்களைப் பற்றிய இந்த விஷயங்களை எல்லாம் உங்களிடம் சொல்லி, உபத்திரவப்படுத்த வேண்டாம் என்று எண்ணியே இந்தக் கள்ளக் கடத்தலைப்பற்றி உங்களுக்கு நான் சொல்லவில்லை. அதற்காக நான் இப்பொழுது மிகமிக வருந்துகிறேன்" என்றார்.

அவரைச் சாந்தப்படுத்தினேன். "உங்களைக் காப்பதும் காவாததும் கடவுள் கையில் இருக்கிறது. என்னைப் பொறுத்த வரையில் என் வழி இன்னது என்பது உங்களுக்குத் தெரியும். நீங்கள் குற்றத்தை ஒப்புக்கொண்டு விடுவதன் மூலமே உங்களைக் காப்பாற்ற நான் முயலக் கூடும்" என்று அவருக்குக் கூறினேன்.

இதைக் கேட்டதும் அந்த நல்ல பார்ஸி அடியோடு மனம் இடிந்து போய்விட்டார். "உங்கள் முன்பு நான் குற்றத்தை ஒப்புக்கொண்டுவிட்டது போதாதா?" என்று கேட்டார்.

"நீங்கள் தவறிழைத்தது அரசாங்கத்திற்கேயன்றி எனக்கு அன்று. அப்படியிருக்க என்னிடம் குற்றத்தை ஒப்புக் கொள்ளுவது மாத்திரம் எப்படிப் போதும்?" என்று சாந்தமாக அவருக்குப் பதில் சொன்னேன்.

"உங்கள் புத்திமதியின்படியே நடக்கிறேன். ஆனால், என்னுடைய பழைய வக்கீலான ஸ்ரீ ...... என்பவரிடம் நீங்கள் கலந்து ஆலோசிப்பீர்களா? அவரும் நண்பரே" என்றார் பார்ஸி ருஸ்தம்ஜி.

விசாரித்ததில், திருட்டுத்தனமாகச் சரக்குகளை இறக்குமதி செய்வது நீண்ட காலமாகவே நடந்து வந்திருக்கிறது என்பது தெரிந்தது. ஆனால், இப்பொழுது கண்டுபிடிக்கப்பட்டது ஒரு சிறு தொகையைப் பொறுத்ததேயாகும். அவருடைய

வக்கீலிடம் போனோம். அவர் தஸ்தாவேஜுகளைப் படித்துப் பார்த்தார். அவர் கூறியதாவது: "இந்த வழக்கு ஜூரிகளின் முன்னால் விசாரிக்கப்படும். நேட்டால் ஜூரிகள் இந்தியரைத் தண்டிக்காமல் விட மாட்டார்கள். ஆயினும், நான் நம்பிக்கையை இழந்து விடவில்லை" என்றார்.

இந்த வக்கீலை எனக்கு அவ்வளவு நன்றாகத் தெரியாது. பார்ஸி ருஸ்தம்ஜி குறுக்கிட்டு, "உங்களுக்கு என் நன்றி. இந்த வழக்கில் ஸ்ரீ காந்தி கூறும் யோசனையின்படி நான் நடந்து கொள்ள விரும்புகிறேன். அவர் என்னை நன்றாக அறிவார். அவசியமாகும்போது நீங்கள் அவருக்கு ஆலோசனை கூறுங்கள்" என்றார். வக்கீல் விஷயத்தை இவ்விதமாக முடிவுசெய்து கொண்டு நாங்கள் பார்ஸி ருஸ்தம்ஜியின் கடைக்குச் சென்றோம்.

இது சம்பந்தமாக என் கருத்தை விளக்கி அவரிடம் பின் வருமாறு கூறினேன்: "இந்த வழக்குக் கோர்ட்டுக்கே போகக் கூடாது என்று நினைக்கிறேன். உங்கள் மீது வழக்குத் தொடருவதோ, தொடராமல் விட்டுவிடுவதோ சுங்க அதிகாரியைப் பொறுத்திருக்கிறது. அவரோ, அட்டர்னி ஜெனரலின் ஆலோசனைப்படி நடக்க வேண்டியவராக இருக்கிறார். இந்த இருவரையும் சந்தித்துப் பேச நான் தயாராயிருக்கிறேன். அவர்கள் விதிக்கும் அபராதத்தைச் செலுத்திவிட நீங்கள் தயாராயிருக்க வேண்டும். அநேகமாக இந்த ஏற்பாட்டிற்கு அவர்கள் சம்மதித்து விடக்கூடும். இதற்கு அவர்கள் சம்மதிக்கவில்லை என்றால் சிறை செல்வதற்கு நீங்கள் தயாராக இருக்க வேண்டியதுதான். அவமானம் குற்றம் செய்வதில்தான் இருக்கிறதேயன்றி, அக்குற்றத்திற்காகச் சிறை செல்லுவதில் அல்ல என்பதே என் அபிப்பிராயம். அவமானத்திற்கான காரியமோ முன்பே செய்யப்பட்டு விட்டது. அதற்குப் பிராயசித்தம் என்றே சிறைவாசத்தை நீங்கள் கருத வேண்டும். இதில் உண்மையான பிராயச்சித்தம், இனி திருட்டுத் தனமாகச் சரக்குகளைக் கடத்துவதில்லை என்று தீர்மானித்துக் கொண்டு விடுவதேயாகும்."

நான் கூறிய இந்தப் புத்திமதி முழுவதையும் பார்ஸி ருஸ்தம்ஜி சந்தோஷத்துடன் ஏற்றுக்கொண்டார் என்று நான் சொல்லுவதற்கில்லை. அவர் மிகுந்த தைரியசாலியே. ஆனால்,

அந்தச் சமயத்தில் அவருக்குத் தைரியமே இல்லை. அவருடைய நற்பெயருக்கும் கீர்த்திக்கும் ஆபத்து ஏற்பட்டுவிட்டது. எவ்வளவோ கவனமாகவும் சிரமப்பட்டும் அவர் கட்டியிருந்த அக்கட்டிடம் சுக்குச்சுக்காகச் சிதறிவிடுவதென்றால் பிறகு அவர் கதி என்ன?

“சரி, என்னை உங்களிடம் முற்றும் ஒப்படைத்துவிட்டேன் என்று உங்களிடம் சொல்லிவிட்டேன். உங்கள் விருப்பம் போல் செய்யுங்கள்” என்றார்.

பிறரிடம் விவாதித்து என் பக்கம் திருப்புவதற்கு எனக்கு எவ்வளவு சக்தி உண்டோ அவ்வளவையும் நான் இந்த வழக்கில் உபயோகித்தேன். சுங்க அதிகாரியைப் போய்ப் பார்த்தேன். அவரிடம் முழுவதையும் தைரியமாக எடுத்துக் கூறினேன். கணக்குப் புத்தகங்கள் முழுவதையும் அவரிடமே ஒப்படைத்து விடுவதாகவும் வாக்களித்தேன். தாம் செய்து விட்ட தவறுக்காகப் பார்ஸி ருஸ்தம்ஜி எவ்வளவு வருத்தப்படுகிறார் என்பதையும் எடுத்துக்கூறினேன்.

சுங்க அதிகாரி கூறியதாவது: “அந்தப் பார்ஸியிடம் எனக்குப் பிரியம் உண்டு. இவ்விதம் முட்டாள்தனமான காரியத்தை அவர் செய்துவிட்டதற்காக வருந்துகிறேன். இதில் என் கடமை இன்னது என்பது உங்களுக்கே தெரியும். அட்டர்னி ஜெனரல் கூறும் வழியில் நான் நடக்க வேண்டியவன். ஆகவே, உங்கள் முயற்சியையெல்லாம் அவரிடம் செய்யும்படி உங்களுக்கு யோசனை கூறுகிறேன்.”

“பார்ஸி ருஸ்தம்ஜியைக் கோர்ட்டுக்கு இழுத்து விடவேண்டும் என்று நீங்கள் பிடிவாதம் செய்யாமல் இருந்தால் நன்றியறிதல் உள்ளவனாவேன்” என்றேன்.

இந்த வாக்குறுதியை அவரிடம் பெற்றுக்கொண்டு பிறகு அட்டர்னி ஜெனரலுடன் கடிதப் போக்குவரத்து நடத்தினேன். அவரை நேரிலும் போய்ப் பார்த்தேன். நான் கபடமின்றி நடந்து கொண்டதை அவர் பாராட்டினார் என்று கூறச் சந்தோஷமடைகிறேன். நான் எதையுமே மறைக்கவில்லை என்பதை அவர் நிச்சயமாக அறிந்துகொண்டார். “இல்லை என்ற பதிலை நீங்கள் ஏற்றுக் கொள்ளவே மாட்டீர்கள்

என்பதைக் காண்கிறேன்'' என்று அவர் சொன்னார். என்னுடைய விடாமுயற்சியையும் கபடமின்மையையும் குறித்து அவர் இவ்விதம் கூறியது, இந்த வழக்கில்தானா அல்லது வேறு வழக்கிலா என்பது இப்பொழுது எனக்கு ஞாபகமில்லை.

பார்ஸி ருஸ்தம்ஜி மீதிருந்த வழக்கில் சமரசம் ஏற்பட்டது. தீர்வை செலுத்தாமல் கடத்தியதாக அவர் ஒப்புக்கொண்ட தொகைக்கு இரு மடங்கான தொகையை அவர் அபராதமாகச் செலுத்தினார். இந்த வழக்குச் சம்பந்தமான முழு விவரங்களையும் அவர் எழுதினார். அப்படி எழுதியதைக் கண்ணாடி போட்டுத் தமது அலுவலகத்தில் தொங்கவிட்டார். தமது சந்ததியாருக்கும் மற்ற வியாபாரிகளுக்கும் நிரந்தரமான எச்சரிக்கையாக இருக்கட்டும் என்பதற்காகவே அவர் இவ்விதம் செய்தார்.

செய்துவிட்ட குற்றத்திற்காகப் பார்ஸி ருஸ்தம்ஜி வருந்துவது தாற்காலிகமானதே அன்றி நிரந்தரமானதாக இராது என்று அவருடைய நண்பர்கள் என்னை எச்சரிக்கை செய்தனர். இந்த எச்சரிக்கையைக் குறித்து நான் ருஸ்தம்ஜியிடம் கூறியபோது, ''உங்களை நான் ஏமாற்றினால் என் கதி என்ன ஆவது?'' என்று கூறினார்.

ஐந்தாம் பாகம்

1. முதல் அனுபவம்

நான் தாய்நாட்டிற்கு வந்து சேருவதற்கு முன்னாலேயே போனிக்ஸிலிருந்து புறப்பட்டவர்கள் இந்தியா சேர்ந்து விட்டனர். நாங்கள் முதலில் போட்டிருந்த திட்டத்தின்படி நான் முன்னால் வந்து சேர்ந்திருக்க வேண்டும். ஆனால், யுத்தம் காரணமாக இங்கிலாந்தில் எனக்கு ஏற்பட்ட வேலைகளினால் எங்கள் திட்டங்களெல்லாம் மாறிவிட்டன. இந்தியாவுக்கு எப்பொழுது போவேன் என்ற நிச்சயம் இல்லாமல் நான் இங்கிலாந்தில் இருக்கவேண்டி வந்தபோது, போனிக்ஸிலிருந்து வந்தவர்களுக்கு இந்தியாவில் இடம் தேடவேண்டிய பிரச்னை எனக்கு ஏற்பட்டது. சாத்தியமானால், அவர்கள் எல்லோரும் இந்தியாவில் ஒரே இடத்தில் தங்கி, போனிக்ஸில் நடத்தியதைப் போன்ற வாழ்க்கையை நடத்த வேண்டும் என்று விரும்பினேன். நான் அவர்களைப் போய்த் தங்கும்படி சொல்லுவதற்கு ஏற்ற ஆசிரமம் எதுவும் இருந்ததாகவும் எனக்குத் தெரியாது. ஆகையால், ஸ்ரீ ஆண்டுரூஸைச் சந்தித்து அவர் கூறுகிற யோசனையின்படி நடந்து கொள்ளுமாறு அவர்களுக்குத் தந்தி கொடுத்தேன்.

ஆகவே, ஸ்ரீ ஆண்ட்ரூஸ், அவர்களை முதலில் கங்கிரி குரு குலத்திற்கு அழைத்துச் சென்றார். காலஞ்சென்ற சுவாமி சிரத்தானந்தர், அவர்களை அங்கே தமது சொந்தக் குழந்தைகளாகவே கருதி நடத்தினார். அதன் பிறகு அவர்கள் சாந்தி நிகேதன் ஆசிரமத்தில் தங்கினார்கள். அங்கும், கவியும் அவருடைய ஆட்களும், அதேபோல் அவர்கள்மீது அன்பைப் பொழிந்தனர். இந்த இரண்டு இடங்களிலும் அவர்கள் பெற்ற அனுபவங்கள்,ப்அவர்களுக்கும் எனக்கும் அதிக உதவியாக இருந்தன.

கவி ரவீந்திரர், சிரத்தானந்தஜி, தலைமைப் பேராசிரியர் சுசீல்ருத்ரா ஆகிய மூவரும் ஆண்டுரூஸின் திரிமூர்த்திகள் என்று நான் அடிக்கடி அவரிடம் கூறுவது உண்டு. தென்னாப்பிரிக்காவில் இருந்தபோது அவர்களைப் பற்றிப் பேசுவதென்றால் ஸ்ரீ

ஆண்டுரூஸ் சலிப்படைவதே இல்லை. தென்னாப்பிரிக்காவைப் பற்றிய எனது இனிய நினைவுகளில் இந்தத் திரிமூர்த்திகளைக் குறித்து ஸ்ரீ ஆண்டுரூஸ் இரவு பகலாக என்னிடம் பேசியவை அதிக இனிமை உடையனவாகும். அவை என் உள்ளத்தில் அப்படியே பதிந்தும் இருந்தன. இயற்கையாகவே ஸ்ரீ ஆண்டுரூஸ், போனிக்ஸிலிருந்து வந்தவர்களைத் தலைமைப் பேராசிரியர் ருத்ராவுக்குப் பழக்கப்படுத்தி வைத்தார். அவருக்குத் தனி ஆசிரமம் இல்லை. ஆனால், தமது வீட்டையே போனிக்ஸிலிருந்து வந்த குடும்பத்தினர் தங்குவதற்கு முற்றும் விட்டுவிட்டார். வந்து சேர்ந்த ஒரு நாளைக்குள்ளேயே தங்கள் சொந்த வீட்டில் வாழ்வதாகவே உணரும்படி ஸ்ரீ ருத்ராவைச் சேர்ந்தவர்கள் செய்துவிட்டனர். ஆகையால், தாங்கள் போனிக்ஸில் இருப்பதாகவே அவர்கள் எண்ணினர்.

போனிக்ஸ் கோஷ்டியினர் சாந்திநிகேதனத்தில் இருக்கின்றனர் என்பது நான் பம்பாயில் வந்து இறங்கிய பிறகு தான் எனக்குத் தெரியும். ஆகவே, கோகலேயைப் பார்த்து விட்டு, எவ்வளவு சீக்கிரத்தில் சாத்தியமோ அவ்வளவு சீக்கிரமாக அவர்களைப் போய்ப் பார்க்க வேண்டும் என்று நான் அவசரப்பட்டேன்.

பம்பாயில் எனக்கு டந்த வரவேற்புகள், ஒரு சின்னச் சத்தியாக்கிரகம் என்று சொல்லக்கூடிய ஒன்றை நடத்தும் சந்தர்ப்பத்தை எனக்கு அளித்தன. என்னைக் கௌரவிப்பதற்காக ஸ்ரீ ஜஹாங்கீர் பெடிட்டின் இல்லத்தில் நடந்த விருந்தின் போது குஜராத்தியில் பேச நான் துணியவில்லை. வாழ்நாளின் சிறந்த காலத்தையெல்லாம் ஒப்பந்தத் தொழிலாளருடன் வாழ்வதில் கழித்த நான், அரண்மனை போன்று இருந்த அந்த ஆடம்பரச் சூழ்நிலையில், ஒரு முழு நாட்டுப்புறத்தான் போல் இருப்பதாகவே எண்ணிக் கொண்டேன். அப்பொழுது நான் கத்தியவாரிகளைப் போல் வேட்டி கட்டிக்கொண்டு சட்டையும் போட்டிருந்தேன். எனவே, நான் இப்பொழுது இருப்பதைவிட அப்பொழுது அதிக நாகரிக முள்ளவனாகவே தோன்றினாலும், பெடிட் மாளிகையின் ஆடம்பரமும் பிரகாசமும் என்னைத் திக்குமுக்காடச் செய்து விட்டன. என்றாலும், ஸர் பிரோஸ்ஷாவின் பாதுகாப்பின் கீழ் தைரியம் அடைந்து ஒருவாறு ஒழுங்காகவே சமாளித்துக் கொண்டேன்.

அதன் பிறகு குஜராத்தியரின் வரவேற்பு நடந்தது. எனக்கு ஒரு வரவேற்பு உபசாரம் நடத்தியே தீருவதென்று அவர்கள் தீர்மானித்து விட்டார்கள். காலஞ்சென்ற உத்தமலால் திரிவேதி, இந்த வரவேற்பு ஏற்பாடுகளைச் செய்தார். அக் கூட்டத்தின் நிகழ்ச்சி முறை இன்னது என்பதை முன்னாடியே அறிந்து கொண்டேன். ஸ்ரீ ஜின்னாவும் குஜராத்தியாகையால் அவரும் வந்திருந்தார். அங்கே அவர் தலைமை வகித்தாரா, முக்கியப் பேச்சாளராக இருந்தாரா என்பது எனக்கு ஞாபகம் இல்லை. அவர் ஆங்கிலத்தில் சுருக்கமாகவும் இனிமையாகவும் பேசினார். பேசிய மற்றவர்களும் அநேகமாக ஆங்கிலத்திலேயே பேசினார்கள் என்றுதான் எனக்கு ஞாபகம். நான் பேச வேண்டிய சமயம் வந்தபோது என் வந்தனத்தைக் குஜராத் தியில் தெரிவித்துக் கொண்டேன். குஜராத்தியினிடமும் ஹிந்துஸ்தானியினிடமும் எனக்கு பற்று அதிகம் என்றும் எனக்கு விளக்கினேன். குஜராத்திகளைக் கொண்ட ஒரு கூட்டத்தில் ஆங்கிலம் பேசப்படுவதைக் குறித்து என்னுடைய பணிவான ஆட்சேபத்தையும் தெரிவித்துக் கொண்டேன். ஏனெனில், நீண்டநாள் வெளிநாடுகளில் இருந்துவிட்டுத் திரும்பியிருக்கும் ஒருவன், நீண்ட காலமாகவே வழக்கமாகப் போய்விட்ட காரியங்களைக் கண்டிப்பது மரியாதைக் குறைவான செய்கை என்று கருதப்பட்டு விடுமோ என்று அஞ்சினேன். குஜராத்தியிலேயே பதிலளிப்பது என்பதில் நான் பிடிவாதமாக இருந்ததைக் குறித்து யாரும் தவறாக எண்ணிக் கொண்டதாகத் தோன்றவில்லை. ஒவ்வொருவரும் என் கண்டனத்தைக் குறித்துத் தாங்களே சமாதானமடைந்தார்கள் என்பதைக் கண்டு உண்மையில் நான் மகிழ்ச்சியடைந்தேன்.

புது மாதிரியான என்னுடைய எண்ணங்களை என் நாட்டு மக்களின் முன்பு கொண்டு வருவதில் எனக்குக் கஷ்டம் இராது என்று எண்ண அக்கூட்டம் எனக்குத் தைரியமளித்தது. பம்பாயில் சிறிது காலம் தங்கி, இவ்விதமான ஆரம்ப அனுபவங்களை நிறையப் பெற்றுப் புனாவுக்குச் சென்றேன். அங்கே வருமாறு கோகலே என்னை அழைத்திருந்தார்.

2. புனாவில் கோகலேயுடன்

கவர்னர் என்னைப்பார்க்க விரும்புகிறார் என்று நான் பம்பாய் வந்து சேர்ந்ததுமே கோகலே எனக்குத் தகவல் அனுப்பியிருந்தார். நான் புனாவுக்குப் புறப்படுவதற்கு முன்னால் கவர்னரைப் போய்ப் பார்த்துவிட்டு வருவது நல்லது என்றும் தெரிவித்திருந்தார். அதன்படி கவர்னரைப் போய்ப் பார்த்தேன். சுகங்களைக் குறித்து வழக்கமாக விசாரிப்பது முடிந்த பிறகு என்னிடம், "உங்களை நான் ஒன்று கேட்டுக் கொள்ளுகிறேன். அரசாங்க சம்பந்தமாக நீங்கள் எந்த நடவடிக்கையும் எடுத்துக் கொள்ளுவதற்கு முன்னால் நீங்கள் என்னை வந்து பார்க்க வேண்டும் என்று விரும்புகிறேன்" என்றார்.

அதற்கு நான் பின்வருமாறு பதில் சொன்னேன்: "அந்த வாக்குறுதியை எளிதில் நான் உங்களுக்கு அளிக்க முடியும். ஏனெனில், எதிராளியின் கருத்து இன்னது என்பதை அறிந்து கொண்டு, சாத்தியமான வரையில் அவருடன் ஒத்துப்போவது என்பதே சத்தியாக்கிரகி என்ற முறையில் என்னுடைய தருமமாகும். இந்தத் தருமத்தைத் தென்னாப்பிரிக்காவில் கண்டிப்பான வகையில் அனுசரித்து வந்தேன். இங்கும் அப்படியே செய்வதென்றும் இருக்கிறேன்."

லார்டு வில்லிங்டன் எனக்கு நன்றி தெரிவித்துவிட்டுக் கூறியதாவது: "நீங்கள் விரும்பும் போதெல்லாம் என்னிடம் வரலாம். என் அரசாங்கம் வேண்டுமென்று எந்தத் தவறையும் செய்யாது என்பதை நீங்கள் காண்பீர்கள்."

அதன் பிறகு நான் புனாவுக்குப் போனேன். அந்த அருமையான நாட்களைப் பற்றிய என் நினைவுகளை எல்லாம் இங்கே கூறி விடுவது என்பது இயலாத காரியம். கோகலேயும், இந்திய ஊழியர் சங்கத்தின் மற்ற அங்கத்தினர்களும் என்னைத் தங்கள் அன்பு வெள்ளத்தில் மூழ்கடித்துவிட்டனர். என்னைச் சந்திப்பதற்காக அவர்களையெல்லாம் கோகலே அங்கே வரவழைத்திருந்தார் என்றுதான் எனக்கு ஞாபகம். எல்லா

விஷயங்களைப் பற்றியும் அவர்களுடன் நான் மனம் விட்டுத் தாராளமாக விவாதித்தேன்.

அச்சங்கத்தில் நான் சேர்ந்துவிட வேண்டும் என்பதில் கோகலே ஆவலுடன் இருந்தார். எனக்கும் அந்த விருப்பம் இருந்தது. ஆனால், என்னுடைய கொள்கைகளுக்கும் வேலை முறைக்கும் அவர்களுடையவைகளுக்கும் அதிகப் பேதம் இருந்ததால் அச்சங்கத்தில் நான் சேருவது சரியன்று என்று மற்ற அங்கத்தினர்கள் கருதினர். கோகலேயோ, என்னுடைய கொள்கைகளில் நான் பிடிவாதமாக இருந்தபோதிலும், அவர்களுடைய கொள்கைகளைச் சகித்துக் கொள்ளவும் என்னால் முடியும் என்றும், நான் தயாராய் இருக்கிறேன் என்றும் நம்பினார். அவர் கூறியதாவது: "சமரசம் செய்துகொள்ளத் தயாராயிருக்கும் உங்கள் குணத்தைச் சங்கத்தின் அங்கத்தினர்கள் இன்னும் சரியாகத் தெரிந்து கொள்ளவில்லை. அவர்கள் தங்கள் கொள்கையில் பிடிவாதமுள்ளவர்கள்; சுயேச்சைப் போக்குள்ளவர்கள்! உங்களை அவர்கள் ஏற்றுக்கொள்ளுவார்கள் என்றே நம்புகிறேன். உங்களை ஏற்றுக் கொள்ளவில்லை என்றால், அவர்களுக்கு உங்களிடம் மதிப்பும் அன்பும் இல்லை என்று ஒரு கணமேனும் நீங்கள் எண்ணிவிடக்கூடாது. அவர்கள் உங்கள் மீது அதிக மதிப்பு வைத்திருக்கிறார்கள். அதற்கு எங்கே பங்கம் ஏற்பட்டுவிடுமோ என்ற அச்சத்தினாலேயே உங்களை ஏற்றுக் கொள்ள அவர்கள் தயங்குகிறார்கள். நீங்கள் அங்கத்தினராகச் சேர்த்துக் கொள்ளப்பட்டாலும், சேர்த்துக் கொள்ளப்படா விட்டாலும் உங்களை ஓர் அங்கத்தினர் என்றே நான் பாவிக்கப் போகிறேன்."

என்னுடைய உத்தேசங்கள் யாவை என்பதைக் கோகலேயிடம் கூறினேன். என்னை இந்திய ஊழியர் சங்கத்தில் அங்கத்தினனாகச் சேர்த்துக்கொண்டாலும், சேர்க்காது போயினும், ஓர் ஆசிரமத்தை அமைத்து, அதில் என் போனிக்ஸ் குடும்பத்துடன் வாழ விரும்பினேன். குஜராத்தில் எங்காவது ஆசிரமத்தை அமைப்பதே உத்தேசம். நான் குஜராத்தியாகையால், குஜராத்துக்குச் சேவை செய்து அதன் மூலம் நாட்டுக்குச் சேவை செய்ய எண்ணினேன். இந்த என் உத்தேசம் கோகலேக்குப் பிடித்திருந்தது. அவர் கூறியதாவது: "நீங்கள் நிச்சயம் அப்படியே செய்யவேண்டும்.

அங்கத்தினர்களுடன் நீங்கள் பேசியதன் பலன் எதுவாக இருந்தாலும் சரி, உங்கள் ஆசிரமத்தை என் சொந்த ஆசிரமமாகவே கருதுவேன். ஆசிரமத்தின் செலவுக்கு நீங்கள் என்னையே எதிர்பார்க்க வேண்டும்.''

இதைக் கேட்டு நான் அளவுகடந்த ஆனந்தமடைந்தேன் நிதி திரட்டும் பொறுப்பிலிருந்து விடுபடுவது ஓர் ஆனந்தமே. அதோடு, நான் தன்னந்தனியாக இந்த வேலையில் ஈடுபட வேண்டியதில்லை என்றும், எனக்குக் கஷ்டம் ஏற்படும்போது நிச்சயமான துணை எனக்கு இருக்கிறது என்றும் எண்ணிய போது பெரிய பாரம் நீங்கியதுபோல இருந்தது.

ஆகவே, காலஞ்சென்ற டாக்டர் தேவ் என்பவரைக் கோகலே அழைத்து எனக்காகச் சங்கத்தில் கணக்கு வைக்கும் படியும், ஆசிரமத்திற்கும் பொதுச் செலவிற்கும் எனக்குத் தேவைப்படுவதை எல்லாம் கொடுக்கும்படியும் கூறினார்.

அதன் பிறகு சாந்திநிகேதனத்திற்குப் புறப்படத் தயாரானேன். நான் புறப்படுவதற்கு முன்னால் கோகலே எனக்கு ஒரு விருந்து வைத்தார். அதற்குக் குறிப்பிட்ட சில நண்பர்களை மாத்திரம் அழைத்திருந்ததோடு எனக்குப் பிடித்தமான பழங்களுக்கும், கொட்டைப் பருப்புகளுக்கும் ஏற்பாடு செய்து இருந்தார். அவருடைய அறையிலிருந்து சில அடி தூரத்திலேயே இந்த விருந்து நடந்தது. என்றாலும், அந்தக் கொஞ்ச தூரமும் நடந்துவந்து அவ்விருந்தில் கலந்துகொள்ள முடியாத நிலையில் அவர் இருந்தார். ஆனால், என்னிடம் கொண்டிருந்த அன்பினால் அதை எல்லாம் பொருட்படுத்தாமல் விருந்துக்கு வந்தே தீருவதென்று பிடிவாதமாக இருந்தார். அப்படியே வந்தும் விட்டார். ஆனால், அவர் மூர்ச்சையடைந்து விடவே அவரைத் தூக்கிச் செல்லும்படி நேர்ந்தது. இவ்விதம் அவர் மூர்ச்சையடைந்து விடுவது புதிதல்ல. எனவே, தமக்குப் பிரக்ஞை வந்ததும் விருந்தைத் தொடர்ந்து நடத்தும்படி எங்களுக்குச் சொல்லி அனுப்பினார்.

இந்த விருந்து, சங்கத்தின் விருந்தினர் விடுதிக்கு எதிரில் திறந்த வெளியில், நண்பர்களுடன் கலந்து பேசுவதற்கு வாய்ப்பளிப்பதற்காக நடந்ததேயன்றி வேறன்று. அதில் நண்பர்கள் நிலக்கடலை, பேரீச்சம்பழம், மற்றும் பழங்கள்

இவற்றைச் சாப்பிட்டுக்கொண்டே ஒருவருக்கொருவர் மனம் விட்டுப் பேசினர். ஆனால், திடீரென்று கோகலே மூர்ச்சை அடைந்தது, என் வாழ்க்கையில் சாதாரணமான சம்பவமாகி விடவில்லை.

3. அது ஒரு பயமுறுத்தலா?

புனாவிலிருந்து ராஜ்கோர்ட்டுக்கும் போர்பந்தருக்கும் போனேன். காலஞ்சென்ற என் சகோதரரின் மனைவியையும் மற்ற உறவினர்களையும் பார்ப்பதற்கே அங்கே சென்றேன்.

தென்னாப்பிரிக்காவில் சத்தியாக்கிரகத்தின் போது ஒப்பந்தத் தொழிலாளரின் உடைக்குப் பொருத்தமானதாகவே என் உடையும் இருக்கவேண்டும் என்பதற்காக என் உடைகளை மாற்றிக் கொண்டிருந்தேன். இங்கிலாந்தில்கூட வீட்டுக்குள் இருக்கும்போது அதே உடையில்தான் இருந்து வந்தேன். பம்பாயில் வந்து இறங்கியபோது உள் சட்டை, மேல் சட்டை, வேட்டி, அங்க வஸ்திரம் ஆகியவைகளைக் கத்திய வாரி முறைப்படி அணிந்து கொண்டேன். இத்துணிகளெல்லாம் இந்திய மில்களில் தயாரானவை. ஆனால், பம்பாயிலிருந்து ரெயிலில் மூன்றாம் வகுப்பில் நான் பிரயாணம் செய்ய வேண்டியிருந்ததால் அங்க வஸ்திரமும் மேல்சட்டையும் அனாவசியமான இடையூறுகள் என்று கருதி அவற்றைப் போட்டுவிட்டேன். எட்டு அணா, பத்தணா விலையில் ஒரு காஷ்மீர்த் தொப்பி வாங்கிக் கொண்டேன். இத்தகைய உடை அணிந்திருப்பவரை ஏழை என்றே கருதுவார்கள்.

அச்சமயம் பிளேக் நோய் பரவி இருந்ததால் வீரம் காமிலோ அல்லது வத்வானிலோ – எந்த ஊர் என்பதை மறந்துவிட்டேன்– மூன்றாம் வகுப்புப் பிரயாணிகளை வைத்தியப் பரிசோதனை செய்து வந்தனர். எனக்குச் சுரம் கொஞ்சம் இருந்தது. எனக்குச் சுரம் இருக்கிறது என்பதை இன்ஸ்பெக்டர் கண்டதும் ராஜ்கோட் வைத்திய அதிகாரியிடம் போய் ஆஜராகும்படி என்னிடம் கூறி என் பெயரையும் பதிவு செய்துகொண்டார்.

நான் வத்வான் வழியாகப் போய்க்கொண்டிருக்கிறேன் என்று யாரோ சொல்லியிருக்கவேண்டும். ஏனெனில், அவ்வூரில் பிரபல பொதுஜன ஊழியரும், தையற்காரருமான மோதிலால் ஸ்டேஷனுக்கு வந்து என்னைப் பார்த்தார். வீரம்காம் சுங்க

வரியைப்பற்றி அவர் என்னிடம் சொன்னார். அதனால், ரெயில்வேப் பிரயாணிகள் அனுபவிக்க வேண்டியிருக்கும் துயரங்களையும் கூறினார். எனக்குச் சுரம் இருந்ததால், பேசுவதற்கே எனக்கு விருப்பமில்லை. சுருக்கமாகப் பதில் சொல்லிவிட முயன்றேன். என்னுடைய பதில் ஒரு கேள்வியாக அமைந்தது. "சிறை செல்ல நீங்கள் தயாராக இருக்கிறீர்களா?" என்பதே என்னுடைய கேள்வி.

தாங்கள் பேசுவது இன்னதென்பதைச் சிந்திக்காமலேயே சிலர் பேசிவிடுவார்கள். அப்படிப்பட்ட ஆவேச உணர்ச்சியுள்ள வாலிபர்களில் மோதிலாலும் ஒருவர் என்று நான் எண்ணினேன். ஆனால், அவர் அப்படிப்பட்டவர் அன்று. உறுதியுடன் தீர்மானமாக அவர் பின்வருமாறு பதில் கூறினார்:

"நீங்கள் எங்களுக்குத் தலைமை வகித்து இயக்கம் நடத்துவதாயின் நாங்கள் நிச்சயமாகச் சிறை செல்வோம். கத்தியவாரைச் சேர்ந்தவர்கள் என்ற முறையில் எங்களுக்கு உங்கள் மீது முதல் உரிமை உண்டு. என்றாலும், இப்பொழுது உங்களை இங்கே தாமதிக்கச் செய்யும் உத்தேசம் எங்களுக்கு இல்லை. ஆனால், திரும்பும்போது இங்கே தங்கிச் செல்லுவதாக வாக்குறுதியளிக்க வேண்டும். நமது வாலிபர்கள் செய்து வரும் வேலையையும் அவர்களுக்குள்ள உணர்ச்சியையும் பார்த்து நீங்கள் மகிழ்ச்சியடைவீர்கள். எங்களுக்குக் கட்டளையிட்ட மாத்திரத்தில் நாங்கள் முன்வருவோம் என்பதை நீங்கள் நம்பலாம்."

மோதிலால் என்னைக் கவர்ந்துவிட்டார். அவரைப் பற்றி அவருடைய தோழர் ஒருவர் பின்வருமாறு பாராட்டிக் கூறினார்: "இந்த நண்பர் சாதாரணத் தையற்காரரே. தமது தொழிலில் மிகவும் திறமைசாலி. ஆகையால், தமக்குத் தேவையான ரூபாய் பதினைந்தை, தினத்திற்கு ஒரு மணி நேரம் வேலை செய்து, ஒரு மாதத்தில் சம்பாதித்துக்கொண்டு விடுகிறார். மீதமுள்ள தமது நேரத்தையெல்லாம் பொதுச் சேவைக்குச் செலவிடுகிறார். எங்களுக்கெல்லாம் அவர்தான் தலைவர். படித்தவர்களாகிய நாங்கள் அவரைக் கண்டு வெட்கமடைகிறோம்."

பின்னால் மோதிலாலுடன் நான் நெருங்கிப் பழக நேர்ந்ததும், இந்தப் பாராட்டுரையில் மிகைப்படுத்திக் கூறப்பட்டது

எதுவும் இல்லை என்பதைக் கண்டேன். ஆசிரமத்தை ஆரம்பித்த காலத்தில், ஒவ்வொரு மாதமும் சில நாட்கள் அவர் அங்கே தங்குவார். ஆசிரமக் குழந்தைகளுக்கு அவர் தையல் வேலை சொல்லிக் கொடுத்ததோடு ஆசிரமத்திற்கு வேண்டிய துணிமணிகளையும் தைத்துக் கொடுப்பார். ஒவ்வொரு நாளும் வீரம்காமைப் பற்றி என்னிடம் பேசுவார். பிரயாணிகளின் துயரங்களையும் சொல்லுவார். அக் கஷ்டங்கள் அவருக்கு முற்றும் சகிக்க முடியாதவையாகி விட்டன. திடீரென்று நோயுற்று, அவர் நல்ல இளம் வயதில் காலமானார். வத்வானின் பொதுவாழ்வுக்கு அவருடைய பிரிவினால் அதிக நஷ்டம் ஏற்பட்டது.

ராஜ்கோட் போய்ச் சேர்ந்ததும் மறுநாள் காலை வைத்திய அதிகாரியிடம் போனேன். அங்கே எல்லோருக்கும் என்னைத் தெரிந்திருந்தது. நான் தம்மிடம் வர நேர்ந்ததைக் குறித்து டாக்டர் வெட்கப்பட்டதோடு இன்ஸ்பெக்டர்மீதும் கோபமடைந்தார். இன்ஸ்பெக்டர் தமது கடமையையே செய்தாராகையால் இக்கோபம் அனாவசியமானது. அவருக்கு என்னைத் தெரியாது; என்னைத் தெரிந்திருந்தாலும் அவர் வேறு விதமாக நடந்து கொண்டிருக்க முடியாது. இனித் தம்மிடம் வர வேண்டியதில்லை என்று வைத்திய அதிகாரி கூறி விட்டார். அதற்குப் பதிலாக என்னிடம் ஓர் இன்ஸ்பெக்டரை அனுப்பினார்.

அத்தகைய சந்தர்ப்பங்களில் சுகாதாரக் காரணங்களுக்காக மூன்றாம் வகுப்புப் பிரயாணிகளைப் பரிசோதிப்பது அவசியமேயாகும். பெரிய மனிதர்கள், மூன்றாம் வகுப்பில் பிரயாணம் செய்ய முற்படுவார்களாயின், வாழ்க்கையில் அவர்களுடைய நிலை எதுவாக இருப்பினும், ஏழைகள் என்ன என்ன கட்டுத்திட்டங்களுக்கு உட்பட வேண்டியிருக்கின்றதோ அவைகளுக்கெல்லாம் அவர்களும் விரும்பிக் கட்டுப்பட வேண்டும். அதிகாரிகளும் பாரபட்சம் காட்டாமல் நடந்து கொள்ள வேண்டும். அதிகாரிகளோ, மூன்றாம் வகுப்புப் பிரயாணிகளும் தம்மைப் போல மனிதர்களே என்று கருதாமல் செம்மறி ஆடுகளாகப் பாவிக்கிறார்கள் என்பதே என் அனுபவம். அப்பிரயாணிகளிடம் அவமதிக்கும் தோரணையிலேயே பேசுகிறார்கள். அவர்கள் ஏதாவது

பதில் சொல்லிவிட்டாலோ, விவாதித்து விட்டாலோ, அதிகாரிகள் சகிப்பதில்லை. மூன்றாம் வகுப்புப் பிரயாணிகள், அதிகாரிகளின் வேலைக்காரர்களைப்போல அவர்களுக்குக் கீழ்ப்படிந்து நடக்க வேண்டும். மூன்றாம் வகுப்புப் பிரயாணி களை அதிகாரிகள் அடிக்கலாம்; பயமுறுத்திப் பணம் பறிக் கலாம்; சாத்தியமான எல்லாவித அசௌகரியங்களையும் பிரயாணிகள் அனுபவிக்கும்படி செய்துவிட்ட பிறகே அவர்களுக்கு டிக்கெட்டும் கொடுக்கலாம். இவ்விதம் டிக்கெட்டு வாங்குவதற்குள் ரெயிலும் போய்விடும். என்றாலும் இதற்கெல்லாம் கேள்வி முறையே இல்லை. இவற்றையெல்லாம் நான் என் கண்ணாலேயே பார்த்திருக்கிறேன். படித்தவர்களும் பணக்காரர்களுமான சிலர், ஏழைகளின் அந்தஸ்தை விரும்பி ஏற்றுக் கொண்டு மூன்றாம் வகுப்பில் பிரயாணம் செய்தாலன்றி, ஏழைகளுக்கு மறுக்கப்படும் வசதிகளை அனுபவிக்க இவர்கள் மறுத்து விட்டாலல்லாமல், தவிர்க்கக்கூடிய கஷ்டங்களையும், அவமதிப்புக்களையும், அநீதிகளையும் அனுபவிக்க வேண்டியதே என்று சும்மா இருந்துவிடாமல் அவைகளை ஒழிப்பதற்காகப் போராடினாலன்றி, இந்நிலைமையில் சீர்திருத்தமே சாத்தியமில்லை.

கத்தியவாரில் நான் சென்ற இடங்களிலெல்லாம் வீரம்காம் சுங்கத் தொல்லைகளைப் பற்றிய புகார்களையே கூறினர். ஆகையால், லார்டு வில்லிங்டன் அளித்திருந்த வாக்குறுதியை உடனே பயன்படுத்திக்கொள்ளுவது என்று முடிவு செய்தேன். இது சம்பந்தமாகக் கிடைத்த பிரசுரங்கள் யாவற்றையும் சேகரித்துப் படித்தேன். புகார்களெல்லாம் உண்மையானவை என்று நான் திருப்தியடைந்த பிறகு பம்பாய் அரசாங்கத்திற்குக் கடிதம் எழுத ஆரம்பித்தேன். லார்டு வில்லிங்டனின் அந்தரங்கக் காரியதரிசியைக் கண்டு பேசினேன். கவர்னரையும் சந்தித்தேன். கவர்னர் தமது அனுதாபத்தைத் தெரிவித்தார். ஆனால், தவறுக்கு டில்லி அரசாங்கத்தின்மீது பழி போட்டார். “இது எங்கள் கையில் இருந்தால் சுங்கத்தை எடுத்திருப்போம். இந்திய அரசாங்கத்தினிடமே நீங்கள் போக வேண்டும்” என்றார், கவர்னர்.

இந்திய அரசாங்கத்திற்கு எழுதினேன். ஆனால், என் கடிதம் கிடைத்தது என்பதற்கு ஓர் அத்தாட்சி வந்ததேயன்றி வேறு

பதிலே இல்லை. பின்னால் லார்டு செம்ஸ்போர்டைச் சந்திக்கும் சமயம் வந்த பிறகே பரிகாரத்தை அடைய முடிந்தது. இதைப் பற்றிய விவரம் முழுவதையும் அவருக்கு நான் எடுத்துக்கூறிய போது அவர் ஆச்சரியப்பட்டு விட்டார். இதைப் பற்றி அவருக்கு ஒன்றுமே தெரியாமல் இருந்தது. நான் கூறியவைகளையெல்லாம் பொறுமையுடன் கேட்டுக் கொண்டார். வீரம்காம் பற்றிய தஸ்தாவேஜுகளை எல்லாம் அனுப்பும்படி அப்பொழுதே டெலிபோனில் உத்தரவிட்டார். அதிகாரிகள் தக்க சமாதானம் கூறாவிட்டால், அல்லது இருப்பதே சரி என்று காட்டாவிடில், சுங்கத்தை நீக்கி விடுவதாகவும் வாக்களித்தார். நான் வைசிராயைக் கண்டு பேசிய சில தினங்களுக்கெல்லாம் வீரம்காம் சுங்கம் நீக்கப்பட்டு விட்டதெனப் பத்திரிகைகளில் படித்தேன்.

இந்தியாவில் சத்தியாக்கிரகத்திற்கு இச்சம்பவம் ஆரம்பம் என்று நான் கருதினேன். ஏனெனில், கத்தியவாரில் பகஸ்ரா என்ற இடத்தில் நான் செய்த பிரசங்கத்தில் சத்தியாக்கிரகத்தைப் பற்றிக் கூறியிருந்தேன். பம்பாய் அரசாங்கத்தின் காரியதரிசியை நான் சந்தித்துப் பேசியபோது, நான் சத்தியாக்கிரகத்தைப் பற்றி அப்பிரசங்கத்தில் கூறியதை ஆட்சேபித்தார். "அது பயமுறுத்தல் அல்லவா?" என்று அவர் கேட்டார். "பலம் பொருந்திய அரசாங்கம் பயமுறுத்தல்களுக்கு விட்டுக் கொடுத்துவிடும் என்று நினைக்கிறீர்களா?" என்றார்.

அதற்கு நான் கூறிய பதிலாவது: "இது பயமுறுத்தலே அல்ல. மக்களுக்குப் போதிப்பதே இது. குறைகளை நிவர்த்தி செய்து கொள்ளுவதற்குள்ள எல்லா நியாயமான உபாயங்களையும் மக்களுக்கு எடுத்துக்காட்ட வேண்டியது என் கடமை. சுதந்திரத்தை அடைய விரும்பும் ஒரு நாட்டு மக்கள், அந்த சுதந்திரத்திற்கான எல்லா வழிகளையும் முறைகளையும் அறிந்திருக்க வேண்டும். அவ்வழிகளில் சாதாரணமாகக் கடைசியான வழியாக இருந்து வருவது பலாத்காரம். ஆனால், அதற்கு நேர் மாறாகச் சத்தியாக்கிரகமோ, முற்றும் அகிம்சையோடு கூடிய ஆயுதம். அதன் உபயோகத்தைக் குறித்தும் அதில் உள்ள குறைபாடுகளைப் பற்றியும் விளக்கிக் கூற வேண்டியது என் கடமை என்று கருதுகிறேன். பிரிட்டிஷ் அரசாங்கம் பலமுள்ள அரசாங்கம் என்பதில் சந்தேகமே

இல்லை. ஆனால், சத்தியாக்கிரகமே மிகச் சிறந்த பரிகாரம் என்பதிலும் எனக்கு எந்த விதமான சந்தேகமும் இல்லை.''

கெட்டிக்காரரான அந்தக் காரியதரிசி, நான் கூறியதை ஒப்புக் கொள்ளத் தயங்கும் முறையில் தலையை அசைத்து, ''பார்ப்போம்'' என்றார்.

4. சாந்திநிகேதனம்

ராஜ்கோட்டிலிருந்து சாந்திநிகேதனத்திற்குச் சென்றேன். அங்கே ஆசிரியர்களும் மாணவர்களும் என்னை அன்பில் மூழ்கடித்து விட்டனர். எளிமையும் அன்பும் அழகாகக் கலந்ததாக இருந்தது, வரவேற்பு. இங்கே தான் காக்கா சாகிபை நான் முதன்முதலாகச் சந்தித்தேன்.

கலேல்காரை 'காக்கா சாகிப்' என்று ஏன் அழைக்கிறார்கள் என்பது அப்பொழுது எனக்குத் தெரியாது. பிறகே அதன் விவரம் எனக்குத் தெரிந்தது. நான் இங்கிலாந்தில் இருந்த காலத்தில் அங்கே இருந்தவரும், அங்கே என் நெருங்கிய நண்பருமான ஸ்ரீ கேசவராவ் தேஷ்பாண்டே, பரோடா சமஸ்தானத்தில் கங்காநாதர் வித்யாலயம் என்ற பள்ளிக்கூடம் ஒன்றை நடத்தி வந்தார். அப்பள்ளிக்கூடத்தில் ஒரு குடும்பத்தின் சூழ்நிலை இருந்து வரவேண்டும் என்பதற்காக, ஒரு குடும்பத்தைச் சேர்ந்தவர்களின் உறவுப் பெயர்களை அவர் ஆசிரியர்களுக்கு வைத்திருந்தார். ஸ்ரீ கலேல்காரும் அங்கே ஓர் ஆசிரியர். அவரை அங்கே 'காக்கா' (சிற்றப்பா) என்றே அழைத்து வந்தனர். பட்கேயை 'மாமா' என்று அழைத்தார்கள். ஹரிஹர சர்மாவை 'அண்ணா' என்று அழைத்தனர். மற்றவர்களுக்கும் இவை போன்ற பெயர்கள் உண்டு. காக்காவின் நண்பரான ஆனந்தானந்தரும் (சுவாமி) மாமாவின் நண்பரானப் பட்டவர்த்தனரும் (அப்பா) பிறகு அக்குடும்பத்தில் சேர்ந்தார்கள். இவர்களெல்லோரும் நாளாவட்டத்தில் ஒருவர் பின் ஒருவராக எனது சக ஊழியர்களானார்கள். ஸ்ரீ தேஷ் பாண்டேயைச் சாகிப் என்று அழைத்து வந்தனர். வித்தியாலயத்தைக் கலைத்து விட வேண்டி வந்த போது அக்குடும்பமும் கலைந்துவிட்டது. ஆனால், அவர்கள் தங்களுடைய ஆன்மிக உறவையோ, அங்கே வழங்கிய உறவுப் பெயர்களையோ விட்டுவிடவே இல்லை.

பல ஸ்தாபனங்களையும் பார்த்து அனுபவம் பெறுவதற்காகக் காக்கா சாகிப் அப்பொழுது பிரயாணம் செய்து வந்தார். நான் சாந்திநிகேதனத்திற்குச் சென்றபோது அவர் அங்கே இருந்தார்.

அதே கூட்டத்தைச் சேர்ந்தவரான சிந்தாமணி சாஸ்திரியும் அப்பொழுது அங்கே இருந்தார். இருவரும் சமஸ்கிருதம் கற்பிப்பதில் உதவி செய்து வந்தார்கள்.

போனிக்ஸ் குடும்பத்தினருக்குச் சாந்திநிகேதனத்தில் தனி இடம் கொடுத்திருந்தார்கள். அக்குடும்பத்திற்குத் தலைவராக இருந்தார், மகன்லால் காந்தி. போனிக்ஸ் ஆசிரமத்தின் விதிகள் யாவும் அங்கேயும் கண்டிப்பாக அனுசரிக்கப்பட்டு வருகின்றனவா என்று கவனிப்பதை அவர் தமது வேலையாகக் கொண்டார். அவர் தமது அன்பினாலும், அறிவினாலும், விடா முயற்சியினாலும் தம்முடைய புகழ்மணம் சாந்தி நிகேதனம் முழுவதிலும் கமழும்படி செய்திருந்ததைக் கண்டேன்.

ஆண்டுரூஸ் அங்கே இருந்தார். பியர்ஸனும் இருந்தார். வங்காளி ஆசிரியர்களில் ஜகதானந்த பாபு, நேபால் பாபு, சந்தோஷ்பாபு, க்ஷிதிமோகன் பாபு, நாகேன் பாபு, சரத் பாபு, காளி பாபு ஆகியவர்களுடன் ஓரளவுக்கு நெருங்கிய பழக்கம் எங்களுக்கு ஏற்பட்டது.

என்னுடைய வழக்கப்படி அங்கே இருந்த ஆசிரியர்களுடனும் மாணவர்களுடனும் நான் சீக்கிரத்தில் ஒன்றிப் போய்விட்டேன். அவரவர்களின் காரியங்களை அவர்களே செய்துகொள்ளுவதைக் குறித்து அவர்களுடன் விவாதித்தேன். ஆசிரியர்களுக்கு ஒரு யோசனை கூறினேன். சம்பளத்திற்கு வைத்திருக்கும் சமையற்காரர்களை அனுப்பிவிட்டு ஆசிரியர்களும் மாணவர்களுமே தங்கள் உணவைச்சமைத்துக் கொள்ளுவதானால், சிறுவர்களின் உடலுக்கும் ஒழுக்கத்துக்கும் ஏற்ற வகையில் சமையலறையை நிர்வகிக்க ஆசிரியர்களால் முடியும் என்றேன். இது, தங்கள் காரியங்களைத் தாங்களே செய்துகொள்ளவேண்டும் என்பதில் மாணவருக்கு ஓர் அனுபவப் பாடமாகவும் இருக்கும் என்றேன். ஆசிரியர்களில் இரண்டொருவர், அது ஆகாத காரியம் என்று தலையை அசைத்தார்கள். சிலர், என் யோசனையைப் பலமாக ஆதரித்தார்கள். சிறுவர்களும் அதை வரவேற்றனர். புதுமையான காரியங்களில் சுபாவமாகச் சிறுவர்களுக்கு இருக்கும் ருசியே இதற்குக் காரணமாக இருக்கலாம். ஆகவே, நாங்கள் இப்பரீட்சையில் இறங்கினோம். இதுபற்றித் தமது கருத்தைத் தெரிவிக்குமாறு கவியை நான் கேட்டதற்கு, அதை

ஆசிரியர்கள் ஆதரிப்பதாயிருந்தால் தமக்கு ஆட்சேபமில்லை என்று கூறினார். "இந்தச் சோதனையில் சுய ராஜ்யத்தின் திறவுகோல் அடங்கியிருக்கிறது" என்று அவர் சிறுவர்களிடம் கூறினார்.

இந்தப் பரீட்சை வெற்றி பெறவேண்டும் என்பதற்காக ஸ்ரீ பியர்ஸன் தமது உடலை வருத்திப் பாடுபட்டார்; அதிக உற்சாகத்தோடு இவ்வேலைகளில் ஈடுபட்டார். காய்கறிகளை நறுக்குவதற்கு ஒரு கோஷ்டி, தானியத்தைச் சுத்தம் செய்வதற்கு ஒரு கோஷ்டி என்று இவ்விதம் ஒவ்வொரு வேலைக்கும் ஒவ்வொரு கோஷ்டி அமைக்கப்பட்டது. சமையலறையையும் அதன் சுற்றுப் புறங்களையும் சுத்தமாக வைத்திருக்கும் வேலையை நாகேன்பாபுவும் மற்றவர்களும் மேற்கொண்டனர். கையில் மண்வெட்டியுடன் அவர்கள் வேலை செய்வதைப் பார்க்க எனக்கு ஆனந்தமாக இருந்தது.

அங்கே நூற்றிருபத்தைந்து பையன்களும் அவர்களின் ஆசிரியர்களும் இருந்தனர். அவர்கள் எல்லோரும், உடலுழைப்பான இந்த வேலையைச் சுலபமாக ஏற்றுக் கொண்டு விடுவார்கள் என்று எதிர்பார்த்துவிட முடியாது. தினமும் விவாதங்கள் நடந்துவந்தன. சிலர் சீக்கரத்திலேயே சோர்வடைந்து விட்டனர் என்பது தெரிந்தது. ஆனால், அப்படிச் சோர்ந்துவிடக் கூடியவர் அன்று பியர்ஸன். எப்பொழுதும் புன்னகை பூத்த முகத்துடன் சமையலறையிலோ, அதன் பக்கத்திலோ அவர் ஏதாவது ஒரு வேலையைச் செய்து கொண்டிருப்பதைக் காணலாம். பெரிய பாத்திரங்களை எல்லாம் சுத்தம் செய்யும் வேலையை அவர் மேற்கொண்டார். பாத்திரங்களைத் துலக்குகிறவர்களுக்கு அந்த வேலையில் சலிப்புத் தோன்றாமல் இருப்பதற்காகச் சில மாணவர்கள் அவர்களுக்கு முன்னால் சித்தார் வாத்தியம் வாசிப்பார்கள். எல்லோருமே இந்த வேலையில் உற்சாகத்துடன் ஈடுபட்டனர். தேனீக்கள் சுறுசுறுப்பாக இருக்கும் தேன் கூடுபோல் இருந்தது, சாந்திநிகேதனம்.

இத்தகைய மாறுதல்கள் ஒரு முறை ஆரம்பமாகிவிட்டால் எப்பொழுதும் வளர்ந்துகொண்டே இருக்கும். போனிக்ஸ் கோஷ்டியினர் தாங்களே சமைத்துக்கொண்டனர். அவர்கள்

சாப்பாடு மிகவும் எளிமையாகவும் இருந்தது. மசாலைச் சாமான்களே அந்தச் சாப்பாட்டில் இல்லை. அரிசி, பருப்பு, கறிகாய் மாத்திரமேயன்றிக் கோதுமை மாவு கூட, ஒரே சமயத்தில் ஒரே பாத்திரத்தில் நீராவியில் சமைக்கப்பட்டன. வங்காளிச் சமையலில் சீர்திருத்தம் செய்வதற்காகச் சாந்தி நிகேதனத்தின் பையன்கள் அதே போன்ற சமையலைத் தொடங்கினார்கள். இரண்டொரு உபாத்தியாயர்களும் சில மாணவர்களும் இச்சமையலைச் செய்து வந்தார்கள்.

கொஞ்ச காலத்திற்குப் பிறகு இப்பரீட்சை நிறுத்தப்பட்டு விட்டது. பிரபலமான இந்த ஸ்தாபனம், மத்தியில் கொஞ்ச காலத்திற்கு இந்தப் பரீட்சையை நடத்தியதால் அதற்கு எந்த விதமான நஷ்டமும் இல்லை என்பதே என் அபிப்பிராயம். இதனால் ஏற்பட்ட சில அனுபவங்கள் உபாத்தியாயர்களுக்குப் பயனுள்ளதாகவே இருந்திருக்க முடியும்.

சாந்திநிகேதனத்தில் கொஞ்ச காலம் தங்கவேண்டும் என்று விரும்பினேன். ஆனால், விதியோ வேறுவிதமாக இருந்துவிட்டது. நான் அங்கே வந்து ஒரு வாரம்கூட ஆகவில்லை. இதற்குள் கோகலே காலமாகிவிட்டார் என்று புனாவிலிருந்து எனக்குத் தந்தி வந்தது. சாந்திநிகேதனம் துக்கத்தில் ஆழ்ந்தது. அங்கிருந்தவர்கள் எல்லோரும் என்னிடம் வந்து துக்கம் விசாரித்தார்கள். தேசத்திற்கு ஏற்பட்ட நஷ்டத்தைக் குறித்துத் துக்கப்படுவதற்காக ஆசிரமத்தின் கோயிலில் ஒரு விஷேசக் கூட்டம் நடந்தது. மிகுந்த பக்தியுடன் அது நடந்தது. அன்றே நான் என் மனைவியோடும் மகன்லாலுடனும் புனாவுக்குப் புறப்பட்டேன். மற்றவர்கள் எல்லோரும் சாந்திநிகேதனத்திலேயே தங்கினார்கள்.

ஆண்டுரூஸ், பர்த்வான் வரையில் என்னுடன் வந்தார். “இந்தியாவில் சத்தியாக்கிரகத்தை நடத்துவதற்கு ஒரு சமயம் வரும் என்று நீங்கள் நினைக்கிறீர்களா? அப்படி வருமென்றால் அது எப்பொழுது வரும் என்பது குறித்து உங்களுக்கு ஏதாவது தோன்றுகிறதா?'' என்று அவர் என்னைக் கேட்டார்.

நான் கூறியதாவது: “இதற்குப் பதில் சொல்லுவது கஷ்டம். ஏனெனில், ஓர் ஆண்டுக்கு நான் எதுவும் செய்வதற்கில்லை. கோகலே என்னிடம் ஒரு வாக்குறுதி வாங்கியிருக்கிறார்.

அனுபவம் பெறுவதற்காக நான் இந்தியாவில் சுற்றுப் பிரயாணம் செய்ய வேண்டும்; அது முடியும் வரையில் பொது விஷயங்களைக் குறித்து நான் எந்தவிதமான அபிப்பிராயமும் கூறக்கூடாது என்பது அவர் என்னிடம் வாங்கிய வாக்குறுதி. அந்த ஓராண்டு முடிந்துவிட்ட பிறகும்கூட, என் கருத்துக்களை வெளியிடுவதற்கு நான் அவசரப்படப் போவதில்லை. ஆகையால், ஐந்தாண்டுகளுக்கோ அல்லது அதற்கு அதிகமான காலத்திற்கோ, சத்தியாக்கிரகத்திற்கான சமயம் ஏற்படும் என்று நான் நினைக்கவில்லை.''

இந்தச் சந்தர்ப்பத்தில் ஒரு விஷயத்தைக் குறிப்பிட விரும்புகிறேன். 'ஹிந்த் சுயராஜ்' (இந்திய சுயராஜ்யம்) என்ற நூலில் நான் வெளியிட்டிருந்த சில கருத்துக்களைக் குறித்துக் கோகலே சிரிப்பது வழக்கம். ''நீங்கள் இந்தியாவில் ஓராண்டு தங்கியிருந்த பிறகு உங்கள் கருத்துக்கள் தாமாகத் திருந்தி விடும்'' என்று அவர் கூறுவார்.

5. மூன்றாம் வகுப்புப் பிரயாணிகளின் துயரங்கள்

மூன்றாம் வகுப்புப் பிரயாணிகள், டிக்கெட்டுகளை வாங்கு வதற்கும் கூட என்ன கஷ்டங்களையெல்லாம் அனுபவிக்க வேண்டியிருக்கிறது என்பதைப் பர்த்வானில் நாங்கள் நேரில் காண நேர்ந்தது. மூன்றாம் வகுப்பு டிக்கெட்டுகளை இதற்குள் கொடுக்க முடியாது என்று எங்களுக்குச் சொல்லிவிட்டனர். ஸ்டேஷன் மாஸ்டரைக் கண்டுபிடிப்பது கஷ்டமாக இருந்தாலும் அவரைப் போய்ப் பார்த்தேன். அவர் இருக்கும் இடத்தை யாரோ ஒருவர் எனக்கு அன்புடன் காட்டினார். எங்களுக்கு இருந்த கஷ்டத்தை ஸ்டேஷன் மாஸ்டரிடம் எடுத்துக் கூறினேன். அவரும் அதே பதிலைத்தான் சொன்னார். டிக்கெட் கொடுக்கும் இடத்தின் சன்னலைத் திறந்ததும் டிக்கெட்டுகளை வாங்குவதற்கு அங்கே சென்றேன். ஆனால் டிக்கட்டுகளை வாங்குவது அவ்வளவு எளிதான காரியமாக இல்லை. அங்கே வல்லவன் வகுத்ததே சட்டமாக இருந்தது. பலமுள்ளவர்களும், மற்றவர்களைப் பற்றிய கவலையே இல்லாதவர்களுமான பிரயாணிகள், ஒருவர் பின் மற்றொருவராக வந்து என்னை இடித்து வெளியே தள்ளிக் கொண்டே இருந்தனர். ஆகையால், முதல் கும்பலில் கடைசியாக டிக்கெட் வாங்கியவன் நான்தான்.

ரெயில் வந்து நின்றது. அதில் ஏறுவது மற்றொரு பெரும் சோதனையாகி விட்டது. ரெயிலுக்குள் முன்பே இருந்த பிரயாணிகளும், ஏற முயன்றவர்களும் பரஸ்பரம் திட்டுவதும், பிடித்துத் தள்ளுவதுமாக இருந்தார்கள். பிளாட்பாரத்தில் மேலும் கீழும் ஓடினோம். ஆனால், "இங்கே இடம் இல்லை" என்ற ஒரே பதில்தான் எங்களுக்கு எங்குமே கிடைத்தது. கார்டிடம் போனேன். "முடிந்தால் ஏறிக்கொள்ள முயற்சி செய்யுங்கள். முடியாது போனால் அடுத்த ரெயிலில் வாருங்கள்" என்று அவர் கூறினார்.

"எனக்கு அவசரமான வேலை இருக்கிறதே" என்று நான் மரியாதையுடன் பதில் சொன்னேன். ஆனால், நான் சொன்னதைக்

கேட்டுக்கொண்டிருக்க அவருக்கு அவகாசமில்லை. இன்னது செய்வது என்று தெரியாமல் திகைத்தேன். எங்கே சாத்தியமோ அங்கே ஏறிக்கொள்ளுமாறு மகன்லாலிடம் கூறிவிட்டு நானும் என் மனைவியும் இன்டர் வகுப்பு வண்டியில் ஏறிக்கொண்டோம். நாங்கள் அவ்வண்டியில் ஏறுவதைக் கார்டு பார்த்தார். அஸன்ஸால் ஸ்டேஷனை அடைந்ததும், எங்களிடம் அதிகப்படிக் கட்டணத்தை வசூலிப்பதற்காக அவர் எங்களிடம் வந்தார். அவரிடம் பின்வருமாறு கூறினேன்: "எங்களுக்கு இடம் தேடித் தர வேண்டியது உங்கள் கடமை. எங்களுக்கு இடம் கிடைக்காததால் நாங்கள் இங்கே உட்கார்ந்திருக்கிறோம். மூன்றாம் வகுப்பு வண்டியில் எங்களுக்கு இடம் கொடுப்பதானால் நாங்கள் அங்கே போய்விடச் சந்தோஷத்துடன் தயாராயிருக்கிறோம்."

இதற்குக் கார்டு, "உம்முடன் விவாதிக்க நான் தயாராயில்லை. உமக்கு நான் இடம் தேடிக்கொடுக்க முடியாது. அதிகப்படியான கட்டணத்தை நீர் செலுத்த வேண்டும். இல்லாவிட்டால் இறங்கி விடும்" என்றார்.

எப்படியும் புனா போய்ச் சேர்ந்துவிட விரும்பினேன். ஆகையால், கார்டுடன் சண்டை போட்டுக் கொண்டிருக்க நான் தயாராக இல்லை. அவர் கேட்ட அதிகப்படிக் கட்டணத்தை, அதாவது புனாவரையில் கொடுத்து விட்டேன். என்றாலும், அந்த அநியாயத்தைக் குறித்து ஆத்திரம் அடைந்தேன்.

காலையில் மொகல்ஸாரைக்குப் போய்ச்சேர்ந்தோம். மூன்றாம் வகுப்பில் மகன்லால் இடம் பிடித்துவிட்டதால் அந்த வண்டியில் போய் ஏறிக்கொண்டேன். டிக்கெட் பரிசோதகருக்கு இந்த விஷயங்களை யெல்லாம் கூறினேன். மொகல்ஸாரையில் மூன்றாம் வகுப்பு வண்டியில் நான் ஏறிக்கொண்டு விட்டதாக எனக்கு அத்தாட்சி கொடுக்குமாறு அவரிடம் கேட்டேன். ஆனால், அதைக் கொடுக்க அவர் மறுத்துவிட்டார். இதில் பரிகாரம் பெறுவதற்காக ரெயில்வே அதிகாரிகளுக்கு எழுதினேன். அதற்குப் பின்வருமாறு எனக்குப் பதில் வந்தது: "அத்தாட்சியை அனுப்பி இருந்தாலன்றி அதிகப் படியாக வசூலித்திருந்த கட்டணத்தைத் திருப்பிக் கொடுப்பது எங்களுக்கு வழக்கமில்லை. ஆனால், உங்கள் விஷயத்தில் ஒரு விதிவிலக்குச் செய்கிறோம். என்றாலும், பர்த்வானிலிருந்து மொகல்ஸாரை

வரையில் வாங்கிய அதிகப்படிக் கட்டணத்தைத் திருப்பிக் கொடுப்பது சாத்தியமில்லை.''

மூன்றாம் வகுப்புப் பிரயாணத்தைக் குறித்து எனக்கு ஏற்பட்ட இந்த முதல் அனுபவத்தை எல்லாம் நான் எழுதுவதாக இருந்தால் அதுவே ஒரு பெரிய புத்தகமாகி விடும். ஆனால், அந்த அனுபவங்களைக் குறித்து இந்த அத்தியாயங்களில் ஆங்காங்கே குறிப்பாகச் சிலவற்றையே நான் சொல்ல முடியும். உடல் நிலை சரியாக இல்லாததன் காரணமாக மூன்றாம் வகுப்புப் பிரயாணத்தை நான் கைவிடநேருவது, எனக்கு அதிகத் துயரம் அளித்திருக்கிறது. இது எப்பொழுதும் எனக்கு அதிகத் துயரம் அளிப்பதாகவே இருக்கும்.

மூன்றாம் வகுப்புப் பிரயாணிகளின் துயரங்களெல்லாம் ரெயில்வே அதிகாரிகளின் திமிரினால்தான் ஏற்படுகின்றன என்பதில் சந்தேகமே இல்லை. ஆயினும், பிரயாணிகளின் முரட்டுத்தனம், ஆபாசமான பழக்கங்கள், சுயநலம், அறியாமை ஆகியவைகளையும் குற்றம் கூறாமல் இருப்பதற்கில்லை. இதிலுள்ள பரிதாபம் என்னவென்றால், தாங்கள் தவறாகவும், ஆபாசமாகவும் சுயநலத்தோடும் நடந்துகொள்ளுவதை அவர்கள் உணராமல் இருப்பதே. தாங்கள் செய்வதெல்லாம் இயல்பானதே என்று அவர்கள் கருதுகிறார்கள். இவைகளுக்கெல்லாம் முக்கியமான காரணம், படித்தவர்களாகிய நாம் அவர்களிடம் கொள்ளும் அசிரத்தையே ஆகும்.

மிகவும் களைத்துப் போய்விட்ட நிலையில் நாங்கள் கல்யாண் போய்ச் சேர்ந்தோம். மகன்லாலும் நானும் ஸ்டேஷன் தண்ணீர்க் குழாயிலிருந்து கொஞ்சம் தண்ணீர் பிடித்துக் குளித்தோம். என் மனைவி குளிப்பதற்கு வேண்டிய ஏற்பாட்டைச் செய்வதற்கு நான் போய்க் கொண்டிருந்த போது இந்திய ஊழியர் சங்கத்தைச் சேர்ந்த ஸ்ரீ கௌல் எங்களைத் தெரிந்துகொண்டார். அவர் எங்களிடம் வந்தார். அவரும் புனாவுக்குத்தான் போய்க் கொண்டிருந்தார். இரண்டாம் வகுப்புப் பிரயாணிகள் குளிக்கும் இடத்திற்கு என் மனைவியை அழைத்துப் போவதாக அவர் சொன்னார். மரியாதையோடு அவர் அளிக்க முன்வந்த இந்த உதவியை ஏற்றுக்கொள்ள நான் தயங்கினேன். இரண்டாம் வகுப்புப் பிரயாணிகள் குளிக்குமிடத்தை உபயோகித்துக்கொள்ள என்

மனைவிக்கு உரிமை இல்லை என்பதை அறிவேன். என்றாலும், முறையற்ற அச்செய்கைக்கு முடிவில் நானும் உடந்தையானேன். சத்தியத்தை அனுசரிப்பவருக்கு இது அழகல்ல என்பதையும் அறிவேன். அந்த ஸ்நான அறைக்குப் போய்த்தான் குளிக்க வேண்டும் என்று என் மனைவிக்கு ஆவலும் இல்லை. ஆனால், சத்தியத்தினிடம் இருந்த பற்றை, மனைவியினிடம் கணவனுக்கு இருந்த பாசம் வென்றுவிட்டது. சத்தியத்தின் முகம், மாயையின் தங்கத்திரையினால் மூடப்பட்டிருக்கிறது என்று உபநிடதம் கூறுகிறது.

6. நயந்துகொள்ள முயற்சி

நாங்கள் புனா வந்து சேர்ந்தோம். சிரார்த்தச் சடங்குகளெல்லாம் முடிந்த பிறகு இந்திய ஊழியர் சங்கத்தின் எதிர்காலத்தைக் குறித்தும் விவாதங்கள் எழுந்தன. அச்சங்கத்தில் நான் அங்கத்தினனாவது என்ற விஷயம் எனக்கு மிகவும் சங்கடமான பிரச்னையாக இருந்தது. கோகலே இருந்த போது அதில் அங்கத்தினன் ஆவதற்கு நான் முற்பட வேண்டிய அவசியமே இல்லை. அவர் விருப்பம் எதுவோ அதை அப்படியே பணிவுடன் நிறைவேற்றி வந்திருப்பேன். அத்தகையதோர் நிலையில் இருக்க வேண்டும் என்பதுதான் என் பிரியமும். இந்தியப் பொது வாழ்க்கை என்ற கொந்தளிப்பான கடலில் பிரயாணம் செய்வதற்குச் சரியான மாலுமி ஒருவர் எனக்குத் தேவைப்பட்டார். கோகலேயை நான் அத்தகைய மாலுமியாகக் கொண்டிருந்ததோடு, அவர் இருக்கப் பயமில்லை என்ற தைரியத்துடனும் இருந்தேன். இப்பொழுதோ, அவர் போய்விட்டதால் என் சக்தியைக் கொண்டே நான் இருக்க வேண்டியவனாகி விட்டேன். ஆகவே அச்சங்கத்தில் அங்கத்தினனாகி விட வேண்டியது என் கடமை என்பதை உணர்ந்தேன். அப்படிச் செய்தால் கோகலேயின் ஆன்மாவும் திருப்தியடையும் என்று எண்ணினேன். ஆகவே, தயக்கம் எதுவும் இல்லாமல், அதே சமயத்தில் உறுதியுடனும், அச்சங்கத்தின் அங்கத்தினர்களை நயந்து கொள்ளும் முயற்சியில் இறங்கினேன்.

இச்சமயத்தில் அச்சங்கத்தின் அங்கத்தினரில் பெரும்பாலான வர்கள் புனாவில் இருந்தார்கள். என்னைச் சேர்த்துக் கொள்ளுமாறு அவர்களைக் கேட்டுக்கொண்டேன். என்னைக் குறித்து அவர்களுக்கு இருந்த பயத்தையெல்லாம் போக்குவதற்கும் முயன்றேன். ஆனால், என்னைச் சேர்த்துக் கொள்ளும் விஷயத்தில் அவர்களிடையே பிளவு இருந்தது என்பதைக் கண்டேன். அவர்களில் ஒரு பகுதியினர், என்னைச் சேர்த்துக் கொள்ளுவதற்கு ஆதரவாக இருந்தார்கள். மற்றொரு பகுதியினரோ, அதைப் பலமாக எதிர்த்து வந்தனர். என்னிடம்

கொண்டிருந்த அன்பில் இந்த இருசாராரும் ஒருவருக்கொருவர் சளைத்தவர்கள் அல்ல என்பதையும் நான் அறிவேன். ஆனால், சங்கத்தினிடம் அவர்களுக்கு இருந்த விசுவாசம், என்னிடம் அவர்கள் கொண்டிருந்த அன்பைவிட அதிகமாக இருந்திருக்கலாம்; என்மீது கொண்ட அன்பை விடக் குறைவாகவாவது இல்லாமல் இருந்திருக்கும். ஆகையால், எந்த விதமான மனக்கசப்புமின்றியே விவாதித்து வந்தோம். அந்த விவாதம் முழுவதும் கொள்கையைப் பற்றியதாகும். என்னை அங்கத்தினனாகச் சேர்த்துக் கொள்ளுவதை எதிர்த்தவர்கள், அநேக விஷயங்களில் நானும் அவர்களும் வடதுருவம் தென்துருவம் போல் வெகு தொலைவில் இருப்பதாகக் கூறினர். என்னை அங்கத்தினனாகச் சேர்த்துக் கொண்டு விட்டால், எந்த நோக்கத்திற்காக அச்சங்கம் ஆரம்பிக்கப்பட்டதோ அந்த நோக்கத்திற்கே ஆபத்து நேர்ந்துவிடும் என்று எண்ணினார்கள். இயற்கையாகவே இத்தகைய ஆபத்தை அவர்களால் தாங்க முடியாதுதான்.

நீண்ட நேரம் விவாதித்த பிறகு நாங்கள் கலைந்து விட்டோம். முடிவான தீர்மானத்திற்கு வரும் விசயம் பிந்திய தேதிக்கு ஒத்தி வைக்கப்பட்டு விட்டது.

அதிகப் பரபரப்பு அடைந்துவிட்ட நிலையிலேயே நான் வீடு திரும்பினேன். பெரும்பான்மை வோட்டுக்களின் மூலம் நான் அங்கத்தினனாகச் சேர்த்துக் கொள்ளப்படுவது எனக்குச் சரியா? கோகலேயிடம் நான் கொண்டிருந்த பக்திக்கு அது பொருத்தமானதாக இருக்குமா? ஒரு விஷயம் எனக்குத் தெளிவாகத் தோன்றியது. என்னை அங்கத்தினனாகச் சேர்த்துக் கொள்ளுவதில் அச்சங்கத்தின் அங்கத்தினர்கள் இடையே அபிப்பிராய பேதம் இவ்வளவு கடுமையாக இருக்கும்போது, சேர்த்துக்கொள்ளக் கோரும் என் மனுவை வாபஸ் வாங்கிக் கொண்டு என்னை எதிர்ப்பவர்களுக்கு இருக்கும் சங்கடத்திலிருந்து அவர்களைத் தப்புவிப்பது ஒன்றே நான் செய்யக்கூடிய சரியான காரியம். சங்கத்தினிடமும் கோகலேயிடத்திலும் நான் கொண்டிருந்த பக்திக்கு ஏற்ற காரியமும் அதுதான் என்று எண்ணினேன். இந்த யோசனை பளிச்சென்று எனக்குத் தோன்றியதும், ஒத்திவைக்கப்பட்ட கூட்டத்தைக் கூட்டவே வேண்டாம் என்று உடனே ஸ்ரீ சாஸ்திரிக்கு எழுதினேன். என் மனுவை எதிர்த்தவர்கள், நான் செய்த தீர்மானத்தை முற்றும் பாராட்டினர். இது, ஒரு சங்கடமான நிலையிலிருந்து அவர்களைக் காப்பாற்றியது. எங்களுக்குள் நட்பையும் இன்னும் அதிகப் பலமானதாக்கியது.

மனுவை வாபஸ் வாங்கிக் கொண்டது, உண்மையில் என்னை அச்சங்கத்தின் அங்கத்தினனாக்கியது.

அச்சங்கத்தில் சாதாரணமாக நான் அங்கத்தினன் ஆகாமலிருந்தது சரியானதே. நான் அங்கத்தினன் ஆவதை ஆட்சேபித்தவர்களின் எதிர்ப்பும் நியாயமானதே என்பதை, அனுபவம் இப்பொழுது தெளிவாக்குகிறது. கொள்கையைப் பற்றிய விஷயங்களில் எங்கள் கருத்துக்கள் முற்றும் மாறுபட்டவை என்பதையும் அனுபவம் காட்டிவிட்டது. ஆனால், இந்த மாறுபாட்டை அறிந்ததனால் எங்களிடையே எந்தவிதமான மனஸ்தாபமோ, மனக் கசப்போ இல்லை. சகோதரர்களாகவே இருந்து வந்திருக்கிறோம். புனாவிலுள்ள சங்கத்தின் இல்லம் எனக்கு என்றுமே யாத்திரைக்குரிய புண்ணிய ஸ்தலமாகவே இருந்து வருகிறது.

அச்சங்கத்தின் விதிகளின்படி நான் அதில் அங்கத்தினன் ஆகவில்லை என்பது உண்மை. ஆனால், ஆன்ம உணர்ச்சியில் என்றும் அதன் அங்கத்தினனாகவே இருந்து வருகிறேன். ஸ்தூல தொடர்பை விட ஆன்ம தொடர்பு அதிக மேன்மையானது. ஆன்ம தொடர்பில்லாத வெறும் ஸ்தூல தொடர்பு உயிரில்லாத உடல் போன்றதேயாகும்.

7. கும்ப மேளா

அடுத்தபடியாக டாக்டர் மேத்தாவைச் சந்திப்பதற்காக ரங்கூனுக்குப் போனேன். போகும் வழியில் கல்கத்தாவில் தங்கினேன். அங்கே காலஞ்சென்ற பாபு பூபேந்திரநாத வசுவின் விருந்தினனாகத் தங்கினேன். வங்காளிகளின் விருந்தோம்பல் குணம் இங்கே உச்ச நிலையை எட்டிவிட்டது. அந்த நாளில் நான் பழங்களைத் தவிர வேறு எதையும் சாப்பிடுவதில்லை. ஆகவே, கல்கத்தாவில் கிடைக்கக்கூடிய எல்லாப் பழங்களும் கொட்டைப் பருப்புகளும் எனக்காகத் தருவிக்கப்பட்டன. அவ்வீட்டுப் பெண்மணிகள் இரவெல்லாம் கண்விழித்துப் பலவிதமான கொட்டைகளையும் உடைத்து உரித்தார்கள். பழங்களை இந்திய முறையில் பக்குவம் செய்து, பரிமாறுவதற்கும் எவ்வளவோ சிரமம் எடுத்துக் கொண்டார்கள். என்னுடன் வந்தவர்களுக்கென்று எத்தனையோ வகையான பலகாரங்கள் செய்யப்பட்டிருந்தன. என்னோடு என் மகன் ராமதாஸு ம் வந்திருந்தான். அன்போடு நடந்த இந்த விருந்தோம்பலை நான் எவ்வளவோ பாராட்டக்கூடும். ஆயினும் இரண்டு மூன்று விருந்தினரை உபசரிப்பதற்காக ஒரு குடும்பம் முழுவதுமே வேலை செய்வதை என்னால் சகிக்க முடியவில்லை. என்றாலும், இவ்விதமான சங்கடமான உபசரிப்புகளிலிருந்து தப்பும் வழியும் அப்பொழுது எனக்குத் தெரிந்திருக்கவில்லை.

ரங்கூனுக்கு போகும்போது கப்பலில் மூன்றாம் வகுப்பிலேயே பிரயாணம் செய்தேன். ஸ்ரீ போஸின் வீட்டில் அதிகப் படியான உபசாரம் எங்களுக்குச் சங்கடமாக இருந்தது. ஆனால் கப்பலில் எங்களுக்கு ஏற்பட்ட கதியோ? மூன்றாம் வகுப்புப் பிரயாணிகளின் சாதாரண வசதிகளைக் கூட கவனிப்பார் இல்லாமல் இருந்தது. குளிக்கும் அறை என்று சொல்லப்பட்ட இடம், சகிக்க முடியாத வகையில் ஆபாசமாக இருந்தது. கக்கூசு ஒரே நாற்றமெடுத்தது. கக்கூசுக்குப் போவதாக இருந்தால் மலத்தையும் மூத்திரத்தையும் மிதித்துக் கொண்டு தான் போக

வேண்டும். இல்லையானால், தாண்டிக்கொண்டு செல்ல வேண்டும்.

இந்த ஆபாசங்களைச் சகித்துக்கொண்டு என்னால் இருக்க முடியவில்லை. கப்பலின் பிரதம அதிகாரியிடம் முறையிட்டும் பயனில்லை. இந்த விதமான ஆபாசங்களும் நாற்றங்களும் போதாதென்று பிரயாணிகளும் தங்களுடைய புத்திகெட்ட பழக்கங்களினால் மேலும் ஆபாசப்படுத்தினார்கள். உட்கார்ந்த இடத்தில் இருந்தபடி துப்பி வைத்தனர். சாப்பிட்டதில் மிஞ்சியது, புகையிலை, வெற்றிலை ஆகியவைகளைக் கழித்தது ஆகியவற்றையெல்லாம் சுற்றிலும் போட்டார்கள். அவர்கள் போட்ட கூச்சல்களுக்கோ முடிவே இல்லை. முடிந்த அளவு அதிக இடத்தைப் பிடித்துக்கொண்டு விட ஒவ்வொருவரும் முயன்றனர். அவர்களைவிட அவரவர்களுடைய சாமான்களே அதிக இடத்தை அடைத்துக் கொண்டுவிட்டன. இவ்விதம் இரண்டு நாட்கள் எங்களுக்கு மிகவும் கடுமையான சோதனையாகி விட்டது.

ரங்கூனுக்குப் போனதும் கப்பல் கம்பெனியின் ஏஜெண்டுக்கு எழுதினேன். இருந்த நிலைமை முழுவதையும் அவருக்குத் தெரிவித்தேன். இந்தக் கடிதத்தினாலும், டாக்டர் மேத்தாவின் முயற்சியினாலும், திரும்புகையில் மூன்றாம் வகுப்புப் பிரயாணம் அவ்வளவு மோசமாக இல்லை.

எனது பழ ஆகார விரதம் ரங்கூனிலும் டாக்டர் மேத்தாவின் வீட்டினருக்கு அதிகப்படியான சங்கடத்தை விளைவித்தது. டாக்டர் மேத்தாவின் வீடு என் சொந்த வீடு மாதிரி. ஆகவே, ஆகார வகைகள் மிக அதிகமாகப் போய் விடாதவாறு ஓரளவுக்குக் கட்டுப்படுத்த என்னால் முடிந்தது. என்றாலும், இத்தனை வகையான உணவுதான் சாப்பிடுவது என்பதற்கு நான் இன்னும் ஒரு வரம்பை விதித்துக்கொள்ள வில்லை. ஆகவே, பரிமாறப் பட்டவைகளை ஓரளவோடு நிறுத்திக் கொள்ளுவதற்கு என் சுவை உணர்ச்சியும் கண்களும் மறுத்துவிட்டன. சாப்பாட்டுக்குக் குறிப்பிட்ட நேரம் என்பதும் இல்லை. என்னைப் பொறுத்த வரையில் கடைசிச் சாப்பாட்டை இருட்டுவதற்கு முன்னால் முடித்துக்கொண்டு விடவே நான் விரும்பினேன். ஆனால்,

அனேகமாக இரவு எட்டு, ஒன்பது மணிக்கு முன்னால் சாப்பிட்டு முடிவதில்லை.

அது 1915–ஆம் ஆண்டு. கும்ப உற்சவம் நடக்க வேண்டிய ஆண்டு அது. இந்தத் திருவிழா பன்னிரண்டு ஆண்டுகளுக்கு ஒரு முறை ஹரித்துவாரத்தில் நடக்கிறது. அத்திருவிழாவைப் பார்க்க வேண்டும் என்ற ஆர்வம் எனக்கு இல்லை. என்றாலும், மகாத்மா முன்ஷிராம்ஜியை, அவருடைய குருகுலத்திற்குப் போய்ப் பார்க்க வேண்டும் என்ற ஆவலுடன் இருந்தேன். கும்பத் திருவிழாவில் சேவை செய்வதற்கென்று கோகலேயின் சங்கத்தினர் ஒரு தொண்டர் படையை அனுப்பியிருந்தார்கள். அத்தொண்டர் படைக்குப் பண்டித ஹிருதயநாத குன்ஸ்ரு தலைவர்; காலஞ்சென்ற டாக்டர் தேவ், வைத்திய அதிகாரி. தங்களுக்கு உதவி செய்யப் போனிக்ஸ் கோஷ்டியினரை அனுப்புமாறு என்னைக் கேட்டிருந்தார்கள். எனவே, மகன்லால் காந்தி எனக்கு முன்னாலேயே அங்கே போயிருந்தார். ரங்கூனிலிருந்து திரும்பியதும் நானும் அவர்களுடன் சேர்ந்து கொண்டேன்.

கல்கத்தாவிலிருந்து ஹரித்துவாரத்திற்கு ரெயில் பிரயாணம் மிகவும் கஷ்டமாக இருந்தது. சில சமயங்களில் வண்டிகளில் விளக்குகளே இல்லை. சகரன்பூரிலிருந்து நாங்கள், சாமான்களையும் கால்நடைகளையும் ஏற்றும் வண்டிகளில் அடைக்கப்பட்டிருந்தோம். இந்த வண்டிகளுக்கு மேல் கூரை இல்லை. மேலே தகிக்கும் வெயில்; கீழேயோ கொதிக்கும் இரும்புத் தளம். இவற்றிற்கு நடுவே நாங்கள் வறுபட்டுப் போனவர்கள் போல் ஆகிவிட்டோம். இத்தகைய பிரயாணத்தினால் ஏற்பட்ட நீர் வேட்கையில்கூட வைதிக ஹிந்துக்கள், முஸ்லிம்களிடமிருந்து தண்ணீர் வாங்கிக் குடிக்க மறுத்தனர். 'ஹிந்து' தண்ணீர் கிடைக்கும் வரையில் அவர்கள் காத்துக் கொண்டுதான் இருந்தார்கள். ஆனால், இதே ஹிந்துக்கள் நோயுற்று விடும்போது டாக்டர் தங்களுக்குக் கொடுக்கும் சாராயத்தையும் மாட்டிறைச்சிச் சூப்பையும் குடிக்கத் தயங்குவதில்லை. தங்களுக்கு மருந்துத் தண்ணீர் கொடுப்பவர் கிறிஸ்தவக் கம்பவுண்டரா, முஸ்லிம் கம்பவுண்டரா என்பதைக் குறித்து விசாரிப்பதும் இல்லை என்பது கவனிக்க வேண்டியதாகும்.

தோட்டி வேலையே இந்தியாவில் எங்களுடைய விசேஷ வேலையாக இருக்க வேண்டும் என்பதைச் சாந்திநிகேதனத்தில் தங்கியதிலிருந்து நாங்கள் அறிந்துகொண்டோம். ஹரித்துவாரத்தில் தொண்டர்கள் தங்குவதற்கு ஒரு தரும சாலையில் கூடாரங்கள் அமைக்கப்பட்டிருந்தன. கக்கூசுகளாக உபயோகிப்பதற்கு டாக்டர் தேவ் அங்சே சில குழிகளைத் தோண்டியிருந்தார். அவைகளைச் சுத்தம் செய்வதற்கு, கூலி பெறும் தோட்டிகளையே அவர் எதிர்பார்க்க வேண்டியிருந்தது. போனிக்ஸ் கோஷ்டியினர் வேலை செய்வதற்கு இங்கே சந்தர்ப்பம் ஏற்பட்டது. மலத்தை மண் போட்டு மூடிப் பிறகு அங்கிருந்து அகற்றிச் சுத்தம் செய்துவிடும் வேலையை நாங்கள் செய்வதாக முன்வந்தோம். டாக்டர் தேவ் மகிழ்ச்சியுடன் இதை ஏற்றுக்கொண்டார். இந்த வேலையைச் செய்வதாகச் சொன்னது நான்தான் என்றாலும் அதை மகன்லால் காந்தியே நிறைவேற்ற வேண்டியதாயிற்று. கூடாரத்தில் உட்கார்ந்து கொண்டு 'தரிசினம்' கொடுப்பதும், என்னைப் பார்க்க அங்கே வந்த அனேக யாத்திரிகர்களுடன் மத சம்பந்தமாகவும் மற்றவைகளைக் குறித்தும் விவாதிப்பதுமே பெரும்பாலும் என் வேலையாக இருந்தது. இதனால், என் வேலை எதையும் கவனித்துக்கொள்வதற்கு எனக்கு நேரமே இல்லை. என்னைப் பார்க்க வந்தவர்கள், நான் நீராட ஸ்நான கட்டிடத்திற்குச் சென்ற போதும் என்னை விடாது பின் தொடர்ந்தார்கள். நான் சாப்பிடும் போதுகூட அவர்கள் என்னைத் தனியாக விட்டு வைப்பதில்லை. தென்னாப்பிரிக்காவில் நான் செய்த சாதாரணச் சேவைக்கு இந்தியா முழுவதும் எவ்வளவு ஆழ்ந்த கவர்ச்சியை உண்டாக்கியிருந்தன என்பதை இவ்விதம் ஹரித்துவாரத்திலேயே நான் அறியலானேன்.

ஆனால், இது யாரும் பொறாமைப்பட வேண்டிய நிலைமை அன்று. இருதலைக் கொள்ளி எறும்பின் நிலையில் நான் இருப்பதாகவே எண்ணினேன். என்னை யாரும் தெரிந்து கொள்ளாத இடங்களில், ரெயில்வே பிரயாணம் போன்ற சமயங்களில் இந்நாட்டு மக்களில் கோடிக்கணக்கானவர்களுக்கு ஏற்படும் கஷ்டங்களை நானும் அனுபவிக்க வேண்டியிருந்தது. ஆனால், என்னைப் பற்றிக் கேள்விப்பட்டிருப்பவர்கள் என்னைச் சுற்றிக்கொண்டிருக்கும் போது அவர்களுடைய தரிசனப்

பித்துக்குப் பலியாக வேண்டியவனாக இருக்கிறேன். இந்த இரு நிலைமைகளில் எது அதிகப் பரிதாபகரமானது என்பதை எப்பொழுதுமே நிச்சயமாகக் கூற என்னால் முடிந்ததில்லை. ஆனால், ஒன்றை மாத்திரம் நான் அறிவேன். இந்தத் தரிசனப் பித்தர்களின் குருட்டு அன்பு, பல தடவைகளிலும் எனக்குக் கோபத்தையும் அடிக்கடி மன வேதனையையுமே உண்டாக்கி வந்திருக்கிறது. ஆனால், ரெயில் பிரயாணமோ, மிகவும் கஷ்டமானதாகவே இருந்தபோதிலும், ஆன்மத் தூய்மைதான் அளித்துவந்ததேயன்றி எனக்கு ஒருபோதும் கோபத்தை மூட்டியதில்லை.

எவ்வளவு தூரமாயினும் ஊரெல்லாம் சுற்றித் திரிவதற்கு வேண்டிய பலம், அந்த நாளில் எனக்கு இருந்தது. அதிர்ஷ்டவசமாக நான் அவ்வளவு தூரம் ஊருக்கெல்லாம் தெரிந்தவனாகவும் ஆகிவிடவில்லை. ஆகையால், எவ்விதப் பரபரப்பையும் உண்டாக்கிவிடாமல் அப்பொழுது தெருவில் போய் கொண்டிருக்க என்னால் முடிந்தது. அவ்விதம் சுற்றித் திரிந்ததில் பல விஷயங்களைக் கவனித்தேன். யாத்திரிகர்களிடம் பக்தியைக் காட்டிலும் கவனக் குறைவும், வெளிவேஷமும், ஒழுங்கீனமுமே அதிகமாக இருந்ததைப் பார்த்தேன். சாதுக்கள் கூட்டம் கூட்டமாக அங்கே வந்திருந்தார்கள். உலக வாழ்க்கையின் இன்பங்களையெல்லாம் அனுபவிப்பதற்கென்று பிறந்திருப்பவர்களாகவே அவர்கள் தோன்றினர்.

இங்கே ஐந்து கால்களோடு கூடிய ஒரு பசுவையும் பார்த்தேன்! நான் ஆச்சரியப்பட்டுப் போனேன். ஆனால், விஷயம் தெரிந்தவர்கள் சீக்கிரத்தில் எனக்கு ஏற்பட்டிருந்த பிரமையைப் போக்கிவிட்டனர். அந்தப் பரிதாபகரமான ஐந்து கால் பசு, கொடியவர்களின் பேராசைக்குப் பலியானதேயன்றி வேறு அல்ல. உயிருடன் இருந்த ஒரு கன்றின் காலைத் துண்டித்து, இப்பசுவின் தோலில் பொருத்தியிருந்தார்கள். அதுதான் இந்த ஐந்தாவது காலே ஒழிய வேறு ஒன்றும் இல்லை என்பதை அறிந்தேன்! இவ்வித இரட்டைக் கொடுமையின் பலனைக் கொண்டு, ஒன்றும் அறியாதவர்களின் பணத்தைப் பறித்து வந்தார்கள். இந்த ஐந்து கால் பசுவைப் பார்க்க ஆவல் கொள்ளாத ஹிந்துவே இல்லை. இந்த அற்புதப் பசுவிற்குத் தாராளமாக தருமம் செய்யாத ஹிந்துவும் இல்லை.

உற்சவ தினமும் வந்தது. அது எனக்கு மிக முக்கியமான தினமாகவும் ஆயிற்று. நான் ஹரித்துவாரத்திற்கு யாத்திரை நோக்கத்துடன் போகவில்லை. புண்ணியத்தை நாடி யாத்திரை ஸ்தலங்களுக்குப் போய்க்கொண்டிருக்க வேண்டும் என்று நான் எண்ணியதே இல்லை. ஆனால், அங்கே கூடியிருந்ததாகக் கூறப்பட்ட பதினேழு லட்சம் மக்களில் எல்லோருமே வெளி வேஷக்காரர்களோ, வெறும் வேடிக்கை பார்க்க வந்தவர்களோ அல்ல. அவர்களில் எண்ணற்றவர்கள், புண்ணியத்தைத் தேடவும், ஆன்மத் தூய்மையை அடையவுமே வந்தார்கள் என்பதில் எனக்கு எவ்விதச் சந்தேகமும் இல்லை. ஆனால், இப்படிப்பட்ட நம்பிக்கை எந்த அளவுக்கு ஆன்மாவை மேன்மைப்படுத்துகிறது என்பதைச் சொல்லுவது இயலாதது அல்ல என்றாலும், சொல்லுவது கஷ்டம்.

ஆகையால், ஆழ்ந்த சிந்தனையில் மூழ்கியவாறே அன்றிரவைக் கழித்தேன். தங்களைச் சூழ்ந்திருந்த வெளி வேஷத்திற்கு நடுவில் பக்தியுள்ள ஆன்மாக்களும் இருந்தன. ஆண்டவனின் சந்நிதானத்தில் அவர்கள் குற்றமற்றவர்களே. ஹரித்துவாரத்திற்கு வந்ததே, அதனளவில் பாவச் செயல் என்றால், ஹரித்துவார யாத்திரையை நான் பகிரங்கமாகக் கண்டித்துக் கூறி விட்டுக் கும்பதினத்தன்றே அங்கிருந்து புறப்பட்டிருக்க வேண்டும். ஹரித்துவார யாத்திரையை மேற்கொண்டதும், கும்ப உற்சவத்திற்கு வந்ததும் பாவச் செயலன்று என்றால், அங்கே நடக்கும் அக்கிரமங்களுக்குப் பிராயச்சித்தமாக நான் ஏதேனும் எனக்கு நானே மறுத்துக்கொண்டு என்னைத் தூய்மைப்படுத்திக் கொள்ளவேண்டும். இது எனக்கு மிகவும் இயல்பானது. என் வாழ்க்கையே கட்டுத் திட்டங்களடங்கிய முடிவுகளை அடிப்படையாகக் கொண்டது. கல்கத்தாவிலும் ரங்கூனிலும் நான் தங்கிய வீட்டினர் ஏராளமாகச் செலவு செய்து எனக்கு விருந்தளித்தார்கள். அவர்களுக்கு நான் அனாவசியமான தொந்தரவுகளைக் கொடுத்து விட்டதாக எண்ணினேன். ஆகையால், என் ஆகாரத்தில் இத்தனை பண்டங்களைத் தான் சாப்பிடுவது என்று கட்டுப்படுத்திக் கொள்ளுவதோடு கடைசிச் சாப்பாட்டை இருட்டுவதற்கு முன்னால் முடித்துக் கொண்டுவிடுவது என்றும் தீர்மானித்தேன். எனக்கு இத்தகைய தடைகளை நானே விதித்துக் கொள்ளாவிட்டால், இனி என்னை

அதிதியாக ஏற்பவர்களுக்கு அநேக இடைஞ்சல்களை நான் உண்டாக்க நேரும். சேவையில் நான் ஈடுபடுவதற்கு மாறாக அவர்களை எனக்குச் சேவை செய்வதில் ஈடுபடுத்திக் கொள்ளவும் வேண்டி வரும். ஆகையால், இந்தியாவில் இருக்கும்போது இருபத்து நான்கு மணி நேரத்தில் ஐந்துக்கு அதிகமான பொருள்களை நான் சாப்பிடுவதில்லை என்றும், இருட்டிய பிறகு சாப்பிடுவதில்லை என்றும் விரதம் எடுத்துக்கொண்டேன். இதனால் எனக்கு ஏற்படக்கூடிய கஷ்டங்களைக் குறித்துத் தீரச் சிந்தித்தேன். ஆனால், இதில் எந்தவிதச் சந்தேகத்திற்கும் பின்னால் இடம் வைத்துவிட நான் விரும்பவில்லை. நான் நோய் வாய்ப்பட்டு, மருந்தும் உணவுப் பொருள்களில் ஒன்றாகி, அச்சமயம் விசேஷமாகச் சாப்பிடவேண்டிய ஆகாரத்திற்காக விதி விலக்கு எதுவும் செய்யாது போனால், அப்பொழுது என்ன ஆகும் என்பதைக் குறித்தும் யோசித்தேன். என்ன வானாலும் சரி, இந்த விரதத்திலிருந்து எந்த விதிவிலக்கும் செய்து கொள்ளுவதில்லை என்று முடிவாகத் தீர்மானித்துக் கொண்டேன்.

இந்த விரதத்தை இப்பொழுது நான் பதின்மூன்று ஆண்டுகளாக அனுசரித்து வருகிறேன். இதனால் எனக்குப் பல கஷ்டங்கள் ஏற்பட்டதும் உண்டு. ஆயினும் இந்த விரதம் எனக்குப் பாதுகாப்பாகவும் இருந்தது என்பதை நிச்சயமாகக் கூற முடியும். இது என் வாழ்நாட்களில் சில ஆண்டுகளை அதிகமாக்கியது; நான் பற்பல நோய்களுக்கு உள்ளாகாதவாறும் என்னைக் காப்பாற்றியது என்பதே என் அபிப்பிராயம்.

8. லட்சுமணன் பாலம்

ஹரித்துவாரத்திலிருந்து மகாத்மா முன்ஷிராம்ஜியின் குரு குலத்திற்குச் சென்று ஆஜானுபாகுவான அவரைச் சந்தித்ததில் எனக்கு மன ஆறுதல் ஏற்பட்டது. குருகுலத்திலிருந்த அமைதிக்கும் ஹரித்துவாரத்திலிருந்த இரைச்சலுக்கும் இடையே இருந்த அற்புதமான வித்தியாசத்தை அங்கே சென்றதுமே உணர்ந்தேன்.

மகாத்மா தமது அன்பினால் என்னை ஆட்கொண்டும் விட்டார். பிரம்மச்சாரிகள், எனக்கு வேண்டிய வசதிகளையெல்லாம் செய்து கொடுத்தார்கள். இங்கேதான் முதன் முதலில் ஆச்சாரிய ராம தேவஜியைச் சந்தித்தேன். அவரிடம் எவ்வளவு அபாரமான சக்தி இருந்தது என்பதை உடனேயே கண்டுகொண்டேன். பல விஷயங்களிலும் நாங்கள் மாறுபட்ட கருத்துடையவர்கள். என்றாலும், எங்கள் பழக்கம், சீக்கிரத்திலேயே நட்பாகக் கனிந்தது. குருகுலத்தில் கைத்தொழில் பயிற்சியை ஆரம்பிப்பதன் அவசியத்தைக் குறித்து ஆச்சாரிய ராமதேவஜியுடனும் மற்றப் பண்டிதர்களுடனும் நீண்ட நேரம் விவாதித்தேன். அங்கிருந்து புறப்பட்டுவிட வேண்டிய நேரம் வந்தபோது பிரிவது மனத்திற்கு அதிக வருத்தமாகவே இருந்தது.

லட்சுமண ஜூலாவைப் (கங்கைமீது போடப்பட்டிருந்த தொங்கும் பாலம்) பற்றிப் பலர் புகழ்ந்து பேச நான் கேட்டிருந்தேன். இது ரிஷீகேசத்திலிருந்து கொஞ்ச தூரத்தில் இருக்கிறது. அந்தப் பாலத்தைப் போய்ப் பார்க்காமல் ஹரித்துவாரத்திலிருந்து திரும்பி விடவேண்டாம் என்று பல நண்பர்கள் என்னிடம் வற்புறுத்திச் சொன்னார்கள். நடந்துபோயே இந்த யாத்திரையை முடிக்க விரும்பினேன். ஆகையால், மத்தியில் ஓர் இடத்தில் தங்கி அங்கேபோய்ச் சேர்ந்தேன்.

ரிஷீகேசத்தில் சந்நியாசிகள் பலர் என்னைப் பார்க்க வந்தார்கள். அவர்களில் ஒருவர் என்னிடம் அதிக அபிமானம்

கொண்டிருந்தார். போனிக்ஸ் கோஷ்டியினர் அங்கே இருந்தனர். அவர்களைக் குறித்து அந்தசுவாமி என்னைப் பல கேள்விகள் கேட்டார். சமய சம்பந்தமாக நாங்கள் விவாதித்தோம். அதில் இருந்து சமய சம்பந்தமான சிரத்தை எனக்கு அதிகம் உண்டு என்பதைத் தெரிந்துகொண்டார். கங்கையில் நீராடிவிட்டு உடம்பில் சட்டையில்லாமல், தலையில் தொப்பியில்லாமல் நான் வந்து கொண்டிருந்தபோது அவர் என்னைப் பார்த்தார். தலையில் உச்சிக்குடுமியும், உடம்பில் பூணூலும் இல்லாமல் நான் இருந்ததைக் கண்டு அவருக்கு மனவேதனையாகி விட்டது. "ஹிந்து தருமத்தில் நம்பிக்கையுள்ள நீங்கள், பூணூல் அணியாமலும் உச்சியில் குடுமி இல்லாமலும் இருப்பதைக் காண என் மனம் வேதனைப் படுகிறது. இவை இரண்டும் ஹிந்து தருமத்தின் புறச் சின்னங்கள். ஒவ்வொரு ஹிந்துவுக்கும் அவை இருந்தாக வேண்டும்" என்றார்.

இந்த இரண்டையும் நான் எவ்வாறு விட்டுவிட்டேன் என்பதே ஒரு தனிச்சரித்திரமாகும். நான் பத்து வயதுச் சிறுவனாக இருந்த போது பிராமணச் சிறுவர்கள் தாங்கள் அணிந்திருந்த பூணூலில் சாவிக் கொத்துக்களைக் கோர்த்து தொங்கவிட்டுக் கொண்டிருப்பதைப் பார்த்து நான் பொறாமைப்படுவது உண்டு. நானும் அப்படிச் செய்ய வேண்டும் என்று ஆசைப்பட்டேன். கத்தியவாரிலிருக்கும் வைசியக் குடும்பத்தினர் அக்காலத்தில் சாதாரணமாகப் பூணூல் அணிந்து கொள்ளுவதில்லை. ஆனால், முதல் மூன்று வருணத்தினரும் பூணூல் அணிய வேண்டியது அவசியம் என்று வற்புறுத்தும் இயக்கம் ஒன்று அப்பொழுதுதான் ஆரம்பமாகியிருந்தது. இதன் காரணமாகக் காந்தி சாதியைச் சேர்ந்த பலர் பூணூல் போட்டுக் கொண்டனர். எங்களில் இரண்டு மூன்று சிறுவர்களுக்கு ராம ரட்சை போதித்துவந்த பிராமணர், எங்களுக்கும் பூணூல் போட்டு விட்டார். நான் சாவிக்கொத்து வைத்துக்கொள்ளச் சந்தர்ப்பம் ஏற்படாவிட்டாலும், ஒரு சாவிக் கொத்தைச் சம்பாதித்து என் பூணூலில் மாட்டிக்கொண்டேன். பிறகு பூணூல் அறுந்து போய்விட்டது. அது போய்விட்டதே என்று அப்பொழுது நான் வருத்தப்பட்டேனா என்பது எனக்கு ஞாபகம் இல்லை. ஆனால் புதிதாகப் பூணூலைத் தேடி நான் போட்டுக் கொள்ளவில்லை என்பதை அறிவேன்.

நான் பெரியவன் ஆகிவிட்ட பிறகு, இந்தியாவிலும் தென்னாப் பிரிக்காவிலும் பலர், நல்ல எண்ணத்தின் பேரிலேயே, நான் பூணூல் போட்டுக்கொள்ளும்படி செய்ய முயன்றார்கள். ஆனால், அவர்கள் முயற்சி வெற்றியடையவில்லை. சூத்திரர்கள் பூணூல் போட்டுக் கொள்ளக்கூடாது என்றால், மற்ற வருணத்தினருக்கு மாத்திரம் அதைப் போட்டுக்கொள்ளுவதற்கு என்ன உரிமை இருக்கிறது என்று விவாதித்தேன். பூணூல் போட்டுக்கொள்ளுவது அனாவசியமான பழக்கம் என்பது என் கருத்து. ஆகையால், அதை அணிய வேண்டும் என்பதற்குப் போதுமான நியாயம் இருப்பதாக எனக்குத் தோன்றவில்லை. பூணூலைப் பொறுத்த வரையில் எனக்கு எந்தவித ஆட்சேபமும் இல்லை. ஆனால், அதை அணிய வேண்டும் என்பதற்குரிய நியாயம்தான் எனக்குத் தென்படவில்லை.

வைஷ்ணவன் என்ற முறையில் என் கழுத்தில் துளசி மாலை அணிந்திருந்தேன். குடுமி வைத்திருப்பது அவசியம் என்று வீட்டில் பெரியவர்கள் கருதி வந்தார்கள். ஆயினும், நான் இங்கிலாந்துக்கு புறப்படவிருந்த தருணத்தில் உச்சிக் குடுமியை எடுத்துவிட்டேன். எடுக்காமல் இருந்தால், தலையில் தொப்பியில்லாத போது அதை யாராவது பார்த்துவிட்டால் பரிகாசம் செய்வார்கள் என்றும், நான் ஒரு காட்டுமிராண்டி என்று ஆங்கிலேயருக்குத் தோன்றும் என்றும் அப்பொழுது நான் எண்ணினேன். இந்தக் கோழைத்தன உணர்ச்சியின் காரணமாக தென்னாப்பிரிக்காவில் மதநம்பிக்கையுடன் குடுமி வைத்திருந்த என் சகோதரரின் மகனான சகன்லால் காந்தியையும் அதை எடுத்துவிடும்படி செய்தேன். அவருடைய பொதுஜன சேவைக்கு அக்குடுமி இடையூறாக இருக்கும் என்று அஞ்சினேன். ஆகையால், அவர் மனத்துக்குக் கஷ்டமாக இருக்குமே என்பதைக் கூடக் கவனிக்காமல், அவர் அக்குடுமியை எடுத்துவிடும்படி செய்தேன்.

எனவே, எல்லா விவரங்களையும் சுவாமிக்கு எடுத்துக்கூறி விட்டு நான் மேலும் கூறியதாவது: "கணக்கற்ற ஹிந்துக்கள் பூணூல் அணியாமலேயே ஹிந்துக்களாக இருந்துவர முடிகிறது. பூணூல் போட்டுக்கொண்டாக வேண்டும் என்பதற்கு எந்த நியாயமும் இருப்பதாக நான் காணவில்லை. ஆகையால்,

அதை நான் போட்டுக்கொள்ளப் போவதில்லை. மேலும், பூணூல் ஆன்மிகப் புனர்வாழ்வுக்குச் சின்னமாக இருக்க வேண்டும். அதை அணிகிறவர், உயரிய தூய வாழ்க்கை நடத்துவதற்கு முயல்பவராகவும் இருக்க வேண்டுவது அவசியம். ஆனால், ஹிந்து சமயமும் இந்தியாவும் இன்றுள்ள நிலைமையில், அத்தகைய பொருளோடு கூடிய ஒரு சின்னத்தை அணிந்துகொள்ளத் தங்களுக்கு உரிமை உண்டென்று ஹிந்துக்கள் காட்டமுடியுமா என்பதைச் சந்தேகிக்கிறேன். ஹிந்து சமயத்திலிருந்து தீண்டாமை ஒழிந்து, உயர்வு, தாழ்வு என்ற பேதங்களெல்லாம் போய், அதில் இப்பொழுது மலிந்து கிடக்கும் பலவிதமான தீமைகளும் வேஷங்களும் நீங்கிய பிறகே ஹிந்துக்களுக்கு அந்த உரிமை ஏற்படமுடியும். ஆகையால், பூணூல் போட்டுக்கொள்ளுவது என்ற கருத்தையே என் மனம் வெறுக்கிறது. ஆனால், குடுமியைப்பற்றி நீங்கள் கூறும் யோசனை சிந்திக்கத் தக்கதே. ஒரு சமயம் குடுமி வைத்திருந்து, வெட்கம் என்று தவறான எண்ணத்தால் அதை எடுத்துவிட்டேன். ஆகவே, திரும்பவும் அதை வளர்த்து விட வேண்டும் என்று உணர்கிறேன். என் தோழர்களுடன் இதைக் குறித்து விவாதிக்கிறேன்.''

பூணூலைக் குறித்து என்னுடைய நிலையைச் சுவாமியார் ஒப்புக்கொள்ளவில்லை. அதை அணியவேண்டியதில்லை என்பதற்கு எனக்கு எவை நியாயங்களாகத் தோன்றியனவோ அவையே அணிய வேண்டும் என்பதற்குக் காரணங்களாக அவருக்குத் தோன்றின. இவ்விஷயத்தில் ரிஷிகேசத்தில் நான் கொண்டிருந்த கருத்து எதுவோ அதுவே இன்றும் என் கருத்தாகும். சமயங்கள் பல இருந்துவரும் வரையில், ஒவ்வொரு சமயத்திற்கும் வெளிப்படையான சின்னம் ஏதாவது அவசியமாக இருக்கலாம். ஆனால், அந்தச் சின்னமே பிரமாதமாக்கப்பட்டு, இன்னொரு மதத்தைவிடத் தன் மதமே உயர்வானது என்று காட்டுவதற்கு அது பயன்படுத்தப்படுமாயின், அப்பொழுது அச்சின்னம் புறக்கணிக்கப்படுவதற்கே ஏற்றதாகும். ஹிந்து சமயத்தை மேன்மைப்படுத்துவதற்கான சாதனமாகப் பூணூல் இன்று எனக்குத் தோன்றவில்லை. ஆகையால், அதில் எனக்குச் சிரத்தையும் இல்லை.

குடுமியைப் பற்றியவரையில் அதை நான் எடுத்துவிட்டதற்குக் கோழைத்தனமே காரணமாக இருந்ததால், நண்பர்களுடன் கலந்து ஆலோசித்த பிறகு திரும்பவும் குடுமி வளர்க்க முடிவு செய்தேன்.

இப்பொழுது லட்சுமண ஜூலாவைக் குறித்துக் கவனிப்போம். ரிஷீகேசம், லட்சுமண ஜூலா ஆகியவற்றின் இயற்கைக் காட்சிகள் என் மனத்தைக் கவர்ந்தன. இயற்கை அழகை அனுபவிக்கும் நமது மூதாதையர்களின் உணர்ச்சிக்குத் தலை வணங்கினேன். ஏனெனில், இயற்கையின் அழகிய தோற்றங்களுக்கு அவர்கள் முன் யோசனையின் பேரில் சமய பூர்வமான முக்கியத்துவம் அளித்திருந்தார்கள்.

ஆனால், இயற்கைக்காட்சிகள் மிகுந்த இந்த இடங்களை மனிதர் உபயோகித்து வந்த விதங்கள் என் மனத்திற்குச் சங்கடத்தை உண்டாக்கின. ஹரித்துவாரத்தைப் போல ரிஷீகேசத்திலும் மக்கள் ரஸ்தாக்களையும் அழகிய கங்கைக் கரைகளையும் ஆபாசப்படுத்தி வந்தனர். கங்கையின் புனித நீரையும் அசுத்தப்படுத்த அவர்கள் தயங்கவில்லை. கொஞ் சதூரம் போனால் ஜன நடமாட்டமில்லாத இடங்களுக்கு எளிதாகப் போயிருக்கக் கூடுமெனினும், அப்படிச் செய்யாமல் பாட்டைகளிலும் நதிக்கரைகளிலும் மக்கள் மலஜலம் கழித்ததைக் கண்டு என் மனம் அதிக வேதனையடைந்தது.

லட்சுமண ஜூலா என்பது கங்கைமீது போடப்பட்டிருந்த தொங்கும் இரும்புப் பாலமே தவிர வேறு ஒன்றும் இல்லை என்பதைக் கண்டேன். முன்பு அந்த இடத்தில் சிறந்த கயிற்றுப் பாலம் ஒன்று இருந்ததாம். ஆனால், தரும சிந்தனையுள்ள ஒரு மார்வாரியின் மூளையில், அக் கயிற்றுப் பாலத்தை நாசப்படுத்தி விட்டு அதற்குப் பதிலாக ஓர் இரும்புப் பாலத்தைப் போடும் யோசனை எப்படியோ பிறந்துவிட்டது. ஏராளமான செலவில் அப்பாலத்தைப் போட்டு, அதன் சாவியை அவர் அரசாங்கத்திடம் ஒப்படைத்துவிட்டார். கயிற்றுப் பாலத்தை நான் பார்த்ததில்லை. ஆகையால், அதைக் குறித்து நான் எதுவும் சொல்லுவதற்கில்லை. ஆனால், இரும்புப் பாலமோ அங்கிருக்கும் சூழ்நிலைக்குக் கொஞ்சமும் பொருத்தமில்லாததாவதோடு அங்கிருக்கும் அழகையும் அது கெடுத்து விடுகிறது. யாத்திரிகர்கள் செல்வதற்கு

என்றுள்ள அப்பாலத்தின் சாவியை அரசாங்கத்தினிடம் கொடுத்து விட்டதை, எனக்கு அதிக ராஜவிசுவாசம் இருந்த அந்த நாளில் கூட, என்னால் பொறுக்க முடியவில்லை.

பாலத்தைக் கடந்தால் சுவர்க்காசிரமம் போகலாம். சுவர்க்காசிரமம் என்பது மிகவும் மோசமான இடம். இரும்புத் தகட்டுக் கூரை போட்ட சில ஆபாசமான கொட்டகைகளைத் தவிர அங்கே வேறு எதுவுமே இல்லை. அவை சாதகர்களுக்கு என்று கட்டப்பட்டனவாம். அச்சமயம் அங்கே சாதகர்கள் யாருமே இல்லை. அங்கிருந்த முக்கியமான கட்டிடத்தில் இருந்தவர்களோ, பார்ப்போருக்கு நல்ல அபிப்பிராயம் உண்டாகும்படி செய்யக் கூடியவர்களாகவும் இல்லை.

ஆனால், ஹரித்துவார அனுபவங்கள் எனக்கு மதிப்பதற்கரிய பயன்களை அளித்தன. நான் எங்கே வசிப்பது, நான் செய்ய வேண்டியது என்ன என்பவைகளில் முடிவுக்கு வருவதற்கு அந்த அனுபவங்கள் அதிக அளவில் எனக்கு உதவியாக இருந்தன.

9. ஆசிரமத்தின் ஆரம்பம்

கும்பமேளாவிற்காக ஹரித்துவாரத்திற்கு யாத்திரை செய்தது, நான் அந்த இடத்திற்குச் சென்ற இரண்டாவது தடவையாகும். சத்தியாக்கிரக ஆசிரமம் 1915 மே 15–ஆம் தேதி ஆரம்பமாயிற்று. ஹரித்துவாரத்திலேயே நான் தங்கி விடவேண்டும் என்று சிரத்தானந்தஜி விரும்பினார். வைத்தியநாத தாமில் தங்கிவிடலாம் என்று சில கல்கத்தா நண்பர்கள் யோசனை கூறினர். மற்றவர்களோ, ராஜ்கோட்டே சரியான இடம் என்று என்னிடம் வற்புறுத்திக் கூறினர். ஆனால் நான் அகமதாபாத் வழியாகச் சென்றபோது அங்கேயே குடியேறி விடுமாறு பல நண்பர்கள் வற்புறுத்தினர். ஆசிரமத்தின் செலவுக்கு வேண்டியதற்கும், நாங்கள் வசிப்பதற்கு வீட்டுக்கும் ஏற்பாடு செய்வதாகவும் அவர்கள் கூறினர்.

மற்ற இடங்களையெல்லாம்விட அகமதாபாத் என் மனத்திற்குப் பிடித்திருந்தது. நான் குஜராத்தியானதால் குஜராத்தி மொழியின் மூலம் நாட்டிற்கு அதிக அளவு சேவை செய்ய முடியுமென்று எண்ணினேன். மேலும் அகமதாபாத், கைத்தறி நெசவுக்குப் புராதனப் பெயர் பெற்ற இடமாகையால், கையினால் நூற்கும் குடிசைத் தொழிலுக்குப் புத்துயிர் அளிப்பதற்கு அது வசதியான இடமாக இருக்கும் என்றும் தோன்றியது. குஜராத்திற்கு அந்நகரம் தலைநகரமாகையால், மற்ற இடங்களை எல்லாம்விட அங்குள்ள பணக்காரர்கள் அதிகப் பண உதவி செய்வார்கள் என்ற நம்பிக்கையும் இருந்தது.

அகமதாபாத் நண்பர்களுடன் பல விஷயங்களையும் குறித்து விவாதித்தேன். இயற்கையாகவே தீண்டாமை விஷயத்தைப் பற்றியும் அப்பொழுது விவாதித்தேன். ஒரு தீண்டாதவர் மற்ற வகைகளில் தகுதியுடையவராக இருப்பாராயின் முதல் சந்தர்ப்பத்திலேயே அவரையும் ஆசிரமத்தில் சேர்த்துக் கொள்ள வேண்டும் என்பதையும் நான் அவர்களுக்குத் தெளிவாக எடுத்துக் கூறினேன்.

“உங்களுடைய நிபந்தனைகளையெல்லாம் திருப்தி செய்யக் கூடிய தீண்டாதார் ஒருவர் உங்களுக்கு எங்கிருந்து கிடைக்கப் போகிறார்?” என்று ஒரு வைஷ்ணவ நண்பர் கேட்டார். அப்படி ஒருவர் கிடைக்கமாட்டார் என்பது அவருடைய நம்பிக்கை.

ஆசிரமத்தை அகமதாபாத்தில் ஆரம்பிப்பது என்று கடைசியாக முடிவு செய்தேன்.

ஆசிரமத்தை அமைப்பதற்கு இடத்தைப் பொறுத்த வரையில் எனக்கு முக்கியமாக உதவி செய்தவர் அகமதாபாத் பாரிஸ்டரான ஸ்ரீ ஜீவன்லால் தேசாய். தமது கோச்ராப் பங்களாவை வாடகைக்கு விட அவர் முன் வந்தார். நாங்களும் வாடகைக்கு அமர்த்திக் கொள்ளத் தீர்மானித்தோம்.

ஆசிரமத்திற்கு என்ன பெயர் வைப்பது என்பதை முதலில் முடிவுசெய்ய வேண்டி இருந்தது. ‘சேவாசிரமம்’, ‘தபோவனம்’ முதலிய பெயர்களை வைக்கலாம் என்று கூறினர். ‘சேவாசிரமம்’ என்ற பெயர் எனக்குப் பிடித்திருந்ததெனினும் சேவையின் முறை இன்னதென்பதைப்பற்றிய விளக்கம் அதில் இல்லை. ‘தபோவனம்’ என்பது மிகைப்படுத்திக் கூறும் பெயர் என்று தோன்றியது. ஏனெனில், தவம் எங்களுக்குப் பிரியமானது தான் என்றாலும் நாங்கள் தபஸ்விகள் என்று எண்ணிக்கொண்டு விட முடியாது. சத்தியத்தில் பற்றுடன் இருப்பதே எங்கள் கோட்பாடு. சத்தியத்தை நாடி, சத்தியத்தையே கட்டாயமாக அனுசரிப்பது எங்கள் வேலை. தென்னாப்பிரிக்காவில் நான் கையாண்ட முறையை இந்தியாவுக்கும் அறிமுகப்படுத்த நான் விரும்பினேன். அம் முறையை அனுசரிப்பது இந்தியாவில் எவ்வளவு தூரம் சாத்தியம் என்பதைச் சோதிக்கவும் ஆசைப்பட்டேன். ஆகையால் எங்கள் லட்சியத்தையும், எங்களுடைய சேவையின் முறையையும் காட்டுவதான ‘சத்தியாக்கிரக ஆசிரமம்’ என்ற பெயரையே நானும் என் சகாக்களும் தேர்ந்தெடுத்தோம்.

ஆசிரமத்தை நடத்துவதற்கு விதிகளையும், ஒழுக்க முறைகளையும் வகுக்க வேண்டியது அவசியமாயிற்று. இதற்கு ஒரு நகலைத் தயாரித்தோம். அதன் மீது நண்பர்களின் அபிப்பிராயத்தையும் கேட்டறிந்தோம். எங்களுக்குக் கிடைத்த அபிப்பிராயங்களில் ஸர் குருதாஸ் பானர்ஜி அனுப்பியிருந்தது இன்னும் என் நினைவில் இருக்கிறது. நாங்கள் தயாரித்த விதிகள் அவருக்குப்

பிடித்திருந்தன. ஆனால், இளம் சந்ததியாரிடம் வருந்தத்தக்க வகையில் அடக்கம் என்பது இல்லாமல் இருப்பதால் ஒழுக்க முறைகளில் அதையும் ஒன்றாகச் சேர்த்துக்கொள்ள வேண்டும் என்று அவர் யோசனை கூறியிருந்தார். இக்குறைபாட்டை நானும் கவனித்து வந்திருக்கிறேன். ஆயினும், அடக்கம் என்பது விரதமாகக் கொள்ள வேண்டிய விஷயமாகிவிடும் என்று அஞ்சினேன். 'நான்' என்ற அகந்தையைப் போக்கிக்கொண்டு விடுவதுதான், அடக்கம் என்பதற்குரிய உண்மையான பொருள். 'நான்' என்பது அற்றுப் போவதே மோட்சம். இது அதனளவில் ஓர் ஒழுக்க முறையாக இருக்க முடியாதெனினும் இதை அடைவதற்கு மற்ற ஒழுக்க முறைகளை அனுசரிப்பது அவசியமாகும். மோட்சத்தை அடைய விரும்புகிறவரின், அல்லது ஒரு தொண்டரின் நடவடிக்கைகளில் அடக்கமோ, அகந்தையின்மையோ இல்லையென்றால், மோட்சத்திலோ அல்லது தொண்டிலோ அவருக்கு ஆர்வம் இல்லை என்றே ஆகும். அடக்கமில்லாத சேவை, சுயநலமும் அகம்பாவமுமே அன்றி வேறல்ல.

அச்சமயத்தில் எங்கள் கோஷ்டியில் பதின்மூன்று தமிழர்கள் இருந்தார்கள். ஐந்து தமிழ் இளைஞர்கள் தென்னாப்பிரிக்காவிலிருந்து என்னுடன் வந்தவர்கள். மற்றவர்கள் நாட்டின் பல பகுதிகளிலிருந்தும் வந்து சேர்ந்தனர். நாங்கள் மொத்தம் ஆண்களும் பெண்களுமாக இருபத்தைந்து பேர்.

இவ்வாறே ஆசிரமம் ஆரம்பமாயிற்று. எல்லோருக்கும் பொதுவான ஒரே சமையலுடன் ஒரே குடும்பமாக வாழ முயன்று வந்தோம்.

10. ஆரம்பக் கஷ்டங்கள்

ஆசிரமம் ஆரம்பமாகிச் சில மாதங்களே ஆயிற்று. அதற்குள் நான் எதிர்பார்த்தே இராத வகையில் நாங்கள் சோதனைக்கு ஆளானோம். அமிர்தலால் தக்கரிடமிருந்து பின்வருமாறு ஒரு கடிதம் வந்தது: "அடக்கமும் நேர்மையும் உள்ள ஒரு தீண்டாதாரின் குடும்பம் உங்கள் ஆசிரமத்தில் சேர்ந்துகொள்ள விரும்புகிறது. அவர்களை நீங்கள் ஏற்றுக் கொள்வீர்களா?" நான் கலக்கமடைந்தேன். தீண்டாதாரின் குடும்பம் ஒன்று, தக்கர் பாபா போன்ற ஒரு முக்கியமானவரிடமிருந்து அறிமுகக் கடிதத்துடன் எங்கள் ஆசிரமத்தில் சேர மனுச் செய்துகொள்ளும் என்று நான் எதிர்பார்க்கவே இல்லை. அக்கடிதத்தை என் சகாக்களுக்குக் காட்டினேன். அவர்கள் அதை வரவேற்றார்கள்.

அமிர்தலால் தக்கருக்குப் பதில் எழுதினேன்.அக்குடும்பத்தைச் சேர்ந்தவர்கள் எல்லோருமே ஆசிரமத்தின் விதிகளுக்கு உட்பட்டு நடக்கச் சம்மதிப்பதாக இருந்தால் அக் குடும்பத்தை ஏற்றுக்கொள்ளத் தயாராக இருக்கிறோம் என்று அவருக்குத் தெரிவித்தேன்.

தூதாபாய், அவருடைய மனைவி தானிபென், அப்பொழுது தவழும் குழந்தையாக இருந்த அவர்கள் பெண் லட்சுமி ஆகியவர்களைக் கொண்டது அக்குடும்பம். தூதாபாய் பம்பாயில் உபாத்தியாயராக இருந்தார். விதிகளுக்கு உட்பட்டு நடந்துகொள்ள அவர்கள் ஒப்புக்கொண்டார்கள். நாங்களும் அவர்களை ஏற்றுக் கொண்டோம்.

ஆனால், அவர்களைச் சேர்த்துக்கொண்டது, ஆசிரமத்திற்கு உதவி செய்து வந்த நண்பர்களிடையே பெரும் பரபரப்பை உண்டாக்கி விட்டது. கிணற்றை உபயோகிப்பது சம்பந்தமாக முதலில் கஷ்டம் ஏற்பட்டது. அந்தக் கிணற்றை அந்தப் பங்களாவின் சொந்தக்காரரும் உபயோகித்து வந்தார். அதிலிருந்து தண்ணீர் இறைப்பதற்காக நியமிக்கப்பட்டிருந்தவர், எங்கள் வாளியிலிருந்து தண்ணீர்த் துளிகள் விழுவதால்

தமக்குத் தீட்டுபட்டுப்போகும் என்று கூறி ஆட்சேபித்தார். ஆகவே, எங்களைத் திட்டினார்; தூதாபாயைத் தொந்தரவும் செய்தார். அவர் திட்டுவதையெல்லாம் சகித்துக் கொண்டு, என்ன வந்தாலும் சரி என்று கிணற்றிலிருந்து தண்ணீர் எடுத்துக் கொண்டிருக்கும்படி எல்லோரிடமும் கூறினேன். தாம் திட்டினாலும் நாங்கள் திருப்பித் திட்டுவதில்லை என்பதைக் கண்டதும் அவருக்கே வெட்கமாகப் போய் விட்டது. எங்களுக்குத் தொந்தரவு கொடுப்பதை விட்டு விட்டார்.

என்றாலும், எங்களுக்கு கிடைத்துக் கொண்டிருந்த உதவியெல்லாம் நின்றுவிட்டன. ஆசிரம விதிகளையெல்லாம் அனுசரிக்கக் கூடிய ஒரு தீண்டாதார் கிடைப்பாரா என்று கேள்வி கேட்ட நண்பர், அப்படிப்பட்ட ஒரு தீண்டாதார் ஆசிரமத்தில் சேர முன்வருவார் என்று எதிர்பார்க்கவே இல்லை.

பண உதவியெல்லாம் நிறுத்திவிட்டதோடு எங்களைச் சமூக பகிஷ்காரம் செய்வதற்கும் யோசிக்கிறார்கள் என்றும் வதந்திகள் கிளம்பின. இவைகளினால் நாங்கள் கலக்கமடைந்தோம். நாம் பகிஷ்காரம் செய்யப்பட்டுச் சாதாரண வசதிகளெல்லாம் மறுக்கப் பட்டாலும் அகமதாபாத்தைவிட்டு நாம் போய்விடக் கூடாது என்று என் சகாக்களுக்குக் கூறினேன். வெளியேறி விடுவதைவிடத் தீண்டாதாரின் இடத்திலேயே போய் வசித்து, உடலை வருத்தி வேலை செய்வதால் கிடைப்பதைக்கொண்டு வாழ்வதே மேல் என்றும் கூறினேன்.

“நம்மிடம் பணம் இல்லை. அடுத்த மாதச் செலவுக்கு நம்மிடம் ஒன்றும் கிடையாது” என்று ஒரு நாள் மகன்லால் காந்தி எனக்கு அறிவித்துவிட்டார். நிலைமை அத்தகைய நெருக்கடியான கட்டத்திற்கு வந்துவிட்டது. “அப்படியானால், தீண்டாதார் வசிக்கும் இடத்திற்கே நாம் போய்விடுவோம்” என்று நான் அமைதியோடு பதில் சொன்னேன்.

இதுபோன்ற சோதனை எனக்கு ஏற்பட்டது இது முதல் தடவை அல்ல. இத்தகைய நிலைமைகளிலெல்லாம் கடைசி நேரத்தில் கடவுளே எனக்கு உதவியை அனுப்பியிருக்கிறார். எங்களுக்கு ஏற்பட்டுவிட்ட பணக் கஷ்டத்தைக் குறித்து மகன்லால் எனக்கு எச்சரிக்கை செய்த பிறகு ஒரு நாள் காலை, குழந்தைகளில் ஒன்று ஓடி வந்து, ஒரு சேத் வெளியில் மோட்டாரில் இருக்கிறார்

என்றும், என்னைப்பார்க்க விரும்புகிறார் என்றும் கூறியது. அவரைப் பார்க்க வெளியே போனேன். "ஆசிரமத்திற்குக் கொஞ்சம் உதவி செய்ய விரும்புகிறேன். அதை நீங்கள் ஏற்றுக்கொள்ளுவீர்களா?" என்று அவர் என்னைக் கேட்டார்.

"நிச்சயமாக ஏற்றுக்கொள்ளுவோம். எங்கள் கையில் இருந்ததெல்லாம் செலவழிந்து போய்விட்ட நிலையில் நாங்கள் இருக்கிறோம் என்பதையும் உங்களிடம் கூறுகிறேன்" என்றேன்.

"நாளை இதே நேரத்தில் இங்கு வருகிறேன். நீங்கள் இருப்பீர்களல்லவா?" என்றார்.

"ஆம்" என்று நான் சொன்னதும் அவர் போய்விட்டார்.

அடுத்த நாள், சரியாக அந்த நேரத்தில் நாங்கள் இருந்த இடத்திற்கு அருகில் மோட்டார் வந்து நின்றது. வந்ததற்கு அறிகுறியாகச் சப்தம் கொடுக்கப்பட்டது. குழந்தைகளும் ஓடிவந்து சமாச்சாரத்தைச் சொன்னார்கள். சேத் உள்ளே வரவில்லை; நானே அவரைப் பார்க்க போனேன். அவர் என் கையில் ரூ.13,000–க்கு நோட்டுகளைக் கொடுத்துவிட்டுப் போய்விட்டார்.

இந்த உதவியை நான் எதிர்பார்க்கவே இல்லை. எப்படிப்பட்ட புதிய வகையில் உதவி! அந்தக் கனவான் இதற்கு முன்னால் ஆசிரமத்திற்கு வந்ததே இல்லை. ஒரே ஒரு முறைதான் அவரை நான் சந்தித்திருக்கிறேன் என்று எனக்கு ஞாபகம். உள்ளே வரவும் இல்லை; விசாரிக்கவும் இல்லை! உதவியை மாத்திரம் செய்து விட்டுப் போய்விட்டார். எனக்கு இது ஒப்பற்றதோர் அனுபவம். தீண்டாதார் வசிக்கும் இடத்திற்குப் போய்விடுவதை இந்த உதவி தடுத்தது. இனி ஓர் ஆண்டுக்குக் கவலை இல்லை என்று இப்பொழுது உணர்ந்தோம்.

வெளியில் புயல் இருந்து வந்ததைப் போன்றே ஆசிரமத்திற்குள்ளும் புயல் இருந்து வந்தது. தீண்டாத வகுப்பைச் சேர்ந்த நண்பர்கள் தென்னாப்பிரிக்காவில் என் வீட்டிற்கு வந்து இருப்பதுடன் என்னுடன் சாப்பிடுவதும் வழக்கமாக இருந்தது. இருந்தும் இங்கே ஆசிரமத்தில் தீண்டாத நண்பர்களைச் சேர்த்துக் கொண்டது என் மனைவிக்கும் மற்ற பெண்களுக்கும் அவ்வளவாகப் பிடிக்கவில்லை. தானி

பெண்ணிடம் அவர்கள் கொண்டிருந்த வெறுப்பை, அல்லது அசிரத்தையை என் காதுகளும் கண்களும் எளிதில் கண்டு கொண்டன. பணக் கஷ்டம்கூட எனக்கு அவ்வளவு கவலையை உண்டுபண்ணவில்லை. ஆனால், உள்ளுக்குள்ளேயே இருந்த இப்புயலை என்னால் சகிக்க முடியவில்லை. தானி பென் ஒரு சாதாரணப்பெண். தூதாபாய் கொஞ்சம் படிப்பு உள்ளவர்; அதோடு நல்ல அறிவும் உள்ளவர். அவருடைய பொறுமை எனக்குப் பிடித்திருந்தது. சில சமயங்களில் அவர் கோபமடைந்து விடுவதும் உண்டு. என்றாலும், மொத்தத்தில் அவருடைய சகிப்புத்தன்மை என் மனத்தைக் கவர்ந்தது. சில்லறை அவமதிப்புகளையெல்லாம் பொருட்படுத்த வேண்டாம் என்று அவரைக் கேட்டுக்கொண்டேன். இதற்கு அவர் உடன்பட்டது மாத்திரம் அல்ல, அவர் மனைவியையும் அதேபோலப் பொறுமையுடன் இருக்கும்படி செய்தார்.

இந்தக் குடும்பத்தைச் சேர்த்துக் கொண்டது, ஆசிரமத்திற்கு சிறந்ததொரு படிப்பினையாயிற்று. ஆசிரமம் தீண்டாமையைப் பாராட்டாது என்பதை ஆரம்பத்திலேயே உலகிற்கு எடுத்துக் காட்டினோம். ஆசிரமத்திற்கு உதவ விரும்பியவர்களுக்கு இவ்விதம் எச்சரிக்கை செய்துவிட்டோம். இவ் வழியில் ஆசிரமத்தின் வேலைகள் அதிக அளவுக்குச் சுலபமாகி விட்டன. தினந்தோறும் அதிகரித்துக் கொண்டே போன ஆசிரமத்தின் செலவுகளுக்கு எல்லாம், உண்மையில் வைதிகர்களான ஹிந்துக்களே பணம் கொடுத்து வந்தார்கள், இந்த உண்மை, தீண்டாமையின் அடிப்படையே ஆட்டங்கண்டு விட்டது என்பதற்குத் தெளிவான அறிகுறியாகவும் இருக்கக் கூடும். உண்மையில் இதற்கு மற்றும் பல சான்றுகளும் உண்டு. என்றாலும், தீண்டாதாருடன் சேர்ந்து சாப்பிடும் அளவுக்குகூடப் போய்விடும் ஓர் ஆசிரமத்திற்கு உதவி செய்ய நல்ல ஹிந்துக்கள் தயங்குவதில்லை என்பது மிகச் சிறந்த சான்றாகும்.

இந்த விஷயத்தைப் பற்றிய அநேக சமாச்சாரங்களைக் கூறாமல் விட்டுவிட்டு மேலே போக வேண்டி இருப்பதற்காக வருந்துகிறேன். முக்கியமான இவ்விஷயத்தின் மீது எழுந்த கஷ்டமான பிரச்னைகளையெல்லாம் எப்படிச் சமாளித்தோம்? எதிர்பாராத சிலகஷ்டங்களை யெல்லாம் எவ்விதம் சமாளித்துச்

சென்றோம் என்பன போன்ற பல விஷயங்களை, சத்திய சோதனையில் விவரிப்பதற்குப் பொறுத்தமானவைகளை, கூறாமல் விட்டுவிட்டே நான் மேலே போக வேண்டியிருக்கிறது. இனி வரும் அத்தியாயங்களிலும் இதேபோன்ற குறைகள் இருக்கும். முக்கியமான விவரங்களை நான் விட்டுவிடவே வேண்டியிருக்கும். ஏனெனில், இவ்வரலாற்றில் சம்பந்தமுடையவர்களில் அநேகர் இன்னும் உயிருடன் இருக்கிறார்கள். அவர்கள் சம்பந்தப்பட்ட சம்பவங்களைக் கூறும்போது, அவர்களுடைய அனுமதியைப் பெறாமல் அவர்கள் பெயரை உபயோகிப்பது சரியல்ல. அவர்களுடைய சம்மதத்தைப் பெறுவதென்பதோ, சம்பந்தப்பட்ட அத்தியாயங்களை அப்போதைக்கப்போது அவர்களுக்குக் காட்டிச் சரிபார்த்து வெளியிடுவதோ, அனுபவ சாத்தியமானதும் அன்று. மேலும் அத்தகைய முறையை அனுசரிப்பது இந்தச் சுய சரிதையின் எல்லைக்குப் புறம்பான காரியமும் ஆகும். ஆகையால், மீதமிருக்கும் வரலாறு, சத்தியத்தை நாடுவோருக்கு மிக முக்கியமானது என்பதே என் கருத்தாயினும், தவிர்க்க முடியாத விலக்குகளுடனேயே அதைக் கூறவேண்டியிருக்கும் என்று அஞ்சுகிறேன். என்றாலும், கடவுள் அருள் இருந்தால், இவ்வரலாற்றை ஒத்துழையாமை நாட்கள் வரைக்கும் கொண்டு வந்துவிடவேண்டும் என்பதே என் ஆசையும் நம்பிக்கையுமாகும்.

11. ஒப்பந்தத் தொழிலாளி முறை ஒழிப்பு

வெளிப் புயல்களையும் உட்புயல்களையும் ஆரம்பத்திலேயே சமாளிக்க வேண்டியதாயிருந்த ஆசிரமத்தின் கதையை இப்போதைக்கு நிறுத்திவிட்டு அப்பொழுது என் கவனத்தைக் கவர்ந்திருந்த மற்றொரு விஷயத்தைக் கொஞ்சம் கவனிப்போம்.

ஐந்து ஆண்டுகளுக்கும், அதற்குக் குறைவான காலத்திற்கும் வேலை செய்வது என ஒப்பந்தம் செய்து கொண்டு, அதன்பேரில் வெளிநாடுகளுக்குச் சென்றவர்களே ஒப்பந்தத் தொழிலாளர்கள். நேட்டாலுக்கு ஒப்பந்தப்படி சென்றிருந்தவர்களுக்கு விதித்திருந்த மூன்று பவுன் வரி, 1914–இல் ஏற்பட்ட ஸ்மட்ஸ்–காந்தி ஒப்பந்தத்தின்படி ரத்தாயிற்று. என்றாலும், இந்தியாவிலிருந்து வெளிநாடுகளுக்குச் செல்லும் விஷயமே கவனிக்க வேண்டியதாக இருந்தது.

ஒப்பந்தத் தொழிலாளர் முறையை ரத்துச் செய்துவிட வேண்டும் என்று 1916 மார்ச்சில் பண்டித மதன் மோகன மாளவியா இம்பீரியல் சட்டசபையில் ஒரு தீர்மானம் கொண்டு வந்தார். தீர்மானத்தை லார்டு ஹார்டிஞ்சு ஏற்றுக் கொண்டார். அதோடு, அம்முறையை, "உரிய காலத்தில் ரத்துச் செய்து விடுவதாகப் பிரிட்டிஷ் அரசாங்கத்தினிடமிருந்து வாக்குறுதி கிடைத்திருக்கிறது" என்றும் அறிவித்தார். ஆயினும் இவ்விதமான திட்டமில்லாத ஒரு வாக்குறுதியைக் கொண்டு இந்தியா திருப்தி அடைந்துவிட முடியாது என்றும், அம்முறையை உடனே ரத்துச் செய்துவிட வேண்டுமெனக் கிளர்ச்சி செய்ய வேண்டும் என்றும் கருதினேன். அசிரத்தையினாலேயே அம்முறையை இந்தியா சகித்து வந்திருக்கிறது; அதற்குப் பரிகாரம் வேண்டும் என்று மக்கள் வெற்றிகரமாகக் கிளர்ச்சி செய்ய வேண்டிய சமயம் வந்துவிட்டது என்றும் கருதினேன். தலைவர்களில் சிலரைச் சந்தித்துப் பேசினேன்; பத்திரிக்கைகளுக்கும் எழுதினேன். அம்முறையை உடனே ரத்துச் செய்ய வேண்டும் என்பதற்கு ஆதாரமாகவே பொதுஜன அபிப்பிராயம் இருக்கிறது என்பதையும் கண்டேன். சத்தியாக்கிரகம் செய்வதற்கு இது

ஏற்ற விசயமா? ஏற்ற விசயமே என்பதில் எனக்கு எந்தவிதமான சந்தேகமும் இல்லை. ஆனால், அதை எம் முறையில் நடத்துவது என்பதுதான் எனக்குத் தெரியவில்லை.

இதற்கிடையில் வைசிராய், "முடிவாக ரத்துச் செய்வது" என்பதன் பொருள் இன்னதென்பதைக் குறித்து எந்த ஒளிவு மறைவும் செய்யவில்லை. "இதற்கு மாறானதொரு ஏற்பாட்டைக் கொண்டு வருவதற்கு நியாயமாக வேண்டிய காலத்திற்குப் பிறகு அம்முறை ரத்துச் செய்யப்படும்" என்று அவர் கூறினார்.

ஆகவே, அம்முறையை உடனே ரத்து செய்வதற்கு ஒரு மசோதாவைக் கொண்டுவரப் பண்டித மாளவியாஜி 1917 பிப்ரவரியில் அனுமதி கோரினார். அனுமதி கொடுக்க லார்டு செம்ஸ்போர்டு மறுத்து விட்டார். இந்தியா முழுவதிலும் இதைக் குறித்துக் கிளர்ச்சி செய்வதற்காக நான் சுற்றுப் பிரயாணம் செய்ய வேண்டியதாயிற்று.

கிளர்ச்சியை ஆரம்பிப்பதற்கு முன்னால் வைசிராயைக் கண்டு பேசுவதே முறை என்று கருதினேன். கண்டு பேச விரும்புவதாக எழுதினேன். வைசிராயும் உடனே அனுமதி கொடுத்தார். ஸ்ரீ மேபி (இப்பொழுது ஸர் ஜான் மேபி) அப்பொழுது வைசிராயின் அந்தரங்கக் காரியதரிசி. அவருடன் நெருங்கிய தொடர்பு கொண்டேன். லார்டு செம்ஸ்போர்டுடன் நான் பேசியது திருப்திகரமாகவே இருந்தது. திட்டமாகச் சொல்லாமல், தாம் உதவியாக இருப்பதாக அவர் வாக்களித்தார்.

என் சுற்றுப் பிரயாணத்தைப் பம்பாயிலிருந்து ஆரம்பித்தேன். ஏகாதிபத்தியப் பிரஜாவுரிமைச் சங்கத்தின் ஆதரவில் அங்கே ஒரு பொதுக்கூட்டத்தை நடத்த ஜஹாங்கீர் பெடிட் ஒப்புக்கொண்டார். அக்கூட்டத்தில் கொண்டுவர வேண்டிய தீர்மானத்தைத் தயாரிப்பதற்காக அச்சங்கத்தின் நிர்வாகக் கமிட்டி முதலில் கூடியது. டாக்டர் ஸ்டான்லி ரீட், (இப்பொழுது ஸர்) ஸ்ரீ லல்லுபாய் சாமளதாஸ், ஸ்ரீ நடராஜன், பெடிட் ஆகியவர்கள் கமிட்டிக் கூட்டத்திற்கு வந்திருந்தார்கள். ஒப்பந்தத் தொழிலாளர் முறையை எந்தக் காலத்திற்குள் நீக்கிவிட வேண்டும் என்று சர்க்காரைக் கேட்பது என்பதை நிர்ணயிப்பதைப் பற்றியே விவாதம் நடந்தது. மூன்று யோசனைகள் கூறப்பட்டன. 'முடிந்த வரையில் சீக்கிரமாக ரத்துச் செய்வது', 'ஜூலை 31–

ஆம் தேதிக்குள் ரத்துச் செய்வது', 'உடனே ரத்துச் செய்வது' என்பவையே அந்த மூன்று யோசனைகள். குறிப்பிட்ட ஒரு காலத்திற்குள் அரசாங்கம் நமது கோரிக்கைக்கு இணங்கத் தவறிவிட்டால் அதன் பிறகு என்ன செய்வது என்பதை நாங்கள் அப்போது முடிவு செய்ய இயலும் என்ற நிலையில், திட்டமான தேதி ஒன்றைக் குறிப்பிட்டுவிட வேண்டும் என்று கூறினேன். 'உடனே ரத்துச் செய்துவிட வேண்டும்' என்பதை ஸ்ரீ லல்லுபாய் கூறினார். ஜூலை 31–ஆம் தேதியைவிட மிகக் குறைந்த காலத்தையே 'உடனே' என்ற சொல் குறிக்கிறது என்றார் அவர். 'உடனே' என்ற சொல்லை மக்கள் புரிந்துகொள்ள மாட்டார்கள் என்று நான் விளக்கினேன். அவர்கள் ஏதாவது செய்யும்படி பார்க்கவேண்டும் என்று நாம் விரும்பினால், இன்னும் திட்டவட்டமான சொல் அவர்களுக்கு வேண்டும் என்றேன் 'உடனே' என்ற சொல்லுக்கு ஒவ்வொருவரும் அவரவர்கள் இஷ்டம்போல் வியாக்கியானம் செய்து கொள்ளுவார்கள். அரசாங்கம் ஒரு வழியிலும், மக்கள் மற்றொரு வழியிலும் பொருள் கொள்ளுவர். 'ஜூலை 31–ஆம் தேதிக்குள்' என்பதை யாரும் தவறாகப் புரிந்துகொண்டு விடுவதற்கில்லை. அதே தேதிக்குள் ஒன்றும் செய்யப்படவில்லை யென்றால், நாம் மேற்கொண்டும் செய்ய வேண்டியதைக் கவனிக்க முடியும். என்னுடைய வாதத்தில் நியாயம் இருப்பதை டாக்டர் ரீட் கண்டுகொண்டார். முடிவாக ஸ்ரீ லல்லுபாயும் சம்மதித்தார். அம்முறையை ரத்துச் செய்வதை அறிவித்துவிட வேண்டும், என்பதற்கு ஜூலை 31–ஆம் தேதியை இறுதியாக நிர்ணயித்தோம். அதேமாதிரி பொதுக்கூட்டத்திலும் ஒரு தீர்மானம் நிறைவேறியது. இந்தியா முழுவதிலும் நடந்த பொதுக்கூட்டங்களும் இதேபோன்று தீர்மானம் செய்தன.

வைசிராயிடம் பெண்கள் தூதுகோஷ்டி ஒன்று போவதற்கு ஏற்பாடு செய்வதில் முழுச் சிரத்தையையும் ஸ்ரீமதி ஜெய்ஜி பெடிட் எடுத்துக்கொண்டார். பம்பாயிலிருந்து தூது சென்ற பெண்களில் லேடி டாட்டா, காலஞ்சென்ற தில்ஷாத் பீகம் ஆகியோரின் பெயர்கள் எனக்கு ஞாபகம் இருக்கின்றது. அத் தூது கோஷ்டி சென்றதால் அதிக நன்மை ஏற்பட்டது. நம்பிக்கை ஏற்படும் வகையில் வைசிராய் அத் தூது கோஷ்டிக்குப் பதில் சொன்னார்.

கராச்சி, கல்கத்தா முதலிய அநேக இடங்களுக்கு நான் சென்றேன். அங்கெல்லாம் சிறப்பான பொதுக்கூட்டங்கள் நடந்தன. எங்கும் எல்லையற்ற உற்சாகம் இருந்தது. இது போலெல்லாம் இருக்கும் என்று, கிளர்ச்சியை ஆரம்பித்தபோது நான் எதிர் பார்க்கவில்லை.

அந்த நாளில் நான் தனியாகவே பிரயாணம் செய்தேன். ஆகையால், அற்புதமான அனுபவங்கள் எனக்கு ஏற்பட்டன. ரகசியப் போலீஸார் என் பின்னால் வந்துகொண்டே இருந்தனர். ஆனால், ஒளிப்பதற்கு என்னிடம் எதுவுமே இல்லாததால், அவர்கள் என்னைத் தொந்தரவு செய்யவில்லை. அவர்களுக்கும் நான் எந்த விதமான கஷ்டமும் கொடுக்கவில்லை. அதிர்ஷ்டவசமாக நான் அப்போது ‘மகாத்மா’ பட்ட முத்திரையைப் பெற்றுவிட வில்லை. ஆனால், என்னைத் தெரிந்த இடங்களில் மக்கள் அப்பெயர் சொல்லிக் கோஷிப்பது சர்வ சாதாரணமாக இருந்தது.

ஒரு சமயம் ரகசியப் போலீஸார் பல ஸ்டேஷன்களிலும் என்னைத் தொந்தரவு செய்துவிட்டார்கள். என்னிடமிருந்த டிக்கெட்டைக் காட்டச் சொல்லி, அதன் நம்பரைக் குறித்துக் கொண்டனர். நானோ, அவர்கள் கேட்ட கேள்விகளுக்கெல்லாம் உடனே பதில் சொல்லி வந்தேன். என்னுடன் அந்த வண்டியில் இருந்த பிரயாணிகள், நான் யாரோ ‘சாது’ அல்லது ‘பக்கிரி’ என்று எண்ணிக்கொண்டு விட்டனர். ஒவ்வொரு ஸ்டேஷனிலும் நான் தொந்தரவு செய்யப்படுகிறேன் என்பதைக் கண்டதும் அவர்கள் ஆத்திரமடைந்து ரகசியப் போலீஸாரைத் திட்டினார்கள்: “அனாவசியமாக அந்தச் சாதுவை ஏன் தொந்தரவு செய்கிறீர்கள்?” என்றும் கேட்டனர். “இந்தப் பாதகர்களிடம் உங்கள் டிக்கெட்டைக் காட்டாதீர்கள்” என்றும் அவர்கள் எனக்குக் கூறினர்.

“என்னுடைய டிக்கெட்டை அவர்களிடம் காட்டுவதில் எனக்குக் கஷ்டம் எதுவும் இல்லை. அவர்கள், அவர்களுடைய கடமையைச் செய்கிறார்கள்” என்று நான் சாந்தமாக அவர்களுக்குச் சமாதானம் கூறினேன். ஆனால், பிரயாணிகள் சமாதானம் அடையவில்லை. என்னிடம் மேலும் மேலும் அனுதாபம் கொண்டார்கள். ஒரு பாவமும் அறியாதவர்கள் இவ்விதம் தொந்தரவு செய்யப்படுவதைப் பலமாகக் கண்டித்தார்கள்.

ஆனால், ரகசியப் போலீஸாரின் தொல்லை பெரிய தொல்லை அல்ல. உண்மையான கஷ்டமெல்லாம் மூன்றாம் வகுப்புப் பிரயாணந்தான். லாகூரிலிருந்து டில்லிக்குப் போன போதுதான் எனக்கு மிகுந்த கஷ்டமான அனுபவம் ஏற்பட்டது. கராச்சியிலிருந்து லாகூர் வழியாகக் கல்கத்தாவுக்குப் போய்க் கொண்டிருந்தேன். லாகூரில் வண்டி மாறி ஏற வேண்டும். வண்டியில் கொஞ்சமும் இடம் கிடைக்கவில்லை. வண்டி நிறையக் கூட்டம் இருந்தது. வண்டிக்குள் ஏற முடிந்தவர்கள், இடித்துத் தள்ளிக் கொண்டு பலவந்தமாக ஏறியவர்களே. கதவுகள் பூட்டப்பட்டிருந்த வண்டிகளில் ஜன்னல் வழியாகச் சிலர் ஏறிக் குதித்தனர். பொதுக் கூட்டத்திற்குக் குறிப்பிட்டிருந்த தேதியில் நான் கல்கத்தாவுக்குப் போய்ச் சேர்ந்தாக வேண்டும். இந்த வண்டியை நான் விட்டு விட்டால் உரிய காலத்தில் நான் கல்கத்தா போய்ச் சேர முடியாது. உள்ளே புகுந்துவிடமுடியும் என்ற நம்பிக்கையை யெல்லாம் விட்டுவிட்டேன். நான் ஏறிக்கொள்ளுவதை அனுமதிக்க யாரும் தயாராயில்லை. நான் இவ்விதம் திண்டாடு வதைக் கண்ட ஒரு போர்ட்டர், என்னிடம் வந்து, ''எனக்குப் பன்னிரெண்டு அணாக் கொடுங்கள். நான் உங்களுக்கு ஓர் இடம் தேடித் தருகிறேன்'' என்றார். ''சரி; எனக்கு இடம் தேடிக் கொடுத்து விட்டால் உமக்கு பன்னிரண்டு அணா தருகிறேன்'' என்றேன். அந்த வாலிபர், வண்டி வண்டியாகப் போனார். பிரயாணிகளைக் கெஞ்சிக் கேட்டார். ஆனால், ஒருவர்கூட அவர் கெஞ்சலுக்குச் செவி சாய்க்கவில்லை. ரெயில் புறப்படவிருந்த சமயத்தில் சில பிரயாணிகள், ''இங்கே இடம் கிடையாது; வேண்டுமானால், அவரை உள்ளே தள்ளு; அவர் நின்று கொண்டுதான் வரவேண்டும்'' என்றார்கள். ''என்ன சொல்லுகிறீர்கள்?'' என்று வாலிபப் போர்ட்டர் என்னைக் கேட்டார். நான் உடனே சம்மதித்தேன். என்னை அவர் அப்படியே தூக்கி ஜன்னல் வழியாக உள்ளே தள்ளினார். இவ்வாறு உள்ளே புகுந்தேன்; போர்ட்டரும் பன்னிரெண்டு அணா சம்பாதித்துவிட்டார்.

இரவு பெரும் சோதனையாகிவிட்டது. மற்றப் பிரயாணிகள் எப்படியோ சமாளித்து உட்கார்ந்திருந்தார்கள். மேல் தட்டின் சங்கிலியைப் பிடித்துக்கொண்டு இரண்டு மணி நேரம் நின்று கொண்டே இருந்தேன். இதன் நடுவில் சில பிரயாணிகள்

இடைவிடாமல் என்னைத் தொந்தரவு செய்து கொண்டே இருந்தனர். "கீழே உட்காருகிறதுதானே?" என்று என்னைக் கேட்டனர். உட்காருவதற்கு இடமே இல்லை என்று அவர்களுக்குச் சமாதானம் கூற முயன்றேன். அவர்கள் மேல் தட்டுகளில் நன்றாகக் காலை நீட்டிக்கொண்டு படுத்திருந்த போதிலும், நான் நின்று கொண்டிருப்பதை அவர்களால் சகிக்க முடியவில்லை. என்னை ஓயாமல் தொந்தரவு செய்து கொண்டே இருந்தார்கள். நானும் சளைக்காமல் சாந்தமாக அவர்களுக்குப் பதில் சொல்லிக் கொண்டே வந்தேன். கடைசியில் ஒருவாறு சமாதானம் அடைந்தார்கள். அவர்களில் சிலர், என் பெயர் என்ன என்று விசாரித்தனர். நான் அதைச் சொன்னதும் வெட்கமடைந்தனர். என்னிடம் மன்னிப்புக் கேட்டுக்கொண்டதோடு எனக்கு இடமும் ஒளித்துத் தந்தார்கள். இவ்விதம் பொறுமைக்குப் பலன் கிடைத்தது. நான் அதிகக் களைப்படைந்து விட்டேன். தலை சுற்ற ஆரம்பித்துவிட்டது. உதவி மிகவும் தேவையாக இருந்த நேரத்தில் கடவுள் உதவியை அனுப்பினார்.

இவ்விதமாக ஒருவாறு டில்லி சேர்ந்தேன்; பின்னர் கல்கத்தாவுக்குப்போய்ச் சேர்ந்தேன். கல்கத்தாப் பொதுக் கூட்டத்திற்குத் தலைமை வகித்த காஸிம்பஜார் மகாராஜாவின் விருந்தினனாகத் தங்கியிருந்தேன். கராச்சியில் இருந்ததைப் போன்றே இங்கும் மக்கள் அளவில்லாத உற்சாகம் கொண்டு இருந்தனர். அக்கூட்டத்திற்கு அநேக ஆங்கிலேயர்களும் வந்திருந்தார்கள்.

இந்தியாவிலிருந்து ஒப்பந்தத்தின் பேரில் தொழிலாளரை அனுப்புவது நிறுத்தப்பட்டுவிட்டது என்று ஜூலை 31-ஆம் தேதிக்கு முன்னாலேயே அரசாங்கம் அறிவித்துவிட்டது.

இம் முறையை ஆட்சேபித்து நான் முதல் மனுவைத் தயாரித்தது 1894-ஆம் ஆண்டில்; இம்முறையைக் குறித்து ஸர் ஹண்டர் கூறி வந்ததுபோல் 'பாதி அடிமைத்தனமான' இது ஒரு நாளைக்கு ஒழிக்கப்பட்டே ஆகவேண்டும் என்று நான் அப்பொழுதே நம்பினேன்.

1894-இல் ஆரம்பமான கிளர்ச்சிக்கு உதவி செய்தவர்கள் அநேகர். ஆனால், இம்முறையை ஒழிப்பதற்குச் சத்தியாக் கிரகத்தை

ஆரம்பிப்பது என்ற உறுதியே அது சீக்கிரத்தில் ஒழியும் படி செய்துவிட்டது என்பதை நான் சொல்லாமல் இருப்பதற்கில்லை.

இக்கிளர்ச்சியைப் பற்றிய விவரங்களையும் அதில் யார் பங்கு எடுத்துக் கொண்டார்கள் என்பது பற்றியும் அறிவதற்கு நான் எழுதிய தென்னாப்பிரிக்கச் சத்தியாக்கிரகம் என்ற நூலை வாசகர்கள் படிக்கவும்.

12. அவுரிச் சாகுபடி அநீதி

ஜனக மகாராஜன் ஆண்ட நாடு, சம்பாரண். அங்கே மாந்தோப்புக்கள் ஏராளமாக இருப்பதைப் போலவே, 1917ஆம் ஆண்டு வரையில், அவுரித் தோட்டங்களும் நிறைய இருந்து வந்தன. சம்பாரண் குடியானவர் ஒவ்வொருவரும், தாம் சாகுபடி செய்யும் நிலத்தின் இருபதில் மூன்று பாகத்தில் தமது நிலச்சுவான்தாருக்காக அவுரியைக் கட்டாயம் பயிர் செய்தாக வேண்டும் என்று சட்டம் இருந்தது. இதற்கு 'தீன் கதியா' முறை என்று பெயர். இருபது 'கதியா'க்கள் கொண்டது ஒரு ஏக்கர். அதில் மூன்று 'கதியா'வில் அவுரிச் சாகுபடி செய்யவேண்டும் என்று இருந்ததால் அம்முறைக்குத் 'தீன் கதியா' என்று பெயர்.

சம்பாரண் இருக்கும் இடம் மாத்திரம் அல்ல, அப்பெயர் கூட, எனக்கு அப்பொழுது தெரியாது என்பதை நான் ஒப்புக் கொள்ளவே வேண்டும். அவுரித் தோட்டங்களைப் பற்றியும் எனக்கு எதுவும் தெரியாது. அவுரிப் பொட்டணங்களைப் பார்த்திருக்கிறேன். ஆனால், சம்பாரணில் ஆயிரக்கணக்கான விவசாயிகளுக்குப் பெருந்துன்பங்களை விளைவித்து அவுரியைப் பயிரிட்டுத் தயாரிக்கிறார்கள் என்பது எனக்குத் தெரியாது.

இத்துன்பங்களை அனுபவித்து வந்த விவசாயிகளில் ஒருவர் ராஜ்குமார் சுக்லா. தம்மைப்போல மற்றும் ஆயிரக்கணக்கான விவசாயிகள் அனுபவித்து வரும் அநீதியை எப்படியும் போக்க வேண்டும் என்ற ஆர்வம் மிகுந்தவர் அவர்.

1916–ஆம் ஆண்டில் காங்கிரஸ் மகாநாட்டிற்கு நான் லட்சுமணபுரி போயிருந்தபோது அவர் என்னைப் பிடித்துக் கொண்டார். "எங்கள் துயரங்களைப் பற்றிய விவரங்களையெல்லாம் வக்கீல் பாபு உங்களுக்குக் கூறுவார்" என்று அவர் சொன்னார். சம்பாரணுக்கு வருமாறும் என்னை வற்புறுத்தினார். 'வக்கீல் பாபு' என்று அவர் சொன்னது, பாபு பிரஜ்கிஷோர் பிரசாத்தையே. அவர் சம்பாரணில் எனக்கு மிகச் சிறந்த சக ஊழியரானார். பீகாரில் பொதுஜன சேவைக்கு உயிராகவும் அவர் இருந்தார்.

ராஜ்குமார் சுக்லா, அவரை என் கூடாரத்திற்கு அழைத்து வந்தார். அவர் கால் சட்டை அணிந்து, கறுப்பு மேல் சட்டையும் போட்டிருந்தார். அப்பொழுது பிரஜ்கிஷோர் பாபு எனக்கு அவ்வளவாக ஒரு நல்ல அபிப்பிராயத்தை உண்டாக்கவில்லை. ஒன்றும் தெரியாத விவசாயிகளை ஏமாற்றிப் பிழைக்கும் ஒரு வக்கீலாக அவர் இருக்கக்கூடும் என்றே நான் எண்ணினேன். சம்பாரணைப் பற்றி அவர் வாய் மொழி மூலம் கேட்டறிந்ததும், என் வழக்கத்தை ஒட்டி, "நிலைமையை நேரில் பார்ப்பதற்கு முன்னால் நான் எந்தவித அபிப்பிராயமும் கூறுவதற்கில்லை. காங்கிரஸில் தயவு செய்து நீங்களே தீர்மானத்தைக் கொண்டு வாருங்கள். இப்போதைக்கு என்னைச் சும்மா விட்டு விடுங்கள்" என்றேன். காங்கிரஸிடமிருந்தும் கொஞ்சம் உதவியைப் பெற ராஜ்குமார் சுக்லா விரும்பினார். சம்பாரண் மக்களிடம் அனுதாபம் தெரிவிக்கும் தீர்மானம் ஒன்றைப் பாபு பிரஜ்கிஷோர் பிரசாத் கொண்டு வந்தார். அத்தீர்மானம் காங்கிரஸில் ஏகமனதாக நிறைவேறியது.

ராஜ்குமார் சுக்லா மகிழ்ச்சியடைந்தாரெனினும் திருப்தி அடைந்துவிடவில்லை. நானே நேரில் சம்பாரணுக்கு வந்து விவசாயிகளின் துயரங்களைப் பார்க்க வேண்டும் என்று விரும்பினார். நான் செய்யவிருந்த சுற்றுப் பிரயாணத்தில் சம்பாரணையும் சேர்த்துக் கொள்ளுவதாகவும், இரண்டொரு நாள் அங்கே இருப்பதாகவும் சொன்னேன். "ஒரு நாளே போதும். அங்கே நடப்பதையெல்லாம் உங்கள் கண்ணாலேயே நீங்கள் காணலாம்" என்றார், அவர்.

லட்சுமணபுரியிலிருந்து கான்பூருக்குப் போனேன். ராஜ்குமார் சுக்லா அங்கும் என்னுடன் வந்தார். "இங்கிருந்து சம்பாரண் அருகிலேயே இருக்கிறது. அங்கே வருவதற்கென்று ஒரு நாள் ஒதுக்குங்கள்" என்று அவர் வற்புறுத்தினார். "தயவுசெய்து இந்தத் தடவை மன்னித்துவிடுங்கள். ஆனால், நான் பிறகு நிச்சயமாக வருகிறேன்" என்று கூறி மேற்கொண்டும் என்னைக் கட்டுப்படுத்திக் கொண்டேன்.

பிறகு ஆசிரமத்திற்குத் திரும்பினேன். விடாக்கண்டரான ராஜ்குமார் அங்கேயும் வந்துவிட்டார். "நீங்கள் வரும் நாளைத் தயவுசெய்து இப்பொழுதே குறிப்பிட்டு விடுங்கள்" என்றார்.

“சரி, இன்ன தேதியில் நான் கல்கத்தாவில் இருக்க வேண்டி யிருக்கிறது. அப்பொழுது வந்து என்னைச் சந்தித்து, அங்கே அழைத்துப் போங்கள்” என்றேன். நான் போக வேண்டியது எங்கே, செய்ய வேண்டியது என்ன, பார்க்க வேண்டியது எது என்பதெல்லாம் எனக்குத் தெரியாது.

கல்கத்தாவில் பூபேன் பாபுவின் வீட்டிற்கு நான் போய்ச் சேருவதற்கு முன்னாலேயே ராஜ்குமார் சுக்லா அங்கே போய் எனக்காகக் காத்துக்கொண்டிருந்தார். இவ்விதம் கள்ளங்கபடமற்ற, எளிய ஆனால், மிக்க உறுதியுடைய இந்த விவசாயி என்னைப் பிடித்துக்கொண்டு விட்டார்.

ஆகவே, 1917–ஆம் ஆண்டு ஆரம்பத்தில் நாங்கள் கல்கத்தாவிலிருந்து சம்பாரணுக்குப் புறப்பட்டோம். நாங்கள் இருவரும் நாட்டுப்புற ஆசாமிகளாகவே தோற்றம் அளித்தோம். அங்கே போக எந்த ரெயிலில் ஏறுவது என்பது கூட எனக்குத் தெரியாது. அவர் தான் என்னை வண்டிக்கு அழைத்துப் போனார். இருவரும் சேர்ந்தாற் போலப் பிரயாணம் செய்து காலையில் பாட்னா போய்ச் சேர்ந்தோம்.

பாட்னாவுக்கு அப்பொழுதுதான் முதல்முறையாக நான் சென்றேன். அங்கே தங்கலாம் என்றால், எனக்கு நண்பர்களோ, தெரிந்தவர்களோ யாரும் இல்லை. ராஜ்குமார் சுக்லா சாதாரணக் குடியானவரேயாயினும் பாட்னாவில் அவருக்குக் கொஞ்சம் செல்வாக்கு இருக்கக்கூடும் என்று எண்ணினேன். பிரயாணத்தின் போது அவரை இன்னும் கொஞ்சம் அதிகமாகத் தெரிந்து கொண்டேன். ஆனால், பாட்னா போய்ச் சேர்ந்ததும் அவரைப்பற்றி எனக்கு எந்தவிதமான மயக்கமும் இல்லாது போய்விட்டது.அவருக்கு எதைப்பற்றியும் எதுவுமே தெரியாது. தம் நண்பர்கள் என்று அவர் எண்ணியிருந்த வக்கீல்கள், அப்படி ஒன்றும் அவர் நண்பர்கள் அல்ல. ஏழை ராஜ்குமார், அநேகமாக அவர்களுக்குக் குற்றேவல் செய்பவராகவே இருந்தார். இத்தகைய விவசாயிகளான குடியானவர்களுக்கும் அவர்களுடைய வக்கீல்களுக்குமிடையே, பிரவாக சமயத்தில் கங்கை இருப்பதைப் போன்று, அகலமான அகழ் இருந்து வந்தது என்றே சொல்ல வேண்டும்.

ராஜ்குமார் சுக்லா, பாட்னாவில் ராஜேந்திர பாபு வீட்டிற்கு என்னை அழைத்துச் சென்றார். அச்சமயம் ராஜேந்திர பாபு பூரிக்கோ வேறு எங்கோ போய்விட்டார். எங்கே என்பது எனக்கு நினைவு இல்லை. பங்களாவில் இரண்டொரு வேலைக்காரர்களே இருந்தார்கள். அவர்கள் எங்களைத் திரும்பிப் பார்க்கவே இல்லை. சாப்பிட என் வசம் கொஞ்சம் ஆகாரம் இருந்தது. பேரீச்சம் பழம் வேண்டும் என்றேன். அவர் கடைக்குப் போய் அதை வாங்கிக் கொண்டு வந்து கொடுத்தார்.

தீண்டாமை, பீகாரில் மிகக் கடுமையாக அனுசரிக்கப்பட்டு வந்தது. கிணற்றிலிருந்து வேலைக்காரர்கள் தண்ணீர் எடுத்துக் கொண்டிருக்கும்போது நான் தண்ணீர் எடுக்கக்கூடாது என்றனர். அப்படி எடுத்தால் என் வாளியிலிருந்து நீர்த் துளிகள் சிதறி, தாங்கள் தீட்டாகி விடுவார்கள் என்றனர். ஏனெனில், நான் இன்ன சாதியைச் சேர்ந்தவன் என்பது அவர்களுக்குத் தெரியாது. வீட்டிற்குள்ளிருந்த கக்கூசுக்குப் போகும்படி குமார் எனக்குக் காட்டினார். ஆனால், வேலைக்காரர்களோ, வெளியிலிருந்த கக்கூசுக்குப் போகும்படி கூறிவிட்டனர். இத்தகைய அனுபவங்கள் எனக்குப் பழக்கப்பட்டுப் போய்விட்டதால், இவைகளைக் கண்டு நான் ஆச்சரியப்படவுமில்லை, கோபமடையவுமில்லை. தாங்கள் என்ன செய்ய வேண்டும் என்று ராஜேந்திரப் பிரசாத் விரும்புவார் என்று அவ்வேலைக்காரர்கள் எண்ணினார்களோ, அந்தக் கடமையை அவர்கள் செய்தனர்.

அந்தச் சுவாரஸ்யமான அனுபவங்களினால் ராஜ்குமார் சுக்லாவைக் குறித்துச் சரியாக நான் தெரிந்துகொள்ள முடிந்தது. அதே சமயத்தில் அவர்மீது எனக்கிருந்த மதிப்பும் அதிகமாயிற்று. ராஜ்குமாரினால் எனக்கு வழிகாட்ட முடியாது; லகானை நானே கையில் பிடித்துக்கொள்ள வேண்டியதுதான் என்பதை இப்பொழுது கண்டுகொண்டேன்.

13. சாதுவான பீகாரி

மௌலானா மஜ்ருல் ஹக் லண்டனில் வக்கீல் தொழிலுக்குப் படித்துக்கொண்டிருந்தபோது அவரை எனக்குத் தெரியும். பிறகு *1915*–இல் காங்கிரஸில் அவரைச் சந்தித்தேன். அந்த ஆண்டு அவர் முஸ்லிம் லீகின் தலைவராக இருந்தார். அப்பொழுது மீண்டும் பழக்கம் ஏற்பட்டபோது, நான் பாட்னாவுக்கு எப்பொழுதாவது வந்தால் தம்முடன் தங்குமாறு அவர் அழைத்திருந்தார். இப்பொழுது அது எனக்கு ஞாபகம் வந்தது. நான் வந்திருக்கும் நோக்கத்தை அறிவித்து அவருக்கு ஒரு சீட்டு அனுப்பினேன். உடனே அவர் தமது மோட்டாரில் வந்து, தம்முடன் வந்து தங்குமாறு வற்புறுத்தினார். அவருக்கு நன்றி கூறிவிட்டு நான் போக வேண்டிய இடத்திற்குப் புறப்படும் முதல் வண்டியிலேயே என்னை அனுப்பும்படி அவரைக் கேட்டுக் கொண்டேன். அவ்விடத்திற்கு என்னைப் போன்று முற்றும் புதிதான ஒருவரால் ரெயில்வே வழி காட்டியைக்கொண்டு எதுவும் தெரிந்து கொள்ள முடியவில்லை. எனவே, ராஜ்குமார் சுக்லாவுடன் பேசினார். நான் முஜாபர்பூருக்கு முதலில் போக வேண்டுமென்று யோசனை கூறினார். அங்கே போக அன்று மாலையிலேயே ஒரு வண்டி இருந்தது. அதில் அவர் என்னை ஏற்றி அனுப்பினார்.

பிரின்ஸிபால் கிருபளானி அப்பொழுது முஜாபர்பூரில் இருந்தார். ஹைதராபாத்திற்கு (சிந்து) நான் போயிருந்த போதிலிருந்து அவரை நான் அறிவேன். அவருடைய பெரும் தியாகங்களைக் குறித்தும் எளிய வாழ்க்கையைப் பற்றியும், பேராசிரியர் கிருபளானி அளித்து வரும் நிதியைக்கொண்டு தாம் ஆசிரமம் நடத்தி வருவதைப் பற்றியும் டாக்டர் சோயித்ராம் என்னிடம் கூறியிருந்தார். கிருபளானி, முஜாபர்பூர் அரசாங்கக் கல்லூரியில் பேராசிரியராக இருந்தார். நான் அங்கே போவதற்குக் கொஞ்சம் முன்னால்தான் அவர் அந்த உத்தியோகத்தை ராஜினாமாச் செய்து விட்டார். நான் அங்கே வருவது குறித்து அவருக்குத் தந்தி மூலம் அறிவித்திருந்தேன். ரெயில், நடுநிசியில் அங்கு

போனபோதிலும் ஒரு மாணவர் கூட்டத்துடன் வந்து அவர் என்னை ரெயில்வே ஸ்டேஷனில் சந்தித்தார். அவருக்குச் சொந்த ஜாகை எதுவும் இல்லை. போராசிரியர் மல்கானியுடன் அவர் வசித்து வந்தார். ஆகையால் நானும் மல்கானியின் விருந்தினன் ஆனேன். என்னைப் போன்ற ஒருவனுக்கு, அரசாங்கத்தில் வேலை பார்க்கும் பேராசிரியர் ஒருவர் இடம் கொடுத்து உபசரிப்பது என்பது அந்தக் காலத்தில் மிகவும் அபூர்வமான விஷயமாகும்.

பீகாரில் முக்கியமாக திர்ஹூத் பகுதியில் இருந்துவந்த சகிக்க முடியாத மோசமான நிலைமையைக் குறித்துப் பேராசிரியர் கிருபளானி எனக்கு விவரமாகக் கூறினார். நான் மேற்கொண்டிருக்கும் வேலை எவ்வளவு கஷ்டமானது என்பதையும் தெரிவித்தார். அவர் பீகாரிகளுடன் நெருங்கிப் பழகி நல்ல தொடர்பு வைத்திருந்தார். நான் பீகாருக்கு வந்திருக்கும் வேலையைக் குறித்து முன்னாடியே அவர்களுடன் பேசியும் இருந்தார்.

காலையில் சில வக்கீல்கள் சேர்ந்து என்னைப் பார்க்க வந்தார்கள். அவர்களில் ஒருவரான ராமநவமிப் பிரசாத்தை இன்னும் எனக்கு நினைவிருக்கிறது. முக்கியமாக அவர் கொண்டிருந்த சிரத்தை என் மனத்தைக் கவர்ந்தது. "நீங்கள் என்ன காரியத்திற்காக இங்கே வந்திருக்கிறீர்களோ அதை நீங்கள் இங்கே (பேராசிரியர் மல்கானியின் வீட்டில்) தங்கினால் செய்யவே முடியாது. நீங்கள் எங்களில் யாராவது ஒருவருடன் வந்து தங்க வேண்டும். கயா பாபு இங்கே பிரபலமான வக்கீல். அவருடன் நீங்கள் வந்து தங்க வேண்டும் என்று அவர் சார்பாக உங்களை அழைப்பதற்காக நான் வந்திருக்கிறேன். நாங்கள் எல்லோரும் அரசாங்கத்திடம் பயப்படுகிறவர்கள் என்பதை ஒப்புக்கொள்ளுகிறேன். என்றாலும், எங்களாலான உதவியை நாங்கள் செய்வோம். ராஜ்குமார் சுக்லா உங்களிடம் கூறியவை பெரும்பாலும் உண்மையே. எங்கள் தலைவர்கள் இன்று இங்கே இல்லாது போனது வருந்தத்தக்கது. ஆயினும், பாபு பிரஸ்கிஷோர் பிரசாத், பாபு ராஜேந்திரப் பிரசாத் ஆகிய இருவருக்கும் தந்தி கொடுத்திருக்கிறேன். அவர்கள் சீக்கிரத்திலேயே இங்கே வந்து உங்களுக்குத் தேவையான தகவல்களையெல்லாம் கூறுவதோடு

அதிக அளவு உதவியும் செய்வார்கள் என்றே எதிர்பார்க்கிறேன். தயவு செய்து கயா பாபுவின் வீட்டிற்கு வாருங்கள்'' என்று கூறி ராமநவமிப் பிரசாத் அழைத்தார்.

கயா பாபுவுக்குத் தொந்தரவு கொடுப்பானேன் என்று அஞ்சி நான் தயங்கிய போதிலும் இந்த வேண்டுகோளை என்னால் மறுக்க முடியவில்லை. ஆனால், அப்படி ஒன்றும் தொந்தரவு இல்லை என்று அவர் கூறியதன் பேரில் அவருடன் இருக்கப் போனேன். அவரும் அவருடைய வீட்டினரும் என்னிடம் அளவு கடந்த அன்பு காட்டினர்.

தர்பங்காவிலிருந்து பிரஜ்கிஷோர் பாபுவும், பூரியிலிருந்து ராஜேந்திர பாபுவும் இதற்குள் வந்து சேர்ந்துவிட்டனர். லட்சுமணபுரியில் நான் சந்தித்த பாபு பிரஜ்கிஷோர் பிரசாத் அல்ல, இந்தப் பிரஜ்கிஷோர் பாபு. இத் தடவை பீகாரிகளுக்கு இயற்கையாக உள்ள அடக்கம், எளிமை, நல்ல தன்மை, அளவு கடந்த நம்பிக்கை ஆகியவைகளை அவரிடம் கண்டேன். இவைகள் என்னைக் கவர்ந்ததால், என் உள்ளம் அதிக ஆனந்தமடைந்தது. பீகார் வக்கீல்கள் அவரிடம் கொண்டிருந்த மதிப்பு, எனக்கு ஓரளவு ஆச்சரியத்தையும் மகிழ்ச்சியையும் அளித்தது.

இந்த நண்பர்களின் கூட்டத்தோடு ஆயுள் முழுவதற்கும் நட்புத்தளையில் நான் பிணைக்கப்பட்டு வருவதாகச் சீக்கிரத்திலேயே நான் உணர்ந்தேன். அங்கிருந்த நிலைமையைக் குறித்து எல்லா விவரங்களையும் பிரஜ்கிஷோர் பாபு எனக்குக் கூறினார். ஏழை விவசாயிகளின் வழக்குகளை அவர் நடத்துவது வழக்கம் என்றும் அறிந்தேன். நான் அங்கே சென்ற போது, அத்தகைய வழக்குகளில் இரண்டு கோர்ட்டில் விசாரணையில் இருந்தன. அப்படிப்பட்ட வழக்குகளில் அவர் வெற்றி பெற்றுவிட்டால், அந்த ஏழை மக்களுக்குத் தாம் ஏதோ கொஞ்சம் உதவி செய்ததாக எண்ணி அவர் ஆறுதல் அடைவாராம். ஒன்றும் தெரியாத அந்த விவசாயிகளிடம் அவர் கட்டணம் வாங்காமல் இல்லை. வழக்குகளுக்குப் பணம் வாங்காவிட்டால், தாங்கள் குடும்பத்தை நடத்த முடியாது என்றும், அதனால் ஏழைகளுக்குச் சரியானபடி தாங்கள் உதவி செய்ய முடியாது போகும் என்றும் பொதுவாக வக்கீல்கள் எண்ணி வந்தனர். வழக்குகளுக்கு

இவர்கள் வாங்கி வந்த கட்டணத் தொகையும், வங்காளத்திலும் பீகாரிலும் பாரிஸ்டர்கள் வாங்கி வந்த கட்டணங்களும் என்னைத் திகைக்கும்படி செய்துவிட்டன.

"இன்னாரின் அபிப்பிராயத்தைக் கேட்பதற்காக அவருக்கு ரூ.10,000 கொடுத்தோம்" என்று என்னிடம் சொன்னார்கள். யாருக்கும் ஆயிரத்திற்குக் குறைவான தொகையே இல்லை. இதைக் குறித்து நான் அன்புடன் கண்டித்துப் பேசியதை அந்நண்பர்கள் கேட்டுக் கொண்டார்கள். என்னைத் தவறாக அவர்கள் எண்ணிக் கொண்டு விடவில்லை.

அவர்களிடம் நான் கூறியதாவது: "நிலைமையை நான் அறிந்து கொண்டதிலிருந்து கோர்ட்டுகளுக்குப் போவது என்பதை நாம் நிறுத்திக் கொண்டு விடவேண்டும் என்ற முடிவுக்கு வந்திருக்கிறேன். இத்தகைய வழக்குகளைக் கோர்ட்டுக்குக் கொண்டு போவதால், எந்தவிதமான நன்மையும் இல்லை. விவசாயிகள் இவ்விதம் நசுக்கப்பட்டுப் பயமடைந்திருக்கும் போது, கோர்ட்டுகள் பயனற்றவை. அவர்களுக்கு உண்மையான பரிகாரம், பயத்திலிருந்து அவர்களை விடுவிப்பதே. 'தீன் கதியா' முறையைப் பீகாரிலிருந்து விரட்டியடித்து விடும் வரையில் நாம் சும்மா உட்கார்ந்திருக்க முடியாது. இரண்டு நாட்களில் இங்கிருந்து புறப்பட்டுவிட முடியும் என்று எண்ணியிருந்தேன். ஆனால், இந்த வேலையை முடிக்க இரண்டு ஆண்டுகளும் ஆகக்கூடும் என்பதை இப்பொழுது நான் அறிகிறேன். அவசியமானால், அவ்வளவு காலம் இருக்கவும் நான் தயாராயிருக்கிறேன். நான் செய்ய வேண்டியிருக்கும் வேலை இன்னதென்பதை இப்பொழுது உணருகிறேன். ஆனால், உங்கள் உதவி எனக்கு வேண்டும்."

பிரஜ்கிஷோர் பாபு, இணையற்ற வகையில் நிதானத்துடன் இருந்ததைக் கண்டேன். அவர் அமைதியோடு, "எங்களால் முடிந்த உதவிகளையெல்லாம் நாங்கள் செய்கிறோம். ஆனால், உங்களுக்கு எந்தவிதமான உதவி தேவை என்பதைத் தயவு செய்து சொல்லுங்கள்" என்றார்.

இவ்வாறு நடுநிசி வரையில் உட்கார்ந்து பேசினோம். நான் அவர்களிடம் கூறியதாவது: "உங்களுடைய சட்ட ஞானத்தால் எனக்கு ஒருவிதப் பிரயோசனமும் இல்லை.

எழுத்து வேலைக்கும், மொழி பெயர்க்கும் வேலைக்குமே எனக்கு உதவி தேவை; சிறை செல்ல வேண்டிய அவசியமும் ஏற்படலாம். அந்த அபாயத்திற்கும் நீங்கள் தயாராக இருக்க வேண்டும் என்றே நான் விரும்புவேன். ஆனால், எவ்வளவு தூரம் போகமுடியும் என்று நீங்கள் எண்ணுகிறீர்களோ அந்த அளவுக்கு மாத்திரம் நீங்கள் போகலாம். நீங்கள் குமாஸ்தாக்கள் ஆகிவிடுவதும், நிச்சயமற்ற காலம் வரையில் தொழிலை விட்டுவிட வருவதும் சாமான்யமான விஷயமே அல்ல. இப் பகுதியில் பேசப்படும் ஹிந்தியைப் புரிந்து கொள்வது எனக்குக் கஷ்டமாக இருக்கிறது. செய்தி அல்லது உருது மொழிப் பத்திரிகைகளையும் என்னால் படிக்க முடியாது. இவற்றை மொழிபெயர்த்து எனக்குச் சொல்ல உங்கள் உதவி வேண்டியிருக்கும். இந்த வேலைக்குச் சம்பளம் கொடுத்து ஆள் வைக்க நம்மால் ஆகாது. அன்பிற்காகவும், சேவை உணர்ச்சியின் பேரிலுமே இவைகளெல்லாம் செய்யப்படவேண்டும்.''

பிரஜ்கிஷோர் பாபு நான் கூறியதை உடனே நன்கு அறிந்து கொண்டார். இப்பொழுது அவர் என்னையும் தமது சகாக்களையும் முறையாகக் கேள்விகள் கேட்டு குறுக்கு விசாரணை செய்தார். தங்கள் சேவை எவ்வளவு காலத்திற்கு வேண்டியிருக்கும், தங்களில் எத்தனை பேர் வேலைக்கு வேண்டும். தாங்கள் முறை போட்டுக் கொண்டு வந்து சேவை செய்யலாமா என்பன போன்ற கேள்விகளையெல்லாம் அவர் கேட்டார். அவற்றின் மூலம் நான் கேட்ட உதவியின் தன்மையைத் தெளிவாக்கிக் கொள்ள முயன்றார். பிறகு தியாகத்திற்குத் தங்களுக்குள்ள சக்தியைக் குறித்து வக்கீல்களைக் கேட்டார்.

முடிவாக அவர்கள் எனக்கு இந்த வாக்குறுதியை அளித்தார்கள்: "எங்களில் இத்தனை பேர் நீங்கள் சொல்கிறபடியெல்லாம் செய்யத் தயாராக இருக்கிறோம். எங்களில் சிலர், நீங்கள் விரும்பும் காலம் வரையில் உங்களுடனேயே இருப்போம். ஆனால், சிறை செல்வதற்குத் தயாராவது என்பது எங்களுக்குப் புதியதொரு விஷயம். அதற்கும் எங்களைப் பக்குவப்படுத்திக் கொள்ள முயல்கிறோம்.''

14. அகிம்சையுடன் நேருக்குநேர்

சம்பாரண் விவசாயிகளின் நிலைமையும், அவுரித் தோட்ட முதலாளிகளுக்கு எதிராக அவர்களுக்கு இருந்த குறைகளையும் விசாரித்து அறிந்துகொள்ளுவதே என்னுடைய நோக்கம். ஆயிரக்கணக்கான விவசாயிகளை நான் சந்தித்தாக வேண்டியது இக்காரியத்திற்கு அவசியமாயிற்று. ஆனால், என்னுடைய விசாரணையை ஆரம்பிப்பதற்கு முன்னால், இவ்விஷயத்தில் தோட்ட முதலாளிகளின் கட்சி இன்னது என்பதைத் தெரிந்து கொள்ளுவதும், அந்த டிவிஷனின் கமிஷனரைக் கண்டு பேசுவதும் மிக முக்கியம் என்று கருதினேன். இவ்விருவரையும் கண்டு பேச அனுமதி கேட்டு அதையும் பெற்றேன்.

தோட்ட முதலாளிகளின் சங்கக் காரியதரிசியைக் கண்டு பேசினேன். நான் வெளியான் என்றும், தோட்ட முதலாளி களுக்கும் அவர்களுடைய சாகுபடியாளருக்கும் இடையே தலையிடுவதற்கு எனக்கு எந்தவித உரிமையும் இல்லை என்றும் அவர் ஒளிவு மறைவு இன்றிச் சொல்லி விட்டார். ஆனால், நான் சொல்லிக்கொள்ள வேண்டியது ஏதாவது இருந்தால், அதை எழுத்து மூலம் தெரிவித்துக் கொள்ளுமாறும் என்னிடம் கூறிவிட்டார். வெளியான் என்று நான் என்னை எண்ணிக் கொள்ளவில்லை என்றும், சாகுபடியாளர்கள் தங்கள் நிலைமையைப் பற்றி நான் விசாரிக்க வேண்டும் என்று விரும்புவார்களாயின் அப்படி விசாரிப்பதற்கு எனக்கு எல்லாவிதமான உரிமையும் இருக்கிறது என்றும் அவரிடம் பணிவாகச் சொன்னேன்.

கமிஷனரையும் போய்ப் பார்த்தேன். அவர் என்னை உருட்டி மிரட்டத் தொடங்கினார். திர்ஹூ த்திலிருந்து உடனே போய் விடுமாறும் அவர் எனக்குப் புத்திமதி சொன்னார்.

இவையெல்லாவற்றையும் என் சக ஊழியர்களுக்குத் தெரிவித்தேன். மேற்கொண்டும் நான் செல்ல முடியாதபடி அரசாங்கம் என்னைத் தடுத்துவிடக்கூடும் என்றும், ஆகவே

நான் எதிர்பார்த்ததற்கும் முன்னாலேயே நான் சிறை சென்று விட நேரலாம் என்றும், நான் கைது செய்யப்பட்டால், அப்படிச் செய்யப்படுவது பேதியாவில் சாத்தியமானால் நடக்க வேண்டும்; அல்லது மோதிகாரியில் நடப்பது மிகச் சிறந்தது என்றும் சொன்னேன். ஆகையால் சாத்தியமான வரையில் சீக்கிரத்திலேயே நான் அந்த இடங்களுக்குப் போவதே நல்லது என்றும் கூறினேன்.

திர்ஹூத் டிவிஷனில் சம்பாரண் ஒரு ஜில்லா; மோதிகாரி அதன் தலைநகரம். ராஜ்குமார் சுக்லாவின் ஊர் பேதியாவுக்குப் பக்கத்தில் இருந்தது. அதற்குப் பக்கத்திலிருந்த கிராமங்களைச் சேர்ந்த விவசாயிகளே, அந்த ஜில்லாவில் மிகவும் ஏழைகள். அவர்களை நான் பார்க்க வேண்டும் என்று ராஜ்குமார் சுக்லா விரும்பினார்; நானும் அவர்களைப் பார்க்க வேண்டும் என்று ஆவலுடன் இருந்தேன்.

ஆகவே, அன்றே என் சக ஊழியர்களுடன் நான் மோதிகாரிக்குப் புறப்பட்டேன். அங்கே பாபு கோரக் பிரசாத் எங்களுக்குத் தம் வீட்டில் தங்க இடம் கொடுத்தார். இதனால் அவர் வீடு ஒரு சத்திரம் போல் ஆகிவிட்டது. நாங்கள் எல்லோரும் தங்குவதற்கு அந்த வீட்டில் இடம் போதவில்லை. மோதிகாரிக்கு ஐந்து மைல் தூரத்தில் ஒரு விவசாயி துன்புறுத்தப்பட்டார் என்று அன்றே நாங்கள் கேள்விப்பட்டோம். அடுத்த நாள் காலையில் பாபு தரணீதர் பிரசாத்துடன் நான் அங்கே போய் அந்த விவசாயியைப் பார்ப்பது என்று முடிவு செய்தோம். அதன்படி யானை மீது ஏறி நாங்கள் அவ்விடத்திற்குப் புறப்பட்டோம். குஜராத்தில் மாட்டு வண்டி எப்படிச் சர்வ சாதாரணமோ அதேபோலச் சம்பாரணில் யானை சர்வ சாதாரணம். பாதி தூரம்கூடப் போயிருக்க மாட்டோம், அதற்குள் போலீஸ் சூப்பரின்டெண்டென் டிடமிருந்து வந்த ஓர் ஆள் எங்களைப் பிடித்தார். போலீஸ் சூப்பரின்டெண்டென்ட் தமது வந்தனத்தை எனக்கு அனுப்பியதாக அந்த ஆள் கூறினார். அவர் கூறியதன் கருத்தை நான் அறிந்துகொண்டேன். போக இருந்த இடத்திற்குத் தரணீதர் பிரசாத்தை மாத்திரம் போகச் சொல்லிவிட்டு, அந்த ஆள் கொண்டு வந்திருந்த வாடகை வண்டியில் நான் ஏறிக் கொண்டேன். சம்பாரணிலிருந்து நான் போய்விட வேண்டும்

என்ற உத்தரவைப் பிறகு அந்த ஆள் எனக்குச் சாதரா செய்து, என்னை நான் தங்கியிருந்த இடத்துக்குக் கொண்டு வந்து விட்டுவிட்டார். உத்தரவைப் பெற்றுக் கொண்டதற்குக் கையெழுத்துப் போட்டுத் தரும்படி அவர் கேட்டார். அந்த உத்தரவுக்கு நான் கீழ்ப்படியப் போவதில்லை என்றும், என் விசாரணை முடியும் வரையில் நான் சம்பாரணிலிருந்து. போகப்போவதில்லை என்றும் எழுதிக் கொடுத்தேன். அதன் பேரில் சம்பாரணை விட்டுப் போய்விட வேண்டும் என்ற உத்தரவை மீறிவிட்ட குற்றத்திற்காக விசாரிப்பதற்கு, மறுநாள் கோர்ட்டுக்கு வருமாறு எனக்குச் சம்மன் வந்தது.

அன்று இரவு முழுவதும் விழித்திருந்து கடிதங்கள் எழுதினேன்; பாபு பிரஜ்கிஷோர் பிரசாத்துக்கு அவசியமான யோசனைகளை எல்லாம் கூறினேன்.

எனக்கு உத்தரவிடப்பட்டதும் சம்மன் வந்திருப்பதும் காட்டுத்தீபோல் எங்கும் பரவிவிட்டன. மோதிகாரி, இதற்கு முன்னால் என்றுமே கண்டறியாத காட்சியை அன்று கண்டது என்று சொன்னார்கள். கோரக் பாபுவின் வீட்டிலும், கோர்ட்டிலும் சொல்ல முடியாத அளவுக்கு ஒரே ஜனக் கூட்டம். அதிர்ஷ்டவசமாக என் வேலைகளை யெல்லாம் இரவிலேயே செய்து முடித்து விட்டதால் அப்பெரும் கூட்டத்தைச் சமாளிக்க என்னால் முடிந்தது. என் சகாக்கள் எனக்கு அதிக உதவியாக இருந்தார்கள். நான் போன இடத்திற்கெல்லாம் கூட்டம் பின் தொடர்ந்து வந்துகொண்டு இருந்ததால் அக் கூட்டத்தை ஒழுங்குபடுத்தும் வேலையில் என் சகாக்கள் ஈடுபட்டிருந்தனர்.

கலெக்டர், மாஜிஸ்டிரேட், போலீஸ் சூப்பரின்டெண்டென்ட் ஆகிய அதிகாரிகளுக்கும் எனக்கும் இடையே ஒரு வகையான நட்பு ஏற்பட்டது. எனக்குப் பிறப்பிக்கப்பட்டிருந்த உத்தரவைச் சட்ட ரீதியில் நான் ஆட்சேபித்திருக்கலாம். ஆனால், அதற்கு மாறாக நான் அவற்றை எல்லாம் பெற்றுக் கொண்டேன். அதிகாரிகள் விஷயத்தில் நான் தவறில்லாமலும் நடந்து கொண்டேன். இதிலிருந்து தனிப்பட்ட வகையில் தங்களை அவமதிக்கும் நோக்கம் எனக்கு இல்லை என்றும், அவர்களுடைய உத்தரவைச் சாத்விகமாக எதிர்க்கவே நான் விரும்புகிறேன் என்றும் அவர்கள் கண்டு கொண்டனர். இந்த வகையில்

அவர்கள் கவலை யற்றவர்களாயினர். என்னைத் தொந்தரவு செய்வதற்குப் பதிலாகக் கூட்டத்தை ஒழுங்குபடுத்துவதற்கு என் ஒத்துழைப்பையும், என் சகாக்களின் ஒத்துழைப்பையும் மகிழ்ச்சியுடன் பயன்படுத்திக் கொண்டார்கள். என்றாலும், தங்களுடைய அதிகாரம் ஆட்டம் கண்டு விட்டது என்பதற்கு அது கண்கூடான சாட்சியாக அவர்களுக்கு இருந்தது. அந்த நேரத்தில் மக்கள், தண்டனையைப் பற்றிய பயத்தையெல்லாம் இழந்துவிட்டார்கள். தங்கள் புதிய நண்பர்கள் காட்டிய அன்பின் சக்திக்கே பணிந்தனர்.

சம்பாரணில் யாருக்கும் என்னைத் தெரியாது என்பதை ஞாபகத்தில் வைத்துக்கொள்ள வேண்டும். விவசாயிகள் எல்லோரும் ஒன்றுமே அறியாதவர்கள். சம்பாரண், கங்கைக்கு வடக்கில் வெகு தூரத்திலும், இமயமலை அடிவாரத்தில் நேபாளத்திற்குப் பக்கத்திலும் இருப்பதால், இந்தியாவின் மற்றப் பகுதியிலிருந்து துண்டிக்கப்பட்டிருக்கிறது. அப் பகுதியில் இருப்பவர்களுக்குக் காங்கிரஸைப் பற்றி ஒன்றுமே தெரியாது. காங்கிரஸ் என்ற பெயரைக் கேட்டிருப்பவர்கள் கூட, அதில் சேருவதற்கும், அதன் பெயரைச் சொல்லுவதற்கும் கூடப் பயந்து கொண்டிருந்தனர். இப்பொழுதோ, காங்கிரஸு ம் அதன் அங்கத்தினர்களும், காங்கிரஸின் பெயரால் இல்லாவிட்டாலும் அதைவிட இன்னும் அதிக உண்மையான வகையில், அப்பகுதியில் பிரவேசித்து விட்டார்கள்.

காங்கிரஸின் பெயரால் எதையும் செய்ய வேண்டாம் என்று என் சக ஊழியர்களுடன் கலந்து ஆலோசித்து முடிவு செய்து விட்டேன். நாங்கள் விரும்பியதெல்லாம், வேலையையேயன்றிப் பெயரையல்ல; பொருளையேயல்லாமல் நிழலையல்ல. ஏனெனில், அரசாங்கத்திற்கும், அந்த அரசாங்கத்தை இஷ்டம்போல் ஆட்டி வந்தவர்களான தோட்ட முதலாளிகளுக்கும், காங்கிரஸ் என்ற பெயரே வேப்பங்காயாக, வெறுப்பாக இருந்தது. காங்கிரஸ் என்பதற்கு, வக்கீல்களின் தந்திரவாதங்கள்; சட்டத்தில் இருக்கும் இடுக்குகளைக் கொண்டு சட்டத்தைப் பின்பற்றாது இருப்பது; வெடிகுண்டுக்கு மற்றொரு பெயர்; அராஜகக் குற்றம், தந்திரம், நய வஞ்சகம் — என்றெல்லாம் அவர்கள் பொருள் கற்பித்துக் கொண்டிருந்தனர்.

இந்த இரு தரப்பாரிடமிருந்தும் இந்தத் தப்பு அபிப்பிராயத்தைப் போக்க வேண்டும். ஆகவே, காங்கிரஸின் பெயரையே சொல்லுவதில்லை. காங்கிரஸ் என்ற ஸ்தாபனத்தைப் பற்றி விவசாயிகளுக்குத் தெரிவிப்பதில்லை என்று நாங்கள் முடிவு செய்து கொண்டோம். காங்கிரஸின் பெயரைவிட அதன் கருத்தை அறிந்து அவர்கள் நடந்து கொண்டாலே போதும் என்று நாங்கள் எண்ணினோம்.

ஆகையால், காங்கிரஸின் சார்பாகப் பகிரங்கமாகவோ, ரகசியமாகவோ அங்கே வேலை செய்து, எங்கள் வருகைக்காக முன்னேற்பாடுகளைச் செய்து வைக்க அங்கே தூதர்கள் யாரும் அனுப்பப்படவில்லை. ஆயிரக்கணக்கான விவசாயிகளிடம் போய்ப் பிரச்சாரம் செய்வதற்கு வேண்டிய சக்தியும் ராஜ்குமார் சுக்லாவுக்கு இல்லை. அதுவரையில் அம்மக்கள் இடையே எந்த விதமான ராஜீய வேலையும் நடந்தது கிடையாது. சம்பாரணுக்கு வெளியில் உலகம் இருக்கிறது என்பதே அவர்களுக்குத் தெரியாதென்றாலும், ஆயுளெல்லாம் தங்களுக்கு நண்பனாக இருந்தவனைப் போல் அவர்கள் என்னை வரவேற்றார்கள். இவ்விதம் விவசாயிகளை நான் சந்தித்ததில், கடவுளையும், அகிம்சையையும், சத்தியத்தையும் நேருக்கு நேராக நான் தரிசித்தேன் என்று கூறுவது அப்படியே உண்மையேயன்றி எவ்விதத்திலும் மிகைப்படுத்திக் கூறுவது ஆகாது.

இந்தத் தரிசனத்தை நான் பெறுவதற்கு என்னை உரியவனாக்கியது எது என்பதை நான் ஆராயும்போது, மக்களிடம் கொண்ட அன்பைத் தவிர வேறு எதுவும் அல்ல என்பதைக் காண்கிறேன். இந்த அன்பு, அகிம்சையில் நான் கொண்டிருக்கும் அசைக்க முடியாத உறுதியின் வெளித் தோற்றமேயன்றி வேறு அன்று.

சம்பாரணில் அந்த நாள், என் வாழ்க்கையில் மறக்கவே முடியாத நாள்; விவசாயிகளுக்கும் எனக்கும் அது மிகவும் முக்கியமான நாளாகும்.

சட்டப்படி விசாரணைக்கு உட்பட வேண்டியவன் நான். ஆனால், உண்மையில், குற்றவாளியின் கூண்டில் ஏறி நின்றது அரசாங்கமே என்று சொல்ல வேண்டும். என்னைப் பிடிக்க விரித்திருந்த வலையில் அரசாங்கம் சிக்கிக் கொள்ளும்படி செய்வதிலேயே கமிஷனர் வெற்றி பெற்றார்.

15. வழக்கு வாபசாயிற்று

விசாரணை ஆரம்பமாயிற்று. அரசாங்க வக்கீல், மாஜிஸ்டிரேட் முதலிய அதிகாரிகள் எல்லாம் திகைத்துக் கொண்டிருந்தார்கள். என்ன செய்வதென்பதே அவர்களுக்குப் புரியவில்லை. வழக்கை ஒத்தி வைத்து விடும்படி மாஜிஸ்டி ரேட்டை அரசாங்க வக்கீல் வற்புறுத்திக் கொண்டிருந்தார். ஆனால், நான் குறுக்கிட்டேன். சம்பாரணை விட்டுப் போய் விடவேண்டும் என்ற உத்தரவை மீறிய குற்றத்தை நான் செய்திருப்பதாக ஒப்புக்கொள்ள விரும்புகிறேன். ஆகையால், வழக்கை ஒத்தி வைக்கவேண்டாம் என்று மாஜிஸ்டிரேட்டைக் கேட்டுக் கொண்டேன். பின்வருமாறு சுருக்கமாக என் வாக்குமூலத்தையும் படித்தேன்:

“கி. பு. கோ. 144– வது பிரிவின் கீழே பிறப்பிக்கப்பட்ட தடை உத்தரவை நான் மீறிவிட்டதாகத் தோன்றும் இக் கடுமையான நடவடிக்கையை நான் ஏன் மேற்கொண்டேன் என்பதைக் காட்ட, கோர்ட்டாரின் அனுமதியின் பேரில், சுருக்கமான ஒரு வாக்குமூலத்தைக் கொடுக்க விரும்புகிறேன். உள்ளூர் அதிகாரிகளுக்கும் எனக்கும் உள்ள மாறுபட்ட அபிப்பிராயத்தைப் பற்றிய விஷயமே இது என்பதுதான் என் தாழ்மையான அபிப்பிராயம். ஜீவ காருண்ய, தேசிய சேவை செய்வது என்ற நோக்கத்தின் பேரில் நான் நாட்டில் பிரவேசித்தேன். அவுரித் தோட்ட முதலாளிகள் தங்களை ஒழுங்காக நடத்தவில்லை என்று விவசாயிகள் திடமாகக் கூறுகின்றனர். வந்து உதவி செய்ய வேண்டும் என்று அவர்கள் வற்புறுத்தி அழைத்ததன் பேரில் நான் இங்கே வந்தேன். பிரச்னையை ஆராய்ந்து பாராமல் நான் எந்தவிதமான உதவியையும் செய்துவிட முடியாது. ஆகையால், சாத்தியமானால் அரசாங்க நிர்வாகிகள், தோட்ட முதலாளிகள் இவர்களின் ஒத்துழைப்புடன் நிலைமையை ஆராயவே நான் வந்திருக்கிறேன். இதைத் தவிர எனக்கு வேறு எந்தவிதமான நோக்கமும் இல்லை. நான் வந்திருப்பதால் பொது ஜன அமைதிக்குப் பாதகம் ஏற்படும் என்றோ, உயிர்ச்சேதம் ஏற்பட்டு விடும் என்றோ நான் நம்ப முடியாது.

இத்தகைய விஷயங்களில் எனக்கு அதிக அனுபவம் உண்டு. ஆனால், அதிகாரிகளோ, வேறுவிதமாக எண்ணிவிட்டார்கள். அவர்களுக்குள்ள கஷ்டங்களையும் நான் முற்றும் உணருகிறேன். தங்களுக்குக் கிடைத்த தகவல்களைக் கொண்டே அவர்கள் நடவடிக்கை எடுக்க வேண்டியிருக்கிறது என்பதையும் ஒப்புக் கொள்கிறேன். சட்டத்திற்கு கட்டுப்பட்டு நடக்கும் பிரஜை நான். ஆகவே, எனக்குப் பிறப்பிக்கப்பட்டிருக்கும் உத்தரவுக்குக் கீழ்ப்படிய வேண்டும் என்பதே எனக்கு ஏற்படும் முதல் எண்ணம். ஆனால், நான் யாருக்காக வந்திருக்கிறேனோ அவர்களுக்கு ஆற்ற வேண்டிய கடமையை நான் சட்டத்தை மீறாமல் செய்துவிட முடியாது. அவர்களுக்கு நடுவில் நான் இருப்பதனாலேயே அவர்களுக்கு நான் இப்பொழுது சேவை செய்ய முடியும் என்று உணருகிறேன். ஆகையால், இங்கிருந்து நானாக வலியப் போய்விட முடியாது. இவ்வாறு முரண்பட்ட கடமைகள் ஏற்பட்டிருக்கும்போது, அவர்களிடமிருந்து என்னை அப்புறப்படுத்திவிடும் பொறுப்பை நான் அதிகாரிகளின் மீதே போட முடியும். இந்தியாவின் பொது வாழ்க்கையில் என்னைப் போன்றதோர் நிலையில் இருப்பவன், பிறர் பின்பற்றுவதற்கான காரியத்தைச் செய்வதில் அதிக ஜாக்கிரதையாக இருக்க வேண்டும் என்பதை முற்றும் அறிந்தே இருக்கிறேன். நாங்கள் இன்று ஒரு சிக்கலான அரசியல் அமைப்பின் கீழ் வாழ்கிறோம். இதில் சுயமதிப்புள்ள ஒருவன், எனக்கு ஏற்பட்டிருப்பதைப் போன்ற சந்தர்ப்பத்தில், அனுசரிக்கக் கூடிய பத்திரமான, கௌரவமான முறை, நான் செய்ய முடிவு செய்திருப்பதைப் போன்று தடை உத்தரவை மீறி, அதற்குரிய தண்டனையை மனப்பூர்வமாக ஏற்றுக் கொள்ளுவதேயாகும்.

“இந்த வாக்குமூலத்தைக் கொடுக்க நான் முற்பட்டிருப்பதன் நோக்கம், எனக்குக் கொடுக்கவிருக்கும் தண்டனையை எந்த விதத்திலும் குறைத்துக்கொள்ளும் முயற்சி அன்று. தடை உத்தரவை மதிக்க நான் மறுத்திருப்பது, சட்டப்படி ஏற்பட்டிருக்கும் அதிகாரத்தினிடம் எனக்கு மதிப்பு இல்லாததனால் அல்ல; சட்டங்களுக்கெல்லாம் மேலான சட்டமாகிய மனச்சாட்சியின் குரலுக்குக் கீழ்ப்படிந்தே இவ்விதம் செய்கிறேன் என்பதைக் காட்டுவதற்கேயாகும்.”

இவ்விதம் நான் வாக்குமூலம் கொடுத்துவிட்ட பிறகுவிசாரணையை ஒத்தி வைப்பதற்குக் காரணமில்லை. ஆனால் நான் இப்படி வாக்குமூலம் கொடுப்பேன் என்று எதிர்பாராததனால் மாஜிஸ்டிரேட், அரசாங்க வக்கீல் ஆகிய இருவருமே திடுக்கிட்டுப் போனார்கள். மாஜிஸ்டிரேட், தீர்ப்புக் கூறுவதை ஒத்திவைத்தார். இதற்கு மத்தியில் முழு விவரங்களையும் நான் வைசிராய்க்கும், பாட்னா நண்பர்களுக்கும், பண்டித மதன் மோகன மாளவியாவுக்கும், மற்றவர்களுக்கும் தந்தி மூலம் அறிவித்தேன்.

தண்டனையை ஏற்றுக்கொள்ளுவதற்கு நான் கோர்ட்டில் ஆஜராவதற்கு முன்னாலேயே மாஜிஸ்டிரேட் எழுத்து மூலம் எனக்குத் தகவலை அனுப்பிவிட்டார். என் மீதுள்ள வழக்கை வாபஸ் வாங்கிக் கொள்ளும்படி கவர்னர் உத்தரவிட்டிருக்கிறார் என்று அதில் அவர் கூறியிருந்தார். கலெக்டரும் எனக்கு ஒரு கடிதம் எழுதினார். நான் நடத்தவிருந்த விசாரணையை நான் தாராளமாக நடத்திக் கொண்டு போகலாம் என்றும், எனக்கு வேண்டிய உதவி அதிகாரிகளிடமிருந்து கிடைக்கும் என்றும் அவர் தெரிவித்தார். இவ்வளவு விரைவில், இவ்விஷயம் இப்படி மகிழ்ச்சிகரமான வகையில் தீர்ந்துவிடும் என்று எங்களில் யாரும் எதிர்பார்க்கவே இல்லை.

கலெக்டர் ஸ்ரீ ஹேகாக்கைப் பார்க்கப் போனேன். அவர் நல்லவராகவும், நியாயத்தைச் செய்யவேண்டும் என்பதில் ஆவலுள்ளவராகவுமே காணப்பட்டார். பார்க்க விரும்பும் தஸ்தாவேஜு களை நான் கேட்கலாம் என்றும், நான் விரும்பும் போதெல்லாம் தம்மை வந்து காணலாம் என்றும் அவர் கூறினார்.

இவ்விதம் சாத்விகச் சட்ட மறுப்பில் முதல் உதாரண பாடத்தை நாடு பெற்றது. சம்பாரணில் எங்கும் இதைக் குறித்தே பேசினர். பத்திரிகைகளும் தாராளமாக எழுதின. இதனால், நான் மேற்கொண்ட விசாரணைக்கு எதிர்பாராத விளம்பரமும் கிடைத்தது.

அரசாங்கம் நடுநிலைமை வகிக்க வேண்டியது என் விசாரணைக்கு மிகவும் அவசியமானது. ஆனால், பத்திரிகை நிருபர்களின் உதவியும், பத்திரிகைகளில் தலையங்கம் எழுதி ஆதரிப்பதும் இந்த விசாரணைக்குத் தேவையில்லை. உண்மையில்

சம்பாரணில் இருந்த நிலைமை, மிக ஜாக்கிரதையாகக் கையாள வேண்டிய கஷ்டமான நிலைமை. ஆகையால், அதிகப்படியாகக் கண்டித்து எழுதிவிடுவதோ, மிகைப்படுத்தி விடும் செய்திகளோ நான் அடைய முற்பட்டிருந்த லட்சியத்திற்குத் தீமை விளைவித்து விடக்கூடும். எனவே, முக்கியமான பத்திரிகைகளின் ஆசிரியர்களுக்கெல்லாம் கடிதம் எழுதினேன். பிரசுரிக்க வேண்டியது அவசியம் என்று இருப்பதை நானே எழுதுவதாகவும், நிலைமையை அப்போதைக்கப்போது அவர்களுக்குத் தெரிவித்துக் கொண்டிருப்பதாகவும் நான் எழுதியதோடு, நிருபர்களை அனுப்பும் சிரமம் அவர்களுக்கு வேண்டாம் என்றும் கேட்டுக்கொண்டேன். நான் சம்பாரணில் இருப்பதை அங்கீகரித்துவிட்ட அரசாங்கத்தின் போக்கு, தோட்ட முதலாளிகளுக்கு அதிக அதிருப்தியை உண்டாக்கிவிட்டது என்பதை அறிவேன். அதிகாரிகள், பகிரங்கமாக எதுவும் சொல்ல முடியாவிட்டாலும், இந்த நிலைமையை அவர்களும் உள்ளூர விரும்பமாட்டார்கள் என்பதும் எனக்குத் தெரியும். ஆகையால், தவறான, தப்பான அபிப்பிராயத்தை உண்டாக்கிவிடக்கூடிய செய்திகள் பிரசுரமாவதால், அவர்களுடைய குரோதமே மேலும் அதிகமாகும். அவர்களுடைய ஆத்திரம் என் மீது பாய்வதற்குப் பதிலாக, இப்பொழுதே பயந்து நடுங்கிக் கொண்டிருக்கும் ஏழை விவசாயிகள் மீதே பாய்ந்துவிடும். அதோடு அங்கிருக்கும் நிலைமையைப் பற்றிய உண்மையைக் கண்டு கொள்ள நான் முற்பட்டிருப்பதற்கும் இடையூறு ஏற்படும்.

இவ்வளவு தூரம் முன்னெச்சரிக்கையுடன் நான் நடந்து கொண்டும், தோட்டக்காரர்கள் எனக்கு எதிராக விஷமமான கிளர்ச்சிகளை யெல்லாம் செய்தார்கள். என்னைப் பற்றியும், என் சக ஊழியர்களைக் குறித்தும் எல்லாவிதமான புளுகுகளும் பத்திரிகைகளில் பிரசுரமாயின. ஆனால், நான் மிகவும் தீவிரமான முன் ஜாக்கிரதையுடன் இருந்ததாலும், மிகச் சிறிய விஷயத்தில் கூட உண்மையை நான் வற்புறுத்தி வந்ததாலும், அவர்களுடைய பிரச்சாரம் அவர்களுக்கே தீமையாக முடிந்துவிட்டது.

பிரஜ்கிஷோர் பாபுவின் பெயரைக் கெடுத்துவிடத் தோட்ட முதலாளிகள் சகலவிதமான முயற்சிகளையும் செய்தார்கள். ஆனால், அவர் மீது எவ்வளவுக்கெவ்வளவு அவர்கள்

அவதூறுகளைக் கூறினார்களோ அவ்வளவுக்கவ்வளவு அவருக்கு மக்களிடையே மதிப்பு அதிகரித்தது.

இப்படி அதிக ஜாக்கிரதையாகக் காரியம் செய்ய வேண்டியிருந்த நிலையில், மற்ற மாகணங்களிலிருந்த தலைவர்கள் யாரையும் அழைப்பது சரியல்ல என்று எண்ணினேன். தமக்குத் தகவல் அனுப்பியதும், நான் விரும்பும்போது உடனே வரத் தயாராக இருப்பதாகப் பண்டித மாளவியா எனக்கு வாக்குறுதி அனுப்பி இருந்தார். ஆனால், அவருக்கு நான் தொந்தரவு கொடுக்கவில்லை. இப்போராட்டம் ஒரு ராஜீயப் போராட்டம் ஆகிவிடாதபடி பார்த்துக்கொண்டேன். ஆனால், தலைவர்களுக்கும், முக்கியமான பத்திரிகைகளுக்கும் – பிரசுரிப்பதற்காக அல்ல – அவர்கள் அறிந்திருக்க வேண்டும் என்பதற்காக, அப்போதைக்கப் போது சமாச்சாரத்தை அறிவித்து வந்தேன். ராஜீயக் கலப்பில்லாத ஒரு போராட்டத்தின் முடிவு, ராஜீயப் பலனுடையதாகவே இருக்கலாம். ஆயினும், அப்போராட்டத்திற்கு ராஜீயத் தோற்றத்தை அளித்துவிடுவதானால், அதற்குத் தீமையையே உண்டாக்கி விடுகிறோம் என்பதைப் பார்த்திருக்கிறேன். ஆகவே ராஜீயக் கலப்பில்லாமல் வைத்திருப்பதனாலேயே அதற்கு உதவி செய்ய முடியும். மக்களுக்குத் தன்னலமற்ற வகையில் எந்தத் துறையில் தொண்டு செய்தாலும், முடிவில் அது நாட்டிற்கு ராஜீய வகையில் உதவி செய்வதாகவே ஆகும். இந்த உண்மைக்குச் சம்பாரண் போராட்டம் ஒரு ருசுவாகும்.

16. வேலைமுறைகள்

சம்பாரண் விசாரணையின் முழு விவரத்தையும் கூறுவதென்றால், சம்பாரண் விவசாயிகள் அச்சமயத்தில் இருந்த நிலைமையைப் பற்றிக் கூறுவதாகவே அது ஆகும். ஆனால் இந்த அத்தியாயங் களுக்கு அது பொருத்தம் இல்லாதது. சம்பாரண் விசாரணை, சத்தியம், அகிம்சை ஆகியவற்றில் ஒரு தைரியமான சோதனையேயாகும். அந்த நோக்கத்துடன் பார்க்கும்போது, எழுதத் தக்கவை என்று எனக்குத் தோன்றுகிறவைகளை மாத்திரமே நான் வாரந்தோறும் எழுதிக்கொண்டு வருகிறேன். இந்த விசாரணையைக் குறித்து மேலும் விவரமாக அறிய விரும்புவோர், ஹிந்தியில் ஸ்ரீ ராஜேந்திரப் பிரசாத் எழுதியிருக்கும் 'சம்பாரண் சத்தியாக்கிரகம்' என்ற நூலைப் பார்க்கவும். அதன் ஆங்கிலப் பதிப்பும் இப்பொழுது அச்சாகிக்கொண்டு வருகிறது என்பதை அறிகிறேன்.

இந்த அத்தியாயத்திற்கு உரிய விஷயத்தை இனிக் கவனிப்போம். கோரக் பாபு தம் வீட்டைக் காலிசெய்துவிட்டு, வேறிடத்திற்குச் செல்லும்படி செய்யாமல் அவர் வீட்டிலேயே இந்த விசாரணையை நடத்தி வருவது என்பது இயலாத காரியம். எங்களுக்குத் தங்கள் வீட்டை வாடகைக்குக் கொடுக்கும் அளவுக்கு மோதிகாரி மக்களுக்கு இன்னும் பயம் போய்விடவில்லை. என்றாலும், பிரஜ்கிஷோர் பாபு சாமர்த்தியமாக ஒரு வீட்டைப் பிடித்துவிட்டார். அதைச் சுற்றித் திறந்த இடம் நிறைய உண்டு. அவ்வீட்டிற்கு நாங்கள் மாறினோம்.

பணம் இல்லாமல் வேலையை நடத்திக்கொண்டு போவது என்பதும் சாத்தியமாக இல்லை. இது போன்ற வேலைக்குப் பண உதவி செய்யுமாறு பொதுமக்களுக்கு வேண்டுகோள் வெளியிடும் வழக்கமும் இதுவரை இல்லை. பிரஜ்கிஷோரும் அவர் நண்பர்களும் முக்கியமான வக்கீல்கள். அவர்களே பணம் கொடுத்து வந்தார்கள். சமயம் நேர்ந்த பொழுதெல்லாம் நண்பர்களிடமிருந்தும் பெற்று வந்தனர். பணம் கொடுக்கக் கூடிய வசதியில் தாங்களும், தங்களைப் போன்றவர்களுமே

இருக்கும்போது பண உதவி செய்யுமாறு பொதுமக்களை அவர்கள் எப்படிக்கேட்க முடியும்? அதுவே வாதம் என்று தோன்றியது. சம்பாரண் விவசாயிகளிடமிருந்து எந்தவிதமான பண உதவியையும் ஏற்றுக் கொள்ளுவதில்லை என்று முடிவு செய்துகொண்டுவிட்டேன். ஏனெனில், தவறான அபிப்பிராயம் ஏற்படுவதற்கு அது நிச்சயம் இடம் கொடுத்துவிடும். இந்த விசாரணையை நடத்துவதற்காக என்று பண உதவி கோரிப் பொதுவாகத் தேச மக்களுக்கு வேண்டுகோள் வெளியிடுவதில்லை என்றும் உறுதி செய்துகொண்டேன். ஏனெனில், அவ்விதம் தேச மக்களுக்கு வேண்டுகோள் விடுத்தால், இது அகில இந்திய விஷயமாகவும், ராஜீய விஷயமாகவும் ஆகி விடக்கூடும். பம்பாயிலிருந்து நண்பர்கள் ரூ. 15,000 கொடுப்பதாகக் கூறினர். ஆனால், அவர்களுக்கு வந்தனம் கூறி, அதை ஏற்றுக்கொள்ள மறுத்துவிட்டேன். பிரஜ்கிஷோர் பாபுவின் உதவியைக் கொண்டு சம்பாரணுக்கு வெளியிலிருக்கும் பணக்காரர்களான பீகாரிகளிடம் இருந்து எவ்வளவு முடியுமோ அவ்வளவு வசூலித்துக் கொள்ளுவது, மேற்கொண்டும் தேவைப்பட்டால் ரங்கூனிலிருந்த என் நண்பர் டாக்டர் பி. ஜே. மேத்தாவிடம் கேட்பது என்று முடிவு செய்து கொண்டேன். எவ்வளவு தேவைப்பட்டாலும் அனுப்புவதாக டாக்டர் மேத்தா உடனே ஒப்புக்கொண்டார். இவ்விதம் பணத்தைப் பற்றிய கவலையே எங்களுக்கு இல்லாது போயிற்று. சம்பாரணில் வறுமை நிலைமைக்கு ஏற்ற வகையில் மிகவும் சிக்கனமாகவே செலவு செய்வது என்று நாங்கள் உறுதி கொண்டதால், பெருந்தொகை எங்களுக்குத் தேவைப்படுவதற்கும் இல்லை. உண்மையில், பெருந்தொகை எங்களுக்குத் தேவைப்படவில்லை என்பதையே முடிவிலும் கண்டோம். மொத்தத்தில் மூவாயிரம் ரூபாய்க்கு மேல் நாங்கள் செலவு செய்யவில்லை என்றே எனக்கு ஞாபகம். நாங்கள் வசூலித்ததில் சில நூறு ரூபாய்களை மீதப்படுத்தியும் விட்டோம்.

ஆரம்ப நாட்களில் என்னுடைய சகாக்கள் விசித்திரமான வகையில் வாழ்க்கையை நடத்தி வந்தனர். இதைக் குறித்து நான் இடைவிடாமல் அவர்களைப் பரிகாசம் செய்து வந்தேன். அந்த வக்கீல்கள் ஒவ்வொருவருக்கும் ஒரு வேலைக்காரன், ஒரு

சமையற்காரன் ஆகையால் ஒவ்வொருவருக்கும் தனித் தனிச் சமையல், இரவில் நடுநிசியில் கூடச் சாப்பிடுவார்கள். அவர்கள் தங்கள் செலவுக்குத் தாங்களே ஏற்பாடு செய்துகொண்ட போதிலும், கால நேர ஒழுங்கின்றி அவர்கள் நடந்துகொண்டு வந்தது எனக்கு ஒரே கவலையாக இருந்தது. நாங்கள் மிகவும் நெருங்கிய நண்பர்கள் ஆகிவிட்டதால், எங்களுக்குள் தவறான அபிப்பிராயங்கள் ஏற்பட்டுவிடும் என்பதற்கில்லை. நான் பரிகாசம் செய்ததை நல்ல உணர்ச்சியுடனேயே அவர்கள் ஏற்றுக் கொண்டார்கள். முடிவில், வேலைக்காரர்களையெல்லாம் அனுப்பி விடுவது, எல்லாச் சமையல்களையும் ஒன்றாக்கிவிடுவது, குறிப்பிட்ட கால முறையை அனுசரிப்பது என்று ஒப்புக்கொண்டார்கள். அவர்கள் எல்லோருமே சைவ உணவு சாப்பிடுகிறவர்கள் அல்ல. ஆனால் இரண்டு வகைச் சமையல் என்றால் செலவு அதிகம் ஆகும். ஆதலால் சைவச் சமையலே வைத்துக் கொள்ளுவது என்றும் தீர்மானமாயிற்று. சாப்பாடு எளிமையாக இருக்க வேண்டும் என்று வற்புறுத்துவது அவசியம் என்றும் கருதப்பட்டது.

இந்த ஏற்பாடுகள், எங்கள் செலவை அதிக அளவுக்குக் குறைத்துவிட்டன. அதோடு ஏராளமான நேரமும் உழைப்பும் மீதமாயின. இவை இரண்டும் நாங்கள் மேற்கொண்டிருந்த வேலைக்கு மிகவும் தேவையாகவும் இருந்தன. எங்களிடம் வாக்கு மூலம் கொடுக்க விவசாயிகள் கூட்டம் கூட்டமாக வந்தார்கள். அப்படி வந்தவர்களுடன் அவர்களுடைய தோழர்களும் ஏராளமாக வந்தனர். நாங்கள் இருந்த வீட்டைச் சுற்றியிருந்த திறந்த வெளியிலும் தோட்டத்திலும் இருக்க இடம் போதாத வகையில் பெருங்கூட்டம் இருந்து வந்தது. என்னைத் தரிசிப்பதற்கென்று வருபவர்களிடமிருந்து என்னைக் காப்பதற்காக என் சகாக்கள் எடுத்துக் கொண்ட முயற்சி அடிக்கடி பயன் பெறுவதில்லை. ஆகையால், குறிப்பிட்ட நேரத்தில் என்னைத் தரிசனத்திற்குக் காட்சிப் பொருள்போல் வைக்கவேண்டியிருந்தது. வாக்குமூலங்களை எழுதிக் கொள்ளுவதற்கு மாத்திரம் ஐந்து முதல் ஏழு தொண்டர்கள் வேண்டியிருந்தது. அப்படியும் வந்தவர்களில் சிலர் வாக்குமூலம் கொடுக்க முடியாமலே மாலையில் வீடு திரும்ப வேண்டியதாயிற்று. இந்த வாக்குமூலங்கள் எல்லாமே

முக்கியமானவை அல்ல; முன்னால் சிலர் சொன்னவற்றையே சிலர் திரும்பத் திரும்பச் சொல்லியிருந்தார்கள். என்றாலும், தாங்களும் வாக்குமூலம் கொடுக்காவிட்டால், அம்மக்கள் திருப்தியடைய மாட்டார்கள். இவ்விஷயத்தில் அவர்களுடைய உணர்ச்சியை நான் பாராட்டினேன்.

வாக்குமூலங்களைப் பதிவு செய்துகொண்டவர்கள், சில விதிகளை அனுசரிக்க வேண்டும். ஒவ்வொரு விவசாயியையும் சரியானபடி குறுக்கு விசாரணை செய்து, அந்தச் சோதனையில் திருப்திகரமாக இல்லாதவர்களின் வாக்குமூலங்கள் நிராகரிக்கப்பட்டன. இவ்விதம் செய்வதில் அதிகநேரம் செலவான போதிலும் பதிவான வாக்குமூலங்களில் பெரும்பாலானவை சிறிதும் ஆட்சேபிக்க முடியாதவைகளாயின.

இந்த வாக்குமூலங்களைப் பதிவு செய்யும் போது, ரகசியப் போலீஸைச் சேர்ந்த ஓர் அதிகாரி எப்பொழுதும் அங்கே இருந்து கொண்டிருப்பார். அவர் அவ்விதம் அங்கில்லாதபடி நாங்கள் தடுத்திருக்க முடியும். ஆனால், ரகசியப் போலீஸ் அதிகாரிகள் இருப்பதை நாங்கள் பொருட்படுத்தாமல் இருந்து விடுவதோடு, அவர்களை மரியாதையாகவும் நடத்தி, அவர்களுக்குத் தெரிவிக்கக்கூடிய தகவல்களையெல்லாம் தெரிவிப்பது என்றும் ஆரம்பத்திலிருந்தே நாங்கள் முடிவு செய்திருந்தோம். இதனால் எங்களுக்கு எந்தவிதமான தீங்கும் நேர்ந்து விடவில்லை. இதற்கு மாறாக, ரகசியப் போலீஸ் அதிகாரிகளுக்கு முன்னாலேயே வாக்குமூலங்கள் பதிவு செய்யப்படுகின்றன என்பது, குடியானவர்களை மேலும் பயம் இல்லாதவர்களாக்கியது. ரகசியப் போலீஸைக் குறித்து விவசாயிகளுக்கு இருந்த அளவு கடந்த பயம் ஒருபுறத்தில் அவர்கள் மனத்தில் இருந்து விரட்டப் பட்டதோடு மற்றோர் புறத்தில் அந்த அதிகாரிகள் இருந்ததால் வாக்குமூலத்தை மிகைப்படுத்திக் கூறிவிடாதிருப்பதற்கும் விவசாயிகளுக்கு அது இயற்கையாகவே ஒரு தடையாகவும் இருந்தது. மக்களை வலையில் சிக்கவைத்து விடுவது ரகசியப் போலீஸ் நண்பர்களின் வேலை. ஆகவே, விவசாயிகள் எச்சரிக்கையுடன் இருப்பது அவசியமாயிற்று.

தோட்ட முதலாளிகளுக்கு எரிச்சலை உண்டாக்க நான் விரும்பவில்லை. ஆனால், கௌரவமாக நடந்துகொள்ளுவதன்

மூலம் அவர்கள் மனத்தைக் கவர நான் விரும்பினேன். ஆகையால், எந்தத் தோட்ட முதலாளிகள் மீது கடுமையான குற்றச்சாட்டுகள் கூறப்பட்டனவோ அவர்களுக்கு எழுதுவது, அவர்களைச் சந்தித்துப் பேசுவது என்று வைத்துக் கொண்டேன். தோட்டக்காரர்கள் சங்கத்தினரையும் சந்தித்தேன். விவசாயிகளின் குறைகளை அவர்களுக்கு எடுத்துக் கூறியதோடு தோட்ட முதலாளிகளின் கருத்தையும் தெரிந்துகொண்டேன். இந்தத் தோட்ட முதலாளிகளில் சிலர் என்னை வெறுத்தார்கள்; சிலர் என்னை அலட்சியம் செய்தனர்; மற்றும் சிலரோ, என்னை மரியாதையுடன் நடத்தினார்கள்.

17. என் சகாக்கள்

பிரஜ்கிஷோர் பாபுவும் ராஜேந்திர பாபுவும் இணையே இல்லாத ஒரு ஜோடி. அவர்களுக்கு இருந்த அபார பக்தியின் காரணமாக, அவர்களுடைய உதவி இல்லாமல் நான் ஓர் அடியும் எடுத்து வைக்க முடியாமல் இருந்தது. அவர்களுடைய சீடர்கள் அல்லது சகாக்களான சம்பு பாபு, அனுக்கிரக பாபு, தரணி பாபு, ராம நவமி பாபு இவர்களும் மற்ற வக்கீல்களும் எப்பொழுதும் எங்களுடன் இருந்து வந்தனர். விந்தியா பாபுவும் ஜனக்தாரி பாபுவும் அப்போதைக்கப்போது வந்து எங்களுக்கு உதவி செய்வார்கள். இவர்கள் எல்லோரும் பீகாரிகள். இவர்களுக்கு இருந்த முக்கியமான வேலை விவசாயிகளிடமிருந்து வாக்குமூலங்களைப் பதிவு செய்துகொள்ளுவது.

பேராசிரியர் கிருபளானியும் எங்களோடு வந்து சேர்ந்து கொள்ளாமல் இருந்துவிட முடியாது. அவர் சிந்திக்காரர். என்றாலும், பீகாரில் பிறந்தவரை விட உண்மையான பீகாரியாக அவர் இருந்தார். வேறு மாகாணத்தில் குடியேறி, அந்த மாகாணத்திற்குத் தங்களை அர்ப்பணம் செய்துகொண்டு விடும் ஊழியர்கள் சிலரையே நான் கண்டிருக்கிறேன். அப்படிப்பட்டவர்கள் சிலரில் ஆச்சாரிய கிருபளானியும் ஒருவர். வேறு மாகாணத்தைச் சேர்ந்தவர் என்று யாருமே உணரமுடியாதபடி அவர் செய்து வந்தார். என்னுடைய பிரதான வாசற்காப்பாளர் அவர். என்னைத் தரிசிப்பதற்கென்று வருபவர்களிடமிருந்து என்னைப் பாதுகாப்பதை அவர் அப்போதைக்குத் தமது வாழ்க்கையின் லட்சியமாகவும் முடிவாகவும் கொண்டிருந்தார். அவருக்கு வற்றாத நகைச்சுவை உண்டு. அந்த நகைச்சுவையின் உதவியைக் கொண்டும், சில சமயங்களில் தமது அகிம்சையோடு கூடிய மிரட்டல்களைக் கொண்டும் ஜனங்களைத் தடுத்து வந்தார். இரவானதும் அவர் தமது உபாத்திமைத் தொழிலை மேற்கொண்டு விடுவார். தமது சகாக்களுக்குத் தமது சரித்திரப் படிப்பையும் ஆராய்ச்சிகளையும்

எடுத்துக்கூறி உற்சாகப்படுத்துவார். அங்கே வருகிறவர்களில் பயங்காளியாக இருக்கும் யாரையும் வீரர் ஆக்கிவிடுவார்.

எனக்கு அவசியமாகும்போது வந்து உதவி செய்வதாக வாக்குறுதி யளித்திருந்தவர்களில் மௌலானா மஜ்ருல் ஹக்கும் ஒருவர். மாதம் இரண்டொருமுறை அவர் வந்து எங்களைப் பார்த்துவிட்டுப் போவார். அவர் அந்தக் காலத்தில் வாழ்ந்த ஆடம்பர, ஆர்ப்பாட்ட வாழ்க்கைக்கும் இன்றுள்ள அவருடைய எளிய வாழ்க்கைக்கும் அதிக வித்தியாசம் உண்டு. அவர் எங்களுடன் பழகிய விதம், அவரும் எங்களில் ஒருவரே என்று நாங்கள் எண்ணும்படி செய்தது. ஆனால், புதிதாக வருபவர்களுக்கு அவருடைய நாகரிகப் பழக்கங்களைப் பார்த்துவிட்டு வேறு விதமான எண்ணமே ஏற்படும்.

பீகாரைப் பற்றிய அனுபவம் எனக்கு அதிகமானதும், கிராமக் கல்வி இருந்தாலன்றி நிரந்தரமான வகையில் வேலை எதுவும் செய்வது சாத்தியமில்லை என்ற உறுதியான முடிவுக்கு வந்தேன். விவசாயிகளின் அறியாமையோ மிகப் பரிதாபகரமாக இருந்தது. அவர்கள் தங்கள் குழந்தைகளை ஒன்று, இஷ்டம் போல் திரியவிட்டு வந்தார்கள்; இல்லையானால், காலையிலிருந்து இரவு வரையில், தினத்திற்கு இரண்டு செப்புக் காசுக்காக, அவுரித் தோட்டங்களில் உழைக்கும்படி செய்துவந்தார்கள். அந்த நாட்களில் ஓர் ஆண் தொழிலாளிக்கு இரண்டரை அணாவுக்கு மேல் இல்லை. நான்கு அணாச் சம்பாதிப்பதில் யாராவது வெற்றி பெற்று விடுவார்களானால், அவர் மிகுந்த அதிர்ஷ்டசாலி என்றே கருதப்படுவார்.

என்னுடைய சகாக்களுடன் கலந்து ஆலோசித்துவிட்டு ஆறு கிராமங்களில் ஆரம்பப் பாடசாலைகளை ஆரம்பிப்பது என்று முடிவு செய்தேன். கிராமத்தினருக்கு நாங்கள் விதித்த நிபந்தனைகளில் ஒன்று, உபாத்தியாயர்களுக்கு இருக்க இடத்திற்கும் சாப்பாட்டிற்கும் அவர்கள் ஏற்பாடு செய்ய வேண்டும், மற்றச் செலவுகளை நாங்கள் பார்த்துக் கொள்ளுகிறோம் என்பதாகும். கிராம மக்களிடம் பணம் என்பதே கிடையாது. என்றாலும், அவர்களால் உணவுப் பொருள்களைத் தாராளமாகக் கொடுக்க முடியும். உண்மையில் தானியங்களும்

மற்றப் பொருள்களும் கொடுக்கத் தயாராயிருப்பதாக முன் கூட்டியே அவர்கள் தங்கள் சம்மதத்தைக் கூறி விட்டனர்.

ஆனால், உபாத்தியாயர்களுக்கு எங்கே போவது என்பதே பெரிய பிரச்னையாக இருந்தது. சம்பளம் என்பதே இல்லாமல் சாப்பாட்டுக்கு வேண்டியதை மாத்திரமே பெற்றுக்கொண்டு வேலை செய்ய, உள்ளூரில் உபாத்தியாயர்களைக் கண்டு பிடிப்பது கஷ்டமாக இருந்தது. சாதாரணமாக உபாத்தியாயர்களிடம் குழந்தைகளை ஒப்படைக்கவே கூடாது என்பது என் கருத்து. உபாத்தியாயர்களின் ஒழுக்க உறுதி தான் முக்கியமேயன்றி அவர்களுடைய இலக்கியத் தகுதி முக்கியம் அன்று.

ஆகவே, தொண்டு செய்ய முன்வரும் உபாத்தியாயர்கள் வேண்டும் என்று பொதுக்கோரிக்கை ஒன்றை வெளியிட்டேன். உடனே பலர் முன் வந்தார்கள். பாபா ஸாகிப் ஸோமன், புண்டலீகர் ஆகிய இருவரையும் ஸ்ரீ கங்காதர ராவ் தேஷ்பாண்டே அனுப்பினார். பம்பாயிலிருந்து ஸ்ரீமதி அவந்திகாபாய் கோகலே வந்தார். புனாவிலிருந்து ஸ்ரீமதி ஆனந்திபாய் வைஷம்பாயண் வந்தார். சோட்டாலால், சுரேந்திரநாத், என் மகன் தேவதாஸ் ஆகியவர்களை வருமாறு ஆசிரமத்திற்கு எழுதினேன். இதற்குள் மகாதேவ தேசாயும், நரஹரி பரீக்கும் தத்தம் மனைவியர்களுடன் என்னோடு இருந்து வேலை செய்ய வந்துவிட்டார்கள். கஸ்தூரிபாயும் இவ்வேலைக்காக அழைக்கப்பட்டாள். இவ்விதம் நல்ல தொண்டர் கூட்டம் சேர்ந்துவிட்டது. ஸ்ரீமதி அவந்திகா பாயும் ஸ்ரீ மதி ஆனந்தி பாயும் போதிய அளவு படித்தவர்கள். ஆனால், ஸ்ரீ மதி துர்க்கா தேசாய்க்கும் ஸ்ரீ மதி மணிபென் பரீக்கும் குஜராத்தி மாத்திரமே எழுதப் படிக்கத் தெரியும். கஸ்தூரிபாய்க்கு அதுவும் தெரியாது. இப் பெண்கள் குழந்தைகளுக்கு ஹிந்தியில் எப்படிப் போதிப்பது?

இலக்கணமும், எழுதப் படிக்கவும், கணக்குப் போடவும் குழந்தைகளுக்குச் சொல்லிக் கொடுப்பது அவ்வளவு முக்கியமல்ல என்றும் சுத்தமாக இருக்கவேண்டியதையும், நல்ல பழக்க வழக்கங்களையும் அவர்களுக்குப் போதிப்பதே முக்கியம் என்றும் அவர்களுக்கு விளக்கிச் சொன்னேன். எழுத்துக்களைச் சொல்லிக் கொடுப்பதில் கூட, அவர்கள் நினைக்கிறபடி, குஜராத்தி, ஹிந்தி, மராத்தி மொழிகளின்

எழுத்துக்களுக்கு வித்தியாசம் அதிகம் இல்லை. ஆரம்ப வகுப்புக்களைப் பொறுத்த வரையில், எழுத்துக்களையும் எண்களையும் சொல்லிக் கொடுப்பது கஷ்டமான காரியம் அல்ல என்றும் விளக்கினேன். இதன் பலன் என்னவென்றால், இந்தப் பெண்கள் சொல்லிக் கொடுத்த வகுப்புக்களே மிகவும் வெற்றிகரமானவைகளாக இருந்தன. இந்த அனுபவத்தினால் அவர்களுக்கு நம்பிக்கையும், வேலையில் சிரத்தையும் உண்டாயின. ஸ்ரீ மதி அவந்திகா பாயின் பள்ளிக்கூடம், மற்றப் பள்ளிக் கூடங்களுக்கு உதாரணமாக விளங்கியது. அவர் தமது வேலையில் முழு மனத்துடன் ஈடுபட்டார். தமக்கு இருந்த அரிய ஆற்றல்களை அவர் இவ்வேலையில் உபயோகித்தார். இப் பெண்களின் மூலம் கிராமப் பெண்களை நாங்கள் ஓரளவுக்கு அணுக முடிந்தது.

ஆனால், ஆரம்பக் கல்வியை அளிப்பதோடு நின்றுவிட நான் விரும்பவில்லை. கிராமங்களில் சுகாதாரம் மிகவும் சீர்கேடான நிலையில் இருந்தது; சந்துகளிலெல்லாம் ஒரே ஆபாசம். கிணறுகளைச் சுற்றிலும் ஒரே சேறும் கும்பி நாற்றமும். முற்றங்களோ சகிக்க முடியாத அளவுக்கு ஒரே ஆபாசமாக இருந்தன. சுத்தமாக இருக்க வேண்டும் என்பதில் முதியவர்களுக்குப் போதனை மிகவும் அவசியமாக இருந்தது. எல்லோருமே பல வகையான சரும நோய்களால் பீடிக்கப்பட்டிருந்தனர். ஆகையால், சாத்தியமான வரையில் சுகாதார சம்பந்தமான வேலையைச் செய்து, மக்கள் வாழ்க்கையின் எல்லாத் துறைகளிலும் புகுந்து வேலை செய்வது என்று முடிவு செய்தோம்.

இந்த வேலைக்கு டாக்டர்கள் தேவைப்பட்டனர். காலஞ் சென்ற டாக்டர் தேவின் சேவையைக் கொடுத்து உதவுமாறு இந்திய ஊழியர் சங்கத்தைக் கேட்டுக்கொண்டேன். நாங்கள் இருவரும் சிறந்த நண்பர்கள். ஆறு மாதங்கள் வந்திருந்து சேவை செய்வதாக உடனே ஒப்புக் கொண்டார். உபாத்தியாயர்களான ஆண்களும், பெண்களும் அவருக்குக் கீழிருந்து வேலை செய்ய வேண்டும்.

தோட்ட முதலாளிகளிடம் அம் மக்களுக்கு இருந்த குறைகள் சம்பந்தமாகவோ, ராஜீய விஷயங்களிலோ தலையிடவே

வேண்டாம் என்று அவர்கள் எல்லோருக்கும் தெளிவாக அறிவித்திருந்தோம். ஜனங்களில் யாருக்காவது ஏதாவது குறை இருந்தால், அவர்களை என்னிடம் அனுப்பிவிட வேண்டும். தங்களுக்கு விதித்திருக்கும் வேலைக்கு அப்பாற்பட்டதில் தலையிடக்கூடாது என்றும் தெரிவித்திருந்தோம். இந்தக் கட்டளையெல்லாம் அற்புதமான விசுவாசத்துடன் அவர்கள் நிறைவேற்றி வைத்தார்கள். கட்டுத் திட்டங்களுக்கு மீறிய காரியம் ஒன்றாவது நடந்ததாக நினைவு இல்லை.

18. கிராமங்களுக்குள் பிரவேசம்

சாத்தியமான வரையில் ஓர் ஆண், ஒரு பெண் இவர்களின் மேற்பார்வையில் ஒவ்வொரு பள்ளிக்கூடத்தையும் வைத்தோம். இந்தத் தொண்டர்களே வைத்திய உதவி செய்து, சுகாதாரத்தையும் கவனித்துக் கொள்ள வேண்டும். கிராமப் பெண்களிடையே பெண்கள் மூலம் சேவை செய்ய வேண்டும்.

மிகவும் சாதாரணமானதே வைத்திய உதவி. விளக்கெண்ணெய், கொயினா, கந்தகக் களிம்பு ஆகியவையே தொண்டர்களிடம் கொடுத்த மருந்துகள். ஒரு நோயாளிக்கு அழுலை படிந்திருந்தாலோ, மலச்சிக்கல் இருப்பதாக அவர் கூறினாலோ, அவருக்கு விளக்கெண்ணெய் கொடுக்க வேண்டும். ஜுரம் இருந்தால் முதலில் விளக்கெண்ணெய் கொடுத்துவிட்டுப் பிறகு கொயினா கொடுக்க வேண்டும். கட்டிச் சிரங்கோ, சொறி சிரங்கோ இருந்தால், பாதிக்கப் பட்டிருந்த இடத்தில் நன்றாக அலம்பிவிட்டுக் கந்தகக் களிம்பைத் தடவ வேண்டும். மருந்தை வீட்டுக்கு கொண்டு போக நோயாளி யாரும் அனுமதிக்கப்படுவதில்லை. நோய் சிக்கலானதாக இருந்தால், டாக்டர் தேவ், வாரத்தில் குறிப்பிட்ட ஒரு நாளில் ஒவ்வொரு முக்கியமான கிராமத்திற்கும் போய் வருவார்.

இந்த எளிய வைத்திய உதவியை ஏராளமான மக்கள் பெற்று வந்தனர். கிராம மக்களுக்கு இருந்த நோய்கள் மிகச் சிலவே. நிபுணர்களின் உதவியின்றிச் சாதாரணமான சிகிச்சையினாலேயே குணமாகிவிடக் கூடியவை அவை. இதை நினைவில் வைத்துக் கொண்டால் எங்களுடைய வேலைத் திட்டம் விசித்திரமாகத் தோன்றுவதற்கில்லை. மக்களைப் பொறுத்தவரையில் அவர்களுக்கு இதனால் அற்புதமான வகையில் நன்மை ஏற்பட்டது.

சுகாதாரத்தைப் போதிப்பதே மிகவும் கஷ்டமாக இருந்தது. எதையும் தாங்களே செய்து கொள்ள மக்கள் தயாராயில்லை. வயல்களில் வேலை செய்யும் தொழிலாளர்கள் கூட, தங்கள்

குப்பைகளைத் தாங்களே கூட்டி எடுத்துச் சுத்தம் செய்துகொள்ள விரும்புவதில்லை. ஆனால், டாக்டர் தேவ் எளிதில் உற்சாகம் இழந்து விடக் கூடியவர் அன்று. மற்றக் கிராமங்களுக்கெல்லாம் உதாரணமாகும் வகையில் ஒரு கிராமத்தை அதிகச் சுத்தமாக வைத்திருப்பதில் அவரும் தொண்டர்களும் தங்கள் முழுச் சக்தியையும் உபயோகித்தனர். சாலைகளையும் வீட்டு வாசல்களையும் பெருக்கி சுத்தம் செய்தனர். கிணறுகளைச் சுத்தம் செய்து, அவற்றிற்குப் பக்கத்திலிருந்த குண்டு குழிகளையெல்லாம் மண் போட்டுச் சமப்படுத்தினார்கள். இவ்வேலைகளைச் செய்யத் தங்களுக்குள்ளே தொண்டர்களைத் திரட்டிக் கொள்ளுமாறு அன்போடு கிராமவாசிகளைத் தூண்டினர். சில கிராமங்களில் ஜனங்கள் வெட்கமடைந்து, தாங்களும் இவ்வேலையில் ஈடுபட்டு விடும்படி செய்தனர். மற்றக் கிராமங்களிலோ, மக்கள் அதிக உற்சாகத்துடன் வேலை செய்தார்கள். என் மோட்டார் ஓர் இடத்திலிருந்து மற்றோர் இடத்திற்குச் செல்லுவதற்கான சாலைகளைக் கூடப் போட்டுவிட்டார்கள்! இவ்விதமான இனிய அனுபவங்களுடன் மக்களின் அசிரத்தையினால் உண்டான கசப்பான அனுபவங்களும் இல்லாது போகவில்லை. இத்தகைய வேலைகளைச் செய்வது தங்களுக்கு அருவருப்பாக இருக்கிறதென்று கிராமவாசிகளில் சிலர் கூறிவிட்டதும் எனக்கு ஞாபகம் இருக்கிறது.

ஓர் அனுபவத்தைக் குறித்து இங்கே குறிப்பிடுவது மிகையாகாது. இதைப்பற்றி இதற்கு முன் நான் பல கூட்டங்களிலும் சொல்லி இருக்கிறேன். பீதிகர்வா என்பது ஒரு சிறிய கிராமம்; அங்கே எங்கள் பள்ளிக்கூடம் ஒன்று இருந்தது. அதற்குப் பக்கத்திலுள்ள இன்னும் சிறிய ஒரு கிராமத்திற்கு நான் போயிருந்தபோது, சில பெண்கள் மிகவும் அழுக்காயிருந்த ஆடைகளை உடுத்தியிருந்ததைக் கண்டேன். அப் பெண்கள் தங்கள் ஆடைகளை ஏன் துவைத்துக் கட்டுவதில்லை என்று கேட்கும்படி என் மனைவியிடம் சொன்னேன். அவள் அவர்களோடு பேசினாள். அதில் ஒரு பெண் என் மனைவியைத் தனது குடிசைக்குள் அழைத்துச் சென்று பின்வருமாறு கூறினாள்: "வேறு ஆடைகள் வைத்திருக்கும் பெட்டியோ, அலமாரியோ இங்கே இருக்கிறதா பாருங்கள். எனக்கு இருப்பது நான் கட்டியிருக்கும் இந்தப் புடவை ஒன்றுதான்; இதை எப்படித்

துவைப்பது? மகாத்மாவிடம் எனக்கு இன்னொரு புடவை கொடுக்கச் சொல்லுங்கள். அப்பொழுது தினமும் நான் குளித்துத் துணிகளைச் சுத்தமாக வைத்திருப்பதாக வாக்குறுதியளிக்க முடியும்.''

இந்தக் குடிசையிலிருந்த இந்த நிலைமை அபூர்வமானது அன்று. இந்தியக் கிராமங்கள் பலவற்றில் இதே போன்ற நிலைமையைக் காணலாம். இந்தியாவில் எண்ணற்ற குடிசைகளில் மக்கள், எந்த விதமான தட்டுமுட்டுச் சாமான்களோ, மாற்றிக் கட்டிக் கொள்ளுவதற்கு வேறு துணியோ இல்லாமல் தங்கள் மானத்தை மறைப்பதற்கு வெறும் கந்தையுடனேயே வாழ்ந்து வருகின்றனர்.

வேறோர் அனுபவத்தையும் இங்கே குறிப்பிடுகிறேன். சம்பாரணில் மூங்கிலுக்கும் நாணலுக்கும் குறைவே இல்லை. பீதிகர்வாவில் பள்ளிக்கூடத்திற்கு மூங்கிலையும் நாணலையுமே கொண்டே குடிசை போட்டிருந்தார்கள். யாரோ ஒருவர் – பக்கத்துத் தோட்ட முதலாளியின் ஆளாக இருக்கக்கூடும் – ஒரு நாள் இரவு குடிசைக்குத் தீ வைத்து விட்டார். எரிந்து போன குடிசைக்குப் பதிலாக மூங்கிலையும் நாணலையுமே கொண்டு மற்றோர் குடிசை கட்டுவது உசிதமன்று என்று கருதப்பட்டது. ஸ்ரீ சோமனும், கஸ்தூரிபாயுமே அப்பள்ளிக் கூடத்தை நடத்தி வந்தார்கள். பள்ளிக்கூடத்திற்குச் செங்கல் கட்டிடமே கட்டி விடுவதென்று ஸ்ரீ சோமன் முடிவு செய்தார். உழைப்பில் அவர் காட்டிய உற்சாகம் மற்றவர்களையும் தொற்றிக் கொண்டு விட்டதால், பலர் அவருடன் ஒத்துழைத்தார்கள். சீக்கிரத்திலேயே ஒரு செங்கல் வீடு தயாராகி விட்டது. இக்கட்டிடம் கொளுத்தப்பட்டுவிடும் என்ற பயமே பிறகு இல்லை.

இவ்விதம் தொண்டர்கள், தங்கள் பள்ளிக்கூடங்கள், சுகாதார வேலை, வைத்திய உதவி ஆகியவைகளினால் கிராம மக்களின் நம்பிக்கையையும் மதிப்பையும் பெற்றனர். அவர்களிடையே இத்தொண்டர்களுக்கு நல்ல செல்வாக்கும் ஏற்பட்டது.

ஆனால், இந்த ஆக்க வேலையை நிரந்தரமான அடிப்படையில் அமைத்துவிட வேண்டும் என்று எனக்கிருந்த நம்பிக்கை நிறைவேறவில்லை என்பதை வருத்தத்துடன் நான் ஒப்புக் கொள்ளவே வேண்டும். தொண்டர்கள் எல்லோரும் அங்கே

கொஞ்ச காலத்திற்கே ஊழியம் செய்ய வந்தார்கள். ஊதியமின்றி நிரந்தரமாக அங்கிருந்து வேலை செய்யப் பீகாரிலிருந்து தொண்டர்கள் கிடைக்கவில்லை. சம்பாரணில் என் வேலை முடிந்ததுமே, இதற்கு மத்தியில் எனக்காக உருவாகி வந்த வெளி வேலை, என்னை இழுத்துக்கொண்டு போய்விட்டது. என்றாலும், சம்பாரணில் சில மாதங்கள் செய்த வேலை ஆழ வேர்கொண்டு விட்டதால், அதன் பயனை இன்று கூட ஏதாவது ஒருவகையில் அங்கே காணலாம்.

19. கவர்னர் நல்லவராகும் போது

முந்திய அத்தியாயங்களில் நான் விவரித்திருப்பதைப் போல் ஒரு பக்கத்தில் சமூக சேவை நடந்துகொண்டிருக்க, மற்றொரு பக்கத்தில் விவசாயிகளின் குறைகளைப் பற்றிய வாக்குமூலங்களைத் தயார் செய்யும் வேலையும் வேகமாக நடந்துகொண்டு வந்தது. ஆயிரக்கணக்கான வாக்குமூலங்கள் பதிவாயின. இதனால், பலன் இல்லாது போகாது. வாக்குமூலம் கொடுக்க விவசாயிகள் அதிகமாக வரவர, தோட்ட முதலாளிகளுக்குக் கோபம் அதிகமாயிற்று. என்னுடைய விசாரணைக்கு விரோதமாகத் தங்களால் ஆனதையெல்லாம் செய்ய அவர்கள் முற்பட்டனர்.

ஒரு நாள் பீகார் அரசாங்கத்தினிடமிருந்து எனக்கு ஒரு கடிதம் வந்தது. "உங்கள் விசாரணை நீண்ட காலத்திற்கு வளர்ந்து கொண்டு போய்விட்டது. அதை முடித்துவிட்டு, இப்பொழுது நீங்கள் பீகாரை விட்டுப் போய்விடலாமல்லவா?" என்ற முறையில் அக்கடிதம் இருந்தது. கடிதம் மரியாதையாகவே எழுதப் பட்டிருந்தாலும், அதன் பொருள் என்றும் தெளிவானதே.

இதற்கு நான் பதில் எழுதினேன். விசாரணை நீண்ட காலம் நடப்பதாகவே இருக்க முடியும் என்றும், மக்களுக்கு கஷ்ட நிவாரணம் அளிப்பதில் அது முடிந்தாலன்றிப் பீகாரை விட்டுப் போய்விடும் நோக்கம் எனக்கு இல்லை என்றும் அதில் கூறினேன். விவசாயிகளின் குறைகள் உண்மையானவை என்பதை ஒப்புக் கொண்டு, அவர்களுக்குக் கஷ்ட நிவாரணம் கிடைக்கும்படி அரசாங்கம் செய்யலாம். அல்லது சர்க்காரே உடனே இதில் விசாரணையை நடத்துவதற்கான அவசியத்தை விவசாயிகள் நிரூபித்துவிட்டார்கள் என்பதை அரசாங்கம் ஒப்புக்கொள்ளலாம்; இவ்விதம் செய்வதன் மூலம் என் விசாரணையை அரசாங்கம் முடித்து விடலாம் என்றும் அக்கடிதத்தில் குறிப்பிட்டேன்.

லெப்டினெட் கவர்னர் ஸர் எட்வர்டு கெயிட், தம்மை வந்து பார்க்குமாறு எனக்கு எழுதினார். விசாரணைக்கு ஏற்பாடு செய்ய

விரும்புவதாக அவர் கூறியதோடு விசாரணைக் கமிட்டியில் ஓர் அங்கத்தினனாக இருக்கும்படியும் என்னை அழைத்தார். கமிட்டியின் மற்ற அங்கத்தினர்கள் இன்னார் என்பதைக் கேட்டுத் தெரிந்து கொண்டேன். என் ஊழியர்களையும் கலந்து ஆலோசித்தேன். பிறகு ஒரு நிபந்தனையின் பேரில் கமிட்டியில் இருக்கச் சம்மதித்தேன். அந்த விசாரணை நடக்கும்போது என் சகாக்களைக் கலந்து ஆலோசித்துக் கொள்ள எனக்கு உரிமை இருக்க வேண்டும்; கமிட்டியில் அங்கத்தினனாக நான் இருப்பதனால், விவசாயிகளின் கட்சியை எடுத்துக் கூறி வாதிக்கும் உரிமையை நான் இழந்தவன் ஆகமாட்டேன் என்பதை அரசாங்கம் ஒப்புக்கொள்ள வேண்டும்; இந்த விசாரணையின் பலன் எனக்குத் திருப்தியளிக்காது போகுமானால், பிறகு விவசாயிகள் என்ன நடவடிக்கை எடுத்துக் கொள்ள வேண்டும் என்பதைக் குறித்து அவர்களுக்கு ஆலோசனை கூறவும், வழி காட்டவும் எனக்கு உரிமை இருக்க வேண்டும். இவைகளே நான் கேட்ட நிபந்தனைகள். ஸர் எட்வர்டு கெயிட், இந்த நிபந்தனைகள் நியாயமானவை, சரியானவை என்று கூறி அவற்றை ஏற்றுக் கொண்டார். விசாரணையைக் குறித்தும் அறிக்கை வெளியிட்டார். காலஞ்சென்ற ஸர் பிராங்க் ஸ்லையை அக்கமிட்டியின் தலைவராக நியமித்தார்.

விவசாயிகளின் கட்சி நியாயமானது என்று கமிட்டியினர் கண்டனர். அவர்களிடமிருந்து தோட்ட முதலாளிகள் பணம் பறித்து வந்தது, சட்ட விரோதமானது என்று கமிட்டி கண்டு, அதில் ஒரு பகுதியைத் தோட்ட முகலாளிகள் திருப்பிக் கொடுத்து விடவேண்டும் என்றும் கமிட்டி சிபாரிசு செய்தது. சட்டத்தின் மூலம் 'தீன் கதியா' முறையை ரத்துச் செய்து விட வேண்டும் என்றும் கமிட்டி கூறியது. கமிட்டி, ஒருமனதான ஓர் அறிக்கையை வெளியிடும்படி பார்ப்பதிலும், கமிட்டியின் சிபாரிசுகளை அனுசரித்து விவசாயிகள் மசோதா நிறைவேறும்படி செய்வதிலும் ஸர் எட்வர்டு கெயிட் பெரும் பங்கு எடுத்துக்கொண்டார். அவர் உறுதியோடு இல்லாமல் இருந்திருந்தால், இவ்விஷயத்தில் தமது சாமர்த்தியம் முழுவதையும் உபயோகிக்காமல் இருந்திருந்தால், கமிட்டியின் அறிக்கை ஒரு மனதாக இருந்திருக்காது. விவசாயிகள் சட்டம் நிறைவேறியும் இருக்காது. தோட்ட முதலாளிகளுக்கிருந்த சக்தி

அளவற்றது. கமிட்டியின் அறிக்கையையும் பொருட்படுத்தாமல், மசோதாவை விடாப்பிடியாக எதிர்த்து வந்தனர். ஆனால், ஸர் எட்வர்டு கெயிட் கடைசி வரையில் உறுதியுடன் இருந்தார். கமிட்டியின் சிபாரிசுகளை எல்லாம் நிறைவேற்றி வைத்தார்.

ஒரு நூற்றாண்டுக் காலம் இருந்துவந்த 'தீன் கதியா' முறை இவ்விதம் ஒழிக்கப்பட்டுவிட்டது. அதோடு, தோட்ட முதலாளிகளின் ராஜ்யமும் ஒழிந்தது. நெடுகவும் நசுக்கப்பட்டுக் கிடந்த விவசாயிகள், இப்பொழுது சுதந்திரமடைந்தனர். அவுரிக் கறையை அழித்து விடவே முடியாது என்ற மூட நம்பிக்கையும் பொய்யாகி விட்டது.

இன்னும் பல பள்ளிக்கூடங்களை வைத்து, சரியானபடி கிராமங்களில் புகுந்து வேலை செய்து, சில ஆண்டுகளுக்கு ஆக்க வேலையைத் தொடர்ந்து செய்துகொண்டு வரவேண்டும் என்பது என் ஆவல். இதற்கு வேண்டிய அடிப்படையும் போட்டாகிவிட்டது. ஆனால், இதற்கு முன்னால் அடிக்கடி நடந்திருப்பதைப் போல், என்னுடைய திட்டங்கள் நிறைவேறும்படி அனுமதிக்கக் கடவுளுக்கு விருப்பமில்லை. விதி வேறுவிதமாக முடிவுசெய்து, வேறிடத்தில் பணியை மேற்கொள்ள என்னை அங்கே விரட்டிவிட்டது.

20. தொழிலாளருடன் தொடர்பு

கமிட்டியில் என் வேலை முடிந்தும் முடியாமலும் இருக்கும்போதே ஸ்ரீ மோகன்லால் பாண்டியா, ஸ்ரீ சங்கர்லால் பரீக் இவர்களிடமிருந்து எனக்கு ஒரு கடிதம் வந்தது. கேடா ஜில்லாவில் விளைவு இல்லாது போய்விட்டது என்றும், நிலவரியைக் கொடுக்க முடியாமல் இருக்கும் விவசாயிகளுக்கு நான் வழி காட்டவேண்டும் என்றும் அவர்கள் எழுதியிருந்தார்கள். அந்த இடத்துக்கு நேரில் போய் விசாரிக்காமல் யோசனை கூறும் விருப்பமோ, ஆற்றலோ, தைரியமோ எனக்கு இல்லை.

அதே சமயத்தில் அகமதாபாத் தொழிலாளர் நிலைமையைக் குறித்து ஸ்ரீமதி அனுசூயா பாயிடமிருந்து ஒரு கடிதமும் வந்தது. தொழிலாளர் பெற்று வந்த கூலி மிகக் குறைவு; கூலி உயர்வு செய்யவேண்டும் என்று தொழிலாளர் நீண்ட காலமாகக் கிளர்ச்சி செய்துகொண்டு வந்தனர். முடிந்தால், அவர்களுக்கு வழிகாட்டி நடத்தவேண்டும் என்ற விருப்பம் எனக்கு இருந்தது. இந்தச் சிறு காரியத்தையும் அவ்வளவு தூரத்தில் இருந்துகொண்டு நடத்தும் துணிவு எனக்கு இல்லை. ஆகவே, முதல் வாய்ப்புக் கிடைத்ததுமே அகமதாபாத்துக்குப் போனேன். இந்த இரு விஷயங்களையும் சீக்கிரமாகவே முடித்துவிட்டு, சம்பராணில் ஆரம்பிக்கப்பட்டிருந்த ஆக்க வேலையைக் கண்காணிக்க நான் அங்கே திரும்பிவிட முடியும் என்று நம்பியிருந்தேன்.

ஆனால், நான் விரும்பியவாறு காரியங்கள் துரிதமாக நடைபெறவில்லை. நான் சம்பாரணுக்குத் திரும்பவும் போக முடியாது போயிற்று. இதன் பலனாகப் பள்ளிக்கூடங்கள் ஒவ்வொன்றாக மூடப்பட்டு விட்டன. என் சக ஊழியர்களும் நானும் எத்தனையோ ஆகாயக் கோட்டைகளைக் கட்டி வந்தோம். ஆனால் அவைகளெல்லாம் அப்போதைக்கு மறைந்து போய்விட்டன.

நாங்கள் கட்டிய ஆகாயக் கோட்டைகளில் ஒன்று, கிராம சுகாதாரத்துடன் கல்வியோடும் சம்பாரணில் பசுப் பாதுகாப்பு

வேலையையும் கவனிப்பது என்பது. அங்கே பசுப் பாதுகாப்பும், ஹிந்திப் பிரச்சாரமும் மார்வாரிகளுக்கே தனி உரிமையான வேலையாக இருந்து வந்ததை என் பிரயாணங்களின் போது கண்டேன். நான் பேதியாவுக்குச் சென்றபோது, ஒரு மார்வாரி நண்பர், தமது தருமசாலையில் நான் தங்குவதற்கு இடம் கொடுத்திருந்தார். அவ்வூரிலிருந்த மற்ற மார்வாரிகள், தங்களுடைய கோசாலையை (பால் பண்ணையை) எனக்குக் காட்டி, அதில் எனக்குச் சிரத்தை ஏற்படும்படி செய்தனர். பசுப் பாதுகாப்பைக் குறித்து எனக்குத் திட்டமான எண்ணங்கள் அப்பொழுதே தோன்றிவிட்டன. இந்த வேலையைக் குறித்து அன்று ஏற்பட்ட எண்ணமே இன்றும் எனக்கு இருந்து வருகிறது. பசுப் பாதுகாப்பு என்பதில் கால்நடை வளர்ப்பு, பசுவின் இனத்தைச் சிறந்ததாக்குவது, காளை மாடுகளை ஜீவகாருண்யத்துடன் நடத்துவது, சிறந்த முறையில் பால் பண்ணைகளை அமைப்பது ஆகியவைகளையும் அடக்கியிருக்கின்றன என்பதே என் அபிப்பிராயம். இந்த வேலையில் தங்களுடைய முழு ஒத்துழைப்பையும் அளிப்பதாக மார்வாரி நண்பர்கள் வாக்களித்திருந்தார்கள். ஆனால் சம்பாரணில் நான் நிலைத்துத் தங்க முடியாது போய்விட்டதால், இத்திட்டத்தை நிறைவேற்ற முடியவில்லை.

பேதியாவில் கோசாலை இன்னும் இருக்கிறது. ஆனால், அது மற்றவர்களுக்கு உதாரணமாக இருக்கக்கூடிய பால் பண்ணையாக இல்லை. சம்பாரண் காளை மாடுகளிடம் அவைகளின் சக்திக்கு மிஞ்சி, இன்னும் வேலை வாங்கியே வருகிறார்கள். ஹிந்துக்கள் என்று சொல்லிக் கொள்ளுவோர், அப்பரிதாபகரமான பிராணிகளை இன்னும் அடித்துத் துன்புறுத்தித் தங்கள் மதத்திற்கே அவமானத்தை உண்டு பண்ணுகின்றனர்.

இந்த வேலை நிறைவேறாது போனது எனக்கு எப்பொழுதுமே மன வருத்தத்தை அளித்து வருகிறது. சம்பாரணுக்கு நான் போகும்போதெல்லாம் அங்குள்ள மார்வாரி, பீகாரி நண்பர்கள், கண்ணியமாக இதற்காக என்னைக் கண்டிக்கின்றனர். திடீரென்று கைவிட்டுவிட நேர்ந்த அவ்வேலைத் திட்டத்தை எண்ணி நானும் பெருமூச்சு விடுகிறேன்.

படிப்புச் சம்பந்தமான வேலை மாத்திரமே ஏதேனும் ஒரு வகையில் இன்னும் பல இடங்களில் நடந்துகொண்டுதான்

வருகிறது. ஆனால், பசுப் பாதுகாப்பு வேலை நன்றாக வேர் கொள்ளவில்லை யாகையால், உத்தேசித்திருந்தபடி அவ்வேலை முன்னேறவில்லை.

கேடா விவசாயிகளின் பிரச்னை விவாதிக்கப்பட்டு வந்த சமயத்திலேயே அகமதாபாத் மில் தொழிலாளரின் விஷயத்தை நான் எடுத்துக்கொண்டு விட்டேன். நான் மிகவும் தரும சங்கடமான நிலையிலேயே இருந்தேன். ஆலைத் தொழிலாளரின் கட்சி மிகவும் நியாயமானது. ஸ்ரீ மதி அனுசூயா பாய், தமது சொந்தச் சகோதரரும், மில் சொந்தக்காரர்களின் சார்பாக அப்போராட்டத்தை நடத்தி வந்தவருமான ஸ்ரீ அம்பாலால் சாராபாயை எதிர்த்துப் போராட வேண்டியதாயிற்று. ஆலை முதலாளிகளுடன் நான் சிநேகமாகப் பழகி வந்தேன். இதனாலேயே அவர்களுடன் போராடுவது அதிகக் கஷ்டமாக இருந்தது. அவர்களுடன் கலந்தாலோசித்தேன். இத்தகராறை மத்தியஸ்தர் முடிவுக்கு விட்டுவிடுமாறு அவர்களைக் கேட்டுக் கொண்டேன். ஆனால், மத்தியஸ்தர் முடிவுக்கு விடுவது என்ற கொள்கையை அங்கீகரிக்கவே அவர்கள் மறுத்துவிட்டார்கள்.

ஆகையால், வேலை நிறுத்தம் செய்யும்படி தொழிலாளருக்கு நான் ஆலோசனை கூற வேண்டியதாயிற்று. அப்படி அவர்கள் வேலை நிறுத்தம் செய்வதற்கு முன்னால், அவர்களுடனும் அவர்களுடைய தலைவர்களோடும் நான் மிகவும் நெருங்கிய தொடர்பு வைத்துக்கொண்டேன். வேலை நிறுத்தம் வெற்றிகரமாவதற்கு உள்ள கீழ்க்கண்ட நிபந்தனைகளையும் அவர்களுக்கு விளக்கிச் சொன்னேன்.

1. எந்த நிலைமையிலும் பலாத்காரத்தில் இறங்கிவிடவே கூடாது.2. கட்டுப்பாட்டை மீறி வேலைக்குப் போகிறவர்களைத் தொந்தரவு செய்யக்கூடாது.3. பிறர் இடும் பிச்சையை எதிர்பார்த்திருக்கக் கூடாது.4. வேலை நிறுத்தம் எவ்வளவு காலம் நீடிப்பதாக இருந்தாலும் உறுதியுடன் இருக்க வேண்டும். யோக்கியமாக வேறு எந்த வகையிலாவது உடலை உழைத்து வேலை நிறுத்தக் காலத்தில் ஜீவனத்தை நடத்திக்கொள்ள வேண்டும்.

வேலை நிறுத்தத் தலைவர்கள், இந்த நிபந்தனைகளை நன்கு அறிந்துகொண்டு ஏற்றுக்கொண்டார்கள். தங்கள் கோரிக்கைகள்

அங்கீகரிக்கப்படும் வரையில், அல்லது இத் தகராறை மத்தியஸ்தர் முடிவுக்கு விட மில்காரர்கள் சம்மதிக்கும் வரையில், தாங்கள் வேலைக்குத் திரும்புவதில்லை என்று தொழிலாளர்கள் பொதுக் கூட்டத்தில் பிரதிக்ஞை செய்துகொண்டனர்.

இந்த வேலை நிறுத்தத்தின் போதுதான் ஸ்ரீ வல்லபாய் பட்டேலையும் ஸ்ரீ சங்கரலால் பாங்கரையும் நான் நன்றாக அறியலானேன். ஸ்ரீமதி அனுசூயா பாயை இதற்கு முன்னாலேயே எனக்கு நன்றாகத் தெரியும்.

சபர்மதி நதிக்கரையில் ஒரு மரத்தின் நிழலில் தினமும் வேலை நிறுத்தக்காரர்களின் பொதுக்கூட்டத்தை நடத்தி வந்தோம். இக்கூட்டங்களுக்குத் தொழிலாளர் ஆயிரக்கணக்கில் வருவார்கள். என்னுடைய பேச்சில், அவர்களுடைய பிரதிக்ஞையைக் குறித்தும், அமைதியையும் சுயமதிப்பையும் காப்பாற்ற வேண்டிய பொறுப்பைப் பற்றியும் அவர்களுக்கு ஞாபகமூட்டி வந்தேன். இத்தொழிலாளர்கள் தினமும் நகரின் தெருக்களில், 'பிரதிக்ஞையை அனுசரியுங்கள்' என்று எழுதிய கொடியுடன் அமைதியாக ஊர்வலம் வருவார்கள்.

வேலை நிறுத்தம் இருபத்தொரு நாள் நடந்தது. வேலை நிறுத்தம் நடந்து கொண்டிருந்தபோது, அப்போதைக்கப்போது ஆலை முதலாளிகளைச் சந்தித்துத் தொழிலாளருக்கு நியாயத்தைச் செய்யும்படி கேட்டுக் கொண்டேன். “எங்களுக்கும் ஒரு பிரதிக்ஞை உண்டு” என்று அவர்கள் சொன்னார்கள். அவர்கள் மேலும் கூறியதாவது: “எங்களுக்கும் தொழிலாளருக்கும் இருக்கும் உறவு, பெற்றோருக்கும் குழந்தைகளுக்கும் உள்ள உறவைப்போன்றது. ஆகவே, மூன்றாமவர்கள் இதில் தலையிடுவதை நாங்கள் எவ்வாறு சகிக்க முடியும்? மத்தியஸ்தத்திற்குதில் எங்கே இடமிருக்கிறது?”

21. ஆசிரமத்தில் கண்ணோட்டம்

தொழிலாளர் தகராறைப் பற்றி நான் மேலே விவரிப்பதற்கு முன்னால், ஆசிரம விஷயத்தைக் குறித்தும் ஒரு கண்ணோட்டம் செலுத்துவது முக்கியமாகும். சம்பாரணில் நான் இருந்த சமயம் முழுவதிலும், ஆசிரமம் என் மனத்தை விட்டு விலகினதே இல்லை. அவசரமாகச் சில சமயம் அங்கே போய்ப் பார்த்து விட்டும் வருவேன்.

அச்சமயம் ஆசிரமம் அகமதாபாத்திற்கு அருகிலுள்ள கோச்ராப் என்ற சிறு கிராமத்தில் இருந்தது. இக்கிராமத்தில் பிளேக் நோய் உண்டாயிற்று. அதனால், ஆசிரமக் குழந்தைகளுக்கு ஆபத்து ஏற்படக் கூடும் என்று கண்டேன். ஆசிரமத்திற்குள் சுத்தத்தின் விதிகளை என்னதான் ஜாக்கிரதையாக அனுசரித்தாலும், சுற்றிலும் உள்ள சுகாதாரக் கேடான நிலைமையினால், ஆசிரமத்தில் இருப்பவர்கள் பாதிக்கப்படாமல் இருந்துவிட முடியாது. கோச்ராப் மக்கள் இந்தச் சுகாதார விதிகளை அனுசரிக்கும்படி செய்யும் நிலையிலோ, வேறு வகையில் அவர்களுக்குச் சேவை செய்யும் நிலையிலோ நாங்கள் அப்பொழுது இல்லை. ஆசிரமம், பட்டணத்திற்கும் கிராமத்திற்கும் கொஞ்சம் தூரத்திலேயே இருக்க வேண்டும். என்றாலும், இந்த இரண்டுக்கும் போக முடியாத தொலை தூரத்திலும் இருக்கக் கூடாது என்பது எங்கள் கொள்கை. என்றாவது ஒரு நாள், எங்களுக்குச் சொந்தமான நிலத்திலேயே ஆசிரமத்தை அமைப்பது என்றும் தீர்மானித்திருந்தோம்.

கோச்ராப்பை விட்டுப் போய்விட வேண்டும் என்பதற்கு அங்கே பரவிய பிளேக் நோயே போதுமான முன்னெச்சரிக்கை என்று எனக்குத் தோன்றிற்று. அகமதாபாத் வர்த்தகரான ஸ்ரீ பூஞ் சாபாய் ஹிராசந்துக்கு ஆசிரமத்துடன் நெருங்கிய தொடர்பு ஏற்பட்டது. புனிதமான, தன்னலமற்ற எண்ணத்தின் பேரில் அவர் பல விஷயங்களிலும் எங்களுக்குச் சேவை செய்து வந்தார். அகமதாபாத் காரியங்களில் அவருக்கு அதிக அனுபவம் உண்டு. எங்களுக்குத் தகுந்த இடம் தேடித் தருவதாக அவர்

முன்வந்தார். இடம் தேடிக்கொண்டு நானும் அவருடன் கோச்ராப்புக்குத் தெற்கிலும் வடக்கிலுமாகப் போனேன். மூன்று நான்கு மைல் வடக்கில் ஓர் இடத்தைப் பார்க்குமாறு அவருக்கு யோசனை சொன்னேன். பிறகு அவர், இப்பொழுது ஆசிரமம் இருக்கும் இடத்தைத் தேர்ந்தெடுத்தார். இந்த இடம், சபர்மதி மத்திய சிறைக்கு அருகாமையில் இருந்தது, எனக்கு முக்கியமாகக் கவர்ச்சியளித்தது. சிறைப்படுவதே சாதாரணமாகச் சத்தியாக்கிரகிகளின் கதி என்று கருதப்பட்டதால், இந்த இடம் எனக்குப் பிடித்திருந்தது. பொதுவாகச் சுற்றுப்புறங்கள் சுத்தமாக இருக்கும் இடங்களையே சிறைச்சாலைகளை அமைப்பதற்குத் தேர்ந்தெடுக்கிறார்கள் என்பதையும் நான் அறிவேன்.

எட்டு நாட்களில் அந்த நிலத்திற்குக் கிரய சாசனம் பூர்த்தியாகி விட்டது. அந்த நிலத்தில் எந்தவிதக் கட்டிடமோ, மரமோ இல்லை. நதிக்கரையில் இருக்கிறது, ஏகாந்தமான இடத்தில் இருக்கிறது என்பவை முக்கியமான சௌகரியங்கள். முதலில் கூடாரங்கள் போட்டுக்கொண்டு அங்கே வசிக்க ஆரம்பித்து விடுவது என்று முடிவு செய்தோம். நிரந்தரமான கட்டிடம் கட்டும் வரையில் சமையலுக்கு ஒரு தகரக் கொட்டகை போட்டுக் கொள்ளுவது என்றும் தீர்மானித்தோம். ஆசிரமம் மெல்ல வளர்ந்து கொண்டு போயிற்று. ஆண்கள், பெண்கள், குழந்தைகள் உட்பட அப்பொழுது நாங்கள் நாற்பது பேர். எல்லோருக்கும் பொதுவான ஒரே சமையல். ஆசிரமத்தைப் புது இடத்திற்குக் கொண்டு போய்விடுவது என்ற யோசனை என்னுடையது. வழக்கம் போலவே அந்த யோசனையை மகன்லால் நிறைவேற்றி வைத்தார். குடியிருக்க நிரந்தரமான வீடுகளைக் கட்டி முடிப்பதற்கு முன்னால், நாங்கள் எவ்வளவோ சிரமப்பட வேண்டியதாயிற்று. மழைக் காலம் வரும் சமயம், சாப்பாட்டுக்கு வேண்டிய சாமான்களை, நான்கு மைல்களுக்கு அப்பால் இருக்கும் அகமதாபாத்திலிருந்து வாங்கி வர வேண்டும். அந்நிலம் வெகுகாலமாகத் தரிசாகக் கிடந்ததாகையால், அங்கே பாம்புகள் அதிகம். இத்தகைய நிலைமையில் அங்கே சிறு குழந்தைகளையும் வைத்துக் கொண்டு வசிப்பதென்பது பெரிய ஆபத்தாகும். எங்களில் யாரும் இத்தகைய விஷ ஜந்துக்களைப் பற்றிய பயத்தை விட்டொழித்து விட்டவர்கள் அல்ல; இப்பொழுதும் நாங்கள் அவற்றிற்குப் பயப்படாதவர்கள் அல்ல

என்பதை ஒப்புக் கொள்ளுகிறேன். ஆயினும், பாம்புகளைக் கொல்வதில்லை என்பது எங்கள் பொதுவான விதி.

விஷ ஜந்துக்களைக் கொல்வதில்லை என்ற விதி, போனிக்ஸ், டால்ஸ்டாய் பண்ணை, சபர்மதி ஆசிரமம் ஆகியவற்றில் பெரும்பாலும், அனுசரிக்கப்பட்டு வந்தது. இந்த இடங்கள் ஒவ்வொன்றிலும் தரிசாகக் கிடந்த நிலத்திலேயே நாங்கள் குடியேறினோம். என்றாலும், பாம்பு கடித்ததனால் எங்களில் யாரும் இறந்ததில்லை. கருணைக் கடலான கடவுளின் கிருபையையே இதில் நான் நம்பிக்கைக் கண்ணோடு காண்கிறேன். இதைக் கொண்டு, கடவுள் பாரபட்சமுடையவராக இருக்கவே முடியாது என்றும், மனிதரின் சாமான்ய விஷயங்களிலெல்லாம் தலையிட்டுக் கொண்டிருக்க கடவுளுக்கு அவகாசம் இருக்குமா என்றும் யாரும் குதர்க்கம் பேசக் கிளம்பிவிட வேண்டாம். இவ்விஷயத்தில் இருக்கும் உண்மையை, எனக்கு ஏற்பட்ட ஒரே மாதிரியான இந்த அனுபவத்தை, வேறுவிதமாக நான் சொல்லுவதற்கு இல்லை. கடவுளின் வழிகளை விவரிக்க மனிதனின் மொழிகள் தகுந்தவை அல்ல. அவர் வழிகள் விவரிக்க முடியாதவை, பகுத்தறிய முடியாதவை – இயலாதவை – என்ற உண்மையை நான் உணருகிறேன். ஆனால், அவற்றை விவரித்துக் கூறிவிட மனிதன் துணிவானாயின், அதற்கு அவனுடைய தெளிவில்லாத பேச்சைத் தவிர வேறு எந்தவித சாதனமுமே கிடையாது. கொல்வதில்லை என்ற வழக்கத்தை அநேகமாக, ஒழுங்காக நாங்கள் அனுசரித்து வந்திருந்தும் இருபத்தைந்து ஆண்டுகளாகப் பாம்புகளால் எங்களுக்குத் தீமை ஏற்பட்டதே இல்லை என்பது, கடவுள் அருளேயன்றி அதிர்ஷ்டவசமானதொரு சம்பவம் அல்ல என்று கருதுவது ஒரு மூட நம்பிக்கையாக இருந்தாலும், அந்த மூட நம்பிக்கையை இனியும் நான் விடாமல்தான் இருப்பேன்.

அகமதாபாத் ஆலைத் தொழிலாளர் வேலை நிறுத்த சமயத்தில் ஆசிரமத்தின் நெசவுக் கொட்டகைக்குக் கடைகால் போட்டோம். ஏனெனில், அச்சமயம் ஆசிரமத்தில் முக்கியமாக நடந்து வந்த வேலை, கைநெசவு. கையினால் நூற்பதை ஆரம்பிப்பது அதுவரையில் எங்களுக்குச் சாத்தியமாகவில்லை.

22. உண்ணாவிரதம்

முதல் இரு வாரங்கள் வரையில் ஆலைத் தொழிலாளர்கள் அதிக தீரத்தோடும், தன்னடக்கத்துடனும் நடந்து கொண்டார்கள். தினந்தோறும் பெரிய பொதுக் கூட்டங்களும் நடந்தன. அச்சமயங்களில் அவர்களுடைய பிரதிக்ஞைகளைக் குறித்து அவர்களுக்கு ஞாபகப்படுத்துவேன். 'உயிரை விட்டாலும் விடுவோமேயன்றி அளித்த வாக்கை மாத்திரம் மீறி விட மாட்டோம்' என்று அவர்கள் உரக்கக்கூறி எனக்கு உறுதி கூறுவார்கள்.

ஆனால், கடைசியாக அவர்கள் சோர்வின் அறிகுறியைக் காட்டத் தலைப்பட்டு விட்டனர். உடம்பு பலவீனமாக ஆக மனிதன் சீக்கிரத்தில் கோபப்படுவதுபோல, வேலைநிறுத்தம் பலவீனம் அடைவதாகத் தோன்றியதும், கட்டுப்பாட்டை மீறி வேலைக்குப் போகிறவர்கள் விஷயத்தில் தொழிலாளர்கள் கொண்ட போக்கு மேலும் மேலும் ஆபத்தானதாகிக் கொண்டு வந்தது. எங்கே முரட்டுத்தனமான செய்கைகளில் இறங்கி விடுவார்களோ என்று பயப்பட்டேன். தினந்தோறும் கூட்டத்திற்கு வரும் தொழிலாளரின் தொகையும் குறைந்து வந்தது. கூட்டத்திற்கு வந்தவர்களும், சோர்வும் கிலேசமும் அடைந்திருந்தார்கள் என்பது அவர்களுடைய முகக்குறிகளிலிருந்து தெரிந்தது. கடைசியாகத் தொழிலாளர் உறுதி குலைந்து வருகின்றனர் என்று எனக்குத் தகவல் கிடைத்தது. இதனால், பெரும் கவலையடைந்தேன். இந்நிலைமையில் என் கடமை என்ன என்பதைக் குறித்துத் தீவிரமாகச் சிந்திக்கலானேன். தென்னாப்பிரிக்காவில் மகத்தானதொரு வேலை நிறுத்தம் நடத்திய அனுபவம் எனக்கு உண்டு. ஆனால், இங்கே எனக்கு ஏற்பட்ட நிலைமை முற்றிலும் மாறானது. நான் கூறிய யோசனையின் பேரிலேயே ஆலைத் தொழிலாளர்கள் பிரதிக்ஞை செய்துகொண்டனர். தினந்தோறும் அதை என் முன்னால் மீண்டும் மீண்டும் உறுதிப்படுத்தியும் கூறிவந்தார்கள். அப்படியிருக்க அப்பிரதிக்ஞையை மீறி, அவர்கள் நடந்துகொண்டு விடக்கூடும்

என்பதை என்னால் நினைக்கவும் முடியவில்லை. எனக்கு ஏற்பட்ட இந்த உணர்ச்சிக்கு அடிப்படைக் காரணமாக இருந்தது, என் தற்பெருமையா, தொழிலாளர்களிடம் நான் கொண்டிருந்த அன்பா, அல்லது சத்தியத்தினிடம் எனக்கு இருந்த ஆர்வத்தோடு கூடிய பற்றா என்பதை யார் சொல்ல முடியும்?

இவ்வாறு திகைத்துத் தெளிவான வழி காண முடியாமல், நான் தத்தளித்துக்கொண்டிருந்த சமயத்தில், ஒரு நாள் காலை, ஆலைத் தொழிலாளர்களின் கூட்டத்தில் திடீரென்று எனக்கு ஓர் ஒளி தோன்றிற்று. முன் கூட்டி எண்ணிப் பாராமலே என் நாவில் பின்வரும் சொற்கள் பிறந்தன: "வேலை நிறுத்தம் செய்திருப்பவர்கள் திடம் கொண்டு, ஒரு சமரச முடிவு ஏற்படும் வரையில் வேலை நிறுத்தத்தைத் தொடர்ந்து நடத்தினாலன்றி, அல்லது இப்போது வேலைக்குப் போகிறவர்கள் எல்லோரும் ஆலைகளிலிருந்து வெளி வந்துவிடும் வரையில், நான் உணவு கொள்ளப் போவதில்லை" என்று அக்கூட்டத்தில் கூறினேன்.

இதைக் கேட்டதும் தொழிலாளர்கள் இடிவிழுந்ததைப் போல் திகைத்துப் போயினர். அனுசூயா பென்னின் கண்களிலிருந்து நீர் வழிந்து ஓடியது. "நீங்கள் உண்ணாவிரதம் இருக்க வேண்டாம். நாங்கள் உண்ணாமல் இருக்கிறோம். நீங்கள் பட்டினி இருப்பதைப் போன்ற பெருங்கொடுமை வேறு இல்லை. நாங்கள் செய்துவிட்ட தவறுகளுக்கு எங்களை மன்னித்துவிடுங்கள். இனி இறுதிவரையில் பிரதிக்ஞையில் நிச்சயமாக உறுதியுடன் இருக்கிறோம்" என்று தொழிலாளர் எல்லோரும் ஒரே முகமாகக் கூறினார்.

நான் அப்பொழுது அவர்களுக்குக் கூறியதாவது: "நீங்கள் உண்ணாவிரதம் இருக்கவேண்டிய அவசியமில்லை. உங்களுடைய பிரதிக்ஞையிலிருந்து வழுவாமல் நீங்கள் இருந்தாலே போதும். நம்மிடம் நிதி இல்லை என்பது உங்களுக்குத் தெரியும். பொது ஜனங்களிடம் பிச்சையெடுத்து. அதைக்கொண்டு வேலை நிறுத்தத்தைத் தொடர்ந்து நடத்திக்கொண்டு போக நாம் விரும்பவில்லை. ஆகையால், வேலை நிறுத்தம் எவ்வளவு காலத்துக்கு தொடர்ந்து நடந்தாலும், அதைப் பற்றிய கவலையே இல்லாமல் நீங்கள் இருந்து வருவதற்கு ஏதாவது ஒரு வேலையைச் செய்து ஜீவனத்திற்கு

வேண்டியதைத் தேடிக் கொள்ள நீங்கள் முயல வேண்டும். என்னுடைய உண்ணாவிரதத்தைப் பொறுத்த வரையில் வேலை நிறுத்தம் முடிந்த பிறகே நான் அதைக் கைவிடுவேன்.''

இதற்கு மத்தியில் வேலை நிறுத்தம் செய்திருந்த தொழிலாளருக்கு முனிசிபாலிடியின் கீழ் ஏதாவது வேலை தேடிக் கொடுப்பதற்கு வல்லபாய் முயன்று வந்தார். ஆனால், இதில் வெற்றி பெற முடியும் என்பதற்கு அதிக நம்பிக்கை எதுவும் இல்லை. மகன்லால் காந்தி ஒரு யோசனை கூறினார்: 'நமது ஆசிரம நெசவுப் பள்ளிக்கூட அடித்தளத்தை நிரப்புவதற்கு நமக்கு மணல் வேண்டியிருக்கிறது. இந்த வேலையில் பலரை அமர்த்திக் கொள்ளலாம்' என்றார். இந்த யோசனையைத் தொழிலாளர்களும் வரவேற்றார்கள். அனுசூயா பென், தமது தலையில் முதலில் ஒரு கூடையைச் சுமந்து, அவர்களுக்கு வழிகாட்டினார். அவரைப் பின்பற்றித் தொழிலாளர்கள் வரிசை வரிசையாக ஆற்றிலிருந்து மணலை வாரிக் கூடைகளைத் தங்கள் தலைகளில் சுமந்துகொண்டு வந்து கொட்டிய வண்ணம் இருந்தனர். அது காண்பதற்கரிய காட்சியாக இருந்தது. தங்களுக்கு ஏதோ புதிய பலம் வந்திருப்பதாகவே தொழிலாளர்கள் உணர்ந்தனர். அவர்களுக்குச் சம்பளத்தைப் பட்டுவாடா செய்து சமாளிப்பதே கஷ்டமாக இருந்தது.

என்னுடைய உண்ணாவிரதத்தில் பெரிய குறைபாடும் இல்லாது போகவில்லை. நான் முந்திய அத்தியாயத்தில் கூறியிருப்பதைப் போல, ஆலை முதலாளிகளிடம் நெருங்கிய தொடர்பும், அன்பான உறவும் எனக்கு இருந்து வந்தது. ஆகவே என்னுடைய உண்ணாவிரதம் அவர்களுடைய தீர்மானத்தைப் பாதிக்காமல் இருக்க முடியாது. அவர்களை எதிர்த்து நான் உண்ணாவிரதம் இருக்கக்கூடாது என்பதைச் சத்தியாக்கிரகி என்ற வகையில் நான் அறிவேன். தொழிலாளர் செய்திருக்கும் வேலை நிறுத்தம் ஒன்றைக் கொண்டே அவர்கள் சுயேச்சையான முடிவுக்கு வரும்படி விட்டிருக்க வேண்டும். நான் உண்ணாவிரதம் இருக்க முற்பட்டது, ஆலை முதலாளிகள் செய்துவிட்ட தவறுக்காக அன்று. தொழிலாளர்கள் பிரதிக்ஞையிலிருந்து தவறி விட்டதற்காகவே உண்ணாவிரதம் இருந்தேன். அவர்களுடைய பிரதிநிதி என்ற வகையில், அவர்கள்

செய்த தவறில் எனக்கும் பங்கு இருக்கிறது என்று கருதினேன். ஆலை முதலாளிகளிடம் நான் வேண்டிக் கொள்ளலாம். ஆனால், அவர்களுக்கு விரோதமாக உண்ணாவிரதம் இருப்ப தென்பது அவர்களை நிர்ப்பந்தப்படுத்துவதாகும். என்னுடைய உண்ணாவிரதம் அவர்களை நிர்ப்பந்தப்படுத்தியே தீரும் என்பதை நான் அறிந்திருந்தும் உண்மையிலேயே அது அவர்களை நிர்ப்பந்தப்படுத்தியது. உண்ணாவிரதம் இருப்பதைத் தவிர எனக்கு வேறு வழியில்லை என்று எண்ணினேன். உண்ணாவிரதம் இருக்க வேண்டியதே என் கடமை என்று எனக்குத் தெளிவாகத் தோன்றியது.

ஆலை முதலாளிக்குச் சமாதானம் கூற முயன்றேன். “உங்களுடைய நிலைமையிலிருந்து எனக்காக நீங்கள் மாறியாக வேண்டிய அவசியம் கொஞ்சமேனும் இல்லை” என்று அவர்களுக்குச் சொன்னேன். ஆனால், என் வார்த்தைகளால் அவர்கள் சமாதானம் அடையவில்லை. நயமான மொழிகளால், உள்ளம் வருந்தும்படியாக என்னை ஏளனம் கூடச் செய்தனர். அவ்விதம் செய்ய அவர்களுக்கு முழு உரிமையும் உண்டு.

வேலை நிறுத்தம் சம்பந்தமாக ஆலை முதலாளிகள் விட்டுக் கொடுக்காமல் பிடிவாதமாக இருந்து வந்ததற்கு மூலகாரணமாக இருந்தவர், சேத் அம்பாலால். அவருடைய தளராக உறுதியும், கபடமற்ற இயல்பும் அற்புதமானவை. அவை என் உள்ளத்தைக் கவர்ந்தன. அவரை எதிர்த்துப் போராடுவது என்பதே மகிழ்ச்சி அளிப்பதாகும். ஆகவே, அவரைத் தலைவராகக் கொண்ட எதிர்க்கட்சிக்கு என்னுடைய உண்ணாவிரதம் உண்டாக்கிய சங்கடமான நிலைமையைக் குறித்து நான் அதிக மனவேதனை அடைந்தேன். அவருடைய மனைவி சரளாதேவி, உடன் பிறந்த சகோதரியைப்போல் என்னிடம் அன்பு கொண்டிருந்தார். என்னுடைய செய்கையினால், அவர் மனவருத்தம் அடைந்ததைக் காண என்னால் சகிக்கவில்லை.

அனுசூயா பென்னும், நண்பர்கள் பலரும், தொழிலாளரும், முதல் நாள் என்னுடன் சேர்ந்து உண்ணாவிரதம் இருந்தார்கள். ஆனால், அவர்கள் மேற்கொண்டும் உண்ணாவிரதம் இருப்பதைக் கொஞ்சம் சிரமத்தின் பேரிலேயே நிறுத்தி விடும்படி செய்தேன்.

இதனாலெல்லாம் ஏற்பட்ட பலன், எல்லோரிடமும் நல்லெண்ணச் சூழ்நிலை ஏற்பட்டதாகும். ஆலை முதலாளிகளின் மனமும் இரங்கியது. சமரசத்திற்கான வழியைக்காண அவர்கள் முன் வந்தார்கள். அனுசூயா பென்னின் வீட்டில் அவர்களுடைய விவாதங்கள் நடந்தன. ஸ்ரீ அனந்த சங்கர துருவாவும் இதில் தலையிட்டார். முடிவில் அவரையே மத்தியஸ்தராகவும் நியமித்தனர். நான் உண்ணாவிரதத்தை ஆரம்பித்து மூன்று நாட்களுக்குப் பிறகு வேலை நிறுத்தமும் முடிவுற்றது. இந்த நல்ல முடிவைக் கொண்டாடுவதற்காக ஆலை முதலாளிகள், தொழிலாளருக்கு மிட்டாய்கள் வழங்கினர். இவ்விதம் இருபத்தொரு நாட்கள் வேலை நிறுத்தம் நடந்த பிறகு சமரச முடிவு ஏற்பட்டது.

இந்தச் சமரச முடிவைக் கொண்டாடுவதற்காக நடந்த கூட்டத்திற்கு ஆலை முதலாளிகளும் கமிஷனரும் வந்திருந்தனர். இவ்வைபவத்தில் தொழிலாளருக்குப் புத்திமதி கூறிய கமிஷனர், "ஸ்ரீ காந்தி கூறும் புத்திமதியை அனுசரித்தே நீங்கள் எப்பொழுதும் நடந்துகொள்ள வேண்டும்" என்றார். இந்தச் சம்பவங்களெல்லாம் முடிந்தவுடனேயே இதே கனவானிடம் நான் ஒரு தகராறில் ஈடுபட வேண்டியதாயிற்று. ஆனால், நிலைமையோ இதற்கு மாறானது; அந்த நிலைமையை அனுசரித்து அவரும் மாறுதல் அடைந்து விட்டார். அப்பொழுது அவர், என் புத்திமதியைக் கேட்டு நடந்துவிட வேண்டாம் என்று கேடா பட்டாதார்களுக்கு எச்சரிக்கை செய்தார்!

ஒரு சம்பவத்தைக் குறிப்பிடாமல் நான் இந்த அத்தியாயத்தை முடித்துவிடக் கூடாது. அச்சம்பவம் எவ்வளவு வேடிக்கையானதோ அவ்வளவு பரிதாபகரமானதுமாகும். மிட்டாய் வினியோகத்தில் நடந்த சம்பவம் அது. மில் முதலாளிகள் மிட்டாயை ஏராளமாகத் தருவித்திருந்தார்கள். பல்லாயிரக்கணக்கான தொழிலாளரிடையே அதை எப்படி வினியோகிப்பது என்பதே பெரிய பிரச்னையாகி விட்டது. வேறு எந்த இடத்திலும் அவர்களையெல்லாம் ஒன்றாகக் கூட்டி வைப்பது என்பது முற்றும் அசௌகரியமாக இருந்தது. ஆகையால், திறந்த வெளியில், அதுவும் அவர்கள் எந்த மரத்தின் அடியில், இருந்து பிரதிக்ஞை செய்தார்களோ அதே மரத்தின்

அடியில், அவர்களுக்கு மிட்டாயை வினியோகிப்பதுதான் சரி என்று தீர்மானிக்கப்பட்டது.

இருபத்தொரு நாட்கள் கண்டிப்பான கட்டுப்பாட்டை அனுசரித்து வந்திருக்கும் தொழிலாளர்கள், எந்தவிதமான கஷ்டமும் இன்றி ஒழுங்காக நின்று வினியோகிக்கப்படும் மிட்டாயை வாங்கிக் கொள்ளுவார்கள், மிட்டாய் வாங்கப் போட்டி போட்டுக் கொண்டு மேலே விழமாட்டார்கள் என்று நிச்சயமாக நம்பி இருந்துவிட்டேன். ஆனால், இதைச் சோதிக்கும் சமயம் நேர்ந்தபோது, வினியோகிப்பதற்கு அனுசரித்த எல்லா முறைகளும் பலிக்காது போயின. வினியோகிக்க ஆரம்பித்த இரண்டு நிமிஷங்களுக்குள் அவர்கள் வரிசையெல்லாம் கலைந்து விடும்; மீண்டும் மீண்டும் குழப்ப நிலைமை உண்டாகிவிடும். மில் தொழிலாளர்களின் தலைவர்கள், ஒழுங்கை நிலை நிறுத்த என்ன முயன்றும் பயனில்லை. குழப்பமும், நெருக்கித் தள்ளுவதும், போட்டியும் முடிவில் தாங்க முடியாதவை ஆகிவிட்டன. இக்குழப்பத்தில் காலில் மிதியுண்டு ஏராளமான மிட்டாய்கள் பாழாயின. கடைசியாகத் திறந்த வெளியில் வினியோகிப்பது என்பதையே கைவிட்டு விட்டனர். மிஞ் சிய மிட்டாய்களைச் சிரமப்பட்டு மிர்ஜா பூரிலிருந்த சேத் அம்பாலாலின் பங்களாவுக்குக் கொண்டு போனோம். மறுநாள் அந்தப் பங்களாத் தோட்டத்தில் எந்தவிதக் கஷ்டமும் இல்லாமல் மிட்டாய் வினியோகிக்கப் பட்டது.

இச்சம்பவத்தின் வேடிக்கையான அம்சம் தெளிவானதே. ஆனால், இதிலுள்ள பரிதாபப் பகுதியைக் குறித்து கொஞ்சம் சொல்ல வேண்டும். பின்னால் இதைப்பற்றி விசாரித்தால் உண்மை வெளியாயிற்று. பிரதிக்ஞை எடுத்துக் கொண்ட மரத்தடியில் மிட்டாய்கள் வினியோகிக்கப் போகிறார்கள் என்பதை அறிந்து கொண்டு விட்ட அகமதாபாத்திலிருந்த பிச்சைக்காரர்கள் எல்லோரும் அங்கே ஏராளமாகப் போய்க் கூடி விட்டார்கள். பட்டினியால் வாடிய அவர்கள் மிட்டாய்களைப் பெற முண்டியடித்துக் கொண்டு போனதே அங்கே ஏற்பட்ட குழப்பத்திற்கும் ஒழுங்கின்மைக்கும் காரணம்.

நம் நாட்டில் வறுமையும் பட்டினியும் மக்களை வாட்டி வருகின்றன. இதனால், ஆண்டுதோறும் பிச்சைக்காரர்களின்

தொகை பெருகிக் கொண்டே போகிறது. இவர்கள் வேறு கதியின்றி வயிற்றுச் சோற்றுக்காகப் போராடுவது, நேர்மை, சுயமரியாதை ஆகிய உணர்ச்சிகளே இல்லாதவர்களாக அவர்களை ஆக்கி விடுகிறது. நமது தருமப் பிரபுக்கள், அவர்களுக்கு வேலை கொடுப்பதற்கு வேண்டிய காரியங்களைச் செய்யாமல், வயிற்றுப் பாட்டுக்கு வேலை செய்தாக வேண்டும் என்று அவர்களை வற்புறுத்தாமல், அவர்களுக்குப் பிச்சை போடுகிறார்கள்.

23. கேடாச் சத்தியாக்கிரகம்

கொஞ்சம் ஓய்ந்து மூச்சு விடுவதற்கும்கூட எனக்கு அவகாசமில்லை. அகமதாபாத் ஆலைத் தொழிலாளர் வேலை நிறுத்தம் முடிவுற்றுவுடனேயே நான் கேடாச் சத்தியாக்கிரகப் போராட்டத்தில் ஈடுபட வேண்டியதாயிற்று.

கேடா ஜில்லாவில் எங்கும் விளைச்சல் இல்லாது போய்விட்டதனால், பஞ்சம் வரக்கூடிய நிலைமை ஏற்பட்டு விட்டது. அந்த ஆண்டு நிலவரி வசூலை நிறுத்தி வைத்துவிடும்படி செய்வது எப்படி என்பதைக் குறித்துக் கேடாப் பட்டாதார்கள் யோசித்துக் கொண்டிருந்தார்கள்.

விவசாயிகளுக்கு நான் திட்டமான ஆலோசனையைக் கூறுவதற்கு முன்பே ஸ்ரீ அமிர்தலால் தக்கர் அங்கிருந்த நிலைமையைப் பற்றி விவாதித்தறிந்து, அப்பிரச்னையைக் குறித்துக் கமிஷனருடன் நேரில் விவாதித்திருந்தார். ஸ்ரீ மோகன்லால் பாண்டியாவும், ஸ்ரீ சங்கரலால் பரீக்கும் இப் போராட்டத்தில் ஈடுபட்டனர். ஸ்ரீ வித்தல்பாய் பட்டேல். காலஞ் சென்ற ஸர் கோகுலதாஸ் ககன் தாஸ் பரீக் ஆகியவர்களைக் கொண்டு பம்பாய்ச் சட்டசபையில் கிளர்ச்சியையும் ஆரம்பித்திருந்தனர். இது சம்பந்தமாகப் பன்முறை கவர்னரிடமும் தூது சென்றனர்.

இந்தச் சமயத்தில் நான் குஜராத்தி சபைக்குத் தலைவனாக இருந்தேன். இச்சபை, அரசாங்கத்திற்கு மனுக்களையும் தந்திகளையும் அனுப்பியது. கமிஷனர் செய்த அவமரியாதைகளையும், கமிஷனரின் மிரட்டல்களையும் சகித்துக் கொண்டது. இச்சந்தர்ப்பத்தில் அதிகாரிகளின் நடந்தை மிகக் கேவலமாகவும் கேலிக்கூத்தாகவும் இருந்தது. அவை, இன்று நம்பக் கூடாத அளவுக்கு அவ்வளவு மோசமானவை.

விவசாயிகளின் கோரிக்கை, பட்டப்பகல் போல அவ்வளவு தெளிவானது; மிகவும் மிதமானது. ஆகவே, அதை ஏற்றுக் கொள்ள வேண்டியதுதான் நியாயமாக இருந்தது. மகசூல், சாதாரணமாகக் கிடைக்க வேண்டியதில் கால்வாசியும் அதற்குக்

குறைவாகவுமே இருந்துவிடுமானால், அந்த ஆண்டுக்கு நிலத் தீர்வை வசூலை நிறுத்தி வைக்கும்படி, நிலத்தீர்வை விதிகளின்படி விவசாயிகள் கேட்கலாம். கால்வாசிக்கும் அதிகமாக மகசூல் இருக்கிறது என்பது சர்க்காரின் கணக்கு. விவசாயிகளோ, கால்வாசிக்கும் குறைவாகவே மகசூல் கிடைத்திருக்கிறது என்றார்கள். ஆனால், இவர்கள் கூறுவதைக் கேட்டுக் கொள்ளும் மனப்போக்கில் அரசாங்கம் இல்லை. மத்தியஸ்தர் முடிவுக்கு விட்டுவிட வேண்டும் என்ற பொதுஜனக் கோரிக்கை, தங்களுடைய கௌரவத்திற்குக் குறைவானது என்று அரசாங்கம் கருதியது. முடிவாக மனுக்களும் கோரிக்கைகளும் பயனில்லாது போய் விடவே, நான் என் சக ஊழியர்களைக் கலந்து ஆலோசித்துக் கொண்டு, சத்தியாக்கிரகத்தை மேற்கொள்ளுமாறு பட்டாதார்களுக்கு யோசனை கூறினேன்.

இந்தப் போராட்டத்தில் கேடாத் தொண்டர்களே அன்றி எனக்கு முக்கியமான தோழர்களாக இருந்தவர்கள் ஸ்ரீ வல்லபாய் பட்டேல், சங்கரலால் பாங்கர், ஸ்ரீ மதி அனுசூயா பென், ஸ்ரீ இந்துலால் யாக்ஞிக், மகாதேவ தேசாய் முதலியவர்களும் மற்றோரும் ஆவர். இப்போராட்டத்தில் சேர்ந்ததால் ஸ்ரீ வல்லபாய் பட்டேல், ஏராளமான வருமானத்தை அளித்ததும், வளர்ந்து கொண்டு வந்ததுமான தமது வக்கீல் தொழிலை நிறுத்தி வைத்து விட நேர்ந்தது. பிறகு அத்தொழிலை அநேகமாக அவர் மேற்கொள்ள முடியாமலே போய்விட்டது.

நதியாத்திலிருந்த அனாதாசிரமத்தை எங்கள் தலைமை ஸ்தலம் ஆக்கிக் கொண்டோம். நாங்கள் எல்லோரும் தங்குவதற்குப் போதுமானதாக இதைவிடப் பெரிய இடம் எங்களுக்குக் கிடைக்கவில்லை. சத்தியாக்கிரகிகள் கீழ்க்கண்ட பிரதிக்ஞையில் கையெழுத்திட்டனர்.

“எங்கள் கிராமங்களில் மகசூல் கால் பாகத்திற்கும் குறைவாக இருக்கிறது என்பதை அறிந்தே அடுத்த ஆண்டுவரையில் நிலத் தீர்வை வசூலை நிறுத்தி வைக்குமாறு அரசாங்கத்தைக் கேட்டுக் கொண்டோம். ஆனால், எங்களுடைய வேண்டுகோளை அரசாங்கம் ஏற்றுக் கொள்ளவில்லை. ஆகையால், கீழே கையொப்பம் இட்டு இருப்பவர்களாகிய நாங்கள், இவ்வருஷத்திற்கு முழுத் தீர்வையையோ பாக்கியாக இருக்கும்

தீர்வையையோ அரசாங்கத்திற்கு நாங்களாகக் கொடுப்பதில்லை என்று இதன் மூலம் சத்தியம் செய்து கொள்கிறோம். அரசாங்கம், தனக்குச் சரியெனத் தோன்றும் எல்லாச் சட்ட நடவடிக்கைகளையும் எடுத்துக் கொள்ள அனுமதிப்பதோடு நாங்கள்தீர்வை செலுத்தாததால் ஏற்படக்கூடிய விளைவுகளை மகிழ்ச்சியுடனும் அனுபவிப்போம். எங்கள் நிலங்கள் பறிமுதல் ஆகிவிட விட்டு விடுவோமேயன்றி நாங்களாக வலியத் தீர்வையைச் செலுத்தி, எங்கள் கட்சி பொய்யானது என்று கருதப்பட்டு விடுவதற்கோ, எங்கள் சுயமதிப்புக்கு இழுக்கு நேர்ந்து விடுவதற்கோ, நாங்கள் அனுமதிக்க மாட்டோம். என்றாலும், ஜில்லா முழுவதிலும் நிலத் தீர்வையின் இரண்டாவது தவணையை வசூலிப்பதை நிறுத்தி வைக்க அரசாங்கம் சம்மதிக்குமானால், எங்களில் வரி செலுத்துவதற்குச் சக்தியுள்ளவர்கள், முழு நில வரியையோ அல்லது பாக்கியாக இருக்கும் நிலத்தீர்வையின் மீதத்தையோ செலுத்தி விடுவோம். தீர்வையைச் செலுத்தி விடக் கூடியவர்கள், இன்னும் செலுத்தாமல் இருந்து வருவதற்குக் காரணம், அவர்கள் செலுத்தி விட்டால் ஏழைகளாக இருக்கும் விவசாயிகள் பீதியடைந்து தங்கள் தீர்வைப் பாக்கியைச் செலுத்துவதற்காகத் தங்களிடமிருக்கும் தட்டுமுட்டுச் சாமான்களை யெல்லாம் விற்றோ, கடன்பட்டோ தங்களுக்கு மேலும் துயரத்தைத் தேடிக்கொண்டு விடுவார்கள் என்பதே. இந்த நிலைமையில் ஏழைகளின் நன்மையை முன்னிட்டு வரி செலுத்தச் சக்தியுள்ளவர்கள் கூட, நிலத்தீர்வையைச் செலுத்தாமல் இருப்பது அவர்கள் கடமை என்று நாங்கள் உணருகிறோம்.''

இந்தப் போராட்டத்தைக் குறித்துப் பல அத்தியாயங்களை நான் எழுதுவதற்கில்லை. ஆகையால், இதன் சம்பந்தமான அநேக இனிமையான நினைவுகளை எல்லாம் அப்படியே விட்டுவிட்டு நான் செல்ல வேண்டி இருக்கிறது. இந்த முக்கியமான போராட்டத்தைக் குறித்து முழுவதையும் விவரமாகத் தெரிந்து கொள்ள விரும்புவோர், கேடாவிலுள்ள கத்தலாலைச் சேர்ந்த ஸ்ரீ சங்கரலால் பரீக் எழுதியிருக்கும் ஆதாரபூர்வமான கேடாச் சத்தியாக்கிரகம் என்ற நூலைப் படிப்பார்களாக.

24. ‘வெங்காயத் திருடர்’

சம்பாரண், இந்தியாவில் தொலைவான ஒரு முடுக்கில் இருக்கிறது. அங்கே நடந்த போராட்டத்தைப் பற்றிப் பத்திரிகைகளில் விளம்பரம் ஆகவில்லை. அதனால், வெளியிலிருந்து அங்கே அதிகம் பேர் வரவில்லை. ஆனால், கேடாப் போராட்டம் அப்படியல்ல. அங்கே நடந்து வந்தவை யாவும் அன்றாடம் பத்திரிகைகளில் வெளியாகி வந்தன. குஜராத்திகளுக்கு இப்போராட்டம் முற்றிலும் புதியதான ஒரு சோதனை. ஆகையால், அவர்கள் இதில் அதிக சிரத்தை கொண்டிருந்தனர். இந்த லட்சியம் வெற்றியடைவதற்காகத் தங்களுடைய செல்வத்தையெல்லாம் கொண்டுவந்து கொட்ட அவர்கள் தயாராயிருந்தார்கள். சத்தியாக்கிரகத்தைப் பணத்தினால் மாத்திரமே நடத்திவிட முடியாது என்பதை அவர்கள் சுலபமாக அறிந்து கொள்ள முடியவில்லை. சத்தியாக்கிரகத்திற்குத் தேவையானவற்றில் பணம், கடைசி ஸ்தானத்தையே வகிக்கிறது. வேண்டாம் என்று நான் சொல்லியும் கேட்காமல் பம்பாய் வர்த்தகர்கள் எங்களுக்கு அவசியமானதற்கும் அதிகமாகப் பணம் அனுப்பினார்கள். இதனால் அப்போராட்டத்தின் முடிவில் எங்களிடம் கொஞ்சம் பணம் மீதமாக இருந்தது. அதே சமயத்தில் சத்தியாக்கிரகத் தொண்டர்கள், புதிய பாடமான எளிமையைக் கற்றுக்கொள்ள வேண்டியிருந்தது. அவர்கள் அப்பாடத்தை முழுவதும் கற்றுக் கொண்டுவிட்டனர் என்று சொல்ல முடியாது. என்றாலும், அவர்கள் தங்கள் வாழ்க்கை முறையைப் பெரிதும் மாற்றிக் கொண்டார்கள்.

செய்ய வேண்டியிருந்த முக்கியமான காரியம், விவசாயிகளின் பயத்தைப் போக்குவது. அதிகாரிகள், வரி செலுத்துவோர் கொடுக்கும் பணத்திலிருந்தே சம்பளம் பெறுவதால் அவர்கள் மக்களின் சேவகர்களே அன்றி மக்களுக்கு எஜமானர்கள் அல்ல என்பதை விவசாயிகள் உணரும்படி செய்து அவர்கள் பயத்தைப் போக்க வேண்டியிருந்தது. அஞ்சாமை என்பதை அவர்கள் உணரும்படி செய்வது அசாத்தியமான காரியமாகவே இருந்தது.

அதிகாரிகளிடம் அவர்களுக்கு இருந்த பயம் போய் விட்ட பிறகு, பதிலுக்குப் பதில் அதிகாரிகளை அவர்கள் அவமதிக்காமல் இருக்கும்படி செய்வது எப்படி? மேலும், மரியாதைக் குறைவாக நடந்து கொள்ள முற்பட்டு விடுவார்களாயின், பாலில் ஒரு சொட்டு விஷம் கலந்துவிட்டதைப் போன்று சத்தியாக்கிரகம் கெட்டுவிடும். மரியாதையாக நடந்து கொள்ளும் பாடத்தை, நான் எதிர்பார்த்ததை விட மிகக் குறைவாகவே அவர்கள் அறிந்து கொண்டார்கள் என்பதை நான் பின்னால் அறிந்தேன். பிறரிடம் மரியாதையாக நடப்பது என்பது சத்தியாக்கிரகத்தின் மிகக் கடுமையான பகுதி என்பதை அனுபவம் எனக்குப் போதித்திருக்கிறது. மரியாதையாக நடப்பது என்பதற்கு, அச்சமயத்திற்கு ஏற்பப் பழகி வைத்துக் கொள்ளும் நயமான வெளிப் பேச்சு என்பதல்ல, இங்கே பொருள். பெருந்தன்மை, மனப்பூர்வமாக ஏற்பட்டதாக இருப்பதோடு எதிரிக்கும் நல்லதைச் செய்யும் விருப்பமும் இருக்க வேண்டும். சத்தியாக்கிரகியின் ஒவ்வொரு செயலிலும் இது வெளிப்படுவதாகவும் இருக்க வேண்டும்.

ஆரம்பக் கட்டங்களில் மக்கள் அதிகத் தைரியம் காட்டினார்களெனினும், கடுமையான நடவடிக்கை எடுத்துக் கொள்ள அரசாங்கம் விரும்பியதாகத் தோன்றவில்லை. ஆனால், மக்களின் உறுதி தளர்ந்துவிடும் என்பதற்கான அறிகுறி எதுவும் தோன்றாது போகவே அரசாங்கம் அடக்கு முறையைக் கைக்கொள்ளக் கிளம்பியது. ஜப்தி அதிகாரிகள், மக்களின் கால்நடைகளை ஏலம் போட்டனர். அகப்பட்ட ஜங்கம சொத்துக்களையெல்லாம் ஜப்தி செய்தார்கள்; அபராத அறிவிப்புக்களைப் பிறப்பித்தனர்; சிலருடைய மகசூல்களையும் ஜப்தி செய்தார்கள். இவையெல்லாம் விவசாயிகளின் உறுதியைக் குலைத்து விட்டன. சிலர் தங்கள் வரிப்பாக்கியைச் செலுத்தி விட்டார்கள். மற்றும் சிலரோ, தங்கள் வரிப்பாக்கிக்காக ஜப்தி செய்துகொண்டு போகட்டும் என்று, பத்திரமான தங்கள் ஜங்கம சொத்துகள் – அதிகாரிகள் கையில் அகப்படும் வகையில் வைத்துவிட விரும்பினார்கள். ஆனால், இதற்கு மாறாக மற்றும் சிலரோ, கடைசி வரையில் போராடியே தீருவது என்று உறுதியுடன் இருந்தார்கள்.

இப்படி எல்லாம் நடந்து கொண்டிருந்த சமயம், ஸ்ரீ சங்கரலால் பரீக்கின் சாகுபடியாளர்களில் ஒருவர் தம்மிடமிருந்த நிலத்திற்குரிய தீர்வையைச் செலுத்தி விட்டார். இதனால் பெரும் பரபரப்பு ஏற்பட்டது. தமது சாகுபடியாளர் செய்துவிட்ட தவறுக்கு ஸ்ரீ சங்கரலால் பரீக் உடனே தக்க பரிகாரம் செய்துவிட்டார். எந்த நிலத்திற்கு வரி செலுத்தப் பட்டுவிட்டதோ அந்த நிலத்தை அவர் தருமத்திற்குக் கொடுத்துவிட்டார். இவ்விதம் அவர் தமது கௌரவத்தைக் காத்துக்கொண்டதோடு மற்றவர்களுக்கும் சிறந்த உதாரணமானார்.

பயமடைந்துவிட்டவர்களின் உள்ளத்தில் உறுதி ஏற்படும்படி செய்வதற்காக, ஸ்ரீ மோகன்லால் பாண்டியாவின் தலைமை யிலிருந்த மக்களுக்கு நான் ஒரு யோசனை கூறினேன். ஒரு நிலத்தில் மகசூல் நியாயமின்றி ஜப்தி செய்யப்பட்டிருக்கிறது என்பது என் அபிப்பிராயம். அந்த வயலிலிருந்த வெங்காய மகசூலை அப்புறப் படுத்திவிடும்படி கூறினேன். இதைச் சாத்வீகச் சட்டமறுப்பு என்று நான் கருதவில்லை. இது சாத்விகச் சட்டமறுப்பாகவே இருந்தாலும், நிலத்தில் இருக்கும் மகசூலை ஜப்தி செய்வது சட்டப்படி சரியானதாகவே இருப்பினும், ஒழுக்க ரீதியில் அது தவறானது; கொள்ளையைத் தவிர வேறு எதுவும் அல்ல அது என்று நான் கூறினேன். ஆகையால், ஜப்தி உத்தரவு இருந்தாலும், அந்த நிலத்திலிருந்து வெங்காய மகசூலை அப்புறப்படுத்திவிட வேண்டியது மக்கள் கடமை என்றேன். அபராதம் விதிக்கப்பட்டது அல்லது தண்டனை அடைவது என்பது இத்தகைய சட்ட மறுப்பின் அவசியமான பின்விளைவாகும். ஆகையால், அபராதம் விதிக்கப்படுவது அல்லது தண்டனையை அடைவது என்பதன் மூலம் புதியதொரு பாடத்தைக் கற்றுக்கொள்ளுவதற்கு மக்களுக்கு இது சிறந்த வாய்ப்பு. ஸ்ரீ மோகன்லால் பாண்டியாவுக்கோ இது மனத்திற்குப் பிடித்த காரியம். சத்தியாக்கிரகக் கொள்கைக்குப் பொருத்தமான வகையில் யாராவது ஒருவர் ஏதாவது ஒன்றைச் செய்து சிறைவாச உருவில் துன்பத்தை அனுபவிக்காமல் இப்போராட்டம் முடிந்து விடுவதை அவர் விரும்பவில்லை. ஆகையால், அந்நிலத்திலிருந்த வெங்காய மகசூலைத் தாமே அப்புறப்படுத்தி விடுவதாக அவர் முன் வந்தார். இதில் மற்றும் ஏழு, எட்டு நண்பர்களும் அவருடன் சேர்ந்துகொண்டார்கள்.

இவர்களைச் சும்மா விட்டுவிடுவது என்பது அரசாங்கத்தினால் முடியாத காரியம். ஸ்ரீ மோகன்லாலும் அவருடைய சகாக்களும் கைதானதால் மக்களின் உற்சாகம் அதிகமாயிற்று. ஜெயிலுக்குப் பயப்படுவதென்பது போய்விட்ட பிறகு அடக்குமுறை மக்களுக்குத் தைரியத்தை ஊட்டிவிடுகிறது. விசாரணை நாளன்று கோர்ட்டில் ஏராளமான மக்கள் கூடிவிட்டனர். பாண்டியாவும் அவருடைய சகாக்களும் சொற்ப காலச் சிறைத் தண்டனை அடைந்தார்கள். தண்டனை விதித்தது தவறு என்பது என் அபிப்பிராயம். ஏனெனில், வெங்காய மகசூலை அப்புறப்படுத்தியது குற்றச் சட்டத்தின்படி 'திருட்டு' ஆகாது. ஆனால், கோர்ட்டுக்குப் போவதைத் தவிர்ப்பது என்பதே கொள்கையாகையால் அப்பீல் செய்யவில்லை.

'கைதி'களைச் சிறைக்குக் கொண்டுபோனபோது, அவர்கள் முன்னால் மக்கள் ஊர்வலம் ஒன்றும் சென்றது. அன்று மக்கள் ஸ்ரீ மோகன்லாலுக்கு 'வெங்காயத் திருடர்' என்ற பட்டத்தை அளித்துக் கௌரவித்தனர். இன்னும் அப்பட்டப்பெயர் அவருக்கு இருந்து வருகிறது. கேடாச் சத்தியாக்கிரகத்தின் முடிவை அடுத்த அத்தியாயத்தில் கவனிப்போம்.

25. கேடாச் சத்தியாகிரக முடிவு

இப்போராட்டம் எதிர்பாராத வகையில் முடிவுற்றது. மக்கள் களைத்துப் போய்விட்டனர் என்பது தெளிவாகத் தெரிந்தது. ஆகவே, பணியாமல் உறுதியுடன் இருந்தவர்களைச் சர்வ நாசத்திற்குக் கொண்டுபோய் விடுவதற்குத் தயங்கினேன். சத்தியாக்கிரகி ஏற்றுக் கொள்ளக்கூடிய வகையில், கௌரவமான முறையில் போராட்டத்தை முடிப்பதற்கான வழியைத் தேடிக் கொண்டிருந்தேன். எதிர்பாராத வகையில் அத்தகைய வழி ஒன்று தென்பட்டது. நதியாத் தாசில்தார் எனக்கு ஒரு தகவல் அனுப்பினார். பணவசதியுள்ள பட்டாதார்கள் வரியைச் செலுத்திவிட்டால் ஏழைகளிடமிருந்து வரி வசூலிப்பது நிறுத்தி வைக்கப்படும் என்றார், அவர். அவ்விதம் செய்யப்படும் என்று எழுத்து மூலம் கொடுக்கும்படி அவரைக் கேட்டேன். அவரும் அப்படியே கொடுத்தார். தாசில்தார், தமது தாலுகாவுக்கு மாத்திரமே பொறுப்பு வாய்ந்தவராக இருக்க முடியும். ஜில்லா முழுவதற்கும் கலெக்டரே உறுதிமொழி கொடுக்க முடியும். முழு ஜில்லாவுக்கும் தாசில்தாரின் உறுதிமொழி அமல் ஆகுமா என்று கலெக்டரிடம் விசாரித்தேன். தாசில்தாரின் கடிதத்தில் கண்ட முறையில் தீர்வை வசூலை நிறுத்தி வைக்குமாறு அறிவித்து உத்தரவு பிறப்பிக்கப்பட்டு விட்டது என்று அவர் பதில் அளித்தார். அது அப்பொழுது எனக்குத் தெரியாது. உத்தரவு பிறப்பிக்கப்பட்டு விட்டது உண்மையானால், மக்களின் பிரதிக்ஞை நிறைவேறி விட்டது. இந்தக் காரியத்தை நோக்கமாகக் கொண்டதே அப்பிரதிக்ஞை என்பது நினைவிருக்கலாம். ஆகவே, உத்தரவில் எங்களுக்குத் திருப்தி என்று அறிவித்தோம்.

என்றாலும், முடிவு நான் மகிழ்ச்சி அடையும்படி இல்லை. ஏனெனில், ஒவ்வொரு சத்தியாக்கிரகப் போராட்டத்தின் முடிவையும் தொடர்ந்து வரவேண்டியதான பெருமிதம் அதில் இல்லை. சமரசத்திற்காகத் தாம் எதுவுமே செய்யாதவரைப் போலவே கலெக்டர் காரியங்களைச் செய்து கொண்டு போனார். ஏழைகளிடமிருந்து தீர்வை வசூலிப்பது நிறுத்தி

வைக்கப்பட வேண்டும். ஆனால், அந்தச் சகாயம் அவர்களுக்குக் கிடைக்கவே இல்லை. ஏழைகள் என்பது இன்னார் என்பதை நிர்ணயிப்பது மக்களுக்குள்ள உரிமை. ஆனால், அந்த உரிமையைச் செயல்படுத்த அவர்களால் முடியவில்லை. உரிமையை நிலைநாட்டுவதற்கு வேண்டிய பலம் அவர்களுக்கு இல்லாததைக் குறித்துத் துக்கம் அடைந்தேன். ஆகையால், இப்போராட்டத்தின் முடிவு சத்தியாக்கிரகத்தின் வெற்றி என்று கொண்டாடப்பட்டதாயினும், முழு வெற்றிக்கு வேண்டிய முக்கியமான அம்சங்கள் அதில் இல்லாததனால், அதைக் குறித்து நான் உற்சாகம் அடைய முடியவில்லை.

சத்தியாக்கிரகத்தின் முடிவில் சத்தியாக்கிரகிகள் மேலும் பலமுள்ளவர்களாகவும், ஆரம்பத்தில் இருந்ததைவிட அதிக உற்சாகமுள்ளவர்களாகவும் இருக்க முடிந்தால்தான் சத்தியாக்கிரகப் போராட்டம் பயனுள்ளதாயிற்று என்று சொல்ல முடியும்.

ஆயினும், இப்போராட்டத்தினால் மறைமுகமான பலன்களும் இல்லாது போகவில்லை. இப்பலன்களை இன்று நாம் காணமுடிவதோடு அதன் பயன்களை அனுபவித்தும் வருகிறோம். கேடாச் சத்தியாக்கிரகம், குஜராத் விவசாயிகளிடையே விழிப்பு ஏற்படுவதற்கு ஆரம்பமாக இருந்தது. உண்மையான ராஜீயக் கல்விக்கு அதுவே ஆரம்பமாகும்.

டாக்டர் பெஸன்டின் சிறந்த சுயாட்சிக் கிளர்ச்சி, உண்மையில் விவசாயிகளிடையே ஓரளவுக்கு விழிப்பை உண்டாக்கி இருந்தது. ஆனால், கேடாப் போராட்டமே, விவசாயிகளின் உண்மையான வாழ்க்கையுடன் தொடர்பு கொள்ளும்படி படித்த பொதுஜன ஊழியர்களைக் கட்டாயப்படுத்தியது. விவசாயிகளுடன் சேர்ந்தவர்களே தாங்களும் என்பதை அவர்கள் அறியலானார்கள். தங்கள் வேலை செய்வதற்கு ஏற்ற இடத்தையும் கண்டுகொண்டனர். அவர்களுடைய தியாகத் திறனும் அதிகரித்தது. இந்தப் போராட்டத்தில் தான் வல்லபாய், தம்மைத் தாமே கண்டு கொண்டார் என்பது, அதனளவில் சாமான்யமான பலன் அன்று. அதன் பலன் எவ்வளவு பிரமாதமானது என்பதைச் சென்ற ஆண்டு நடந்த வெள்ள கஷ்ட நிவாரண வேலையில் இருந்தும், இந்த ஆண்டு

நடந்த பார்டோலி சத்தியாக் கிரகத்திலிருந்தும் நாம் அறிய முடியும். குஜராத்தில் பொதுஜன சேவை வாழ்க்கை புதிய சக்தியையும், ஊக்கத்தையும் பெற்றது. பட்டாதாரான விவசாயி, தம்முடைய பலத்தை மறக்க முடியாத வகையில் உணரலானார். மக்களின் கதி மோட்சம், அவர்களையும், துன்பங்களை அனுபவிப்பதற்கும் தியாகத்துக்கும் அவர்களுக்குள்ள தகுதியையும் பொறுத்தே இருக்கிறது. இந்தப் பாடம், அழிய முடியாத வகையில் பொதுமக்களின் மனத்தில் பதிந்துவிட்டது. கேடாப் போராட்டத்தின் மூலம் சத்தியாக்கிரகம் குஜராத்தின் மண்ணில் ஆழ வேர் ஊன்றிவிட்டது.

ஆகையால், சத்தியாக்கிரகம் முடிவடைந்ததைக் குறித்து நான் உற்சாகமடைவதற்கு எதுவும் இல்லையென்றாலும், கேடா விவசாயிகள் குதூகலமடைந்தார்கள். ஏனெனில், தங்கள் தங்கள் முயற்சிக்கு ஏற்ற பலனை அடைந்து விட்டதாக அவர்கள் அறிந்ததோடு தங்களுடைய குறைகளைப் போக்கிக் கொள்ளுவதற்கு உண்மையான, தோல்வியே இல்லாத ஒரு முறையையும் அவர்கள் கண்டுகொண்டனர். இதை அவர்கள் அறிந்திருந்தது ஒன்றே, அவர்கள் அடைந்த குதூகலம் நியாயமானது என்பதைக் காட்டுவதற்குப் போதுமானது.

என்றாலும், சத்தியாக்கிரகத்தின் உட்பொருளைக் கேடா விவசாயிகள் முற்றும் அறிந்து கொள்ளவில்லை. இதனால் அவர்களுக்கு ஏற்பட்ட கஷ்டத்தைக் கொண்டே இதை அவர்கள் கண்டுகொண்டனர். அதைக் குறித்துப் பின்வரும் அத்தியாயங்களில் கவனிப்போம்.

26. ஒற்றுமையில் ஆர்வம்

ஐரோப்பாவில் நாசகரமான யுத்தம் நடந்துகொண்டு வந்த போதுதான் கேடாப் போராட்டம் ஆரம்பமாயிற்று. அப்போராட்டம் முடிந்த பிறகு, யுத்தத்தில் ஒரு நெருக்கடியான நிலைமை உண்டாயிற்று. வைசிராய் டில்லியில் ஒரு யுத்த மகாநாட்டைக் கூட்டி, அதற்குப் பல தலைவர்களையும் அழைத்திருந்தார். வைசிராய் லார்டு செம்ஸ்போர்டுக்கும் எனக்கும் நெருங்கிய நட்பு இருந்ததைக் குறித்து முன்பே கூறியிருக்கிறேன்.

அந்த அழைப்பிற்கு இணங்கி நான் டில்லிக்குச் சென்றேன். ஆனால், அம்மகாநாட்டில் நான் கலந்து கொள்ளுவது சம்பந்தமாக எனக்குச் சில ஆட்சேபங்கள் இருந்தன. அவற்றில் முக்கியமானது, அலி சகோதரர்கள் போன்ற தலைவர்களை அம்மகாநாட்டிற்கு அழைக்கவில்லை என்பது. அப்பொழுது அவர்கள் சிறையில் இருந்தார்கள். அவர்களைக் குறித்து நான் நிறையக் கேள்விப் பட்டிருந்தேனாயினும் இரண்டொரு முறையே அவர்களைச் சந்தித்திருந்தேன். அவர்களுடைய சேவையைக் குறித்தும், தீரத்தைப் பற்றியும் என்னிடம் எல்லோரும் மிகவும் பாராட்டிக் கூறியிருந்தார்கள். ஹக்கீம் சாகிபுடன் அப்பொழுது எனக்கு நெருங்கிய பழக்கம் இல்லை. ஆனால், பிரதமப் பேராசிரியர் ருத்திராவும் தீனபந்து ஆண்டுரூஸும், அவருடைய பெருமையைக் குறித்து என்னிடம் அதிகம் கூறியிருந்தனர். ஸ்ரீ ஷு வாயிப் குரேஷியையும் ஸ்ரீ குவாஜாவையும் கல்கத்தாவில் முஸ்லீம் லீகில் சந்தித்திருந்தேன். டாக்டர் அன்ஸாரியுடனும் டாக்டர் அப்துர் ரஹ்மானுடனும் எனக்குப் பழக்கம் இருந்தது. உத்தமமான முஸ்லிம்களின் நட்பை நான் நாடினேன். முஸ்லிம்களின் புனிதமான, அதிக தேசாபிமானமுள்ள பிரதிநிதிகளுடன் தொடர்புகொண்டு அதன் மூலம் முஸ்லிம்களின் மனத்தைத் தெரிந்துகொள்ள வேண்டும் என்று ஆவலுடன் இருந்தேன். ஆகையால், அப்படிப்பட்டவர்களுடன் நெருங்கிய தொடர்பு வைத்துக்

கொள்ளுவதற்காக, அவர்கள் என்னை எங்கே அழைத்துச் சென்றாலும் போவேன். அதற்கு எந்தவிதமான வற்புறுத்தலும் தேவையே இல்லை.

ஹிந்துக்களுக்கும் முஸ்லிம்களுக்கும் இடையே உண்மையான நட்பு இல்லை என்பதைத் தென்னாப்பிரிக்காவில் வெகு காலத்திற்கு முன்பே நான் தெரிந்து கொண்டேன். ஒற்றுமைக்குத் தடையாக இருப்பவைகளைப் போக்குவதற்குக் கிடைக்கும் எந்த வாய்ப்பையும் நான் தவற விட்டுவிடுவது இல்லை. முகஸ்துதியாகப் பேசியோ, சுயமதிப்புக்குப் பாதகமான வகையில் நடந்தோ ஒருவரைச் சமாதானப்படுத்திக் கொண்டு விடுவது என்பது என் சுபாவத்திற்கே விரோதமானது. ஹிந்து – முஸ்லிம் ஒற்றுமை விஷயத்தில்தான் என்னுடைய அகிம்சை கடுமையான சோதனைக்கு உள்ளாக நேரும் என்பதை எனது தென்னாப்பிரிக்க அனுபவம் எனக்குத் தெளிவாகக் காட்டியிருந்தது. அதோடு இவ்விஷயமே என்னுடைய அகிம்சையின் சோதனைகளுக்கு மிக விஸ்தாரமான இலக்கை அளிக்கிறது என்றும் அறிந்திருந்தேன். அந்த உறுதியே இன்னும் இருந்து வருகிறது. என் வாழ்நாளின் ஒவ்வொரு கணத்திலும் கடவுள் என்னைச் சோதித்து வருகிறார் என்பதையும் உணருகிறேன்.

தென்னாப்பிரிக்காவிலிருந்து திரும்பிய போது இவ்விஷயத்தில் இவ்விதமான உறுதியான கொள்கையுடன் நான் இருந்ததனால், அலி சகோதரர்களுடன் தொடர்பு பெறுவது மிகவும் முக்கியம் என்று மதித்தேன். ஆனால், நெருக்கமான பழக்கம் ஏற்படுவதற்கு முன்னால் அவர்களைத் தனிமையில் வைத்து விட்டனர். கடிதம் எழுத ஜெயிலர்கள் அனுமதிக்கும் போதெல்லாம் மௌலானா முகமது அலி, பேதூலிலிருந்தும் சிந்து வாடியிலிருந்தும் எனக்கு நீண்ட கடிதங்களை எழுதிக் கொண்டிருந்தார். அவர்களைப் போய்ப் பார்க்க அனுமதி கோரி விண்ணப்பித்துக் கொண்டேன். ஆனால், அனுமதி கிடைக்கவில்லை.

அலி சகோதரர்கள் சிறைப்பட்ட பின்னரே, கல்கத்தாவில் நடந்த முஸ்லிம் லீக் மகாநாட்டிற்கு முஸ்லிம் நண்பர்கள் என்னை அழைத்திருந்தார்கள். அங்கே பேசும்படி என்னைக் கேட்டுக் கொண்டபோது, அலி சகோதரர்கள் விடுதலையாகும்படி செய்ய

வேண்டியது முஸ்லிம்களின் கடமை என்று பேசினேன். இதற்குச் சில நாட்களுக்குப் பிறகு இந்த நண்பர்கள், அலிகாரிலுள்ள முஸ்லிம் கல்லூரிக்கு என்னை அழைத்துச் சென்றனர். அங்கே பேசுகையில் தாய்நாட்டிற்குச் சேவை செய்வதற்காக இளைஞர்கள் பக்கிரிகள் ஆகவேண்டும் என்று அழைத்தேன்.

பிறகு அலி சகோதரர்கள் விடுதலைக்காக அரசாங்கத்துடன் கடிதப் போக்குவரத்து வைத்துக் கொண்டேன். இது சம்பந்தமாக, கிலாபத் பற்றி அலி சகோதரர்கள் கொண்டிருந்த கருத்துக்களையும், அவர்களுடைய நடவடிக்கைகளையும் ஆராய்ந்தேன். முஸ்லிம் நண்பர்களுடனும் விவாதித்தேன். இதனால் ஒன்றை உணர்ந்தேன். நான் முஸ்லிம்களின் உண்மையான நண்பனாக வேண்டுமானால், அலி சகோதரர்களின் விடுதலையைப் பெறுவதற்காகவும், கிலாபத் பிரச்னையில் நியாயமான முடிவு ஏற்படுவதாகவும், சாத்தியமான எல்லா உதவிகளையும் நான் செய்யவேண்டும் என்பதே அது. அவர்களுடைய கோரிக்கையில் தரும விரோதமானது எதுவும் இல்லையென்றால், அதன் முழு நியாயங்களையும் குறித்து நான் ஆராய்ந்து கொண்டிருக்க வேண்டிய அவசியமில்லை. மத சம்பந்தமான விஷயங்களில் நம்பிக்கைகள் மாறுபடுகின்றன. அவரவரின் நம்பிக்கைதான் அவரவர்களுக்கு மேலானதாகும். மத சம்பந்தமான விசயங்களிலெல்லாம் எல்லோருக்கும் ஒரேவிதமான நம்பிக்கை இருக்குமானால், உலகில் ஒரே ஒரு மதம் தான் இருக்கும். கிலாபத் சம்பந்தமான முஸ்லிம்களின் கோரிக்கையில் தருமத்திற்கு விரோதமானது எதுவும் இல்லை என்பதோடு மாத்திரம் அல்ல, முஸ்லிம்களுடைய கோரிக்கையின் நியாயத்தைப் பிரிட்டிஷ் பிரதம மந்திரியே ஒப்புக் கொண்டிருக்கிறார் என்பதைப் பின்னால் அறிந்து கொண்டேன். ஆகையால், பிரதம மந்திரியின் வாக்குறுதி நிறைவேற்றப்படும்படி செய்வதற்கு என்னால் முடிந்த உதவியைச் செய்ய நான் கடமைப் பட்டிருக்கிறேன் என்று கருதினேன். மிகவும் தெளிவான முறையில் அந்த வாக்குறுதி அளிக்கப்பட்டு இருந்ததால், என்னுடைய மனச் சாட்சியைத் திருப்தி செய்துகொள்ளுவதற்கு மாத்திரமே முஸ்லிம்களுடைய கோரிக்கையின் தகுதியைக் குறித்து நான் பரிசீலனை செய்து கொள்ள வேண்டியிருந்தது.

கிலாபத் பிரச்னையில் நான் கொண்ட போக்கைக் குறித்து நண்பர்களும் மற்றவர்களும் குற்றஞ் சொல்லியிருக்கின்றனர். அவர்கள் கண்டித்திருந்த போதிலும், என் கருத்தை மாற்றிக் கொள்ளுவதற்கு எந்தக் காரணமும் இருப்பதாக நான் எண்ணவில்லை. முஸ்லிம்களுடன் ஒத்துழைத்ததற்காக நான் வருந்தவும் இல்லை. இதேபோன்ற சமயம் இனி ஏற்படுமானால், அதே போக்கைத்தான் நான் அனுசரிக்க வேண்டும். ஆகையால், நான் டில்லிக்குச் சென்றபோது, முஸ்லிம்களின் கட்சியை வைசிராய்க்கு எடுத்துச் சொல்ல வேண்டும் என்ற முழு எண்ணத்துடனேயே சென்றேன். கிலாபத் பிரச்னை, பின்னால் அது கொண்ட உருவை அப்பொழுது அடைந்து விடவில்லை.

ஆனால், நான் டில்லியை அடைந்ததும், மகாநாட்டிற்கு நான் செல்வதிற்கு எதிராக மற்றொரு கஷ்டமும் ஏற்பட்டது. யுத்த மகாநாட்டில் நான் கலந்து கொள்ளுவது தருமமாகுமா என்ற கேள்வியைத் தீனபந்து ஆண்டுரூஸ் எழுதினார். இங்கிலாந்துக்கும் இத்தாலிக்கும் ஏற்பட்ட ரகசிய ஒப்பந்தங்களைப் பற்றிப் பிரிட்டிஷ் பத்திரிகைகளில் நடந்து வந்த விவாதங்களைக் குறித்து அவர் எனக்குக் கூறினார். இன்னுமொரு ஐரோப்பிய வல்லரசுடன் பிரிட்டன் ரகசியமாக ஒப்பந்தங்கள் செய்து கொண்டிருக்குமானால், இம்மகா நாட்டில் எப்படி நான் கலந்துகொள்ள முடியும் என்று ஸ்ரீ ஆண்டுரூஸ் கேட்டார். ஒப்பந்தங்களைப் பற்றி எனக்கு எதுவுமே தெரியாது. தீனபந்து ஆண்டுரூஸ் சொன்னதே எனக்குப் போதுமானது. ஆகவே, மகாநாட்டில் கலந்து கொள்ள நான் தயங்குவதன் காரணத்தை விளக்கி லார்டு செம்ஸ்போர்டுக்குக் கடிதம் எழுதினேன். இதைக் குறித்து என்னுடன் விவாதிப்பதற்காக அவர் என்னை அழைத்தார். அவருடனும் அவருடைய அந்தரங்கக் காரியதரிசி ஸ்ரீ மாபியுடனும் நீண்ட நேரம் விவாதித்தேன். அதன் பேரில் மகாநாட்டில் கலந்து கொள்ளச் சம்மதித்தேன். வைசிராய் வாதத்தின் சாராம்சம் இதுதான்: "பிரிட்டிஷ் மந்திரி சபை செய்யும் ஒவ்வொன்றும் வைசிராய்க்குத் தெரியும் என்று நிச்சயம் நீங்கள் நம்பிவிட மாட்டீர்கள். பிரிட்டிஷ் அரசாங்கம் தவறே செய்யாது என்று நான் சொல்லவில்லை; யாரும் சொல்லவுமில்லை. ஆனால், மொத்தத்தில் சாம்ராஜ்யம் நல்லதற்கான ஒரு சக்தி என்பதை நீங்கள் ஒப்புக்கொள்கிறீர்கள்

என்றால், இந்தியா, பிரிட்டிஷ் சம்பந்தத்தினால் மொத்தத்தில் நன்மை யடைந்திருக்குமாயின், சாம்ராஜ்யத்திற்கு ஆபத்து ஏற்பட்டிருக்கும் இச்சமயத்தில் அதற்கு உதவி செய்ய வேண்டியது ஒவ்வொரு இந்தியரின் கடமை என்பதை ஒப்புக் கொள்ளுவீர்களல்லவா? ரகசிய ஒப்பந்தங்களைக் குறித்துப் பிரிட்டிஷ் பத்திரிகைகள் என்ன கூறுகின்றன என்பதை நானும் படித்தேன். இந்தப் பத்திரிகைகள் கூறுவதற்குமேல் எனக்கு எதுவும் தெரியாது என்று உங்களுக்கு உறுதி கூறுகிறேன். அதோடு, அடிக்கடி பத்திரிகைகள் கதை கட்டிவிடுகின்றன என்பதையும் நீங்கள் அறிவீர்கள். பத்திரிகைச் செய்திகளை மாத்திரம் ஆதாரமாக வைத்துக் கொண்டு இது போன்ற ஒரு நெருக்கடியான சமயத்தில் சாம்ராஜ்யத்திற்கு உதவி செய்ய நீங்கள் மறுக்கலாமா? இன்று அல்ல, இந்த யுத்தம் முடிந்த பிறகு, எந்தத் தார்மிகப் பிரச்னையில் வேண்டுமானாலும் உங்கள் இஷ்டப்படி நீங்கள் ஆட்சேபங்களைக் கிளப்பி எங்களுக்குச் சவால் விடலாம்.''

வாதம் புதியது அன்று. ஆனால், கூறப்பட்ட முறையினாலும், கூறப்பட்ட நேரத்தின் காரணமாகவும் அது புதிதாக எனக்குத் தோன்றியது. மகாநாட்டில் கலந்து கொள்ளுவதற்கும் சம்மதித்தேன். முஸ்லிம்களின் கோரிக்கையைப் பொறுத்த வரையில் வைசிராய்க்கு நான் கடிதம் எழுதுவது என்பதும் முடிவாயிற்று.

27. படைக்கு ஆள் திரட்டல்

ஆகவே நான் மகாநாட்டிற்குச் சென்றேன். படைக்கு ஆள் திரட்டுவது சம்பந்தமான தீர்மானத்தை நான் ஆதரிக்க வேண்டும் என்பதில் வைசிராய் அதிகச் சிரத்தையுடன் இருந்தார். ஹிந்துஸ்தானியில் நான் பேச அனுமதிக்க வேண்டும் என்று கேட்டேன். என் கோரிக்கைக்கு வைசிராய் அனுமதியளித்தார். ஆனால், நான் ஆங்கிலத்திலும் பேச வேண்டும் என்று யோசனை கூறினார். நான் நீளமான பிரசங்கம் செய்ய எண்ணவில்லை. பேசினேன். "என் பொறுப்பைப் பூரணமாக உணர்ந்தே நான் இத்தீர்மானத்தை ஆதரிக்கிறேன்" என்ற ஒரே வாக்கியமே நான் பேசியது.

ஹிந்துஸ்தானியில் நான் பேசியதற்காகப் பலர் என்னைப் பாராட்டினார்கள். இத்தகைய கூட்டத்தில் ஹிந்துஸ்தானியில் பேசியது அதுவே முதல் தடவை என்றும் அவர்கள் கூறினார்கள். இப்பாராட்டுக்களும், வைசிராய் கூட்டமொன்றில் ஹிந்துஸ்தானியில் முதல் முதல் பேசியது நானே என்பது கண்டு பிடிக்கப்பட்டதும், என்னுடைய தேசிய கௌரவத்தைப் பாதித்தன. எனக்கு நானே குன்றிப் போய்விட்டதாக உணர்ந்தேன். நாட்டில், நாடு சம்பந்தமான வேலையைப் பற்றிய கூட்டங்களில், நாட்டின் மொழி தடுக்கப்பட்டிருப்பதும், என்னைப் போன்ற யாரோ ஒருவர் அங்கே ஹிந்துஸ்தானியில் பேசிவிட்டது பாராட்டுதற்குரிய விஷயமாக இருப்பதும், எவ்வளவு பெரிய துக்ககரமான விஷயம்! நாம் எவ்வளவு இழிவான நிலைமையை அடைந்திருக்கிறோம் என்பதை இதுபோன்ற சம்பவங்கள் நினைவூட்டுகின்றன.

மகாநாட்டில் நான் பேசியது ஒரே ஒரு வாக்கியமேயாயினும் எனக்கு அது அதிக முக்கியமான பொருளைக் கொண்டதாகும். அம்மகாநாட்டையோ, அதில் நான் ஆதரித்த தீர்மானத்தையோ மறந்துவிடுவது எனக்குச் சாத்தியமல்ல. செய்வதாக நான் ஏற்றுக் கொண்டிருந்த ஒரு காரியத்தை டில்லியிலிருந்தபோதே நான் நிறைவேற்றியாக வேண்டியிருந்தது. வைசிராய்க்கு நான் கடிதம்

எழுத வேண்டியிருந்தது. எனக்கு இது எளிதான காரியமன்று. அரசாங்கம், மக்கள் ஆகிய இருதரப்பினரின் நன்மையையும் முன்னிட்டு, எப்படி, ஏன் அம்மகாநாட்டுக்கு வந்தேன் என்பதை அக்கடிதத்தில் விளக்கிச் சொல்லி, அரசாங்கத்தினிடமிருந்து மக்கள் எதிர் பார்ப்பது என்ன என்பதையும் தெளிவாக எடுத்துக் காட்ட வேண்டியது என் கடமை என்பதை உணர்ந்தேன்.

லோகமான்ய திலகர், அலி சகோதரர்கள் போன்ற தலைவர்கள் மகாநாட்டிற்கு அழைக்கப்படாமல் விலக்கப்பட்டிருந்தது குறித்து என் வருத்தத்தை அக்கடிதத்தில் தெரிவித்தேன். மக்களின் குறைந்த பட்ச ராஜீயக் கோரிக்கையைக் குறித்தும், யுத்தத்தினால் ஏற்பட்ட நிலைமையின் காரணமாக உண்டாகியிருக்கும் முஸ்லிம்களின் கோரிக்கையைப் பற்றியும் அதில் கூறினேன். அக்கடிதத்தைப் பிரசுரிக்கவும் அனுமதி கேட்டேன். வைசிராயும் மகிழ்ச்சியுடன் அனுமதியளித்தார்.

மகாநாடு முடிந்தவுடனேயே வைசிராய் சிம்லாவுக்குப் போய் விட்டதால், அக்கடிதத்தை அங்கே அனுப்ப வேண்டியிருந்தது. எனக்கோ, அக்கடிதம் அதிக முக்கியத்துவம் வாய்ந்தது. தபால் மூலம் அனுப்புவதாயிருந்தால் தாமதம் ஆகிவிடவும் கூடும். சீக்கிரத்தில் கடிதம் போய்ச்சேர வேண்டும் என்று விரும்பினேன். ஆனால், அதைக் கண்டவர்களிடம் கொடுத்தனுப்பிவிடவும் எனக்கு மனமில்லை. புனிதமான ஒருவர் அதை எடுத்துச் சென்று வைசிராய் மாளிகையில் அவரிடம் நேரில் சேர்ப்பிக்க வேண்டும் என்று விரும்பினேன். கேம்பிரிட்ஜ் மிஷனைச் சேர்ந்த புனித பாதிரியாரான பூஜ்ய அயர்லாந்திடம் கொடுத்தனுப்பலாம் என்று தீனபந்து ஆண்டுரூஸு ம், பிரதமப் பேராசிரியர் ருத்திராவும் யோசனை கூறினர். கடிதத்தைப் படித்துப் பார்த்து, அது நல்லது என்று தமக்குத் தோன்றினால் அதைக் கொண்டு போவதாக அவர் ஒப்புக்கொண்டார். அக்கடிதம் ரகசியமானதல்ல வாகையால் அதை அவர் படித்துப் பார்ப்பதில் எனக்கு ஆட்சேபமில்லை. கடிதத்தை அவர் படித்தார்; அது அவருக்குப் பிடித்திருந்தது. அதைக் கொண்டுபோய்ச் சேர்க்க ஒப்புக்கொண்டார். அவருக்கு இரண்டாம் வகுப்பு ரெயில் கட்டணம் கொடுப்பதாகக் கூறினேன். ஆனால், இன்டர் வகுப்பில் பிரயாணம் செய்வதுதான் தமக்குப் பழக்கம் என்று கூறி அதை வாங்கிக் கொள்ள மறுத்துவிட்டார்.

இரவுப் பிரயாணமாக இருந்தும் இன்டர் வகுப்பிலேயே சென்றார். அவருடைய எளிமையும், நேரிய, ஒளிவு மறைவு இல்லாத போக்கும் என்னைக் கவர்ந்துவிட்டன. இவ்விதம் தூய்மையான உள்ளம் படைத்த ஒருவர் மூலம் அனுப்பப் பெற்ற கடிதம், நான் எண்ணியவாறே விரும்பிய பலனைத் தந்தது. அது என் மனத்திற்கு ஆறுதல் அளித்ததோடு நான் செல்ல வேண்டிய வழியையும் தெளிவுபடுத்தியது.

செய்வதாக நான் ஏற்றுக்கொண்ட கடமையின் மற்றொரு பகுதி, படைக்கு ஆள் திரட்டுவது. இந்த வேலையைக் கேடாவைத் தவிர நான் வேறு எங்கே ஆரம்பிப்பது? முதலில் சைனியத்தில் சேருபவராக இருக்கும்படி என் சொந்த சக ஊழியர்களைத் தவிர வேறு யாரை நான் அழைக்க முடியும்? ஆகவே, நதியாத்துக்கு நான் போனதுமே வல்லபாயையும் மற்ற நண்பர்களையும் அழைத்துப் பேசினேன். அவர்களில் சிலர், என் யோசனையை எளிதில் ஏற்றுக்கொண்டு விடவில்லை. என் யோசனை பிடித்திருந்தவர்களுக்கோ, அது வெற்றி பெறுமா என்பதில் சந்தேகம் இருந்தது. எந்த வகுப்பினருக்கு நான் கோரிக்கை வெளியிட விரும்பினேனோ அந்த வகுப்பாருக்கு அரசாங்கத்தினிடம் அன்பு இல்லை. அரசாங்க அதிகாரிகளிடம் அவர்கள் அடைந்த கசப்பான அனுபவம் அவர்கள் மனத்தில் இன்றும் அப்படியே இருந்து வந்தது.

என்றாலும், வேலையைத் தொடங்குவதற்கு அவர்கள் ஆதரவாக இருந்தார்கள். என் வேலையை நான் ஆரம்பித்ததுமே என் கண்கள் திறந்துவிட்டன. நான் கொண்டிருந்த நம்பிக்கை, பயங்கரமான அதிர்ச்சியை அடைந்தது. நிலவரிப் போராட்டத்தின் போது மக்கள் தங்கள் வண்டிகளை வாடகை வாங்கிக் கொள்ளாமலேயே தாராளமாகக் கொடுக்க முன்வந்தார்கள். ஒரு தொண்டர் வேண்டுமென்றபோது, இரண்டு பேர் தொண்டர்களாக வந்தார்கள். அப்படியிருக்க இப்பொழுதோ வாடகைக்கும் ஒரு வண்டி கிடைக்கவில்லையென்றால் தொண்டர்கள் விஷயத்தைச் சொல்லத் தேவையில்லை. ஆயினும், நாங்கள் அதைரியம் அடைந்து விடவில்லை. வண்டிகளில் போவது என்பதையே விட்டு விட்டு நடந்தே பிரயாணம் செய்வது என்று தீர்மானித்தோம். இவ்விதம் நாங்கள் தினம் இருபது மைல்

நடக்க வேண்டியவர்களானோம். வண்டியே கிடைப்பதில்லையென்றால், அம் மக்கள் எங்களுக்குச் சாப்பாடு போடுவார்கள் என்று எதிர்பார்ப்பது வீண் வேலை. சாப்பாடு போடுமாறு கேட்பதும் சரியல்ல. ஆகவே, ஒவ்வொரு தொண்டரும் தமக்கு வேண்டிய சாப்பாட்டைக் கையில் எடுத்துக் கொள்ள வேண்டும் என்று தீர்மானித்தோம். அது கோடைக்காலம். ஆகையால் படுக்கையோ, போர்வையோ தேவைப்படவில்லை.

சென்ற இடங்களிலெல்லாம் கூட்டங்களை நடத்தினோம். அவற்றிற்கு மக்கள் வந்தார்கள். ஆனால், ஒருவர் இருவர் கூட ராணுவத்தில் சேர முன்வரவில்லை. "நீங்கள் அகிம்சையை அனுசரிக்கிறவர்கள். அப்படியிருக்க ஆயுதங்களை ஏந்துமாறு எங்களை நீங்கள் எப்படிக் கேட்கலாம்?" "எங்கள் ஒத்துழைப்பைப் பெறுவதற்கு அரசாங்கம் இந்தியாவுக்கு என்ன நன்மையைச் செய்துவிட்டது?" இவைபோன்ற கேள்விகளையெல்லாம் எங்களைக் கேட்டார்கள் என்றாலும், நிதானமாக நாங்கள் வேலை செய்துகொண்டு போனது பயன் தர ஆரம்பித்தது. பலர் தங்கள் பெயர்களைப் பதிவு செய்துகொண்டனர். முதல் கோஷ்டி அனுப்பப்பட்டதுமே தொடர்ந்து ஆட்களை அனுப்பிக் கொண்டிருப்பது சாத்தியமாகும் என்று நம்பினோம். படைக்குச் சேரும் ஆட்களை எங்கே தங்கச் செய்வது என்பதைப் பற்றிக் கமிஷனருடன் ஆலோசிக்கவும் தொடங்கினேன்.

டில்லியில் நடந்த மகாநாட்டை அனுசரித்து, ஒவ்வொரு டிவிஷனிலும் கமிஷனர்கள் மகாநாடுகளை நடத்தினார்கள். அத்தகைய மகாநாடு ஒன்று குஜராத்தில் நடந்தது. என் சக ஊழியர்களையும் என்னையும் அதற்கு அழைத்திருந்தார்கள். நாங்கள் போயிருந்தோம். ஆனால், டில்லி மகாநாட்டில் எனக்கு இருந்த இடம் கூட இதில் எனக்கு இல்லை என்பதை உணர்ந்தேன். அடிமை உணர்ச்சியே நிலவியிருந்த அச்சூழ்நிலை எனக்குச் சங்கடமாக இருந்தது. அங்கே கொஞ்சம் விரிவாகவே பேசினேன். நான் சொன்னதில் அதிகாரிகளுக்குக் கஷ்டமாக இருக்கக்கூடிய இரண்டொரு விஷயங்கள் நிச்சயமாக இருந்தனவேயன்றி அவர்களுக்குத் திருப்தியளிக்கும்படி நான் எதுவும் சொல்ல முடியவில்லை.

படையில் சேரும்படி மக்களைக் கேட்டுக் கொண்டு நான் துண்டுப் பிரசுரங்கள் வெளியிட்டு வந்தேன். அவற்றில் நான் உபயோகித்த

வாதங்களில் ஒன்று கமிஷனருக்குப் பிடிக்கவில்லை. அந்த வாதம் இதுதான்: ''இந்தியாவில் பிரிட்டிஷ் ஆட்சி செய்திருக்கும் தவறான பல செய்கைகளில், தேச மக்கள் எல்லோருக்குமே ஆயுதப் பயிற்சி இல்லாது போகும்படி செய்திருக்கும் சட்டமே மிகவும் மோசமானது என்று சரித்திரம் கூறும். ஆயுதச் சட்டம் ரத்தாக வேண்டும் என்று நாம் விரும்பினால், ஆயுதங்களை உபயோகிப்பதை நாம் கற்றுக்கொள்ள விரும்பினால், அதற்குப் பொன்னான வாய்ப்பு இதோ இருக்கிறது. அரசாங்கத்திற்குக் கஷ்டம் ஏற்பட்டிருக்கும் இச்சமயத்தில், மத்தியதர வகுப்பினர் வலிய வந்து அதற்கு உதவி செய்வார்களாயின், அவநம்பிக்கை மறைந்துவிடும்; ஆயுதங்கள் வைத்துக் கொள்ளுவதற்கு இருக்கும் தடையும் ரத்தாகிவிடும். கமிஷனர் இதைப்பற்றிக் குறிப்பிட்டு, எங்களுக்குள் அபிப்பிராய பேதமிருந்தும் நான் மகாநாட்டிற்கு வந்ததைப் பாராட்டினார். ஆகவே, என்னால் முடிந்த வரையில் மரியாதையுடன் என் கட்சியிலிருக்கும் நியாயத்தை நான் எடுத்துக் கூறவேண்டியதாயிற்று.

வைசிராய்க்கு நான் எழுதிய மேலே குறிப்பிட்டிருக்கும் கடிதம் இதுவே:

''26–ஆம் தேதி (ஏப்ரல்) தங்களுக்கு ஒரு கடிதம் எழுதினேன். அதில் கண்ட காரணங்களைப் பற்றிக் கவனமாகச் சிந்தித்ததன் பேரில் நான் மகாநாட்டிற்கு வரமுடியாமல் இருக்கிறது என்பதை அக்கடிதத்தில் குறிப்பிட்டிருந்தேன். ஆனால், அதன் பிறகு நீங்கள் எனக்கு அளித்த பேட்டிக்குப் பின்னர் மகாநாட்டில் கலந்து கொள்ளுவது என்று என்னையே திடப்படுத்திக்கொண்டேன். இதற்கு வேறு காரணமில்லாது போயினும், தங்களிடம் நான் கொண்டிருந்த பெரும் மதிப்பே அதற்குக் காரணம். மகாநாட்டிற்கு வருவதில்லை என்று நான் எண்ணியதற்கு ஒரு காரணம், முக்கியமான காரணம் பொதுஜன அபிப்பிராயத்தை உருவாக்குவதற்கு அதிகச் சக்தி வாய்ந்த தலைவர்கள் என்று நான் கருதும் லோகமான்ய திலகர், ஸ்ரீ மதி பெஸன்ட், அலி சகோதரர்கள் ஆகியவர்களை அம்மகாநாட்டிற்கு அழைக்காதது தான். மகாநாட்டிற்கு வருமாறு அவர்களை அழைக்காது போனது பெரிய தவறு என்றே நான் இன்னும் கருதுகிறேன். அதைத் தொடர்ந்து மாகாண மகாநாடுகள் நடக்கப் போகின்றன என்று

அறிகிறேன். அந்த மகாநாடுகளுக்காவது வந்து, அரசாங்கத்திற்கு ஆலோசனை கூறி உதவுமாறு அத்தலைவர்கள் அழைக்கப் படுவார்களானால், நடந்துவிட்ட தவறை நிவர்த்தித்துக் கொள்ள வழி ஏற்படும் என்ற யோசனையைப் பணிவுடன் தெரிவித்துக் கொள்ளுகிறேன். இத்தலைவர்கள், ஏராளமான பொதுமக்களின் பிரதிநிதிகளாக உள்ளவர்கள். அரசாங்கத்துடன் மாறுபட்ட கருத்துள்ளவர்களாக அவர்கள் இருந்த போதிலும், எந்த அரசாங்கமும் தலைவர்களை அலட்சியம் செய்து விட முடியாது என்பதைத் தெரிவித்துக் கொள்ளுகிறேன். மகாநாட்டின் கமிட்டிகளில் எல்லாக் கட்சிகளும் தங்கள் அபிப்பிராயத்தைத் தாராளமாக எடுத்துக்கூற அனுமதிக்கப்பட்டது என்பது அதே சமயத்தில் எனக்கு மகிழ்ச்சியை அளிக்கிறது. என்னைப் பொறுத்த வரையில், நான் இருந்த கமிட்டியிலோ, மகாநாட்டிலோ, வேண்டுமென்றேதான் நான் என் அபிப்பிராயத்தைக் கூறாமல் இருந்துவிட்டேன். மகா நாட்டில் கொண்டுவரப்பட்ட தீர்மானத்திற்கு என் ஆதரவை அளிப்பதோடு இருப்பது மாத்திரமே, மகாநாட்டின் நோக்கத்திற்குச் சிறந்த சேவை செய்ததாகும் என்று கருதினேன். அதையே மனப்பூர்வமாகச் செய்தேன். என்னுடைய உதவித் திட்டம் ஒன்றை இத்துடன் தனிக் கடிதத்தில் அனுப்பியிருக்கிறேன். அதை அரசாங்கம் ஏற்றுக்கொண்டதுமே மகாநாட்டில் நான் கூறியதைக் காரியத்தில் சீக்கரத்தில் நிறைவேற்றலாம் என நம்புகிறேன்.

“மற்றக் குடியேற்ற நாடுகளைப் போன்று நாங்களும், சாம்ராஜ்யத்துடன் கூடிய சீக்கிரத்தில் பங்காளிகளாக ஆகி விட வேண்டும் என்று ஆசைப்பட்டுக் கொண்டிருக்கிறோம். ஆகையால், இந்தச் சாம்ராஜ்யத்திற்கு ஆபத்து ஏற்பட்டிருக்கும் இச்சமயத்தில், இப்பொழுது நாங்கள் அளிக்கத் தீர்மானித்திருப்பது போன்று, எந்தவிதமான தயக்கமும் இல்லாமல் பூரணமான ஆதரவை அளிக்க வேண்டும் என்பதை ஒப்புக்கொள்ளுகிறேன். இவ்வாறு உதவி செய்ய முன்வந்திருப்பதற்குக் காரணம், இன்னும் அதிக விரைவில் நமது லட்சியத்தையடைய முடியும் என்று எதிர்பார்ப்பதுதான் என்பதே உண்மை. அந்த வகையில் கடமையைச் செய்வதானாலும், அப்படிச் செய்வோர், அதே சமயத்தில் உரிமையையும் தானே பெறுகின்றனர். ஆகையால், சீக்கிரத்தில் வரப்போவதாக உங்கள் பிரசங்கத்தில் நீங்கள்

குறிப்பிட்டிருக்கும் அரசியல் சீர்திருத்தங்கள், முக்கிய அம்சங்களில் காங்கிரஸ் – லீக் திட்டத்தை அனுசரித்தவையாக இருக்கும் என்று எண்ண மக்களுக்கு உரிமை உண்டு. இந்த நம்பிக்கையே அரசாங்கத்திற்கு மனப்பூர்வமான ஒத்துழைப்பை மகாநாட்டில் அளிக்கும்படி பலரைச் செய்தது என்பதில் சந்தேகமில்லை.

“முன் வைத்த காலைப் பின் வாங்கிக் கொள்ளும்படி என் தேச மக்களைச் செய்ய என்னால் முடியுமானால், காங்கிரஸ் தீர்மானங்களையெல்லாம் அவர்கள் வாபஸ் வாங்கிக் கொண்டு, யுத்தம் நடந்து கொண்டிருக்கும் வரையில் ‘சுயாட்சி’, ‘பொறுப்பாட்சி’ என்ற பேச்சைப் பேசக்கூடாது என்று சொல்லி, அவர்கள் அவ்விதமே செய்யும்படியும் செய்வேன். சாம்ராஜ்யத்திற்கு நெருக்கடியான சமயம் ஏற்பட்டிருக்கும் இந்த நேரத்தில், உடல் வலுவுள்ள தம் புதல்வர்கள் எல்லோரையும் இந்தியா, சாம்ராஜ்யத்திற்குத் தியாகம் செய்துவிட முன்வரும்படியும் செய்வேன். இச்செய்கை ஒன்றினாலேயே, சாம்ராஜ்யத்தில் இந்தியா அதிகச் சலுகைகளுடன் கூடிய பங்காளியாகி விடுவதோடு நிற பேதங்களெல்லாம் என்றோ இருந்தவை என்றாகிவிடும் என்பதையும் நான் அறிவேன். ஆனால், அனுபவத்தில் படித்த இந்தியர் எல்லோருமே இதைவிடக் குறைந்த பலனுள்ள முறையையே தீர்மானித்திருக்கின்றனர். பொதுமக்களிடையே படித்த இந்தியருக்கு எந்தவிதமான செல்வாக்குமே இல்லை என்று சொல்லிவிடுவது இனியும் சாத்தியமானதன்று. நான் தென்னாப்பிரிக்காவிலிருந்து திரும்பியது முதல் விவசாயிகளுடன் மிகவும் நெருங்கிய தொடர்பு வைத்துக் கொண்டு வருகிறேன். சுயாட்சி ஆர்வம் அவர்களிடையேயும் அதிகமாகப் பரவியிருக்கிறது என்பதை உங்களுக்கு உறுதியாகக் கூற விரும்புகிறேன். சென்ற காங்கிரஸ் மகாநாட்டிற்குப் போயிருந்தேன். பார்லிமெண்டு நிறைவேற்றும் சட்டத்தின் மூலம் திட்டமாகத் தேதியைக் குறிப்பிட்டு, அந்தக் காலத்திற்குள் பிரிட்டிஷ் இந்தியாவுக்கு முழுப் பொறுப்பாட்சியும் அளித்து விட வேண்டும் என்று காங்கிரஸில் தீர்மானம் நிறைவேறியதில் என் பங்கும் உண்டு. அதைச் செய்வது தைரியமான காரியமே என்பதை ஒப்புக் கொள்ளுகிறேன். ஆனால், சாத்தியமான

அளவு குறைந்த காலத்திற்குள் சுயாட்சியை அடைய முடியும் என்ற திட்டமான எண்ணம் ஏற்படுவதைத் தவிர வேறு எதுவும் இந்திய மக்களைத் திருப்தி செய்யாது என்பதை நிச்சயமாக அறிகிறேன். இந்த லட்சியத்தை அடைவதற்குச் செய்யும் எந்தத் தியாகமும் பெரியதாகாது என்று எண்ணுகிறவர்கள் இந்தியாவில் அநேகர் இருக்கிறார்கள் என்பதை நான் அறிவேன். அதே சமயத்தில் எந்தச் சாம்ராஜ்யத்தில் முடிவான அந்தஸ்தை அடைய நினைக்கிறார்களோ, விரும்புகிறார்களோ அந்தச் சாம்ராஜ்யத்திற்காகத் தங்களையே தியாகம் செய்யவும் தயாராக இருக்க வேண்டும் என்பதையும் விழிப்புடன் அவர்கள் அறிந்தே இருக்கிறார்கள். ஆகவே, சாம்ராஜ்யத்தை மிரட்டி வரும் அபாயத்திலிருந்து அதைக் காப்பாற்றுவதற்காக மௌனமாகவும் மனப்பூர்வ மாகவும் பாடுபடுவதனால் லட்சியத்தை நோக்கிச் செல்லும் நமது பிரயாணத்தைத் துரிதப்படுத்திவிடலாம் என்று ஆகிறது. சாதாரணமானதான இந்த உண்மையை அறியாது போவது தேசியத் தற்கொலையே ஆகும். சாம்ராஜ்யத்தைக் காப்பாற்றுவதற்கு நாம் பணிபுரிந்தால், அப்பணியிலேயே நாம் சுய ஆட்சியை அடைந்தவர்களாகிறோம் என்பதை நாம் கண்டுகொள்ள வேண்டும்.

“ஆகையால், சாம்ராஜ்யத்தின் பாதுகாப்புக்கு நாம் அழைக்கக் கூடிய ஒவ்வொருவரையும் அழைக்க வேண்டும் என்பது எனக்குத் தெளிவாகிறது. ஆனால், பொருளுதவியைப் பொறுத்த வரையில் அவ்வாறு நான் சொல்ல முடியாது என்றே அஞ்சுகிறேன். இந்தியா, தன்னுடைய சக்திக்கு அதிகமாகவே சாம்ராஜ்யத்தின் பொக்கிஷத்திற்குக் கொடுத்திருக்கிறது என்று, விவசாயிகளிடம் நான் கொண்டிருக்கும் நெருங்கிய தொடர்பினால் நிச்சயமாகக் கருதுகிறேன். நான் இவ்விதம் கூறுவது, என் நாட்டு மக்களின் பெரும்பான்மையோரின் அபிப்பிராயத்தைக் கூறுவதாகும் என்பதை அறிவேன்.

“டில்லியில் நடந்த யுத்த மகாநாடு, பொதுவானதோர் லட்சியத் திற்காக எங்கள் வாழ்க்கையை அர்ப்பணம் செய்து கொள்ளுவதில் ஒரு முக்கியமான காரியம் என்று நான் கருதுகிறேன். எங்களில் மற்றும் பலரும் அவ்வாறே கருதுகிறார்கள் என்றே நம்புகிறேன். ஆனால், எங்கள் நிலைமையோ மிகவும் விசித்திரமானது.

இன்று நாங்கள் சாம்ராஜ்யத்தில் சம பங்காளிகளாக இல்லை. வருங்காலத்தில் அவ்வாறு ஆகலாம் என்ற நம்பிக்கையின் பேரில் எங்களை அர்ப்பணம் செய்திருக்கிறோம். அந்த நம்பிக்கை என்ன என்பதைத் தெளிவாகவும் சந்தேகத்திற்கு இடமில்லாத வகையிலும் உங்களுக்கு நான் கூறாது போனால், உங்களுக்கும் என் நாட்டிற்கும் உண்மையாக நடந்து கொண்டவனாக மாட்டேன். அது நிறைவேற்றப் பட வேண்டும் என்பதற்காக நான் பேரம் பேசவில்லை. ஆனால், நம்பிக்கையில் ஏமாற்றம் என்பது, நம்பிக்கையையே ஒழிப்பதாகும் என்பதை நீங்கள் அறிய வேண்டும். இன்னுமொரு விஷயத்தையும் நான் சொல்லாமல் இருக்கக் கூடாது. நமது சொந்த வித்தியாசங்களை யெல்லாம் மறந்து விடுமாறு எங்களை நீங்கள் கேட்டுக்கொண்டீர்கள். அதிகாரிகளின் கொடுமைகளையும் அக்கிரமங்களையும் சகித்துக் கொள்ள வேண்டும் என்பதும் உங்கள் வேண்டுகோளுக்குப் பொருள் என்றால், அதற்கு இணங்க நான் அசக்தனாவேன். கட்டுப்பாடான கொடுமையை நான் கடைசிவரை எதிர்த்தே தீருவேன். ஒருவரைக் கூடத் துன்புறுத்தக் கூடாது என்றும், இதற்கு முன்னால் செய்து வந்ததைப் போல் அல்லாமல் பொதுஜன அபிப்பிராயத்தை மதித்து அவர்களைக் கலந்து ஆலோசித்து நடக்க வேண்டும் என்றும் அதிகாரிகளுக்கு அந்த வேண்டுகோள் கூற வேண்டும். சம்பாரணில் நெடுங்காலமாக இருந்து வந்த கொடுமையை எதிர்த்ததன் மூலம், பிரிட்டிஷ் நீதியின் முடிவான சிறப்பை நான் காட்டியிருக்கிறேன். கேடாவில் அரசாங்கத்தை மக்கள். சபித்துக் கொண்டிருந்தார்கள். ஆனால், இன்றோ உண்மைக்காகத் துன்பங்களை அனுபவிக்கவும் தாங்கள் தயாராகும் போது சக்தி தாங்களே அன்றி அரசாங்கம் அல்ல என்பதை அதே மக்கள் இப்பொழுது உணருகிறார்கள். ஆகவே, அம்மக்களிடமிருந்து மனக்கசப்பு மறைந்து வருகிறது. அநீதிகளை உணரும் போது ஒழுங்கான, மரியாதையான சட்ட மறுப்பை மக்கள் ஆட்சி சகிப்பதால் அரசாங்கம் மக்களின் அரசாங்கமாகவே இருக்க வேண்டும் என்று அம்மக்கள் தங்களுக்குத் தாங்களே சொல்லிக் கொள்கின்றனர். இவ்விதம் சம்பாரண், கேடாக் காரியங்கள், யுத்தத்திற்கு நான் நேரடியாக, திட்டமாகச்செய்த விஷேச உதவிகளாகும். அத்துறையில் என்னுடைய நடவடிக்கைகளை நிறுத்தி வைக்குமாறு கேட்பது,

என் உயிரையே நிறுத்தி வைத்துவிடுமாறு நீங்கள் கேட்பதாகும், மிகுந்த பலத்திற்குப் பதிலாக ஆன்ம சக்தியை, அதாவது அன்பின் சக்தியை எல்லோரும் அனுசரிக்கும்படி நான் செய்ய முடியுமானால், உலகம் முழுவதும் அதனால் முடிந்ததையெல்லாம் செய்தாலும், அதையும் எதிர்த்து நிற்கக்கூடிய இந்தியாவை உங்களுக்கு நான் காட்ட முடியும். ஆகையால், துன்பத்தைச் சகிப்பது என்னும் இந்த நிரந்தரமான தருமத்தை என் வாழ்க்கையில் வெளிக்காட்டும் வகையில் என்னையே நான் கட்டுத்திட்டங்களுக்கு உட்படுத்திக் கொள்ளுவேன். அதில் சிரத்தையுள்ளோரெல்லாம் இத்தருமத்தை ஏற்றுக்கொள்ளுமாறு உபதேசிப்பேன். நான் வேறு ஏதாவது நடவடிக்கைகளில் ஈடுபடுவேனாயின், அதன் நோக்கம் இந்தத் தருமத்தின் இணையில்லாத உயர்வைக் காட்டுவதற்கே ஆகும்.

“கடைசியாக முஸ்லிம் ராஜ்யங்கள் சம்பந்தமாகத் திட்டமான வாக்குறுதியை அளிக்குமாறு பிரிட்டிஷ் மந்திரிகளை நீங்கள் கேட்க வேண்டும் என்று விரும்புகிறேன். ஒவ்வொரு முகம்மதியரும் இவைகளில் ஆழ்ந்த சிரத்தை கொண்டிருக்கிறார் என்பதை நீங்கள் அறிவீர்கள். ஹிந்து என்ற வகையில் நான் அவர்களுடைய விஷயத்தில் அசட்டையாக இருந்து விடக் கூடாது. அவர்களுடைய துயரங்கள் எங்கள் துயரங்களாகவே இருக்க வேண்டும். அந்த ராஜ்யங்களின் உரிமைகளை முற்றும் மதிப்பதிலும், முஸ்லிம்களின் புண்ணிய ஸ்தலங்கள் சம்பந்தமாக அவர்களுடைய உணர்ச்சிகளை மதிப்பதிலும், சுயாட்சி சம்பந்தமான இந்தியாவின் கோரிக்கையை நியாயமாகவும் தக்க காலத்திலும் நிறைவேற்றி வைப்பதிலுமே சாம்ராஜ்யத்தின் பாதுகாப்பு இருக்கிறது. ஆங்கில நாட்டு மக்களை நான் நேசிக்கிறேன். ஆங்கிலேயரிடம் ஒவ்வோர் இந்தியருக்கும் விசுவாசத்தை உண்டுபண்ண வேண்டும் என்று விரும்புகிறேன். அதனாலேயே இதை எழுதுகிறேன்.”

28. மரணத்தின் வாயிலருகில்

படைக்கு ஆள் திரட்டும் வேலையில் என் உடம்பையே அநேகமாக நாசப்படுத்திக் கொண்டு விட்டேன். அந்த நாட்களில் நிலக்கடலை வெண்ணெயும் எலுமிச்சம் பழமுமே என் முக்கியமான உணவு. அந்த வெண்ணெயையே அதிகமாகச் சாப்பிட்டு விட்டால், அதனால் உடம்புக்குத் தீமை உண்டாகும் என்பது எனக்குத் தெரியும். என்றாலும், அதை நான் அளவுக்கு மிஞ்சியே சாப்பிட்டு விட்டேன். இதனால் எனக்கு இலேசாகச் சீதபேதி ஏற்பட்டது. அதை நான் அதிகமாகப் பொருட்படுத்தாமலேயே அன்று மாலை ஆசிரமத்திற்குச் சென்றேன். அடிக்கடி ஆசிரமத்திற்கு நான் போய்வருவது வழக்கம். அந்த நாட்களில் நான் மருந்து எதுவும் சாப்பிடுவதில்லை. ஒரு வேளை பட்டினி போட்டு விட்டால் உடம்பு குணமாகிவிடும் என்று எண்ணினேன். மறுநாள் காலை சாப்பிடாமல் இருந்ததால் உண்மையில் உடம்பு குணமாகியிருப்பதாகவே உணர்ந்தேன். ஆனால், முழுவதும் குணமடைந்து விட வேண்டுமானால் நீடித்து உபவாசம் இருந்து வர வேண்டும். ஏதாவது சாப்பிடுவதாய் இருந்தாலும் பழ ரசத்தைத் தவிர வேறு எதுவுமே சாப்பிடக்கூடாது என்பதை அறிவேன்.

அன்று ஏதோ பண்டிகை நாள். மத்தியானம் நான் எதுவும் சாப்பிடப் போவதில்லை என்று கஸ்தூரிபாயிடம் கூறியிருந்தேன். ஆனால், சாப்பிடும் ஆசையை அவள் தூண்டி விட்டாள். அதற்குப் பலியாகி விட்டேன். பாலையோ, பாலினால் ஆனவைகளையோ சாப்பிடுவதில்லை என்று நான் விரதம் கொண்டிருந்ததால், நெய்க்குப் பதிலாக எண்ணெய் விட்டு அவள் எனக்காகக் கோதுமைத் தித்திப்புப் பலகாரம் செய்திருந்தாள். ஒரு கிண்ணம் நிறைய பயிற்றங் கஞ்சியையும் வைத்திருந்தாள். இவைகளை உண்பதில் எனக்கு அதிகப் பிரியம் உண்டு. அவைகளைச் சாப்பிட்டேன். கஸ்தூரிபாயைத் திருப்தி செய்து, என் நாவின் ருசிக்கும் திருப்தி அளிக்கும் அளவு சாப்பிட்டால்

கஷ்டப்பட வேண்டி வராது என்றும் நம்பினேன். ஆனால், ருசிப் பிசாசோ எப்பொழுது சந்தர்ப்பம் கிடைக்கும் என்று காத்துக் கொண்டிருந்தது. மிகக் கொஞ்சமாகச் சாப்பிடுவதற்குப் பதிலாக வயிறு நிரம்பச் சாப்பிட்டு விட்டேன். இதுவே எமனுக்குப் போதுமான அழைப்பாகி விட்டது. ஒரு மணி நேரத்திற்கெல்லாம் சீதபேதி கடுமையாகத் தோன்றிவிட்டது.

அன்று மாலையே நான் நதியாத்திற்குத் திரும்ப வேண்டியிருந்தது. சபர்மதி ஸ்டேஷனுக்குப் பத்து பர்லாங்கு தூரம்தான். என்றாலும், அதிகக் கஷ்டத்தின் பேரிலேயே அங்கே நடந்து சென்றேன் ஸ்ரீ வல்லபாய், அகமதாபாத்தில் வந்து என்னோடு சேர்ந்துகொண்டார். நான் உடல் குணமின்றி இருப்பதைக் கண்டார். என்றாலும், வலி எவ்வளவு கடுமையாக இருந்தது என்பதை நான் அவருக்குக் காட்டிக் கொள்ளவே இல்லை.

இரவு பத்து மணிக்கு நதியாத் போய்ச் சேர்ந்தோம். எங்கள் தலைமை ஸ்தானமாக நாங்கள் கொண்டிருந்த ஹிந்து அனாதசிரமம் ரெயிலடியிலிருந்து அரை மைல் தூரம்தான். ஆனால், அது எனக்குப் பத்துமைல் தூரம்போல இருந்தது. எப்படியோ சமாளித்துக் கொண்டு அங்கே போய்ச் சேர்ந்து விட்டேன். ஆனால், வயிற்றிலிருந்த கடுப்பு வலி அதிகரித்துக் கொண்டே போயிற்று. வழக்கமாகப் போகும் கக்கூசு, தூரத்தில் இருந்ததால், பக்கத்து அறையிலேயே ஒரு மலச்சட்டி கொண்டுவந்து வைக்கும்படி கூறினேன். இதைக் கேட்க எனக்கு வெட்கமாக இருந்த போதிலும் வேறு வழியில்லை. ஸ்ரீ பூல்சந்திரர், ஒரு மலச்சட்டியைத் தேடிக் கொண்டுவந்து வைத்தார். நண்பர்கள் எல்லோரும் அதிகக் கவலையுடன் என்னைச் சூழ்ந்து கொண்டார்கள். அவர்கள் என்னிடம் முழு அன்பையும் காட்டி என்னைக் கவனித்துக் கொண்டனர். ஆனால், எனக்கிருந்த வேதனையை அவர்களால் போக்கிவிட முடியாது. என்னுடைய பிடிவாதம் வேறு அவர்களால் ஒன்றும் செய்ய முடியாதபடி செய்து விட்டது. வைத்திய உதவி எதையும் பெற நான் மறுத்து விட்டேன். நான் மருந்தும் சாப்பிடுவதில்லை. நான் செய்து விட்ட தவறுக்குத் தண்டனையை அனுபவிக்கவே விரும்பினேன். ஆகையால், அவர்கள் எதுவுமே செய்ய இயலாதவர்களாகப் பிரமித்து நின்றனர். இருபத்துநான்கு

மணி நேரத்தில் முப்பது, நாற்பது தடவை பேதியாகி விட்டது. ஆரம்பத்தில் பழரசமும் சாப்பிடாமல் பட்டினி இருந்தேன். பசியே இல்லாது போயிற்று. என் உடல் இரும்பு போலப் பலமானது என்று நீண்டகாலமாக நான் எண்ணிவந்தேன். ஆனால், இப்பொழுதோ இவ்வுடல் வெறும் களிமண் பிண்டம்போல் ஆகிவிட்டதைக் கண்டேன். நோயை எதிர்க்கும் சக்தியையெல்லாம் அது இழந்துவிட்டது. டாக்டர் கனுகா வந்து மருந்து சாப்பிடுமாறு வேண்டினார். மறுத்துவிட்டேன். ஊசியினால் குத்தி மருந்தை ஏற்றுவதாகச் சொன்னார். அதற்கும் நான் மறுத்துவிட்டேன். ஊசியினால் குத்தி மருந்தை ஏற்றுவதைப் பற்றி அக்காலத்தில் எனக்கு ஒன்றுமே தெரியாமல் இருந்தது பரிகாசத்திற்குரிய ஒன்றே.

ஊசியினால் குத்தி ஏற்றும் மருந்து ஏதோ பிராணியின் நிணநீராகவே இருக்க வேண்டும் என்று நம்பினேன். ஊசியினால் குத்தி எனக்கு ஏற்றுவதாக டாக்டர் சொன்ன மருந்து, ஏதோ மூலிகையின் சத்து என்பது எனக்குப் பின்னால்தான் தெரிந்தது. இதைக் காலங்கடந்தே நான் அறிந்துகொண்டதால் அதனால் பலனில்லாது போயிற்று. தொடர்ந்து வயிற்றுப் போக்கு இருந்தது. நான் முற்றும் களைத்துப்போனேன். களைப்பின் காரணமாக ஜுரமும் பிதற்றலும் ஏற்பட்டன. நண்பர்கள் மேலும் பீதியடைந்து விட்டனர். வேறு பல வைத்தியர்களையும் அழைத்து வந்தார்கள். ஆனால், வைத்தியர்களுடைய யோசனைகளையெல்லாம் கேட்க மாட்டேன் என்று இருக்கும் நோயாளிக்கு அவர்களால் என்ன செய்ய முடியும்?

சேத் அம்பாலால் தமது உத்தம பத்தினியுடன் நதியாத்திற்கு வந்து என் சக ஊழியர்களுடன் கலந்து ஆலோசித்தார். அகமதாபாத்தில் இருக்கும் தமது மீர்ஜாப்பூர் பங்களாவுக்கு என்னை மிகவும் ஜாக்கிரதையாகக் கொண்டுபோனார். இந்த நோயின்போது நான் பெற்ற அன்பு நிறைந்த தன்னலமற்ற தொண்டைப் போன்று வேறு யாரும் பெற்றிருக்க முடியாது. ஆனால், ஒரு வகையான உள் ஜுரம் மாத்திரம் இருந்து கொண்டே வந்தது. இதனால், நாளுக்கு நாள் உடல் மெலிந்தது. நோய் நீண்டகாலம் நீடித்து இருந்து வரும், அநேகமாக மரணத்திலேயே முடிந்து விடக்கூடும் என்று எண்ணினேன். அம்பாலால் சேத்தின்

வீட்டில் என்மீது சொரியப்பட்ட அன்பிற்கும் கவனத்திற்கும் எல்லையே இல்லை. என்றாலும், என் மனம் அமைதியே இல்லாதிருந்தது. என்னை ஆசிரமத்துக்குக் கொண்டுபோய் விடும்படி அவரை வற்புறுத்தினேன். என் வற்புறுத்தலுக்கு அவர் இணங்க வேண்டியதாயிற்று.

ஆசிரமத்தில் இவ்விதம் நான் வலியால் படுக்கையில் புரண்டு கொண்டிருக்கையில், ஜெர்மனி அடியோடு தோற்கடிக்கப்பட்டு விட்டது என்றும், படைக்கு ஆள் திரட்டுவது இனி அவசியமில்லை என்று கமிஷனர் சொல்லி அனுப்பியிருக்கிறார் என்றும் ஸ்ரீ வல்லபபாய் செய்தி கொண்டுவந்தார். படைக்கு ஆள் திரட்டுவதைக் குறித்து நான் மேற்கொண்டும் கவலைப்பட வேண்டியதில்லை என்பது எனக்கு அதிக ஆறுதலை அளித்தது.

அப்பொழுது நான் நீர்சிகிச்சை செய்து கொண்டு வந்தேன். அதில் எனக்குக் கொஞ்சம் சுகம் தெரிந்தது. ஆனால், உடம்பு தேறும்படி செய்வது மிகவும் கஷ்டமான வேலையாக இருந்தது. வைத்தியர்கள் பலர் எனக்கு ஏராளமாக ஆலோசனை கூறி வந்தார்கள். ஆனால், அவற்றில் எதையும் அனுசரிக்க எனக்கு விருப்பமில்லை. பால் சாப்பிடுவதில்லை என்ற விரதம் கெடாமல் மாமிச சூப் சாப்பிடலாம் என்றும் இரண்டு, மூன்று வைத்தியர்கள் யோசனை கூறினர். இந்த ஆலோசனைக்கு ஆயுர்வேதத்திலிருந்தும் மேற்கோள்களைக் காட்டினர். அவர்களில் ஒருவர், முட்டைகளைச் சாப்பிடும்படி பலமாகச் சிபாரிசு செய்தார். ஆனால், அவர்கள் எல்லோருக்கும், “முடியாது” என்ற ஒரே பதிலையே நான் கூறி வந்தேன்.

ஆகாரத்தைப் பற்றிய விஷயம், எனக்குச் சாத்திரங்களின் ஆதாரங்களைக் கொண்டு முடிவு செய்யவேண்டியது அன்று. என் வாழ்க்கையின் போக்கு, வெளி ஆதாரங்களை மேற்கொண்டும் நம்பியிராத கொள்கைகளின் வழியை அனுசரித்தது. அதனுடன் பின்னியிருப்பது எனது உணவு விஷயம். அக்கொள்கைகளைப் புறக்கணித்துவிட்டு வாழும் ஆசை எனக்கு இல்லை. என் மனைவி, குழந்தைகள், நண்பர்கள் இவர்கள் விஷயத்தில் இரக்கமற்ற வகையில் நான் வற்புறுத்தி வந்திருக்கும் ஒரு கொள்கையை என் விஷயத்தில் மாத்திரம் நான் எப்படிக் கைவிட்டுவிட முடியும்?

என் வாழ்க்கையில் எனக்கு முதல் முதல் ஏற்பட்ட நீண்ட நாள் தொடர்ந்த நோய் இதுதான். இந்நோய், என் கொள்கைகளைப் பரிசீலனை செய்து சோதிக்கும் வாய்ப்பை இவ்வாறு எனக்கு அளித்தது. ஒரு நாள் இரவு நான் நம்பிக்கையை அடியோடு இழந்துவிட்டேன். மரணத்தின் வாயிலில் நிற்கிறேன் என்றே எனக்குத் தோன்றியது. அனுசூயா பென்னுக்குச் சொல்லி அனுப்பினேன். அவர் ஆசிரமத்திற்குப் பறந்தோடி வந்தார். வல்லபாய், டாக்டர். கனுகாவுடன் வந்து சேர்ந்தார். டாக்டர், என் நாடியைப் பிடித்துப் பார்த்துவிட்டு, ‘‘உங்கள் நாடியெல்லாம் நன்றாகவே இருக்கிறது. அபாயம் எதுவும் இல்லவே இல்லை. பலவீனம் அதிகமாக இருப்பதால் ஏற்பட்டிருக்கும் ஆயாசம் இது’’ என்றார். ஆனால், எனக்கு மட்டும் நம்பிக்கை உண்டாகவில்லை. அன்று இரவெல்லாம் எனக்குத் தூக்கமே வரவில்லை.

சாவு வராமலேயே பொழுது விடிந்துவிட்டது. ஆனால், முடிவு சமீபித்துவிட்டது என்ற உணர்ச்சி மாத்திரம் விடாமல் எனக்கு இருந்தது. ஆகவே ஆசிரமவாசிகளைக் கீதையைப் படிக்கச் சொல்லிக் கேட்பதிலேயே விழித்திருக்கும் நேரம் முழுவதையும் கழித்து வந்தேன். என்னால் படிக்க முடியாது. பிறரிடம் பேசும் விருப்பமும் எனக்கு இல்லை. கொஞ்சமும் பேசினாலும் மூளைக்குக் களைப்பாயிருந்தது. வாழ்வதற்காகவே வாழவேண்டும் என்ற விருப்பம் எனக்கு என்றுமே இல்லையாகையால், வாழ்வில் எல்லாச் சுவையும் போய் விட்டது. ஒன்றும் செய்யமுடியாமல் நண்பர்களிடமும் சக ஊழியர்களிடமும் வேலை வாங்கிக்கொண்டு உடல் மெள்ளத் தேய்ந்துகொண்டே போவதைக் காணும் மோசமான நிலைமையில் வாழ்ந்துகொண்டிருப்பது எனக்கு மிகுந்த துன்பமாகவே இருந்தது.

இவ்விதம் சதா சாவை எதிர்பார்த்துக்கொண்டு நான் படுத்திருந்த போது, டாக்டர் தல்வல்கர், ஒரு விசித்திர ஆசாமியை அழைத்துக்கொண்டு அங்கே வந்தார். மகாராஷ்டிரத்தைச் சேர்ந்தவர் அந்த ஆசாமி. அவர் பிரசித்தமானவர் அன்று. ஆனால், அவரைப் பார்த்த மாத்திரத்திலேயே அவரும் என்னைப் போன்ற ஒரு பைத்தியம் என்பதைக் கண்டுகொண்டேன். தம்முடைய

சிகிச்சை முறையை என்னிடம் சோதித்துப் பார்ப்பதற்காகவே அவர் வந்தார். கிரான்ட் வைத்தியக் கல்லூரியில் அவர் அநேகமாகப் படித்து முடித்துவிட்டார். ஆனால், இன்னும் பட்டம் பெறவில்லை. அவர் பிரம்ம சமாஜத்தில் ஓர் அங்கத்தினர் என்று பின்னால் எனக்குத் தெரிந்தது. ஸ்ரீ கேல்கர் என்பது அவர் பெயர். சுயேச்சையான, பிடிவாதப் போக்குள்ளவர் அவர். பனிக்கட்டிச் சிகிச்சையில் அவருக்கு அதிக நம்பிக்கை. அந்தச் சிகிச்சையை என்னிடம் பரீட்சிக்க விரும்பினார். அவருக்குப் 'பனிக்கட்டி டாக்டர்' என்று பெயர் வைத்தோம். தேர்ந்த டாக்டர்களுக்கும் தெரியாது போன சில விஷயங்களைத் தாம் கண்டுபிடித்திருப்பதாக அவருக்குத் திடமான நம்பிக்கை உண்டு. தமது சிகிச்சையில் அவர் கொண்டிருந்த நம்பிக்கை என்னையும் தொத்திக் கொள்ளும்படி செய்ய முடியாது போனது, எங்கள் இருவருக்குமே பரிதாபகரமான விஷயமாகும். ஒரு குறிப்பிட்ட அளவு வரையில், அவருடைய சிகிச்சை முறையை நான் நம்புகிறேன். ஆனால், அவர் அவசரப்பட்டே சில முடிவுகளுக்கு வந்துவிட்டார் என்று அஞ்சுகிறேன்.

அவர் கண்டுபிடித்திருப்பவைகளின் குணாதிசயங்கள் எதுவாக இருந்தாலும், என் உடலில் அவற்றைப் பரிசோதிக்க அவரை நான் அனுமதித்தேன். உடலுக்கு வெளியில் செய்யும் சிகிச்சையைப் பற்றி எனக்கு ஆட்சேபமில்லை. உடம்பு முழுவதற்கும் பனிக்கட்டி வைத்துக் கட்டுவதே அவருடைய சிகிச்சை. அவருடைய சிகிச்சையினால் என் உடம்பில் ஏற்பட்ட குணத்தைக் குறித்து அவர் சொல்லிக் கொண்டதை அங்கீகரிக்க என்னால் முடியா விட்டாலும், எனக்கு ஒரு புதிய நம்பிக்கையையும் பலத்தையும் என்னுள் அது நிச்சயமாக உண்டாக்கியது. இயற்கையாகவே மனநிலை உடம்பிலும் பிரதிபலித்தது. எனக்குப் பசியெடுக்க ஆரம்பித்தது. ஐந்து முதல் பத்து நிமிடங்கள் வரை மெல்ல நடக்கவும் தொடங்கினேன். அப்பொழுது அவர் என் ஆகாரத்தில் ஒரு சீர்திருத்தம் செய்ய யோசனை கூறினார். அவர் கூறியதாவது: "நீங்கள் பச்சை முட்டைகளைச் சாப்பிட்டால் அதிகச் சக்தியைப் பெற்றுச் சீக்கிரமாகப் பழைய பலத்தை அடைவீர்கள் என்று உறுதியாகக் கூறுகிறேன். முட்டைகள், பாலைப் போலத் தீங்கில்லாதவை. நிச்சயமாக முட்டை புலால் ரகத்தைச்

சேர்ந்ததல்ல. முட்டைகள் எல்லாமே குஞ்சு பொரிக்கக் கூடியவை அல்ல என்பது உங்களுக்குத் தெரியுமா? அவ்விதம் குஞ்சு பொரிக்காதவைகளாக்கப்பட்ட முட்டைகளும் விற்கின்றன.'' என்றாலும், குஞ்சு பொரிக்காதவைகள் ஆக்கப்பட்டுவிட்ட முட்டைகளைச் சாப்பிடவும் நான் தயாராயில்லை. ஆனால், என் உடல் நிலையில் ஏற்பட்ட அபிவிருத்தி, பொதுக் காரியங்களில் நான் சிரத்தை கொள்ளுவதற்குப் போதுமானதாக இருந்தது.

29. ரௌலட் மசோதாக்கள் : என் மனக்குழப்பம்

மாதேரானுக்குப் போய் அங்கே தங்கினால், சீக்கிரத்தில் என் உடம்பு தேறும் என்று டாக்டர்களும் நண்பர்களும் கூறினார்கள். ஆகவே, நான் அங்கே போனேன். ஆனால், மாதேரானில் தண்ணீர் உப்பாக இருந்ததால் அங்கே நான் தங்குவது கஷ்டமாகிவிட்டது. வயிற்றுக் கடுப்பு நோய் ஏற்பட்டு நான் கஷ்டப்பட்டு விட்டதால் என் ஆசனவாய் மென்மையாகிவிட்டது. இதனால் மலம் கழிக்கும்போது ஆசனவாயில் எனக்குத் தாங்கமுடியாத வலி இருந்தது. ஆகையால், சாப்பிடுவது என்று நினைத்தாலே எனக்கு ஒரே பயமாக இருந்தது. ஒரு வாரம் முடிவதற்கு முன்னாலேயே மாதேரானிலிருந்து நான் போய்விட வேண்டியதாயிற்று. அப்பொழுது சங்கர்லால் பாங்கர் என் உடல் நிலையின் காவலராக இருந்து வந்ததால், டாக்டர் தலாலைக் கலந்து ஆலோசிக்குமாறு என்னை வற்புறுத்தினார். அதன் பேரில் டாக்டர் தலாலை அழைத்து வந்தனர். உடனுக்குடனேயே முடிவுக்கு வந்துவிடுவதில் அவருக்கு இருந்த ஆற்றல் என்னைக் கவர்ந்தது.

அவர் கூறியதாவது: "நீங்கள் பால் சாப்பிட்டாலன்றி உங்கள் உடம்பு தேறும்படி செய்வது என்னால் முடியாது. அதோடு அயம், ஆர்ஸனிக் ஆகிய மருந்துகளை ஊசிமூலம் குத்திக் கொள்ளுவீர்களானால் உங்கள் உடம்பைத் தேற்றி விடுவதாக நான் முற்றும் உத்தரவாதம் அளிக்க முடியும்."

அதற்கு நான், "ஊசி குத்தி மருந்தை நீங்கள் ஏற்றலாம். ஆனால், பால் சாப்பிடுவது என்பது வேறு விஷயம். பால் சாப்பிடுவதில்லை என்று விரதம் பூண்டிருக்கிறேன்" என்றேன். அதன் பேரில் டாக்டர், "உங்கள் விரதத்தில் தன்மைதான் என்ன?" என்று கேட்டார்.

பசுவையும் எருமையையும் பால் கறப்பதற்கு பூக்கா முறையை அனுசரிக்கிறார்கள் என்று எனக்குத் தெரிந்ததிலிருந்து நான்

இந்த விரதத்தை மேற்கொண்டதைப் பற்றிய வரலாற்றையும், அவ்விரதத்தின் காரணத்தையும், அவருக்கு எடுத்துக் கூறினேன். "பால் என்றாலே எனக்குப் பலமான வெறுப்பு ஏற்பட்டுவிட்டது. மேலும், பால், மனிதனுக்கு இயற்கையான ஆகாரம் அல்ல என்றே எப்பொழுதும் கருதி வந்திருக்கிறேன். ஆகையால், அதை உபயோகிப்பதை அடியோடு நிறுத்திவிட்டேன்" என்றேன். அப்பொழுது கஸ்தூரிபாய் என் படுக்கைக்கு அருகில் நின்றுகொண்டு நாங்கள் பேசிக் கொண்டிருந்ததை யெல்லாம் கவனித்துக் கொண்டிருந்தாள்.

"அப்படியானால், ஆட்டுப்பால் சாப்பிடுவதற்கு உங்களுக்கு எவ்விதமான ஆட்சேபமும் இருப்பதற்கில்லை" என்று குறுக்கிட்டுச் சொன்னாள்.

டாக்டரும் அவள் கூறியதைத் தொடர்ந்து பிடித்துக் கொண்டார். "நீங்கள் ஆட்டுப்பால் சாப்பிட்டால் அதுவே எனக்குப் போதும்" என்றார், அவர்.

நானும் உடன்பட்டு விட்டேன். சத்தியாக்கிரகப் போராட்டத்தை நடத்த வேண்டும் என்று எனக்கு இருந்துவந்த தீவிர ஆர்வம், நான் உயிரோடிருக்க வேண்டும் என்ற பலமான ஆசையை என்னுள் உண்டாக்கி விட்டது. எனவே, விரதத்தைச் சொல்லளவில் மாத்திரம் அனுசரித்துவிட்டு, அதன் உட்கருத்தை தத்தம் செய்துவிட என்னையே திருப்தி செய்து கொண்டேன். நான் விரதம்எடுத்துக் கொண்ட போது பசுவின் பாலும் எருமைப் பாலுமே. என் எண்ணத்தில் இருந்தனவென்றாலும், அதன் இயற்கையான பொருளின்படி, எல்லா மிருகங்களின் பாலும் அதில் அடங்கியதே. மேலும், பால், மனிதனின் இயற்கையான ஆகாரம் அல்ல என்ற கருத்து எனக்கு இருக்கும் வரை, எந்தப் பாலையும் நான் சாப்பிடுவது சரியே அல்ல. இவைகளையெல்லாம் அறிந்திருந்தும் ஆட்டுப் பால் சாப்பிடச் சம்மதித்தேன். உயிரோடு இருக்க வேண்டும் என்பதில் கொண்ட உறுதி, சத்தியத்தினிடம் கொண்ட பற்றை விடப் பலமானதாக நிரூபிக்கப்பட்டு விட்டது. சத்தியாக்கிரகப் போராட்டத்தை நடத்த வேண்டும் என்ற ஆர்வத்தினால், சத்தியத்தை வற்புறுத்தி வந்த நான், தெய்வீகமான கொள்கையை விட்டுக் கொடுத்து விட்டேன். இச்செய்கையின் நினைவு இன்னும் என் உள்ளத்தில்

உறுத்திக் கொண்டிருப்பதோடு எனக்கு மனச் சஞ்சலத்தையும் உண்டாக்கி வருகிறது. ஆட்டுப் பால் சாப்பிடுவதை எப்படி விட்டு விடுவது என்பதைக் குறித்துச் சதா சிந்தித்தும் வருகிறேன். ஆனால், சேவை செய்ய வேண்டும் என்ற மிகுந்த, அடக்கமான ஆசை எனக்கு இன்னும் இருந்து கொண்டுதான் வருகிறது. அதிலிருந்து விடுபட இன்னும் என்னால் முடியவில்லை.

அகிம்சை ஆராய்ச்சியின் ஒரு பகுதியாகவுள்ள என்னுடைய ஆகார சோதனைகள் எனக்கு மிகவும் முக்கியமானவை. அவை என் மனத்திற்கு ஆறுதலையும் ஆனந்தத்தையும் அளிக்கின்றன. ஆனால், நான் ஆட்டுப்பால் சாப்பிட்டு வருவது வாக்குறுதியை மீறியதேயாதலால், அகிம்சையை ஒட்டிய ஆகார வகையில் அல்ல, சத்திய வகையில், இன்று எனக்கு அதிகச் சங்கடமாக இருந்து வருகிறது. அகிம்சையின் லட்சியத்தை விட சத்தியத்தின் லட்சியத்தையே நான் நன்றாகப் புரிந்துகொள்ளுகிறேன் என்று எனக்குத் தோன்றுகிறது. சத்தியத்தில் எனக்கு இருக்கும் பிடிப்பை நான் விட்டுவிடுவேனாயின், அகிம்சையின் புதிரை அறிந்துகொள்ள என்னால் என்றுமே முடியாது என்பதை அனுபவம் எனக்குக் கூறுகிறது. மேற்கொள்ளும் விரதங்களை, அதன் சொல்லுக்கும் பொருளுக்கும் ஏற்ப நிறைவேற்றி வைக்க வேண்டியது, சத்தியத்தின் லட்சியத்திற்கு அவசியமாகிறது. இந்த விஷயத்திலோ, என் விரதத்தின் பொருளை அதன் ஆன்மாவைக் கொன்றுவிட்டு அதன் வெளித் தோற்றத்தை மாத்திரமே அனுசரிக்கிறேன். எனக்கு இதுதான் வேதனையளிக்கிறது. ஆனால், இதை நான் தெளிவாக அறிந்திருந்தும், நேரான வழி என் முன்னால் எனக்குத் தென்படவில்லை. இன்னும் சொன்னால், நேரான வழியைப் பின்பற்றுவதற்கு வேண்டிய தைரியம் எனக்கு இல்லை. அடிப்படையில் இரண்டுக்கும் பொருள் ஒன்றுதான். ஏனெனில், எப்பொழுதுமே, நம்பிக்கை இல்லாததனாலும் பலவீனத்தினாலுமே சந்தேகம் உண்டாகிறது. ஆகவே, ஆண்டவனே! எனக்கு நம்பிக்கையைக் கொடு" என்று நான் இரவு பகலாகப் பிரார்த்தித்துக் கொண்டு வருகிறேன்.

நான் ஆட்டுப்பால் சாப்பிட ஆரம்பித்ததுமே டாக்டர் தலால் எனக்கு ஆசனவாய்க் கோளாறுக்கு வெற்றிகரமான ரணசிகிச்சை செய்து முடித்தார். என் உடல் பலம் பெற்று வரவே,

முக்கியமாகக் கடவுள் நான் செய்வதற்கென்று வேலையைத் தயாராக வைத்திருந்ததால், உயிர் வாழ வேண்டும் என்ற ஆசை எனக்குத் திரும்பவும் பிறந்தது.

குணமடைந்து வருகிறேன் என்று நான் உணர ஆரம்பித்ததுமே, ரௌலட் கமிட்டியின் அறிக்கையை தற்செயலாகப் பத்திரிகையில் படித்தேன். அந்த அறிக்கை அப்பொழுதுதான் வெளியாகியிருந்தது. அக்கமிட்டியின் சிபாரிசுகள் என்னைத் திடுக்குறச் செய்தன. சங்கரலால் பாங்கரும், உமார் சோபானியும் என்னிடம் வந்து, இவ்விஷயத்தில் நான் உடனே ஏதாவது நடவடிக்கை எடுத்துக்கொள்ள வேண்டும் என்று யோசனை கூறினார்கள். ஒரு மாதத்தில் நான் அகமதாபாத்திற்குப் போனேன். அநேகமாகத் தினமும் என்னைப் பார்ப்பதற்கு வல்லபாய் வருவார். அவரிடம் எனக்கு இருந்த சந்தேகங்களைக் கூறினேன். "ஏதாவது செய்தாக வேண்டும்" என்றேன். அதற்கு அவர், "இந்த நிலைமையில் நாம் என்ன செய்ய முடியும்?" என்று என்னைக் கேட்டார். நான் சொன்னதாவது: "அம்மசோதாக்களை எதிர்ப்பது என்ற பிரதிக்ஞையில் கையெழுத்திட ஒரு சிலர் கிடைத்தாலும் போதும். அதையும் பொருட்படுத்தாமல் சட்டம் செய்யப்பட்டு விடுமானால், நாம் உடனே சத்தியாக்கிரகத்தை ஆரம்பித்துவிட வேண்டியதே. நான் இதுபோல் நோயுற்றுக் கிடக்காமல் இருந்தால், மற்றவர்கள் என்னைப் பின்பற்றுவார்கள் என்று எதிர்பார்த்து நானே தன்னந்தனியாக அதை எதிர்த்துப் போராடுவேன். ஆனால், நான் இப்பொழுது இருக்கும் இத்திக்கற்ற நிலைமையில் அந்த வேலை என்னால் ஆகாது என்றே எண்ணுகிறேன்."

இவ்விதம் நாங்கள் பேசியதன் பேரில், என்னுடன் தொடர்பு வைத்துக் கொண்டிருந்தவர்களை யெல்லாம் அழைத்து ஒரு கூட்டம் கூட்டுவது என்று முடிவாயிற்று. ரௌலட் கமிட்டி அறிக்கையில் பிரசுரமாகியிருக்கும் சாட்சியங்களைக் கொண்டு பார்த்தால், அக்கமிட்டியின் சிபாரிசுகள் அவசியமில்லாதவை என்று எனக்குத் தோன்றியது. மானமுள்ள யாரும் அந்தச் சிபாரிசுகளுக்கு உடன் பட்டு இருந்து விடமுடியாது என்றும் உணர்ந்தேன்.

முடிவாக அக்கூட்டமும் ஆசிரமத்தில் நடந்தது. இருபதுபேர் கூட அக்கூட்டத்திற்கு அழைக்கப்படவில்லை. வல்லபாயைத் தவிர ஸ்ரீ மதி சரோஜினி நாயுடு, ஸ்ரீ ஹார்னிமன், காலஞ்சென்ற ஸ்ரீ உமார் சோபானி, ஸ்ரீ சங்கரலால் பாங்கர், ஸ்ரீ மதி அனுசூயா பென் ஆகியவர்களே அக்கூட்டத்திற்கு வந்திருந்தார்கள் என்று எனக்கு ஞாபகம். சத்தியாக்கிரக பிரதிக்ஞை நகலை இக்கூட்டத்தில் தயாரித்தோம். வந்திருந்தவர்கள் எல்லோரும் அதில் கையெழுத்திட்டார்கள் என்றும் எனக்கு ஞாபகம். அச்சமயம் நான் எந்தப் பத்திரிகையையும் நடத்தவில்லை. ஆனால், என் கருத்துக்களை எப்பொழுதாவது தினப்பத்திரிகைகளின் மூலம் வெளியிட்டு வருவேன். இச்சமயமும் அவ்வாறே செய்தேன். சங்கரலால் பாங்கர் இக்கிளர்ச்சியில் தீவிரமாக இறங்கிவிட்டார். வேண்டிய ஏற்பாடுகளைச் செய்து, உறுதியுடன் விடாமல் வேலை செய்வதில் அவருக்கு இருந்த அற்புதமான ஆற்றலைப்பற்றி முதல் தடவையாக அப்பொழுதுதான் நான் தெரிந்து கொண்டேன்.

சத்தியாக்கிரகத்தைப் போன்ற புதியதானதோர் ஆயுதத்தை, அப்பொழுது இருந்த ஸ்தாபனங்களில் எதுவும் அனுசரிக்கும் என்ற நம்பிக்கையெல்லாம் வீண் என்று எனக்குத் தோன்றியது. ஆகவே, என்னுடைய யோசனையின் பேரில் சத்தியாக்கிரக சபை என்ற ஒரு தனி ஸ்தாபனம் ஆரம்பமாயிற்று. அதன் முக்கியமான அங்கத்தினர்களெல்லாம் பம்பாயைச் சேர்ந்தவர்கள். ஆகையால், அதன் தலைமைக் காரியாலயம் அங்கே அமைக்கப்பட்டது. அச்சங்கத்தில் சேர ஏராளமானவர்கள் விரும்பிப் பிரதிக்ஞையில் கையெழுத்திட்டார்கள். துண்டுப் பிரசுரங்களை வெளியிட்டோம். பொதுக்கூட்டங்கள் எல்லா இடங்களிலும் நடந்தன. கேடாச் சத்தியாக்கிரகப் போராட்டத்தின் முக்கியமான அம்சங்களை இவையெல்லாம் நினைவூட்டின.

சத்தியாக்கிரக சபைக்கு நான் தலைவனானேன். இச் சபையில், படித்த அறிவாளிகள் என்று இருந்தவர்களுக்கும் எனக்கும் அபிப்பிராய ஒற்றுமை இருப்பதற்கில்லை என்பதைச் சீக்கிரத்திலேயே கண்டுகொண்டேன். சபையில் குஜராத்தி மொழியையே உபயோகிக்க வேண்டும் என்று வற்புறுத்தினேன். அதோடு, என்னுடைய மற்றும் சில வேலை முறைகளும்

அவர்களுக்கு விசித்திரமாகத் தோன்றியதோடு அவர்களுக்குக் கவலையையும் சங்கடத்தையும் உண்டாக்கின. ஆனால், அவர்களில் அநேகர் பெரிய மனதோடு என்னுடைய விசித்திரப் போக்குகளை எல்லாம் சகித்துக்கொண்டார்கள் என்பதையும் நான் சொல்லவே வேண்டும்.

ஆனால், சபை நீண்ட காலம் உயிரோடு இருக்காது என்பது ஆரம்பத்திலிருந்தே எனக்குத் தெளிவாகத் தெரிந்து விட்டது. சத்தியத்தையும் அகிம்சையையும் நான் வற்புறுத்தி வந்தது அச்சபையின் அங்கத்தினர்களில் சிலருக்குப் பிடிக்கவில்லை என்பதையும் நான் கண்டுகொள்ள முடிந்தது. என்றாலும், ஆரம்பக் கட்டங்களில் எங்களுடைய புதிய நடவடிக்கை அதிக வேகமாக நடந்து கொண்டு வந்தது; இயக்கமும் தீவிரமாகப் பரவலாயிற்று.

30. அந்த அற்புதக் காட்சி!

இவ்வாறு ஒரு பக்கம் ரௌலட் கமிட்டி அறிக்கையை எதிர்த்து நடந்த கிளர்ச்சி வளர்ந்து, தீவிரமாகிக்கொண்டு வந்த சமயத்தில், மற்றொரு பக்கத்தில் அரசாங்கம், அக் கமிட்டியின் அறிக்கையை அமுலுக்குக் கொண்டு வருவதில் மேலும் மேலும் அதிக உறுதிகொண்டது. ரௌலட் மசோதாவையும் பிரசுரித்தார்கள். இந்திய சட்டசபைக் கூட்டத்திற்கு என் வாழ்நாளில் ஒரே ஒரு முறை நான் போயிருக்கிறேன். அது, இந்த மசோதாவின் பேரில் அந்தச் சபையில் விவாதம் நடந்தபோதுதான். அப்பொழுது சாஸ்திரியார் ஆவேசமாகப் பேசினார். அரசாங்கத்திற்குப் பலமான எச்சரிக்கையும் செய்தார். வைசிராய் பிரமித்துப்போய் அப் பேச்சைக் கேட்டுக் கொண்டிருந்ததாகத் தோன்றியது. சாஸ்திரியார் தமது சூடான பேச்சு வன்மையைப் பொழிந்து கொண்டிருந்த போது வைசிராய், கண்கொட்டாமல் அவரையே பார்த்துக் கொண்டிருந்தார். அவருடைய பேச்சில் உண்மையும், உணர்ச்சியும் நிறைந்திருந்தன.

ஒருவர் உண்மையிலேயே தூங்கிக்கொண்டிருந்தால் அவரை எழுப்பிவிட முடியும். ஆனால், தூங்குவதாகப் பாசாங்குதான் செய்கிறார் என்றால், அப்படிப்பட்டவரை என்னதான் முயன்றாலும் எழுப்பிவிட முடியாது. அரசாங்கத்தின் உண்மையான நிலைமையும் அதுதான். அது, முன்னாலேயே இதில் ஒரு தீர்மானம் செய்து கொண்டு விட்டது. இதற்குச் சட்டரீதியான சடங்குகளை நிறைவேற்றி விடவேண்டும் என்பதில் மாத்திரமே அது கவலை கொண்டு விட்டது. ஆகையால் சாஸ்திரியாரின் உண்மையான எச்சரிக்கை அரசாங்கத்தினிடம் ஒரு மாறுதலையும் உண்டு பண்ணவில்லை.

இத்தகையதோர் நிலைமையில் என் பேச்சு வனாந்தரத்தில் இட்ட ஓலமாகவே முடியும். வைசிராயை நான் மன்றாடிக் கேட்டுக்கொண்டேன். அந்தரங்கமாகவும் பகிரங்கமாகவும் அவருக்குக் கடிதங்கள் எழுதினேன். அரசாங்கத்தின் செய்கையால், சத்தியாக்கிரகத்தை மேற்கொள்ளுவதைத்

தவிர எனக்கு வேறு வழியே இல்லாமல் போகிறது என்று அக் கடிதங்களில் கூறினேன். ஆனால், ஒன்றும் பயன்படவே இல்லை.

மசோதாக்கள் இன்னும் சட்டங்களாகக் கெஜட்டில் பிரசுரமாகவில்லை. நானோ, அதிக பலவீனமான நிலையில் இருந்தேன். என்றாலும், சென்னையிலிருந்து எனக்கு அழைப்பு வந்ததும், அந்த நீண்ட பிரயாணத்தினால் ஏற்படக்கூடிய அபாயத்திற்கும் துணிவது என்று முடிவு செய்தேன். அச்சமயம் பொதுக் கூட்டங்களில் போதிய அளவு உரக்கப் பேச என்னால் முடியாது. பொதுக்கூட்டங்களில் நின்று கொண்டு பேசுவதற்கும் இயலாது. அந்த நிலைமை எனக்கு இப்பொழுதும் இருந்து வருகிறது. நின்று கொண்டு நீண்ட நேரம் பேச முயல்வேனாயின் என் உடம்பு முழுவதும் நடுக்கமெடுக்கும்; மூச்சுத் திணறும்.

தென்னாடு எப்பொழுதுமே எனக்குச் சொந்த வீடுபோல் தோன்றும். தென்னாப்பிரிக்காவில் நான் செய்த வேலையின் காரணமாகத் தமிழர் மீதும் தெலுங்கர்மீதும் எனக்கு ஒருவகையான தனியுரிமை இருப்பதாகவே நான் உணர்ந்தேன். தென்னாட்டின் நல்ல மக்கள், என் நம்பிக்கையை என்றும் பொய்ப்பித்தது இல்லை. காலஞ்சென்ற ஸ்ரீ கஸ்தூரிரங்க ஐயங்காரின் கையொப்பத்துடன் அழைப்பு வந்தது. ஆனால், அந்த அழைப்புக்கு முக்கியமான காரணஸ்தராக இருந்தவர் ராஜகோபாலாச்சாரியாரே என்பதைப் பிறகு நான் சென்னைக்குப் போகும் வழியில் தெரிந்துகொண்டேன். அவருடன் எனக்குப் பழக்கம் ஏற்பட்டது அதுவே முதல் தடவை என்று சொல்லலாம். அது எப்படியாயினும், முதல் தடவையாக ஒருவரையொருவர் நேரில் அறிந்து கொண்டது அப்பொழுதுதான்.

காலஞ்சென்ற ஸ்ரீ கஸ்தூரிரங்க ஐயங்கார் போன்ற நண்பர்கள் வற்புறுத்தி அழைத்ததன் பேரிலும், பொது வாழ்க்கையில் மேலும் தீவிரமான பங்கு வகிக்கலாம் என்ற நோக்கத்தின் பேரிலும், அப்பொழுது கொஞ்ச காலத்திற்கு முன்னால்தான் ராஜகோபாலாச்சாரியார் சென்னையில் வக்கீல் தொழிலை நடத்தச் சேலத்திலிருந்து வந்திருந்தார். சென்னையில் அவரோடேயே நாங்கள் தங்கினோம். ஆனால், அவருடன் இரு தினங்கள் தங்கியிருந்ததற்குப் பின்னாலேயே இதை நான் கண்டுபிடித்தேன்.

ஏனெனில், நாங்கள் தங்கியது ஸ்ரீ கஸ்தூரிரங்க ஐயங்காருக்குச் சொந்தமான பங்களா ஆகையால் அவருடைய விருந்தினராகவே நாங்கள் தங்கி இருக்கிறோம் என்று எண்ணினேன். ஆனால், மகாதேவ தேசாய் எனக்கு விஷயத்தை கூறினார். அவர் வெகு சீக்கிரத்தில் ராஜகோபாலாச்சாரியாருடன் நெருங்கிய பழக்கம் கொண்டு விட்டார். ராஜகோபாலாச்சாரியாரோ, தமது சங்கோஜத் தன்மையினால் எப்பொழுதும் பின்னுக்கே இருந்து வந்தார். ஆனால், மகாதேவ தேசாய் எனக்கு யோசனை சொன்னார். "இவருடன் நீங்கள் நெருங்கிய பழக்கம் வைத்துக்கொள்ள வேண்டும்" என்று அவர் ஒரு நாள் சொன்னார்.

அவ்வாறே செய்தேன். போராட்டத்தின் திட்டங்களைக் குறித்துத் தினமும் சேர்ந்து வாதித்தோம். ஆனால், பொதுக் கூட்டங்களை நடத்துவதைத் தவிர வேறு எந்த வேலைத் திட்டமும் எப்பொழுதும் எனக்குத் தோன்றவில்லை. ரௌலட் மசோதா முடிவில் சட்டமாக்கப்பட்டு விடுமானால், அதை எதிர்த்துச் சாத்விகச் சட்ட மறுப்புச் செய்வது எப்படி என்பது எனக்கு விளங்கவே இல்லை. சட்டத்தை மறுப்பதற்கு அரசாங்கம் சந்தர்ப்பம் அளித்தால்தான் அச்சட்டத்தை ஒருவர் மீற முடியும். அதில்லாது போனால், மற்றச் சட்டங்களை நாம் சாத்விக முறையில் மீற முடியுமா? அப்படிச் செய்வதாயின் அதற்கு எந்த இடத்தில் வரம்பை நிர்ணயிப்பது? இதையும் இதுபோன்ற பல விஷயங்களையும் குறித்து நாங்கள் விவாதித்தோம்.

விஷயத்தை நன்கு பரிசீலனை செய்து முடிவுக்கு வருவதற்காக ஸ்ரீ கஸ்தூரிரங்க ஐயங்கார், தலைவர்கள் அடங்கிய சிறு கூட்டம் ஒன்றைக் கூட்டினார். அதில் முக்கியமான பங்கெடுத்துக் கொண்டவர்களில் ஸ்ரீ விஜயராகவாச்சாரியாரும் ஒருவர். சத்தியாக்கிரக சரித்திரத்தின் நுட்பமான விவரங்கள் அடங்கிய விரிவான குறிப்பு நூல் ஒன்றை நான் தயாரிக்க வேண்டும் என்று அவர் யோசனை கூறினார். அந்த வேலை என் சக்திக்குப் புறம்பானது என்பதை உணர்ந்தேன். அதை அவரிடம் தெரிவித்தும் விட்டேன். இந்த ஆலோசனைகளெல்லாம் நடந்து கொண்டிருக்கையில், ரௌலட்மசோதா சட்டமாகப் பிரசுரமாகிவிட்டது என்ற செய்தி கிடைத்தது. அதைப்பற்றி யோசித்தவாறே அன்றிரவு தூங்கி விட்டேன். மறுநாள்

அதிகாலையில் வழக்கமாக எழுவதற்குக் கொஞ்சம் முன்பாகவே எழுந்துவிட்டேன். தூக்கத்திற்கும் விழிப்பிற்கும் இடையேயுள்ள நிலையில் நான் இருக்கும்போது திடீரென்று எனக்கு ஒரு யோசனை தோன்றியது. அது கனவைப் போன்றே இருந்தது. காலையில் அதன் விவரம் முழுவதையும் ராஜ கோபாலச்சாரியாரிடம் கூறினேன்:

“நேற்றிரவு கனவில் ஒரு யோசனை வந்தது. பொது ஹர்த்தாலை நடத்த வேண்டும் என்று தேச மக்களைக் கேட்டுக் கொள்ளுவது என்பதே அது. ஆன்மத் தூய்மை செய்துகொள்ளும் ஒரு முறையே சத்தியாக்கிரகம். நம்முடைய போராட்டமோ, ஒரு புனிதமான போராட்டம். ஆகையால், அதை ஆன்மத் தூய்மை செய்து கொள்ளுவதோடு ஆரம்பிப்பதே சரி என்று எனக்குத் தோன்றுகிறது. எனவே, இந்திய மக்கள் எல்லோரும் அன்று தங்கள் வேலைகளையெல்லாம் நிறுத்திவிட்டு உபவாசம் இருந்து பிரார்த்தனை செய்யட்டும். முஸ்லிம்கள் ஒரு நாளுக்கு மேல் பட்டினி விரதம் இருக்கமாட்டார்கள். ஆகவே, பட்டினி விரதம் இருக்கும் நேரம் 21 மணி என்று இருக்கவேண்டும். இந்த நமது கோரிக்கையை எல்லா மாகாணங்களுமே ஏற்றுக் கொண்டு நடத்தும் என்று சொல்லுவதற்கில்லை. ஆனால், பம்பாய், சென்னை, பீகார், சிந்து ஆகிய மாகாணங்கள் அனுசரிப்பது நிச்சயம் என்று எண்ணுகிறேன். இந்த இடங்களிலெல்லாம் ஹர்த்தால் சரியானபடி அனுஷ்டிக்கப் பட்டாலும் நான் திருப்தியடையக் காரணம் உண்டு என்றே கருதுகிறேன்.”

என்னுடைய இந்த யோசனையை ராஜகோபாலச்சாரியார் உடனே ஏற்றுக்கொண்டார். பிறகு இதை மற்ற நண்பர்களுக்கு அறிவித்தபோது அவர்களும் வரவேற்றார்கள். சுருக்கமான வேண்டுகோள் ஒன்றை நான் தயாரித்தேன். 1919 மார்ச் 30–ஆம் தேதி ஹர்த்தால் அனுஷ்டிப்பது என்று முதலில் நிர்ணயிக்கப் பட்டது. ஆனால், பிறகு ஏப்ரல் 6–ஆம் தேதி என்று மாற்றினோம். இவ்விதம் மக்களுக்குச் சொற்ப கால அவகாசத்துடனேயே அறிவித்தோம். நீண்டகாலத்திற்கு முன்னால் அறிவிப்பது சாத்தியமில்லை.

இதெல்லாம் எவ்விதம் நடந்ததென்பதை யார் அறிவார்கள்? இந்தியா முழுவதிலும் ஒரு மூலையிலிருந்து மற்றோர் மூலை

வரையில் பட்டணங்களும் கிராமங்களும் அன்று பூரணமான ஹர்த்தாலை அனுஷ்டித்தன. அது மிகவும் அற்புதமான காட்சியாக இருந்தது.

31. மறக்க முடியாத அந்த வாரம்! - 1

தென்னிந்தியாவில் சில நாட்கள் சுற்றுப்பிரயாணம் செய்து விட்டுப் பம்பாய் போய்ச் சேர்ந்தேன். அது ஏப்ரல் 4–ஆம் தேதி என்று நினைக்கிறேன். ஏப்ரல் 6–ஆம் தேதி வைபவங்களுக்கு நான் பம்பாயில் இருக்கவேண்டும் என்று கேட்டுக்கொண்டு ஸ்ரீ சங்கரலால் பாங்கர் எனக்குத் தந்தி கொடுத்திருந்தார்.

ஆனால், இதற்கு மத்தியில் டில்லி, மார்ச் 30–ஆம் தேதியே ஹர்த்தாலை அனுஷ்டித்து விட்டது. காலஞ்சென்ற சுவாமி சிரத்தானந்தஜி, ஹக்கீம் அஜ்மல்கான்சாகிப் ஆகிய இருவர் சொல்லுவதுதான் அங்கே சட்டம். ஹர்த்தால் தினம் ஏப்ரல் 6–ஆம் தேதிக்கு ஒத்திவைக்கப்பட்டிருக்கிறது என்ற தந்தி அங்கே தாமதமாகப் போய்ச் சேர்ந்தது. அதைப் போன்ற ஹர்த்தாலை டில்லி அதற்கு முன்னால் என்றும் கண்டதே இல்லை. ஹிந்துக்களும் முஸ்லிம்களும் ஒரே மனிதனைப்போல் ஒன்றுபட்டுவிட்டதாகவே தோன்றியது. ஜும்மா மசூதியில் கூட்டத்தில் பேசும்படி சுவாமி சிரத்தானந்தஜியை அழைத் திருந்தார்கள். அவரும் போய்ப் பேசினார். இவைகளெல்லாம் அதிகாரிகள் சகித்துக்கொண்டு விடக் கூடியவை அன்று. ஹர்த்தால் ஊர்வலம் ரெயில்வே ஸ்டேஷனை நோக்கிப் போய்க் கொண்டிருந்தபோது போலீஸார் தடுத்துச் சுட்டதால் பலர் மாண்டு காயமும் அடைந்தார்கள். அடக்குமுறை ஆட்சி டில்லியில்ஆரம்பமாயிற்று. சிரத்தானந்தஜி, டில்லிக்கு அவசரமாக வருமாறு என்னை அழைத்தார். பம்பாயில் ஏப்ரல் 6–ஆம் தேதி வைபவங்கள் முடிந்தவுடனேயே நான் டில்லிக்குப் புறப்படுவதாக அவருக்குப் பதில் தந்தி கொடுத்தேன்.

டில்லியில் நடந்த அதே கதையே லாகூரிலும், அமிர்தசரஸிலும் சில வித்தியாசங்களுடன் நடந்தன. அமிர்தசரஸிலிருந்த டாக்டர் சத்தியபாலும், டாக்டர் கிச்சலுவும் உடனே அங்கே வருமாறு வற்புறுத்தி என்னை அழைத்தார்கள். அச்சமயம் அவர்களுடன் எனக்குக் கொஞ்சமும் பழக்கமே இல்லை.

என்றாலும், டில்லிக்குப் போய்விட்டு அமிர்தசரஸு க்கு வர உத்தேசித்திருக்கிறேன் என்று அவர்களுக்குத் தெரிவித்தேன்.

ஆறாம் தேதி காலை பம்பாய் நகர மக்கள் கடலில் நீராடுவதற்காகச் சௌபாத்திக்கு ஆயிரக்கணக்கில் சென்றனர். நீராடிய பிறகு ஊர்வலமாகத் தாகூர்துவாருக்குப் போனார்கள். ஊர்வலத்தில் ஓரளவுக்குப் பெண்களும் குழந்தைகளும் இருந்தனர். முஸ்லிம்களும் ஏராளமாக ஊர்வலத்தில் கலந்துகொண்டார்கள். ஊர்வலத்திலிருந்த எங்களில் சிலரை, முஸ்லிம் நண்பர்கள், தாகூர் துவாருக்குப் பக்கத்திலிருந்த மசூதிக்கு அழைத்துச் சென்றார்கள். அங்கே என்னையும் ஸ்ரீ மதி நாயுடுவையும் பேசும்படியும் செய்தார்கள். சுதேசி விரதத்தையும் ஹிந்து-முஸ்லிம் ஒற்றுமைப் பிரதிக்ஞையையும் மக்கள் அந்த இடத்திலேயே எடுத்துக் கொள்ளும்படி செய்ய வேண்டும் என்று ஸ்ரீ விட்டல்தாஸ் ஜேராஜானி யோசனை கூறினார். ஆனால் அந்த யோசனைக்கு நான் சம்மதிக்கவில்லை. பிரதிக்ஞைகளை அவசரத்தில் கூறி, அவற்றை மக்கள் மேற்கொள்ளும்படி செய்யக் கூடாது என்றும், இதுவரையில் மக்கள் செய்திருப்பதைக் கொண்டே நாம் திருப்தியடைய வேண்டும் என்றும் சொன்னேன். ஒரு முறை செய்துகொண்டு விட்ட பிரதிக்ஞையை மீறி நடக்கக் கூடாது. ஆகையால், சுதேசி விரதத்தின் உட்கருத்துக்களை மக்கள் தெளிவாக அறிய வேண்டும் என்றும், ஹிந்து-முஸ்லிம் ஒற்றுமையைப்பற்றிய பிரதிக்ஞையினால் ஏற்படக் கூடிய பெரும் பொறுப்புக்களைச் சம்பந்தப்பட்ட எல்லோரும் முற்றும் உணர்ந்திருக்க வேண்டும் என்றும் கூறினேன். முடிவாக ஒரு யோசனையும் சொன்னேன். பிரதிக்ஞை எடுத்துக்கொள்ள விரும்புகிறவர்கள், அதற்காக மறுநாள் காலையில் திரும்பவும் அங்கே கூடவேண்டும் என்றேன்.

பம்பாயில் ஹர்த்தால் பூரண வெற்றியுடன் நடந்தது என்பதைச் சொல்லத் தேவையில்லை. சாத்விகச் சட்ட மறுப்பை ஆரம்பிப்பதற்கு வேண்டிய எல்லா ஏற்பாடுகளையும் செய்திருந்தோம். இதன் சம்பந்தமாக இரண்டு, மூன்று விஷயங்கள் விவாதிக்கப்பட்டன. பொதுமக்களால் எளிதில் மீறக் கூடியவைகளாக இருக்கும் சட்டங்கள் விஷயத்தில் மாத்திரமே சட்ட மறுப்புச் செய்வது என்று முடிவாயிற்று. உப்பு வரி மீது

மக்களுக்கு மிகுந்த வெறுப்பு இருந்தது. அச்சட்டத்தை ரத்துச் செய்யும்படி பார்க்க வேண்டும் என்பதற்குப் பலமான இயக்கம் ஒன்றும் கொஞ்ச காலமாக நடந்துவந்தது. ஆகையால், உப்புச் சட்டங்களை மீறி மக்கள் தங்கள் வீடுகளிலேயே கடல்நீரைக் கொண்டு உப்புத் தயாரிக்கும்படி செய்யலாம் என்று யோசனை கூறினேன். என்னுடைய மற்றொரு யோசனை, அரசாங்கம் தடுத்திருக்கும் பிரசுரங்களை விற்கலாம் என்பது. நான் எழுதிய புத்தகங்களில் இரண்டு 'ஹிந்த் சுயராஜ்', 'சர்வோதயா' (ரஸ்கின் எழுதிய கடையனுக்கும் கதிமோட்சம் என்ற நூலைத் தழுவிக் குஜராத்தியில் எழுதியது) இவை இரண்டையும் அரசாங்கம் தடுத்திருந்தது. இக்காரியத்திற்கு அவ்விரு புத்தகங்களையும் உடனே எடுத்துக் கொள்ளலாம். அவற்றை அச்சிட்டுப் பகிரங்கமாக விற்பனை செய்வது, சாத்விகச் சட்டமறுப்புச் செய்வதற்கு எளிதான வழி என்று தோன்றியது. ஆகவே, இதற்குப் போதுமான பிரதிகள் அச்சிடப்பட்டன. பட்டினி விரதம் முடிந்த பிறகு அன்று மாலை நடக்கவிருந்த பிரம்மாண்டமான பொதுக்கூட்டத்தில் அப்புத்தகங்களை விற்பதற்கு ஏற்பாடு செய்யப்பட்டிருந்தது.

அதன்படி ஆறாம் தேதி மாலை, தடுக்கப்பட்டிருந்த அப்புத்தகங்களைப் பொதுமக்களிடையே விற்பதற்கு அப் பிரசுரங்களுடன் ஏராளமான தொண்டர்கள் வெளி வந்தனர். ஸ்ரீ மதி சரோஜினி தேவியும் நானும் மோட்டாரில் வெளியே சென்றோம். எல்லாப் பிரதிகளும் உடனே விற்றுப்போயின. விற்று வந்த பணத்தைச் சட்ட மறுப்பு இயக்கத்திற்காகவே செலவிடுவது என்பது ஏற்பாடு. இவ்விரு புத்தகங்களுக்கும், பிரதி நான்கு அணா என்று விலை வைத்தோம். ஆனால், அந்தப் பிரதிகளை என்னிடமிருந்து யாரும் நாலணா மாத்திரமே கொடுத்து வாங்கியதாக எனக்கு நினைவு இல்லை. ஏராளமானவர்கள் தங்கள் கையிலிருந்த பணம் முழுவதையும் அப்படியே கொடுத்துவிட்டு, அப்புத்தகங்களை வாங்கினார்கள். ஒரு பிரதியை வாங்க ஐந்து ரூபாய், பத்து ரூபாய் நோட்டுகள் வந்து குவிந்தன. ஒரு பிரதியை ஐம்பது ரூபாய்க்கு நான் விற்றதாகவும் நினைவிருக்கிறது! தடுக்கப்பட்டிருக்கும் இப்புத்தகங்களை வாங்குவதற்காக அவர்கள் கைது செய்யப்பட்டுச் சிறையிலும் அடைக்கப்படக் கூடும் என்பதும் பொதுமக்களுக்கு எடுத்துக்

கூறப்பட்டது. ஆனால், அத் தருணம் அவர்கள், சிறை செல்லும் பயம் முழுவதையுமே அடியோடு ஒழித்திருந்தார்கள்.

தான் தடுத்திருந்த இப்புத்தகங்கள் இவ்வாறு விற்பனை செய்யப்பட்டது சம்பந்தமாக அரசாங்கம் தனக்குச் சௌகரிய மானதோர் கருத்தை மேற்கொண்டது என்பதை நான் பிறகே அறிந்தேன். உண்மையில் விற்கப்பட்ட புத்தகங்கள் தன்னால் தடுக்கப்பட்ட புத்தகங்கள் அல்ல என்றும், ஆகவே நாங்கள் விற்றவை 'தடுக்கப்பட்ட புத்தகங்கள்' என்ற விளக்கத்தின் கீழ் வந்தவை என்று கருதப்படவில்லை என்றும் அரசாங்கம் கருதியதாம். புதியதாக அச்சிட்டது, தடுக்கப்பட்டிருந்த புத்தகத்தின் மறுபதிப்பேயாகையால், அவற்றை விற்பது சட்டப்படி குற்றமாகாது என்று அரசாங்கம் கருதியது. இச்செய்தி பொதுவாக ஏமாற்றத்தையே அளித்தது.

மறுநாள் காலை சுதேசி, ஹிந்து–முஸ்லிம் ஒற்றுமைப் பிரதிக்ஞைகளைச் செய்து கொள்ளுவதற்காக மற்றோர் கூட்டம் நடந்தது. மின்னுவதெல்லாம் தங்கம் ஆகிவிடாது என்பதை முதல் தடவையாக விட்டல்தாஸ் ஜேராஜானி உணர்ந்து கொண்டார். அக்கூட்டத்திற்கு மிகச் சிலரே வந்திருந்தார்கள். அச்சமயம் வந்திருந்த சில சகோதரிகளை எனக்கு நன்றாக நினைவிருக்கிறது. அக்கூட்டத்திற்கு வந்த ஆண்களும் ஒரு சிலரே நான் பிரதிக்ஞை நகலை முன்னதாக தயாரித்துக்கொண்டு வந்திருந்தேன். அப்பிரதிக்ஞையை எடுத்துக்கொள்ளுமாறு வந்திருந்தவர்களிடம் சொல்லுவதற்கு முன்னால், அதன் பொருளை அவர்களுக்கு நன்றாக விளக்கிச் சொன்னேன். கூட்டத்திற்குச் சிலரே வந்திருந்தது எனக்கு வியப்பையோ, ஆச்சரியத்தையோ உண்டாக்கவில்லை. ஏனெனில், பொதுஜனப் போக்கிலிருக்கும் வழக்கமான ஒரு தன்மையை நான் கவனித்து வந்திருக்கிறேன். ஆவேசம் தரும் வேலையென்றால் பிரியப்படுவார்கள். அமைதியான ஆக்க வேலை என்றாலோ அவர்களுக்கு வெறுப்பு. அந்தத் தன்மை இன்றைக்கும் இருந்து வருகிறது.

ஆனால், இவ்விஷயத்தைக் குறித்து நான் ஓர் அத்தியாயமே எழுத வேண்டும். எனவே, தொடர்ந்து கதைக்கே திரும்புவோம். டில்லிக்கும் அமிர்தசரஸுக்கும் போக 7–ஆம் தேதி இரவு

புறப்பட்டேன். 8–ஆம் தேதி மதுராவை அடைந்ததும் நான் கைது செய்யப்படலாம் என்ற வதந்திகள் இருப்பதாக முதன் முதலாக அறிந்தேன். மதுராவுக்கு அடுத்தபடி ரெயில் நின்ற இடத்தில் என்னைப் பார்க்க ஆச்சாரிய கித்வானி வந்தார். என்னைக் கைது செய்யப் போகிறார்கள் என்ற திடமான செய்தியை அவர் சொன்னதோடு நான் இடும் வேலையைச் செய்யத் தாம் தயாராக இருப்பதாகவும் கூறினார். இதற்காக அவருக்கு நன்றி கூறினேன். அவசியமாகும்போது அவருடைய சேவையைப் பயன்படுத்திக் கொள்ளத் தவறமாட்டேன் என்றும் அவருக்கு உறுதி சொன்னேன்.

ரெயில், பால்வால் ஸ்டேஷனை அடைவதற்கு முன்னாலேயே எழுத்து மூலமான உத்தரவு ஒன்றை எனக்குக் கொடுத்தார்கள். பாஞ்சாலத்திற்குள் நான் போனால் அங்கே அமைதி கெட்டு விடுமாகையால் பாஞ்சாலத்தின் எல்லைக்குள் நான் போகக் கூடாது என்று தடுக்கப்பட்டிருப்பதாக அந்த உத்தரவு கூறியது. ரெயிலிலிருந்து இறங்கும்படியும் என்னிடம் போலீஸார் கூறினர். “வற்புறுத்தி அழைக்கப்பட்டிருப்பதன் பேரிலேயே நான் பாஞ் சாலத்திற்குப் போகிறேன். நான் அங்கே போவது அமைதியை உண்டாக்குவதற்கே; அமைதியைக் கெடுப்பதற்காக அல்ல. ஆகையால், இந்த உத்தரவுக்கு உடன்பட என்னால் முடியாமல் இருப்பதற்காக வருந்துகிறேன் என்று கூறி வண்டியிலிருந்து இறங்க மறுத்து விட்டேன்.

கடைசியாக ரெயில் பால்வாலை அடைந்தது. மகாதேவ் என்னுடன் இருந்தார். டில்லிக்கு நேரே போய், என்ன நடந்தது என்பதைச் சுவாமி சிரத்தானந்தஜியிடம் கூறி, மக்களை அமைதியாக இருக்கும்படிக் கேட்டுக் கொள்ளுமாறு அவருக்குச் சொன்னேன். எனக்குப் பிறப்பித்த உத்தரவை மீறி, மீறியதற்குரிய தண்டனையை ஏற்றுக்கொள்ள நான் முடிவு செய்தேன் என்பதையும், எனக்கு எந்தத் தண்டனை விதிக்கப்பட்டாலும், ஜனங்கள் மாத்திரம் பூரண அமைதியுடன் இருந்து வருவார்களானால் அதுவே நமக்கு வெற்றியை அளிக்கும் என்பதையும் மக்களுக்கு அவர் விளக்கிச் சொல்ல வேண்டும் என்றும் கூறினேன்.

பால்வால் ரெயில்வே ஸ்டேஷனில் என்னை ரெயிலிலிருந்து இறக்கிப் போலீஸ் பாதுகாப்பில் வைத்தார்கள். கொஞ்ச

நேரத்திற்கெல்லாம் டில்லியிலிருந்து ரெயில் வந்தது. என்னை ஒரு மூன்றாம் வகுப்பு வண்டியில் ஏற்றினார்கள். போலீஸ் கோஷ்டியும் என்னுடன் வந்தது. மதுராவை அடைந்ததும் என்னைப் போலீஸ் முகாமுக்குக் கொண்டு போனார்கள். என்னை என்ன செய்யப் போகிறார்கள், என்னை அடுத்தபடி எங்கே கொண்டு போகப் போகிறார்கள் என்பதைச் சொல்ல எந்தப் போலீஸ் அதிகாரியாலும் முடியவில்லை. அடுத்த நாள் காலை 4 மணிக்கு என்னை எழுப்பினார்கள். பம்பாயை நோக்கிப் போய்க் கொண்டிருந்த சாமான்கள் ரெயில் ஒன்றில் என்னை ஏற்றினார்கள். மத்தியானம் சாவாய் மாதப்பூரில் என்னை இறக்கினர். லாகூரிலிருந்து மெயில் ரெயிலில் வந்த போலீஸ் இன்ஸ்பெக்டர் ஸ்ரீ பௌரிங், இப்பொழுது என்னைக் கண்காணிப்பதை ஏற்றுக்கொண்டார். அவரோடு என்னை முதல் வகுப்பு வண்டியில் ஏற்றினார்கள். நான் சாதாரணக் கைதி என்பதிலிருந்து 'பெரிய மனித'க் கைதி ஆகிவிட்டேன். அந்த அதிகாரி, ஸர் மைக்கேல் ஓட்வியரைக் குறித்து நீண்ட புகழ் மாலை பாட ஆரம்பித்துவிட்டார். ஸர் மைக்கேலுக்கு என் மீது எந்தவிதமான விரோதமும் இல்லை என்றும், பாஞ் சாலத்திற்குள் நான் போனால் அங்கே அமைதி கெட்டுவிடும் என்றுதான் அவர் பயப்படுகிறார் என்றும் கூறினார். இன்னும் ஏதேதோ சொன்னார். கடைசியாகப் பம்பாய்க்குத் திரும்பிப் போய்விட நானாகவே ஒப்புக்கொண்டு விடுவதோடு பாஞ் சால எல்லையைத் தாண்டி உள்ளே வருவதில்லை என்பதற்குச் சம்மதிக்கும்படியும் அந்த அதிகாரி என்னைக் கேட்டுக் கொண்டார். அந்த உத்தரவுக்கு நான் உடன் பட்டுவிட முடியாது என்றும், நானாகத் திரும்பிப் போய் விடவும் தயாராயில்லை என்றும் அவருக்குப் பதில் சொன்னேன். அதன் பேரில் அந்த அதிகாரி, வேறு வழியில்லாது போகவே என் மீது சட்டத்தை அமுலுக்குக் கொண்டு வந்ததாக வேண்டி இருக்கிறது என்றார். "என்னை என்னதான் செய்யப் போகிறீர்கள்?" என்று அவரைக் கேட்டேன். அது தமக்கே தெரியவில்லை என்றும், மேற்கொண்டு வரும் உத்தரவை எதிர்பார்ப்பதாகவும் அவர் சொன்னார். "தற்போதைக்கு உங்களை நான் பம்பாய்க்கு அழைத்துப் போய்க் கொண்டிருக்கிறேன்" என்றார்.

நாங்கள் சூரத் போய்ச் சேர்ந்தோம். அங்கே என்னை மற்றொரு போலீஸ் அதிகாரியிடம் ஒப்படைத்தனர். நாங்கள் பம்பாயை அடைந்ததும், ''இனி நீங்கள் உங்கள் இஷ்டம்போல் போகலாம்'' என்று அந்த அதிகாரியே என்னிடம் கூறினார். ''ஆனால், நீங்கள் மாரின் லயன்ஸ் ஸ்டேஷனுக்கு அருகில் இறங்கி விடுவது நல்லது. உங்களுக்காக அங்கே ரெயில் நிற்கும்படி செய்கிறேன். கொலாபாவில் பெருங்கூட்டம் இருக்கக்கூடும்'' என்றும் கூறினார். அவர் விருப்பப்படியே செய்வதில் எனக்குச் சந்தோஷம்தான் என்று அவருக்குச் சொன்னேன். அவரும் மகிழ்ச்சி அடைந்தார். எனக்கு நன்றியும் கூறினார். அவர் யோசனைப்படியே நான் மாரின் லயன்ஸ் ஸ்டேஷனில் இறங்கினேன். அப்பொழுதுதான் ஒரு நண்பரின் வண்டி அப்பக்கமாகப் போயிற்று. அந்த வண்டியில் ஏறி ரேவாசங்கர ஜவேரியின் வீடு சேர்ந்தேன். நான் கைது செய்யப்பட்ட செய்தி பொது மக்களுக்கு ஆத்திரத்தை மூட்டி அவர்களை வெறி கொண்டவர்களாகச் செய்திருக்கிறது என்று அந்த நண்பர் கூறினார். ''பைதுனிக்கு அருகில் எந்த நேரத்திலும் கலகம் மூண்டுவிடக் கூடும் என்று பயப்படுகிறார்கள். மாஜிஸ்டிரேட்டும் போலீஸாரும் இதற்குள்ளாகவே அங்கே போய்விட்டனர்!'' என்றும் அவர் கூறினார்.

நான் ரேவாசங்கரின் வீடு போய்ச் சேர்ந்ததுமே, உமார் ஸோபானியும் அனுசூயா பென்னும் அங்கே வந்து, உடனே பைதுனிக்கு மோட்டாரில் வருமாறு அழைத்தனர். ''பொது மக்கள் பொறுமை இழந்துபோய் அதிக ஆத்திரம் அடைந்திருக்கிறார்கள். அவர்களைச் சாந்தப்படுத்த எங்களால் முடியவில்லை. நீங்கள் வந்தால்தான் அதைச் செய்யமுடியும்'' என்றார்கள்.

நான் மோட்டாரில் ஏறினேன். பைதுனிக்கு அருகில் பெருங்கூட்டம் கூடியிருந்ததைக் கண்டேன். என்னைக் கண்டதும் மக்கள் ஆனந்தத்தால் பைத்தியம் கொண்டவர்களைப் போல் ஆகிவிட்டனர். உடனேயே ஓர் ஊர்வலமும் உருவாகிவிட்டது. ''வந்தே மாதரம்'' ''அல்லாஹோ அக்பர்'' என்ற கோஷங்கள் வானை அலாவி ஒலித்தன. பைதுனியில் குதிரைப் போலீஸ் படை ஒன்றைக் கண்டோம். மேலிருந்து கற்கள் சரமாரியாகப் பொழிந்து கொண்டிருந்தன. அமைதியாக இருக்கும்படி

கூட்டத்தினரைக் கேட்டுக் கொண்டேன். ஆனால், கற்கள் மாரியிலிருந்து நாங்கள் தப்ப முடியாது என்றே தோன்றியது. ஊர்வலம் அப்துர் ரஹ்மான் தெருவைத் தாண்டிக் கிராபோர்டு மார்க்கெட்டை நோக்கிப்போக இருந்த சமயத்தில், திடீரென்று குதிரைப் போலீஸ் படையொன்று எதிர்த்து நின்றது. ஊர்வலம் கோட்டையை நோக்கி மேலும் போகாதபடி தடுக்கவே அப்படை அங்கே இருந்தது. கூட்டமோ அதிக நெருக்கமானது. போலீஸ் அணியைப் பிளந்து கொண்டும் கூட்டம் புகுந்துவிட்டது என்றே சொல்லவேண்டும். அப்படிப் பட்ட பிரம்மாண்டமானதோர் கூட்டத்தில் என் குரல் கேட்பதற்கு இடமே இல்லை. இப்படிப்பட்ட நிலைமையில் குதிரைப் படைக்குத் தலைமை வகித்த அதிகாரி, கூட்டத்தைக் கலைக்கும்படி அப்படையினருக்கு உத்தரவிட்டார். உடனே குதிரை வீரர்கள் தங்களுடைய ஈட்டிகளை வீசிய வண்ணம் கூட்டத்தினரைத் தாக்கினர். நானும் காயமடைந்து விடுவேன் என்று ஒரு கணம் தோன்றியது. ஆனால், நான் பயந்தபடி ஆகிவிடவில்லை. குதிரை வீரர்கள் வேகமாகச் சென்றபோது அவர்கள் ஈட்டி எங்கள் மோட்டார்மீதுதான் உராய்ந்தது. ஊர்வலத்தில் மக்களின் வரிசையெல்லாம் சின்னாபின்னமாகி விட்டன. கூட்டத்தில் எங்கும் ஒரே குழப்பநிலை. பிறகு மக்கள், ஓடத் தொடங்கிவிட்டனர். சிலர், குதிரை, மக்கள் இவர்களின் காலடியில் மிதிபட்டுப் போயினர். மற்றவர்களோ, நசுக்குண்டு காயப்பட்டுவிட்டனர். எங்கும் ஒரே ஜன மயமான அக்கூட்டத்திற்கிடையே குதிரைகள் போவதற்கே இடமில்லை. மக்கள் கலைவதென்றால், அவர்கள் வெளியேறுவதற்கும் வழியில்லை. ஆகவே, ஈட்டி வீரர்கள் கண்மூடித்தனமாகக் கூட்டத்திற்குள் புகுந்து சென்றனர். தாங்கள் செய்தது இன்னது என்பது அவர்களுக்குத் தெரியுமா என்பதே எனக்குச் சந்தேகம். அங்கிருந்த நிலைமை முழுவதுமே மிகவும் பயங்கரமான காட்சியாக இருந்தது. வெறிபிடித்த குழப்பத்தில் குதிரை வீரர்களும் மக்களும் ஒன்றாகக் கலந்து போய் விட்டனர்.

இவ்வாறு கூட்டத்தைக் கலைத்து அது மேற்கொண்டும் போக முடியாதபடி தடுத்துவிட்டனர். எங்கள் மோட்டாரை மட்டும் போக அனுமதித்தார்கள். கமிஷனர் ஆபீசுக்கு எதிரில் மோட்டாரை நிறுத்தச் செய்தேன். போலீஸாரின் நடத்தையைக் குறித்துக் கமிஷனரிடம் புகார் கூற அதிலிருந்து இறங்கினேன்.

32. மறக்க முடியாத அந்த வாரம்! - 2

கமிஷனர் ஸ்ரீ கிரிபித்தின் காரியாலயத்திற்குச் சென்றேன். அக்காரியாலயத்திற்குப் போகும் மாடிப் படிக்கட்டுகளிலெல்லாம் சிப்பாய்கள், உச்சந்தலையிலிருந்து உள்ளங்கால் வரையில் முற்றும் ஆயுதபாணிகளாக இருந்ததைக் கண்டேன். ராணுவ நடவடிக்கைக்குத் தயாராக இருப்பது போல அவர்கள் இருந்தனர். தாழ்வாரத்திலும் சிப்பாய்கள் அதிகம் இருந்தார்கள். உள்ளே செல்ல என்னை அனுமதித்தனர். நான் உள்ளே சென்றபோது ஸ்ரீ கிரிபித்துடன் ஸ்ரீ பௌரிங்கும் உட்கார்ந்திருந்ததைக் கண்டேன்.

நான் நேரில் கண்ட காட்சிகளையெல்லாம் கமிஷனருக்கு விவரித்துச் சொன்னேன். அவர் பின்வருமாறு சுருக்கமாகப் பதில் கூறினார்: "ஊர்வலம் கோட்டைக்குப் போனால், அங்கே நிச்சயமாகக் கலகம் நேர்ந்திருக்கு மாகையால், கோட்டையை நோக்கி ஊர்வலம் போவதை நான் விரும்பவில்லை. கேட்டுக் கொள்ளுவதற்குக் கூட்டத்தினர் செவிசாய்க்க மாட்டார்கள் என்பதைக் கண்டேன். ஆகையால், கூட்டத்திற்குள் புகுந்து தாக்கும்படி குதிரைப் படையினருக்கு நான் உத்தரவிடுவது அவசியமாயிற்று."

அதற்கு நான் "ஆனால் அதன் விளைவு என்னவாகும் என்பது உங்களுக்குத் தெரிந்திருக்கவே வேண்டுமே. குதிரைகள் மக்களை மிதித்தே தீரும். அந்தக் குதிரைப் படையை அனுப்பியிருக்க வேண்டிய அவசியமே இல்லை என்றே நினைக்கிறேன்" என்றேன்.

ஸ்ரீ கிரிபித் கூறியதாவது: "அதை நீங்கள் தீர்மானிக்க முடியாது. உங்கள் உபதேசத்தினால் மக்களிடையே என்ன பலன் ஏற்படும் என்பதை உங்களைவிடப் போலீஸ் அதிகாரிகளாகிய நாங்கள் நன்கு அறிவோம். ஆரம்பத்திலேயே கடுமையான நடவடிக்கைகளை நாங்கள் எடுத்துக் கொள்ளவில்லை யென்றால் நிலைமை மீறிப் போய்விடும். உங்கள் கட்டுக்கும் ஜனங்கள் அடங்காதவர்களாகப் போய்விடுவது நிச்சயம்

என்பதை உங்களுக்குச் சொல்லுகிறேன். சட்டத்தை மீறி நடப்பதென்பது வெகு சீக்கிரத்தில் அவர்களுக்குப் பிடித்தமான தாகிவிடும். ஆனால், அமைதியாக இருக்க வேண்டிய கடமையை அவர்களால் தெரிந்து கொள்ள முடியாது. உங்களுடைய நோக்கங்கள் நல்லவையே என்பதில் எனக்குச் சந்தேகமில்லை. ஆனால் பொதுஜனங்கள் அவற்றைப் புரிந்து கொள்ள மாட்டார்கள். அவர்களுடைய இயற்கையான சுபாவத்தை அனுசரித்துத்தான் அவர்கள் நடப்பார்கள்."

"இதில்தான் உங்கள் கருத்துக்கு நான் மாறுபடுகிறேன். பொதுஜனங்கள் இயற்கையாகவே அமைதியானவர்களே அன்றிப் பலாத்கார சுபாவம் உடையவர்கள் அல்ல" என்றேன்.

இவ்வாறு நீண்ட நேரம் விவாதித்தோம். முடிவாகக் கிரிபித், "உங்கள் போதனைகளை மக்கள் ஏற்றுக்கொள்ளவில்லை என்பதை நீங்கள் நிச்சயமாகத் தெரிந்துகொள்ளுகிறீர்கள் என்று வைத்துக் கொள்ளுவோம். அப்பொழுது என்ன செய்வீர்கள்?" என்று கேட்டார்.

"எனக்கு நிச்சயமாகத் தெரிந்தால் சாத்விகச் சட்ட மறுப்பை நான் நிறுத்தி வைத்துவிடுவேன்" என்றேன்.

"அப்படியா சொல்லுகிறீர்கள்? நீங்கள் விடுதலையானதுமே பாஞ்சாலத்திற்குப் போவீர்கள் என்று ஸ்ரீ பௌரிங்கிடம் கூறினீர்களே" என்று ஸ்ரீ கிரிபித் கேட்டார்.

"ஆம். அடுத்த ரெயிலிலேயே புறப்பட்டுவிட விரும்பினேன். ஆனால், இன்று அது ஆகாத காரியம்."

"நீங்கள் பொறுமையுடன் இருப்பீர்களாயின், உங்கள் போதனைகளை மக்கள் கேட்கவில்லை என்ற நிச்சயம் உங்களுக்குக் கட்டாயம் ஏற்படும். அகமதாபாத்தில் என்ன நடக்கிறது என்பது உங்களுக்குத் தெரியுமா? அமிர்தசரஸில் என்ன நடந்திருக்கிறது? எல்லா இடங்களிலுமே மக்கள் வெறி கொண்டுவிட்டார்கள். எல்லா விவரங்களும் இன்னும் எனக்கு வந்து சேரவில்லை. சில இடங்களில் தந்திக் கம்பிகள் அறுக்கப்பட்டிருக்கின்றன. இந்தக் கலவரங்களுக்கெல்லாம் பொறுப்பு உங்களையே சாரும் என்று நான் உங்களுக்குச் சொல்லுகிறேன்" என்றார், ஸ்ரீ கிரிபித்.

அதற்கு நான் பின்வருமாறு கூறினேன்: "அவ்வாறு நான் கண்டால், அதன் பொறுப்பைத் தயங்காமல் நான் ஏற்றுக் கொள்ளுவேன் என்று உங்களுக்கு உறுதி கூறுகிறேன். ஆனால், அகமதாபாத்தில் கலவரங்கள் நடந்தன என்று நான் கண்டால் மிகவும் மனவேதனை அடைவதோடு ஆச்சரியமும் படுவேன். அமிர்தசரஸில் நடந்தது பற்றி நான் எதுவும் சொல்லுவதற்கில்லை. அங்கே நான் போனதே இல்லை. அங்கே யாருக்கும் என்னைத் தெரியாது. ஆனால், பாஞ்சாலத்தைப் பற்றியும் கூட ஒரு விஷயத்தை நான் நிச்சயமாக அறிவேன். பாஞ்சாலத்திற்குள் நான் போவதைப் பாஞ்சால அரசாங்கம் தடுக்காமல் இருந்திருக்குமாயின், அங்கே அமைதி நிலவும்படி செய்வதற்கு நான் பெருமளவு உதவியாக இருந்திருப்பேன். என்னைத் தடுத்ததன் மூலம் அனாவசியமாக மக்களுக்கு ஆத்திரம் மூட்டிவிட்டார்கள்."

இவ்விதம் மேலும் மேலும் விவாதித்துக்கொண்டே போனோம். இருவர் கருத்தும் ஒத்துப்போவதற்குச் சாத்தியமே இல்லை. சௌபாத்தியில் ஒரு பொதுக்கூட்டத்தில் பேசி, அமைதியாக இருக்குமாறு மக்களைக் கேட்டுக்கொள்ளுவது என்று இருக்கிறேன் என்று அவரிடம் கூறிவிட்டு விடை பெற்றுக் கொண்டேன். சௌபாத்திக் கடற்கரையில் பொதுக் கூட்டம் நடந்தது. அகிம்சையின் கடமையைக் குறித்தும், சத்தியாக்கிரகத்தின் எல்லைகளைக் குறித்தும், விரிவாக எடுத்துக் கூறினேன். "முக்கியமாகச் சத்தியாக்கிரகம் உண்மையோ டிருப்பவர்களுக்கே ஆயுதம். சத்தியாக்கிரகி, அகிம்சையை அனுசரிக்கப் பிரதிக்ஞை செய்து கொண்டிருக்கிறான். இதை மக்கள் எண்ணத்திலும், சொல்லிலும், செயலிலும் அனுசரித்தாலன்றிப் பொதுஜன சத்தியாக்கிரகத்தை நான் நடத்த முடியாது" என்றும் சொன்னேன்.

அகமதாபாத்தில் கலவரங்கள் நடந்ததாக அனுசூயா பென்னுக்கும் செய்திகள் கிடைத்தன. அவரையும் கைது செய்து விட்டார்கள் என்று யாரோ வதந்தியைக் கிளப்பி விட்டார்கள். அவர் கைதானார் என்ற வதந்தியைக் கேட்டு மில் தொழிலாளர்கள் வெறி கொண்டு வேலை நிறுத்தம் செய்ததோடு பலாத்காரச் செயல்களையும் செய்து விட்டார்கள். ஒரு சார்ஜண்டு அடித்துக் கொல்லப்பட்டு விட்டார்.

நான் அகமதாபாத்துக்குச் சென்றேன். நதியாத் ரெயில்வே ஸ்டேஷனுக்கு அருகில் தண்டவாளங்களைப் பெயர்த்துவிட முயற்சிகள் நடந்தன என்றும், வீரம்காமில் அரசாங்க அதிகாரி ஒருவர் கொல்லப்பட்டார் என்றும், அகமதாபாத்தில் ராணுவச் சட்டம் அமுலுக்குக் கொண்டு வரப்பட்டிருக்கிறது என்றும் அறிந்தேன். பொதுஜனங்கள் பயப்பிராந்தியில் இருந்தனர். பலாத்காரச் செயல்களில் அவர்கள் ஈடுபட்டு விட்டார்கள். அவர்கள் அதற்கு வட்டியும் சேர்த்து அனுபவிக்கும்படி செய்யப்பட்டுவிட்டனர்.

கமிஷனர் ஸ்ரீ பிராட்டிடம் என்னை அழைத்துக்கொண்டு போவதற்காக ஒரு போலீஸ் அதிகாரி ஸ்டேஷனில் காத்துக் கொண்டிருந்தார். கோபத்தினால் அவர் துடிதுடித்துக் கொண்டிருந்ததைக் கண்டேன். அவரிடம் சாந்தமாகவே பேசினேன். நடந்துவிட்ட கலவரங்களுக்காக என் வருத்தத்தையும் தெரிவித்துக் கொண்டேன். ராணுவச் சட்டம் அனாவசியமானது என்று நான் சொன்னதோடு, அமைதியை நிலை நாட்டுவதற்கான முயற்சிகளிலெல்லாம் ஒத்துழைக்கத் தயாராக இருக்கிறேன் என்றும் சொல்லி, சபர்மதி ஆசிரம மைதானத்தில் ஒரு பொதுக்கூட்டத்தை நடத்த அனுமதிக்கும்படியும் கேட்டேன். இந்த யோசனை அவருக்குப் பிடித்திருந்தது. பொதுக்கூட்டமும் நடந்தது. அது ஏப்ரல் 13–ஆம் தேதி ஞாயிற்றுக்கிழமை என்று நினைக்கிறேன். அன்றோ, அதற்கு மறுநாளோ, ராணுவச் சட்ட ஆட்சியும் ரத்தாயிற்று. பொதுக்கூட்டத்தில் பேசுகையில் மக்கள் தாங்கள் செய்து விட்ட தவறை உணரும்படி செய்ய முயன்றேன். அவர்களுடைய செய்கைகளுக்குப் பிராயச்சித்தமாக மூன்று நாட்கள் உண்ணாவிரதம் இருக்கப்போகிறேன் என்றும் தெரிவித்தேன். அதேபோல் ஒரு நாளைக்கு உண்ணாவிரதம் இருக்குமாறு மக்களைக் கேட்டுக்கொண்டேன். பலாத்காரச் செயல்களைச் செய்துவிட்டவர்கள், தங்களுடைய குற்றத்தை ஒப்புக்கொள்ள வேண்டும் என்றும் அவர்களுக்கு யோசனை கூறினேன்.

என்னுடைய கடமை என்ன என்பது பட்டப்பகல் போல் எனக்கு விளங்கியது. அகமதாபாத் தொழிலாளர்களிடையே நான் அதிக காலம் செலவிட்டிருக்கிறேன். அவர்களுக்குச் சேவையும்

செய்திருக்கிறேன். அவர்களிடமிருந்து சிறந்த காரியங்களை நான் எதிர்பார்த்திருக்கும் போது, அத்தொழிலாளர்கள் கலகங்களில் ஈடுபட்டது என்னால் சகிக்க முடியாததாயிற்று. அவர்களுடைய குற்றத்தில் எனக்கும் பங்கு உண்டு என்பதை உணர்ந்தேன்.

மக்கள் தாங்கள் செய்துவிட்ட குற்றத்தை ஒப்புக்கொண்டுவிட வேண்டும் என்று அவர்களுக்கு நான் கூறியதுபோலவே, அக்குற்றங்களை மன்னித்து விடுமாறு அரசாங்கத்திற்கும் யோசனை கூறினேன். இரு சாரரும் என் யோசனையை ஏற்றுக்கொள்ளவில்லை.

காலஞ்சென்ற ஸர் ராமாபாயும், அகமதாபாத் நகரவாசிகள் சிலரும், என்னிடம் வந்து சத்தியாக்கிரகத்தை நிறுத்தி வைக்குமாறு என்னைக் கேட்டுக்கொண்டார்கள். அமைதியின்மையின் படிப்பினையை மக்கள் அறிந்துகொள்ளும் வரையில் சத்தியாக்கிரகத்தை நிறுத்தி வைப்பதென்று நான் தீர்மானித்துக் கொண்டு விட்டதால், அவர்களுடைய வேண்டுகோளுக்கே அவசியமில்லை. அந்த நண்பர்கள் மகிழ்ச்சியுடன் திரும்பினர்.

ஆனால், நான் செய்துவிட்ட இத்தீர்மானத்தைக் குறித்துத் துக்கப்பட்டவர்களும் உண்டு. எல்லா இடங்களிலுமே அமைதி நிலவவேண்டும் என்று நான் எதிர்பார்த்தால், சத்தியாக்கிரகத்தை ஆரம்பிப்பதற்கு முன்னால் இருந்தாக வேண்டிய நிபந்தனை என்று நான் அதைக் கருதுவதானால், பொதுஜன சத்தியாக்கிரகம்என்பதே அசாத்தியமானதாகிவிடும் என்று அவர்கள் கருதினார்கள். அவர்களுடன் மாறுபட்ட கருத்தை நான் கொள்ள வேண்டியிருந்ததற்காக வருந்தினேன். நான் யாருடன் இருந்து வேலை செய்து வந்தேனோ அவர்கள், அகிம்சைக்கும் துன்பங்களை அனுபவிப்பதற்கும் தயாராயிருப்பார்கள் என்று நான் எதிர்பார்த்தவர்களே, அகிம்சையை அனுசரிக்க முடியவில்லையென்றால், சத்தியாக்கிரகம் நிச்சயமாகச் சாத்தியமில்லாததே. சத்தியாக்கிரகத்திற்கு மக்களை நடத்திச் செல்ல விரும்புகிறவர்கள், அகிம்சையின் குறிப்பிட்ட எல்லைக்குள் மக்களை வைக்க முடிந்தவர்களாக இருக்க வேண்டும் என்பதில் நான் உறுதியான கருத்துக் கொண்டிருந்தேன். அதே அபிப்பிராயமே எனக்கு இன்றைக்கும் இருந்துவருகிறது.

33. ஒரு ஹிமாலயத் தவறு

அகமதாபாத் கூட்டம் முடிந்தவுடனே நதியாத்திற்குச் சென்றேன். 'ஹிமாலயத் தவறு' என்ற சொல்லை நான் முதன் முதலில் அங்கேதான் உபயோகித்தேன். அச்சொல் பின்னால் அதிகப் பிரபலமாயிற்று. அகமதாபாத்தில்கூட, நான் செய்துவிட்ட தவறை லேசாக உணர ஆரம்பித்துவிட்டேன். ஆனால், நதியாத்திற்குச் சென்று அங்கே இருந்த உண்மையான நிலைமையைப் பார்த்து, கேடா ஜில்லாவைச் சேர்ந்தவர்கள் ஏராளமாகக் கைது செய்யப்பட்டுவிட்டனர் என்பதைக் கேள்விப்பட்ட பிறகே, நான் பெருந்தவறைச் செய்துவிட்டேன் என்பது திடீரென்று எனக்குப்பட்டது. கேடா ஜில்லாவின் மக்களையும் மற்ற இடங்களில் இருந்தவர்களையும், அதற்கு வேண்டிய பக்குவத்தை அவர்கள் அடைவதற்கு முன்னாலேயே சாத்விகச் சட்டமறுப்பை ஆரம்பிக்கும்படி சொல்லிவிட்டது பெருந்தவறு என்று இப்பொழுது எனக்குத் தோன்றியது. நான் ஒரு பொதுக்கூட்டத்தில் இவ்விதம் கூறினேன். இவ்விதம் தவறை நான் ஒப்புக்கொண்டதைக் குறித்து நான் பரிகசிக்கப்பட்டது கொஞ்சமல்ல. ஆனால், அவ்வாறு தவறை ஒப்புக்கொண்டதைக் குறித்து நான் வருத்தப்பட்டதே இல்லை. ஏனெனில், ஒருவர் தாம் செய்யும் தவறுகளைப் பூதக் கண்ணாடி கொண்டு பார்த்து, பிறர் தவறுகள் விஷயத்தில் அவ்விதம் பார்க்காமல் இருந்தால் தான், இரண்டையும் நியாயமாக அவர் மதிப்பிட முடியும் என்று நான் எப்பொழுதும் கருதி வந்திருக்கிறேன். அதோடு சத்தியாக்கிரகியாக இருக்க விரும்புகிறவர், இந்த விதியை மனப்பூர்வமாகவும் தவறாமலும் அனுசரித்து வரவேண்டும் என்றும் நான் நம்புகிறேன்.

நான் செய்துவிட்ட ஹிமாலயத் தவறு என்ன என்பதை இனிக்கவனிப்போம். சாத்விகச் சட்ட மறுப்பைச் செய்வதற்கு ஒருவர் தகுதியை அடைவதற்கு முன்னால், அவர் அரசாங்கச் சட்டங்களுக்கு விரும்பி மரியாதையுடன் பணிந்து நடந்தவராக இருக்கவேண்டும். ஏனெனில், சட்டத்தை மீறி நடந்து

விட்டால் அதற்குரிய தண்டனையை அடைய நேருமே என்ற பயத்தினாலேயே பெரும்பாலும் அத்தகைய சட்டங்களுக்குப் பணிந்து நடக்கிறோம். அதிலும் ஒழுக்க நெறி சம்பந்தப்படாத சட்டங்கள் விஷயத்தில் இது பெரிதும் உண்மையே ஆகும். உதாரணமாக, திருடுவதற்கு எதிரான சட்டம் இருந்தாலும், இல்லாது போனாலும், யோக்கியமும் கௌரவமும் உள்ள ஒருவர், திடீரென்று திருட முற்பட்டுவிட மாட்டார். ஆனால், இவரே, இருட்டிய பிறகு சைக்கிளில் விளக்கு வைத்துக்கொண்டே வெளியில் போக வேண்டும் என்ற விதியை மீறி நடந்து விடுவதைக் குறித்துக் கவலைப்படுவதில்லை. இது சம்பந்தமாக அதிக ஜாக்கிரதையாக இருக்கும்படி புத்திமதி கூறினால், அதையாவது அன்போடு ஏற்றுக்கொள்ளுவாரா என்பதும் சந்தேகம். ஆனால், இந்த விதியை மீறினால் குற்றஞ்சாட்டி வழக்குத் தொடரப்படும் அசௌகரியத்திலிருந்து தப்புவதற்கு மாத்திரம், கட்டாயமான இது போன்ற விதியை அவர் அனுசரித்து நடப்பார். அவ்விதம் சட்டத்திற்கு உடன்படுவது, ஒரு சத்தியாக்கிரகி விருப்பத்துடன் தானே உடன்பட வேண்டியதைப் போன்றது ஆகாது. ஒரு சத்தியாக்கிரகி, சமூகத்தின் சட்டங்களுக்குப் புத்திசாலித்தனமாகவும், தமது சுயேச்சையான விருப்பத்தின் பேரிலும் உடன்பட்டு நடக்கிறார். ஏனெனில், அவ்விதம் செய்வது தமது புனிதமான கடமை என்று அவர் கருதுகிறார். இவ்விதம் சமூகத்தின் சட்டங்களுக்கு ஒருவர் தவறாமல் பணிந்து நடந்தால்தான், எந்தக் குறிப்பிட்ட விதிகள் நல்லவை, நியாயமானவை, எவை அநியாயமானவை, பாவமானவை என்பதைச் சீர்தூக்கிப் பார்க்கக் கூடிய தகுதி அவருக்கு ஏற்படும். அப்பொழுதுதான் தெளிவான சில குறிப்பிட்ட சந்தர்ப்பங்களில் சில சட்டங்களைச் சாத்வீக முறையில் மீறுவதற்கான உரிமை அவருக்கு ஏற்படும். அவசியமான இந்த எல்லையைக் கவனிக்காமல் போனது தான் நான் செய்த தவறு. இவ்வாறு மக்கள் தங்களைத் தகுதியாக்கிக் கொள்ளுவதற்கு முன்னால் சாத்வீகச் சட்ட மறுப்பை ஆரம்பிக்குமாறு அவர்களைக் கேட்டுக்கொண்டு விட்டேன். இத்தவறு, ஹிமாலயத்தைப் போன்று பெரியது என்று எனக்குத் தோன்றுகிறது. கேடா ஜில்லாவில் பிரவேசித்ததுமே கேடா சத்தியாக்கிரகத்தைப் பற்றிய பழைய நினைவுகளெல்லாம்

எனக்குத் திரும்ப வந்தன. எனவே, அவ்வளவு தெளிவான விஷயத்தை நான் எப்படிப் புரிந்து கொள்ளாது போனேன் என்று ஆச்சரியப்பட்டேன். சாத்விகச் சட்ட மறுப்பு செய்வதற்கு வேண்டிய தகுதியை மக்கள் பெறுவதற்கு முன்னால், அதன் ஆழ்ந்த உட் பொருள்களை அவர்கள் முற்றும் அறிந்து கொண்டிருக்க வேண்டியது அவசியம் என்பதை நான் தெரிந்துகொண்டேன். எனவே, பொதுஜன அளவில் சாத்விகச் சட்ட மறுப்பைத் திரும்பவும் ஆரம்பிப்பதற்கு முன்னால் நன்றாகப் பண்பட்ட, சத்தியாக்கிரகத்தின் கண்டிப்பான நிபந்தனைகளை நன்றாகப் புரிந்துகொண்டிருக்கும், புனித உள்ளம் படைத்த தொண்டர்கள் படை இருக்கும்படி செய்யவேண்டியது அவசியம். அவைகளை அவர்கள் மக்களுக்கு எடுத்துச் சொல்லவும், தூக்கமின்றி உஷாராக இருப்பதன் மூலம் மக்களைச் சரியான வழியில் நடக்கும்படி செய்யவும் அவர்களால் முடியும்.

என் மனத்தில் இவ்விதமான எண்ணங்களுடன் நான் பம்பாய் போய்ச் சேர்ந்தேன். அங்கிருந்த சத்தியாக்கிரக சபையின் மூலம் சத்தியாக்கிரகப் படையைத் திரட்டினேன். சத்தியாக்கிரகத்தின் பொருள் சம்பந்தமாகவும், அதன் உள்ளிருக்கும் முக்கியத்துவத்தையும் பொதுமக்கள் அறியும்படி செய்யும் வேலையை அத்தொண்டர்களின் உதவியைக் கொண்டு ஆரம்பித்தேன். இவ்விஷயத்தைப் போதிக்கும் துண்டுப் பிரசுரங்களை வெளியிட்டு முக்கியமாக இந்த வேலை நடந்தது.

இந்த வேலை நடந்துகொண்டிருந்த போது ஒரு விஷயத்தை நான் காண முடிந்தது. சத்தியாக்கிரகம் சம்பந்தமான சமாதான வேலையில் மக்கள் சிரத்தை கொள்ளும்படி செய்வது மிகவும் கஷ்டமான காரியம் என்பதைக் கண்டேன். தொண்டர்களும் பெருந்தொகையில் வந்து சேரவில்லை. சேர்ந்த தொண்டர்களோ, ஒழுங்காக முறைப்படி பயிற்சியைப் பெறவுமில்லை. நாளாக ஆகப் புதிதாக வந்து சேருகிறவர்களின் தொகை அதிகமாவதற்குப் பதிலாகக் குறைந்து கொண்டே போயிற்று. சாத்விகச் சட்ட மறுப்புப் பயிற்சியின் அபிவிருத்தி, நான் ஆரம்பத்தில் எதிர்பார்த்ததைப் போலத் துரிதமானதாக இருக்கப்போவதில்லை என்பதையும் தெரிந்து கொண்டேன்.

34. 'நவ ஜீவன்', 'எங் இந்தியா'

இவ்வாறு அகிம்சையைப் பாதுகாப்பதற்கான இயக்கம், மெதுவாகவே எனினும் நிதானமாக, ஒரு பக்கம் அபிவிருத்தி அடைந்து கொண்டு வந்த சமயத்தில், மற்றோர் பக்கத்தில் அரசாங்கத்தின் சட்ட விரோதமான அடக்கு முறைக் கொள்கை அதிகத் தீவிரமாக இருந்து வந்தது. பாஞ்சாலத்தில் அந்த அடக்குமுறை, தனது பூரண சொரூபத்தையும் காட்டி வந்தது. தலைவர்கள் கைது செய்யப்பட்டனர். ராணுவச் சட்டம் அமுல் நடத்தப்பட்டது. அதாவது, சட்டம் என்பதே இல்லை என்றாயிற்று. விசேட நீதிமன்றங்களை அமைத்தார்கள். இந்த விசேட நீதி மன்றங்கள், எதேச்சாதிகாரியின் இஷ்டத்தை எல்லாம் நிறைவேற்றி வைக்கும் கருவிகளாகத்தான் இருந்தனவே அன்றி உண்மையில் நீதி வழங்கும் மன்றங்களாக இல்லை. நீதி முறைக்கெல்லாம் முற்றும் மாறாகச் சாட்சியத்திற்குப் பொருந்தாத வகையில் தண்டனைகள் விதிக்கப்பட்டன. அமிர்தசரஸில் ஒரு பாவமும் அறியாத ஆண்களும் பெண்களும், புழுக்களைப் போல் வயிற்றினாலேயே ஊர்ந்து செல்லும்படி செய்யப்பட்டனர். ஜாலியன் வாலா பாக் கொலையே உலகத்தின் கவனத்தையும், முக்கியமாக இந்திய மக்களின் கவனத்தையும் அதிகமாகக் கவர்ந்ததென்றாலும், இந்த அட்டூழியத்தின் முன்பு அப்படுகொலை கூட என் கண்ணுக்கு அவ்வளவு பெரியதாகத் தோன்றவில்லை.

என்ன நேர்ந்தாலும் பொருட்படுத்தாமல் உடனே பாஞ் சாலத்திற்குப் போகும்படி வற்புறுத்தப்பட்டேன். அங்கே செல்ல அனுமதி அளிக்குமாறு வைசிராய்க்கு எழுதினேன்; தந்தியும் அடித்தேன். ஆனால், ஒரு பலனும் இல்லை. அவசியமான அனுமதியில்லாமல் நான் போவேனாயின், பாஞ்சால எல்லையைத் தாண்டி உள்ளே போக நான் அனுமதிக்கப்படமாட்டேன். சாத்விகச் சட்ட மறுப்புச் செய்தேன் என்ற திருப்தியோடு இருந்துவிட வேண்டியதுதான். இவ்விதம் என்ன செய்வதென்று தோன்றாமல் குழம்பிக்

கொண்டிருந்தேன். இருந்த நிலைமைப்படி பார்த்தால், பாஞ்சாலத்திற்குள் பிரவேசிக்கக் கூடாது என்ற தடை உத்தரவை மீறுவது சாத்விகச் சட்ட மறுப்பு ஆகாது என்றே எனக்குத் தோன்றிற்று. ஏனெனில், நான் எந்த வகையான அமைதியான சூழ்நிலையை விரும்பினேனோ அதை என்னைச் சுற்றிலும் நான் காணவில்லை. பாஞ்சாலத்தில் நடந்துவந்த அக்கிரமமான அடக்குமுறையோ மக்களின் ஆத்திரத்தை மேலும் அதிகமாக்கிவிட்டது. ஆகையால், அப்படிப்பட்ட சமயத்தில் நான் சாத்விகச் சட்ட மறுப்புச் செய்வது சாத்தியமென்றாலும், அது எரியும் நெருப்பில் எண்ணெயை வார்த்தது போன்றே ஆகும் என்று எண்ணினேன். எனவே, போகுமாறு நண்பர்கள் கூறிய போதிலும், பாஞ்சாலத்திற்குப் போவதில்லை என்று தீர்மானித்துக் கொண்டேன். இத்தகைய முடிவுக்கு நான் வரவேண்டியிருந்தது எனக்கே அதிக கஷ்டமாகத்தான் இருந்தது. அட்டூழியங்களையும் அநீதிகளையும் பற்றிய செய்திகள் தினமும் வந்து கொண்டே இருந்தன. ஆனால், நானோ எதுவும் செய்ய இயலாதவனாக உட்கார்ந்துகொண்டு பல்லை நறநறவென்று கடித்துக் கொண்டிருக்க வேண்டியதாயிற்று.

அச்சமயத்தில் ஸ்ரீ ஹார்னிமனின் கையில் 'பம்பாய்க் கிரானிகிள்' பத்திரிகை பலமான சக்தியாக இருந்து வந்தது. அதிகாரிகள் திடீரென்று அவரைப் பிடித்து வெளியேற்றி விட்டார்கள். அரசாங்கத்தின் இச்செய்கை அதிசயம் நிறைந்த காரியம் என்று எனக்குத் தோன்றியது. அச் செய்கையை இப்பொழுதும் மிக்க அருவருப்பான செய்கையாகவே எண்ணுகிறேன். சட்ட விரோதமான கலவரங்களை ஸ்ரீ ஹார்னிமன் என்றும் விரும்பியதில்லை என்பதை நான் அறிவேன். பாஞ்சால அரசாங்கம் எனக்குப் பிறப்பித்த தடை உத்தரவைச் சத்தியாக்கிரகக் கமிட்டியின் அனுமதியில்லாமல் நான் மீறியது அவருக்குப் பிடிக்கவில்லை. சாத்விகச் சட்ட மறுப்பை நிறுத்தி வைப்பது என்ற முடிவை அவர் பூர்ணமாக ஆதரித்தார். சட்ட மறுப்பை நிறுத்தி வைப்பதாக நான் அறிவிப்பதற்கு முன்னாலேயே, சட்ட மறுப்பை நிறுத்தி வைக்குமாறு யோசனை கூறி அவர் எனக்குக் கடிதமும் எழுதினார். நான் அப்பொழுது அகமதாபாத்தில் இருந்ததால், பம்பாய்க்கும் அதற்கும் உள்ள தூரத்தின் காரணமாக நான் அறிவித்த பிறகே அக்கடிதம் எனக்குக் கிடைத்தது. ஆகவே

அவர் திடீரென்று நாடு கடத்தப்பட்டது எனக்கு மனவேதனை மட்டுமன்றி ஆச்சரியத்தையும் அளித்தது.

இவ்விதமான நிலைமைகள் ஏற்பட்டுவிடவே பம்பாய்க் கிரானிகிளின் டைரக்டர்கள், பத்திரிக்கையை நடத்தும் பொறுப்பை ஏற்றுக் கொள்ளும்படி என்னைக் கேட்டுக் கொண்டார்கள். ஸ்ரீ பிரெல்வி ஏற்கனவே அப்பத்திரிகையில் இருந்தார். ஆகவே, நான் செய்ய வேண்டியது அதிகமில்லை. ஆனால், என் சுபாவத்தை அனுசரித்து இப்பொறுப்பு என்னுடைய சிரமத்தை அதிகமாக்கியது.

ஆனால், எனக்குச் சிரமம் இல்லாதபடி செய்ய வந்தது போல் அரசாங்கமும் முன் வந்துவிட்டது. அரசாங்கத்தின் உத்தரவினால் 'கிரானிகிள்' பத்திரிக்கையை நிறுத்தி வைத்து விட வேண்டியதாயிற்று.

'கிரானிகிள்' நிர்வாகத்தை நடத்தி வந்த நண்பர்களான ஸ்ரீ உமார் ஸோபானியும், ஸ்ரீ சங்கரலால் பாங்கரும், இதே சமயத்தில் 'எங் இந்தியா' என்ற பத்திரிக்கையையும் நிர்வகித்து வந்தார்கள். 'கிரானிகள்' நிறுத்திவைக்கப்பட்டு விட்டதால், அதனால் ஏற்பட்டிருக்கும் குறை நீங்குவதை முன்னிட்டு, 'எங் இந்தியா'வின் ஆசிரியர் பதவியை நான் ஏற்றுக்கொள்ள வேண்டும் என்று சொன்னார்கள். வாரப் பத்திரிக்கையாக நடந்து வந்த 'எங் இந்தியா'வை, வாரம் இருமுறைப் பத்திரிகையாக்கலாம் என்றார்கள். நானும் அதைத் தான் எண்ணினேன். சத்தியாக்கிரகத்தின் உட்பொருளைப் பொதுமக்களுக்கு விளக்கிச் சொல்ல வேண்டும் என்று நான் ஆவலோடு இருந்தேன். அதோடு இம்முயற்சியால் பாஞ் சால நிலைமையைக் குறித்தும் ஓரளவுக்கு என் கடமையைச் செய்யலாம் என்றும் நம்பினேன். ஏனெனில், நான் என்ன எழுதினாலும், அதன் முடிவு சத்தியாக்கிரகமே. அரசாங்கத்திற்கும் அது தெரியும். ஆகையால், இந்நண்பர்கள் கூறிய யோசனையை உடனே ஏற்றுக்கொண்டு விட்டேன்.

ஆனால், ஆங்கிலத்தை உபயோகித்து, சத்தியாக்கிரகத்தில் பொது மக்களுக்கு எவ்வாறு பயிற்சி அளிக்க முடியும்? நான் முக்கியமாக வேலை செய்து வந்த இடம் குஜராத். ஸ்ரீ ஸோபானி, ஸ்ரீ பாங்கர் கோஷ்டியுடன் அச்சமயம் ஸ்ரீ இந்துலால்

யாக்ஞிக்கும் இருந்தார். குஜராத்தி மாதப் பத்திரிக்கையான நவஜீவனை அவர் நடத்தி வந்தார். இந்த நண்பர்கள் அதற்குப் பணவுதவி செய்து வந்தார்கள். அந்த மாதப் பத்திரிக்கையையும் அந்நண்பர்கள் என்னிடம் ஒப்படைத்தனர். ஸ்ரீ இந்துலாலும் அதில் வேலை செய்வதாகக் கூறினார். அந்த மாதப் பத்திரிக்கை வாரப் பத்திரிக்கையாக மாற்றப்பட்டது.

இதற்கு மத்தியில் 'கிரானிகிள்' புத்துயிர் பெற்றெழுந்தது. ஆகையால், 'எங் இந்தியா' முன்பு போலவே வாரப் பத்திரிக்கையாயிற்று. இரண்டு வாரப் பத்திரிக்கைகளை, இரண்டு இடங்களிலிருந்து பிரசுரிப்பதென்பது, எனக்கு அதிக அசௌகரிய மானதோடு செலவும் அதிகமாயிற்று. 'நவஜீவன்' முன்பே அகமதாபாத்திலிருந்து பிரசுரமாகி வந்ததால் என் யோசனையின் பேரில் 'எங் இந்தியா'வும் அங்கேயே மாற்றப்பட்டது.

இந்த மாற்றத்திற்கு இதல்லாமல் வேறு காரணங்களும் உண்டு. இத்தகைய பத்திரிகைகளுக்குச் சொந்தமாக அச்சகம் இருக்க வேண்டியது அவசியம் என்பதை 'இந்தியன் ஒப்பீனியன்' அனுபவத்திலிருந்து அறிந்திருந்தேன். மேலும், இந்தியாவில் அப்பொழுது கடுமையான அச்சுச் சட்டங்கள் அமுலிலிருந்தன. ஆகையால், என்னுடைய கருத்துக்களைத் தங்கு தடையின்றி வெளியிட நான் விரும்பினால், லாபம் கருதியே நடத்தப் பட்டவையான அப்பொழுதிருந்த அச்சகங்கள், அவற்றைப் பிரசுரிக்கத் தயங்கும். எனவே, சொந்தத்தில் ஓர் அச்சகத்தை அமைத்துக் கொள்ள வேண்டியது மிகவும் அத்தியாவசியமாயிற்று. அகமதாபாத்திலேயே சௌகரியமாக அச்சகத்தை அமைத்துக் கொள்ளலாமாகையால், 'எங் இந்தியா'வையும் அங்கே கொண்டு போனோம்.

சத்தியாக்கிரகத்தைக் குறித்துப் பொதுமக்களுக்கு இப் பத்திரிக்கைகளின் மூலம் என்னால் இயன்ற வரையில் போதிக்கும் வேலையைத் தொடங்கினேன். இரு பத்திரிக்கைகளுக்கும் ஏராளமானவர்கள் சந்தாதாரர்களாயினர். ஒரு சமயம் ஒவ்வொரு பத்திரிக்கையும் நாற்பதினாயிரம் பிரதிகள் செலவாயின. நவஜீவன் சந்தாதாரர்கள் தொகை ஒரேயடியாகப் பெருகிய போதிலும் 'எங் இந்தியா'வின் சந்தாதார்கள் தொகை

நிதானமாகவே அதிகரித்தது. நான் சிறைப்பட்ட பிறகு, இரு பத்திரிக்கைகளின் சந்தாதாரர் தொகையும் அதிகமாக குறைந்து விட்டது. இன்று எண்ணாயிரம் பிரதிகளே போகின்றன.

இப்பத்திரிக்கைகளில் விளம்பரங்களைப் பிரசுரிப்பதை ஆரம்பத்திலிருந்தே மறுத்துவிட்டேன். இதனால் அப்பத்திரிகைகள் எந்த நஷ்டத்தையும் அடைந்துவிட்டதாக நான் நினைக்கவில்லை. ஆனால், இதற்கு மாறாக, அப்பத்திரிக்கைகள் சுதந்திரமாக இருந்துவருவதற்கு என் தீர்மானம் பெரிய அளவுக்கு உதவியாக இருந்தது என்பதே என் நம்பிக்கை.

என் அளவில் நான் மன அமைதியை அடைவதற்கும் இப்பத்திரிக்கைகள் எனக்கு உதவியாக இருந்தன. சாத்விகச் சட்டமறுப்பை உடனே ஆரம்பிப்பதற்கு இடமில்லை என்று ஆகிவிட்டபோது, என் கருத்துக்களைத் தாராளமாக எடுத்துக் கூறவும், மக்களுக்குத் தைரியம் ஊட்டவும் அவை உதவியாக இருந்தன. மக்களுக்கு அதிகக் கடுமையான சோதனை ஏற்பட்டுவிட்ட காலத்தில் அவர்களுக்கு இவ்விரு பத்திரிக்கைகளும் சிறந்த சேவை செய்ததோடு, ராணுவ ஆட்சிக் கொடுமையைத் தணிக்கவும் தங்களாலானதை அவை செய்தன என்று எண்ணுகிறேன்.

35. பாஞ்சாலத்தில்

பாஞ்சாலத்தில் நடந்தவைகளுக்கெல்லாம் நானே பொறுப்பாளி என்று ஸர் மைக்கேல் ஓட்வியர் கூறினார். ஆத்திரமடைந்த சில இளம் பஞ்சாபிகளும், ராணுவச் சட்ட அமுலுக்குப் பொறுப்பாளி நான்தான் என்றனர். சாத்விகச் சட்ட மறுப்பை நான் நிறுத்தி வைக்காமல் இருந்தால், ஜாலியன் வாலாபாக் படுகொலையே நடந்திராது என்று அவர்கள் சொன்னார்கள். அவர்களில் சிலரோ, நான் பாஞ்சாலத்திற்கு வந்தால், என்னைக் கொன்று விடுவதாகப் பயமுறுத்தும் அளவுக்கும் போய்விட்டார்கள். ஆனால், நான் செய்தது சரியானது என்றும், ஆட்சேபிக்க முடியாதது என்றும், எண்ணினேன். புத்தியுள்ளவர்கள் யாரும் அதைத் தவறாகப் புரிந்து கொள்ளுவதற்கில்லை என்றும் கருதினேன்.

பாஞ்சாலத்திற்குப் போகவேண்டும் என்று நான் பரபரப்புடன் இருந்தேன். இதற்குமுன் நான் அங்கே போனதே இல்லை. இதனாலேயே அங்கே போய் நிலைமையை நேரில் பார்க்க வேண்டும் என்ற ஆர்வம் எனக்கு அதிகமாயிற்று. பாஞ் சாலத்திற்கு வருமாறு என்னை அழைத்த டாக்டர் சத்தியபால், டாக்டர் கிச்லு, பண்டித ராம்பாஜ் தத் சௌத்ரி ஆகியோர் அச்சமயம் சிறையில் இருந்தார்கள். ஆனால், அவர்களையும் மற்றக் கைதிகளையும் அரசாங்கம் நீண்ட காலம் சிறையில் வைத்திருக்கத் துணிய முடியாது என்று கருதினேன். நான் பம்பாயிலிருந்த சமயங்களில் ஏராளமான பஞ்சாபிகள் என்னை வந்து பார்த்துக் கொண்டிருந்தார்கள். அப்பொழுதெல்லாம் நான் அவர்களுக்கு ஆறுதல் கூறி உற்சாகப்படுத்தி வந்தேன். அது அவர்களுக்கும் ஆறுதலை அளித்தது. அச்சமயம் எனக்கு இருந்த தன்னம்பிக்கை மற்றவர்களுக்கும் தொத்திக்கொண்டு விடுவதாக இருந்தது.

ஆனால், நான் பாஞ்சாலத்திற்குப் போவதை அடிக்கடி ஒத்திப்போட வேண்டியதாயிற்று. அங்கே போவதற்கு நான் அனுமதி கேட்கும் போதெல்லாம் வைசிராய், “பொறுங்கள்!”

என்று கூறி வந்தார். ஆகையால், நான் போவது காலம் தள்ளிக்கொண்டே வந்தது.

இதற்கு மத்தியில் ராணுவச் சட்டத்தின் கீழ் பாஞ்சால அரசாங்கம் செய்தவைகளின் சம்பந்தமாக விசாரணை நடத்துவதற்கு ஹண்டர் கமிட்டி நியமிக்கப்பட்டிருப்பதாக அறிவிக்கப்பட்டது. ஸ்ரீ ஸி.எப். ஆண்டுரூஸ் இதற்குள் அங்கே போய்விட்டார். அங்கே இருந்த நிலைமையைக் குறித்து அவர் எழுதிய கடிதங்கள் உள்ளத்தைப் பிளப்பனவாக இருந்தன. ராணுவச் சட்ட அமுல் அட்டூழியங்கள், பத்திரிக்கைகளில் வெளியான விவரங்களைவிடப் படுமோசமாக இருக்கின்றன என்ற அபிப்பிராயம் எனக்கு உண்டாயிற்று. உடனே புறப்பட்டு வரும்படி அவர் என்னை வற்புறுத்தினார். அதே சமயத்தில் மாளவியாஜியும், உடனே பாஞ்சாலத்திற்குப் புறப்படுமாறு எனக்குத் தந்தி கொடுத்தார். "இப்போதாவது நான் பாஞ் சாலத்திற்குப் போகலாமா?" என்று மற்றோர் முறையும் வைசிராய்க்குத் தந்தி கொடுத்துக் கேட்டேன். ஒரு தேதியைக் குறிப்பிட்டு அந்தத் தேதிக்குப் பிறகு நான் பாஞ்சாலத்திற்குப் போகலாம் என்று பதில் வந்தது. எனக்கு இப்பொழுது அத்தேதி சரியாக ஞாபகம் இல்லையென்றாலும், அக்டோபர் 17–ஆம் தேதி என்று நினைக்கிறேன்.

நான் லாகூர் போய்ச் சேர்ந்ததும் கண்ட காட்சியை என் ஞாபகத்திலிருந்து என்றும் அழித்துவிட முடியாது. ரெயில்வே ஸ்டேஷனில் ஒரு கோடியிலிருந்து மற்றோர் கோடிக்கு ஒரே ஜனசமுத்திரம். நீண்டகாலம் பிரிந்திருந்து விட்ட உறவினரைச் சந்திப்பதற்குக் கிளம்பி விடுவதைப் போல லாகூர் மக்கள் எல்லோரும் வீட்டைவிட்டுக் கிளம்பி வந்து ஆர்வத்துடன் என்னை எதிர்பார்த்துக் கொண்டிருந்தார்கள். ஆனந்த மிகுதியால் அவர்கள் தலைகால் புரியாதவர்களாகி விட்டனர். நான், காலஞ் சென்ற பண்டித ராம்பாஜ் தத்தின் பங்களாவில் தங்கினேன். என்னை உபசரிக்கும் பாரம் ஸ்ரீ மதி சரளாதேவிக்கு ஏற்பட்டது. உண்மையில், அது பெரிய பாரமேயாகும். ஏனெனில், இப்பொழுது இருப்பதைப் போன்று அக்காலத்திலும் நான் தங்கும் இடம் பெரிய சத்திரமாகவே ஆகி வந்தது.

பாஞ்சாலத்தின் முக்கியமான தலைவர்களெல்லோரும் சிறையில் இருந்ததால், அவர்களுடைய ஸ்தாபனங்களைப் பண்டித

மாளவியா, பண்டித மோதிலால்ஜி, காலஞ் சென்ற சுவாமி சிரத்தானந்தஜி ஆகியோர் பொருத்தமாகவே வகித்து வந்தார்கள். சுவாமி சிரத்தானந்தஜியையும் மாளவியாவையும் இதற்கு முன்பே நான் நன்றாக அறிவேன். ஆனால், மோதிலால்ஜியுடன் முதன் முதலாக இப்பொழுதுதான் நான் நெருங்கிப் பழகினேன். இந்தத் தலைவர்களும், சிறை செல்லும் பாக்கியத்திலிருந்து தப்பிய உள்ளூர்த் தலைவர்களும், தங்கள் மத்தியில் நான் என் சொந்த வீட்டில் இருப்பதாகவே உணரும்படி செய்தனர். இதனால், அவர்களின் நடுவே நான் அந்நியனாக உணரவே இல்லை.

ஹண்டர் கமிட்டியின் முன்பு விசாரணைக்குச் சாட்சியம் அளிப்பதில்லை என்று நாங்கள் ஏகமனதாக முடிவு செய்த விஷயம், இப்பொழுது சரித்திரப் பிரசித்தமானது. இவ்விதம் முடிவு செய்ததற்கான காரணங்கள், அப்பொழுது வெளியிடப்பட்டிருக்கின்றன. ஆகையால், அவற்றை இங்கே திரும்பக் கூறிக் கொண்டிருக்க வேண்டியதில்லை. ஒன்றை மாத்திரம் சொன்னாலே போதும். இவ்வளவு காலமான பிறகும் அந்த நிகழ்ச்சிகளைக் குறித்து எண்ணிப் பார்க்கும்போது, அக் கமிட்டியைப் பகிஷ்கரிப்பதென்று நாங்கள் செய்த முடிவு முற்றும் சரியானதும் பொருத்தமானதுமாகும் என்றே இப்பொழுதும் நான் எண்ணுகிறேன்.

ஹண்டர் கமிட்டியைப் பகிஷ்கரிப்பதென்று நாங்கள் முடிவு செய்து விட்டதன் விளைவாகக் காங்கிரஸின் சார்பாக அதேபோல விசாரணையை நடத்த உத்தியோகஸ்தரல்லாதவர்களைக் கொண்ட ஒரு கமிட்டியை நியமிப்பது என்று தீர்மானித்தோம். பண்டித மோதிலால் நேரு, காலஞ் சென்ற தேசபந்து ஸி.ஆர்.தாஸ், ஸ்ரீ அப்பாஸ் தயாப்ஜி, ஸ்ரீ எம்.ஆர். ஜெயகர் ஆகியோரும் நானும் அக்கமிட்டிக்கு உறுப்பினர்களாக நியமிக்கப்பட்டோம். உண்மையில் எங்களை நியமித்தவர் பண்டித மாளவியாஜியே. விசாரிப்பதற்காக நாங்கள் பிரிந்து வெவ்வேறு இடங்களுக்குச் சென்றோம். கமிட்டியின் வேலைகளை ஒழுங்குபடுத்தும் பொறுப்பு எனக்கு ஏற்பட்டது. அதோடு அதிகப்படியான இடங்களில் விசாரிக்கும் பாக்கியமும் எனக்குக் கிடைத்தது. இதனால், பாஞ்சால மக்களையும்

பாஞ்சாலத்தின் கிராமங்களையும் நெருங்கிப் பழகி அறிந்து கொள்ளும் அரிய வாய்ப்பு எனக்கு ஏற்பட்டது.

இந்த விசாரணையை நான் நடத்தி வந்தபோது பாஞ் சாலத்தின் பெண்களிடமும் நான் நெருங்கிப் பழகினேன். எவ்வளவோ காலமாக ஒருவருக்கொருவர் நன்றாகத் தெரிந்தவர்களைப் போன்றே நாங்கள் பழகினோம். நான் சென்ற இடங்களிலெல்லாம் பெண்கள் ஏராளமாக வந்து கூடினார்கள். அவர்கள், தங்கள் கையினால் நூற்ற நூல்களையும் என் முன்பு கொண்டு வந்து குவித்தார்கள். கதர் வேலைக்குப் பாஞ்சாலத்தில் அதிக இடமுண்டு என்ற உண்மையை, நான் செய்து வந்த விசாரணை வேலையின் மூலம் தெரிந்து கொண்டேன்.

மக்களுக்கு இழைக்கப்பட்டிருந்த அட்டூழியங்களைக் குறித்து என் விசாரணையை மேலும் மேலும் நான் நடத்திக் கொண்டு போகப் போக, அரசாங்கத்தின் கொடுமைகளைப் பற்றியும், அதன் அதிகாரிகளின் எதேச்சாதிகார அக்கிரமங்களைக் குறித்தும், ஏராளமான விவரங்களை அறியலானேன். இவற்றையெல்லாம் அறியவே எனக்கு மன வேதனை அதிகமாயிற்று. பாஞ்சாலம், யுத்தத்தின் போது பிரிட்டிஷ் அரசாங்கத்திற்கு ஏராளமான சிப்பாய்களைக் கொடுத்துதவிய மாகாணம். அப்படியிருக்க, இந்த மாகாணம் இவ்வளவு மிருகத்தனமான அட்டூழியங்களுக்கு எப்படிப் பணிந்து பொறுத்துக் கொண்டிருந்தது என்பதே எனக்குப் பெரிய ஆச்சரியமாக இருந்தது. இப்பொழுதுகூட அது எனக்கு ஆச்சரியமாகத்தான் இருக்கிறது.

கமிட்டியின் அறிக்கையைத் தயாரிக்கும் வேலையும் என்னிடம் ஒப்படைக்கப்பட்டது. பாஞ்சால மக்களிடம் எந்தவிதமான அட்டூழியங்கள் எல்லாம் செய்யப்பட்டிருக்கின்றன என்பதைக் குறித்துத் தெரிந்து கொள்ள விரும்புவோர், இக்கமிட்டியின் அறிக்கையைப் பார்க்கும்படி சிபாரிசு செய்கிறேன். அதைக் குறித்து இங்கே நான் சொல்ல விரும்புவதெல்லாம், அந்த அறிக்கையில் மனமார மிகைப்படுத்திக் கூறப்பட்டிருப்பது ஒன்றுமே இல்லை. அதில் கூறப்பட்டிருப்பது ஒவ்வொன்றும் சாட்சியங்களைக் கொண்டே நிரூபிக்கப்பட்டிருக்கின்றது என்பதுதான். மேலும், பிரசுரமாகி இருக்கும் சாட்சியங்கள், கமிட்டியினிடமிருக்கும் சாட்சியங்களில் மிகச் சிலவேதான்.

எங்களிடம் கொடுக்கப்பட்ட வாக்குமூலங்களில் ஒரு சிறிது சந்தேகத்திற்கு இடமுள்ளதாக இருந்த எதுவும், அறிக்கையில் வர நாங்கள் அனுமதிக்கவில்லை. உண்மை ஒன்றையே, அசல் உண்மையை மாத்திரமே, வெளிக்குக் கொண்டு வரவேண்டும் என்ற ஒரே நோக்கத்தின் பேரில் இந்த அறிக்கை தயாரிக்கப்பட்டது. ஆகையால், பிரிட்டிஷ் அரசாங்கம் தன்னுடைய ஆட்சி நிலைத்திருக்கும்படி செய்வதற்காக எந்த அளவுக்குப் போகக்கூடியதாக இருக்கிறது, எவ்வளவு ஜீவகாருண்யமற்ற, காட்டுமிராண்டித்தனமான காரியங்களைச் செய்யக் கூடியது என்பதை இந்த அறிக்கையைப் படிப்பவர்கள் அறிய முடியும். எனக்குத் தெரிந்த வரையில், இந்த அறிக்கையில் கூறப்பட்ட ஒரு விஷயமாவது, தவறானது என்று இதுவரையில் நிரூபிக்கப்படவில்லை.

36. பசுப் பாதுகாப்புக்கு பதிலாகக் கிலாபத்?

பாஞ்சாலத்தில் நடந்த அட்டூழியங்களைத் தற்சமயத்திற்கு நாம் நிறுத்திவிட்டு மற்ற விஷயங்களைக் கவனிக்க வேண்டும்.

பாஞ்சாலத்தில் நடந்த டயர் ஆட்சிக் கொடுமைகளைக் குறித்துக் காங்கிரஷ் விசாரணையைத் தொடங்கிய அச்சமயத்தில் எனக்கு ஓர் அழைப்பு வந்தது. கிலாபத் பிரச்சனையைக் குறித்து ஆலோசிப்பதற்காக டில்லியில் நடக்கவிருந்த ஹிந்து, முஸ்லிம் கூட்டு மகாநாட்டுக்கு வருமாறு என்னை அழைத்திருந்தார்கள். அந்த அழைப்பில் கையொப்பமிட்டிருந்தவர்களில் காலஞ்சென்ற ஹக்கீம் அஜ்மல் கான் சாகிபும், ஸ்ரீ ஆஸப் அலியும் இருந்தனர். காலஞ்சென்ற சுவாமி சிரத்தானந்தஜியும் அம்மகாநாட்டுக்கு வருவார் என்று கூறப்பட்டது. அந்த வருடம் நவம்பரில் கூடவிருந்த மகாநாட்டிற்கு அவர் உபதலைவராக இருப்பது என்று இருந்ததாகவும் எனக்கு ஞாபகம். கிலாபத் விஷயமாகச் செய்யப்பட்ட நம்பிக்கைத் துரோகத்தினால் ஏற்பட்ட நிலைமையைக் குறித்தும், யுத்த சமாதான வைபவங்களில் ஹிந்துக்களும் முஸ்லிம்களும் கலந்துகொள்ளுவதா என்பதைப் பற்றியும் அம்மகாநாடு விவாதிக்க இருந்தது. அழைப்புக் கடிதத்தில் இன்னுமொன்றும் கூறியிருந்தார்கள். மகாநாட்டில் கிலாபத் விஷயம் மாத்திரமே அன்றிப் பசுப் பாதுகாப்பைப்பற்றிய விஷயமும் விவாதிக்கப்படும் என்றும் கூறியிருந்தனர். பசுப் பிரச்சனையைக் குறித்து இப்படிக் குறிப்பிடப்பட்டிருந்தது எனக்குப் பிடிக்கவில்லை. அழைப்புக்குப் பதிலளித்து நான் எழுதிய கடிதத்தில் மகாநாட்டுக்கு வருவதற்கு என்னாலான முயற்சியைச் செய்வதாகக் கூறினேன். அதோடு, இந்த இரண்டு விஷயங்களையும் ஒன்றாகக் கவனிக்கவோ அல்லது பேரம் பேசும் உணர்ச்சியுடன் அவற்றைக் கலப்பதோ சரியல்ல என்றும், அதனதன் தகுதிக்கு ஏற்பத் தனித்தனியாக இவ்விஷயங்களை விவாதித்து முடிவுக்கு வரவேண்டும் என்றும் எழுதினேன்.

இவ்விதமான எண்ணங்களோடேயே நான் அம்மகாநாட்டிற்குச் சென்றேன். அதற்குப் பின்னால் நடந்த மகாநாடுகளுக்கு பத்தாயிரக்கணக்கானவர்கள் வந்திருந்தார்கள். அவைகளைப் போல் இம்மகாநாடு இல்லாவிட்டாலும், இதற்கும் அநேகர் வந்திருந்தார்கள். காலஞ்சென்ற சுவாமி சிரத்தானந்தஜியும் மகாநாட்டுக்கு வந்திருந்தார். மேலே சொன்ன விஷயத்தைக் குறித்து அவருடன் விவாதித்தேன். என்னுடைய வாதத்தை அவரும் ஏற்றுக்கொண்டார். மகாநாட்டில் அதை எடுத்துக்கூறும் வேலையை அவர் எனக்கே அளித்தார். இதே போலக் காலஞ் சென்ற ஹக்கீம் சாகிப்பிடமும் இதைப் பற்றி விவாதித்தேன். மகாநாட்டின் முன்பு நான் பேசியபோது கூறியதாவது: "கிலாபத் பிரச்சனைக்குள்ள அடிப்படை, நியாயமானது, நீதியானது என்று நம்புகிறேன். அப்படி இருக்குமாயின் அரசாங்கம் மோசமான அநீதியையே இதற்கு முன்னால் செய்திருக்கிறது என்றால், கிலாபத் தவறுக்குப் பரிகாரம் செய்ய வேண்டும் என்று கோருவதில் முஸ்லிம்களுடன் ஒன்றுபட்டு நிற்க ஹிந்துக்களும் கடமைப் பட்டிருக்கிறார்கள். கிலாபத் பிரச்னைக்கு ஹிந்துக்களின் ஆதரவைப் பெறுவதற்கு விலை கொடுப்பதுபோலப் பசுவைக் கொல்லுவதில்லை என்று முஸ்லிம்கள் சொல்லுவது எவ்விதம் சரியல்லவோ, அதேபோல முஸ்லிம்களுடன் இதில் ஒரு சமரசத்திற்கு வர இச்சந்தர்ப்பத்தை ஹிந்துக்கள் பயன்படுத்திக் கொள்ளுவதும் அழகல்ல. ஆகையால், இதன் சம்பந்தமாகப் பசுப் பிரச்னையைக் கொண்டு வருவதே முறையாகாது. ஆனால், ஹிந்துக்களின் மத உணர்ச்சியை மதித்தும், அக்கம் பக்கத்திலிருப்பவர்கள் ஒரே நாட்டின் மக்கள் என்ற வகையில் அவர்கள்பால் கொள்ள வேண்டிய கடமை உணர்ச்சியினாலும், முஸ்லிம்கள் தாங்களாகவே விரும்பிப் பசுவைக் கொல்லுவதை நிறுத்தி விடுவார்களானால், அது முற்றும் வேறான விஷயம். இது முஸ்லிம்களுக்குப் பெருந்தன்மையாவதோடு அவர்களுக்கு அதிகக் கௌரவத்தையும் அளிக்கும். இவ்விதம் ஒரு சுயேச்சையான முடிவுக்கு வருவது முஸ்லிம்களின் கடமை. இது அவர்கள் நடத்தையின் கௌரவத்தையும் உயர்த்தும். ஆனால், அக்கம்பக்கத்தில் இருப்பவர்களுக்குத் தாங்கள் ஆற்ற வேண்டிய கடமை என்ற வகையில் முஸ்லிம்கள், பசுக்களைக் கொல்லுவதை நிறுத்துவதாயிருந்தால் கிலாபத்

விஷயத்தில் ஹிந்துக்கள் அவர்களுக்கு உதவி செய்தாலும், செய்யாவிட்டாலும் அவ்விதம் செய்ய வேண்டும். நிலைமை இதுவாகையால், இவ்விரு விஷயங்களையும் தனித்தனியாக விவாதித்து முடிவுக்கு வர வேண்டும். இந்த மகாநாட்டில் கிலாபத் பிரச்னையைக் குறித்து மாத்திரமே விவாதிக்க வேண்டும்.''

மகாநாட்டிற்கு வந்திருந்தவர்களுக்கு என்னுடைய வாதம் சரி என்று பட்டது. இதன் பலனாக, பசுப் பாதுகாப்பு விஷயம் இம்மகாநாட்டில் விவாதிக்கப்படவில்லை. ஆனால், என்னுடைய எச்சரிக்கையையும் பொருட்படுத்தாமல் மௌலானா அப்துல் பாரிசாகிப், "நமக்கு ஹிந்துக்கள் உதவி செய்தாலும் உதவி செய்யாது போனாலும் சரி, நாம் ஹிந்துக்களின் நாட்டினர் என்ற வகையில், ஹிந்துக்களின் மத உணர்ச்சியை மதித்து முஸ்லிம்கள் பசுக்களைக் கொல்வதை விட்டுவிட வேண்டும்'' என்றார். பசுக்களைக் கொல்லுவதை அவர்கள் அடியோடு விட்டுவிடுவார்கள் என்றே அநேகமாகத் தோன்றியது.

கிலாபத் தவறு பற்றிய விஷயத்துடன் பாஞ்சால விஷயத்தையும் பிணைத்துவிட வேண்டும் என்று சிலர் ஒரு யோசனை கூறினார்கள். அந்த யோசனையை நான் எதிர்த்தேன். பாஞ் சாலப் பிரச்னை உள்நாட்டு விஷயமாகையால், யுத்த சமாதான வைபவங்களில் கலந்து கொள்ளுவதா, இல்லையா என்று நாம் முடிவுக்கு வருவதற்கு இது நமக்குப் பொருத்தமானதாகாது என்றேன். கிலாபத் பிரச்னை, யுத்த சமாதான ஒப்பந்தம் காரணமாக நேரடியாக எழுந்துள்ளது. அதில் போய் உள்நாட்டு விஷயத்தையும் கலந்து விடுவோமாயின், பகுத்தறியாத பெருங் குற்றத்தை செய்தவர்களாவோம் என்றேன். என்னுடைய வாதத்தை எல்லோரும் எளிதில் ஏற்றுக்கொண்டு விட்டனர்.

இக்கூட்டத்தில் மௌலானா ஹஸரத் மோகானி பிரசன்னமாகி இருந்தார். அதற்கு முன்பே அவரை நான் அறிவேன். ஆனால், அவர் எவ்வளவு சிறந்த போராட்ட வீரர் என்பதை நான் அங்கேதான் தெரிந்துகொண்டேன். ஆரம்பம் முதற்கொண்டே நாங்கள் இருவரும் மாறுபட்ட கருத்துக் கொண்டவர்களாக

இருந்தோம். அநேக விஷயங்களில் இக்கருத்து வேற்றுமைகள் தொடர்ந்து இருந்து வந்தன.

இம்மகாநாட்டில் பல தீர்மானங்கள் நிறைவேறின. அத்தீர்மானங் களில் ஒன்று, ஹிந்துக்களும் முஸ்லிம்களும் சுதேசி விரதம் கொள்ளவேண்டும் என்று கேட்டுக்கொண்டதோடு, அதை அனுசரிப்பதையொட்டி, அந்நியச் சாமான்களை பகிஷ்கரிக்க வேண்டும் என்றும் கேட்டுக் கொண்டது. அப்பொழுது கதர், இன்னும் அதற்குரிய ஸ்தானத்தை அடைந்து விடவில்லை. ஹஸரத் சாகிப் ஒப்புக்கொண்டு விடக்கூடிய தீர்மானமன்று இது. கிலாபத் விஷயத்தில் நீதி மறுக்கப்படுமானால், பிரிட்டிஷ் சாம்ராஜ்யத்தின் மீது வஞ்சம் தீர்த்துக்கொள்ள வேண்டும் என்பதே அவர் நோக்கம். ஆகையால், முடிந்தவரையில் பிரிட்டிஷ் சாமான்களை மாத்திரமே பகிஷ்கரிக்க வேண்டும் என்று போட்டித் தீர்மானம் ஒன்றை அவர் கொண்டு வந்தார். அந்தக் கொள்கையே தவறானது என்றும், அது அனுபவ சாத்தியமில்லை என்றும் கூறி நான் அத்தீர்மானத்தை எதிர்த்தேன். நான் அப்பொழுது கூறிய வாதங்கள் இப்பொழுது எல்லோருக்கும் தெரிந்தவை. அகிம்சையைப் பற்றிய என் கருத்துக்களையும் மகாநாட்டில் கூறினேன், நான் கூறிய வாதங்கள் கூட்டத்தில் இருந்தோரின் உள்ளங்களை மிகவும் கவர்ந்தன என்பதைக் கண்டேன். எனக்கு முன்னால் ஹஸரத் மோகானி பேசினார். அவருடைய பேச்சுக்கு பலத்த ஆரவாரமான வரவேற்புகள் இருந்ததால் என் பேச்சு எடுபடாமலேயே போய்விடுமோ என்று அஞ்சினேன். என் கருத்தை மகாநாட்டின் முன் கூறாது போனால், கடமையில் தவறியவனாவேன் என்று நான் கருதியதனாலேயே பேசத் துணிந்தேன். ஆனால், அங்கிருந்தவர்கள் என் பிரசங்கத்தை அதிகக் கவனமாகக் கேட்டதோடு, மேடையில் இருந்தவர்கள் அதற்கு முழு ஆதரவையும் அளித்தது எனக்கு வியப்பும் ஆச்சரியமுமாக இருந்தது. ஒருவர் பின் ஒருவராகப் பலர் எழுந்து என் கருத்தை ஆதரித்துப் பேசினார்கள். பிரிட்டிஷ் சாமான்களை மாத்திரம் பகிஷ்கரிப்பது என்றால், அந்த நோக்கம் நிறைவேறாது போவதோடு, தாங்கள் நகைப்புக்கு இடமானவர்களாகவும் ஆகி விட நேரும் என்பதைத் தலைவர்கள் காணமுடிந்தது. பிரிட்டிஷ் சாமான் ஏதாவது ஒன்றேனும் தம் உடம்பில் இல்லாதவர் ஒருவர்கூட அம் மகாநாட்டில் இல்லை.

ஆகையால், தாங்களே அனுசரிக்க முடியாத ஒரு தீர்மானத்தை நிறைவேற்றுவதால், தீமையைத் தவிர வேறு எதுவும் இராது என்பதைக் கூட்டத்திலிருந்த அநேகர் உணர்ந்து கொண்டனர்.

"அந்நியத் துணியைப் பகிஷ்கரிப்பது என்பது மாத்திரம் நமக்குத் திருப்தி அளித்துவிட முடியாது. ஏனெனில், அந்நியத் துணியை நாம் சரியானபடி பகிஷ்கரிப்பதற்கு, நமக்குத் தேவையான சுதேசித் துணிகளை நாமே தயாரித்துக்கொள்ள இவ்வளவு காலம் பிடிக்கும் என்பதை யாரால் சொல்ல முடியும்? பிரிட்டிஷாரை உடனே பாதிக்கக்கூடிய ஏதாவது ஒன்று நமக்கு வேண்டும். உங்கள் அந்நியத் துணிப் பகிஷ்காரம் வேண்டுமானால், அப்படியே இருக்கட்டும். அதைப்பற்றி எங்களுக்குக் கவலையில்லை. ஆனால், அதோடு அதைவிடத் துரிதமான, வேகமான ஒன்றையும் எங்களுக்குக் கொடுங்கள்" என்று மௌலானா ஹஸரத் மோகானி பேசினார். அவர் பேச்சை நான் கேட்டுக்கொண்டிருந்தபோதே, அந்நியத் துணியைப் பகிஷ்கரிப்பது என்பதற்கு மேலாக மற்றொரு புதிய திட்டமும் அவசியம் வேண்டும் என்பதை உணர்ந்தேன். அந்நியத் துணியை உடனே பகிஷ்கரித்து விடுவது என்பது அச்சமயம் அசாத்தியமானது என்றும் எனக்குத் தோன்றியது. நான் விரும்பினால், நமது துணித் தேவைக்குப் போதுமான துணி முழுவதற்கும் வேண்டிய கதரை நாம் உற்பத்தி செய்ய முடியும் என்பது எனக்கு அப்பொழுது தெரியாது. இதைப் பின்னால் தான் கண்டு பிடித்தேன். மேலும், அந்நியத் துணிப் பகிஷ்காரத்திற்கு ஆலைகளை மாத்திரம் நம்பி இருப்போமாயின், நாம் ஏமாற்றப்பட்டு விடுவோம் என்பதை அப்பொழுதே நான் அறிவேன். மௌலானா தமது பிரசங்கத்தை முடித்த சமயத்தில் நான் இன்னும் இந்த மனக்குழப்பத்திலேயே இருந்து வந்தேன்.

பேசுவதற்கு எனக்கு ஹிந்தி அல்லது உருதுமொழியில் தக்க சொற்கள் அகப்படாமல் இருந்தது, பெரிய இடையூறாக இருந்தது. முக்கியமாக வடநாட்டு முஸ்லிம்களைக் கொண்ட ஒரு கூட்டத்தின் முன்பு, விவாதங்களோடு கூடிய பிரசங்கத்தை நான் செய்ய நேர்ந்தது இதுவே முதல் தடவையாகும். கல்கத்தாவில் முஸ்லிம் லீக் கூட்டத்தில் நான் உருதுவில் பேசியிருக்கிறேன். ஆனால், அங்கே பேசியது சில நிமிடங்களே.

அதோடு உணர்ச்சியோடு கூடிய ஒரு கோரிக்கையை அங்கே கூடி இருந்தோருக்கு வெளியிடுவதே அப்பேச்சின் நோக்கம். அதற்கு நேர்மாறாக இங்கே, விரோதமான கூட்டத்தினரல்லவாயினும் குற்றங்குறை கண்டுபிடிக்கக் கூடியதான ஒரு கூட்டத்தைச் சமாளிக்க வேண்டியிருந்தது. அவர்களுக்கு என் கருத்தை விளக்கிக் கூறி அவர்களை ஒப்புக்கொள்ளும்படி செய்ய வேண்டியும் இருந்தது. ஆனால், எனக்கு இருந்து வந்த சங்கோஜத்தை எல்லாம் முன்பே விட்டுவிட்டேன். குற்றமற்ற நாசுக்கான டில்லி உருதுவில் பிரசங்கம் செய்வதற்காக நான் – அங்கே போனவன் அல்ல. ஆனால், எனக்குத் தெரிந்த அரைகுறை ஹிந்தியில் என் கருத்துக்களைத் தெரிவிப்பதற்காகவே அங்கே சென்றேன். இதில் நான் வெற்றியும் பெற்றேன். ஹிந்தி–உருது மாத்திரமே இந்தியாவின் பொது மொழியாக இருக்க முடியும் என்ற உண்மைக்கு இக்கூட்டம் எனக்கு நேரடியான ருசுவாக இருந்தது. கூட்டத்தில் இருந்தவர்களின் மனத்தை நான் எவ்வளவு தூரம் கவர்ந்தேனோ அதே போல நான் ஆங்கிலத்தில் பேசியிருந்தால் கவர்ந்திருக்க முடியாது. மௌலானா தமது சவாலை வெளியிடவேண்டியதின் அவசியத்தை உணர்ந்திருக்கவும் மாட்டார். அப்படியே அவர் வெளியிட்டிருந்தாலும், அதைப் பெரிதாக நான் எடுத்துக்கொண்டும் இருக்கமாட்டேன்.

புதிய கருத்தை எடுத்துச் சொல்லுவதற்கு வேண்டிய ஹிந்தி அல்லது உருதுச் சொற்கள் எனக்கு அகப்படவில்லை. இது ஓரளவுக்கு எனக்குக் கஷ்டமாகவே இருந்தது. கடைசியாக, அக்கருத்தை 'நான் கோவாப்பரேஷன்' (ஒத்துழையாமை) என்ற ஆங்கிலச் சொல்லால் விவரித்தேன். முதன் முதலாக இக்கூட்டத்திலேயே இச்சொல்லை நான் உபயோகித்தேன். மௌலானா பேசிக்கொண்டிருக்கும் போதே எனக்கு ஓர் எண்ணம் தோன்றியது. அரசாங்கத்தை ஆயுதங்களைக் கொண்டு எதிர்ப்பதென்பது அசாத்தியமானது; விரும்பத்தக்கதல்ல என்றால், அநேக காரியங்களில் அந்த அரசாங்கத்துடன் அவர் ஒத்துழைத்துக் கொண்டிருக்கும் போது, சரியானபடி அதை எதிர்ப்பது என்று அவர் பேசிக்கொண்டிருப்பது வீண் காரியம் என்று எண்ணினேன். ஆகையால், அந்த அரசாங்கத்துடன் ஒத்துழைக்காமல் இருந்து விடுவது ஒன்றே அதற்கு உண்மையான எதிர்ப்பாகும் என்றும் எனக்குத்

தோன்றியது. இவ்விதம் ஒத்துழையாமை என்ற சொல்லைப் பிரயோகித்தேன். ஆனால், அச்சொல்லில் அடங்கியுள்ள அநேக விளைவுகளைக் குறித்து அப்பொழுது எனக்குத் தெளிவான கருத்து எதுவும் இல்லை. ஆகையால், நான் விவரங்களைப் பற்றிக் கவனிக்கவே இல்லை. பின்வருமாறு மாத்திரம் சொன்னேன்: "முஸ்லிம்கள் மிக முக்கியமானதோர் தீர்மானத்தை நிறைவேற்றியிருக்கிறார்கள். யுத்த சமாதான ஷரத்துக்கள் அவர்களுக்குச் சாதகமில்லாதவைகளாக இருக்குமாயின் – ஆண்டவன் அதைத் தவிர்ப்பாராக – அரசாங்கத்துடன் ஒத்துழைப்பதை அவர்கள் நிறுத்தி விடுவார்கள். இவ்விதம் ஒத்துழைப்பை நிறுத்தி விடுவது மக்களுக்குள்ள பறிக்க முடியாத ஓர் உரிமை ஆகும். அரசாங்கம் அளித்திருக்கும் பட்டங்களையும் கௌரவங்களையும் தொடர்ந்து வைத்து கொண்டிருக்கவோ, அரசாங்க உத்தியோகத்தில் தொடர்ந்து இருந்து கொண்டிருக்கவோ நாம் கடமைப் பட்டிருக்கவில்லை. கிலாபத் போன்ற மிகப் பெரியதோர் லட்சியத்தில் அரசாங்கம் நமக்குத் துரோகம் செய்யுமாயின், அதனுடன் நாம் ஒத்துழையாமை செய்யாமல் இருப்பதற்கில்லை. ஆகையால், நமக்கு அரசாங்கம் துரோகம் செய்யுமானால், அதனுடன் ஒத்துழைக்காமல் இருக்க நமக்கு உரிமை உண்டு."

ஆனால், ஒத்துழையாமை என்ற சொல் எங்கும் புழக்கத்துக்கு வரச் சில மாதங்களாயின. அப்போதைக்கு அது அம்மகாநாட்டின் நடவடிக்கைகளில் மறைந்து போயிற்று. உண்மையில் ஒரு மாதத்திற்குப் பின்னால், அமிர்தசரஸில் கூடிய காங்கிரஸ் மகாநாட்டில் ஒத்துழைப்புத் தீர்மானத்தை நான் ஆதரித்தபோது, துரோகம் செய்யவே மாட்டார்கள் என்ற நம்பிக்கையின் பேரிலேயே அவ்வாறு செய்தேன்.

37. அமிர்தசரஸ் காங்கிரஸ்

ராணுவ ஆட்சிக் காலத்தில் சிறையில் அடைக்கப் பட்டிருந்த நூற்றுக்கணக்கான பஞ்சாபிகளைப் பாஞ்சால அரசாங்கம் நீண்ட காலம் சிறையில் வைத்திருந்து விட முடியாது. இவர்களெல்லாம், பெயரளவிலேயே கோர்ட்டுகளாக இருந்த மன்றங்களில் அரைகுறையான சாட்சியங்களைக் கொண்டு சிறைத் தண்டனை விதிக்கப்பட்டவர்கள். இப் பெரிய அநீதியைக் குறித்து எங்கே பார்த்தாலும் கண்டனங்கள் எழுந்ததால், அவர்களை மேற்கொண்டும் சிறையில் அடைத்து வைத்திருப்பது அசாத்தியம் என்று ஆகிவிட்டது. காங்கிரஸ் மகாநாடு ஆரம்பமாவதற்கு முன்னாலேயே சிறையில் இருந்தவர்களில் பெரும்பாலோர் விடுதலை செய்யப் பட்டுவிட்டனர். காங்கிரஸ் மகாநாடு நடந்துகொண்டிருந்த போதே லாலா ஹரி கிருஷ்ணலாலும் மற்றத் தலைவர்களும் விடுதலையாயினர். அலி சகோதரர்களும் சிறையிலிருந்து நேரே காங்கிரஸு க்கு வந்தார்கள். மக்கள் அடைந்த ஆனந்தத்திற்கு எல்லையே இல்லை. பண்டித மோதிலால் நேரு தமக்கு ஏராளமான வருமானத்தை அளித்து வந்த வக்கீல் தொழிலைத் தியாகம் செய்துவிட்டுப் பாஞ்சாலத்தையே தமது தலைமை ஸ்தானமாகக் கொண்டு மகத்தான சேவை செய்திருந்தார். காங்கிரஸ் மகாநாட்டுக்கு அவரே தலைவர். காலஞ்சென்ற சுவாமி சிரத்தானந்தஜி வரவேற்பு கமிட்டித் தலைவராக இருந்தார்.

இந்தச் சமயம் வரையில் காங்கிரஸின் வருடாந்திர நடவடிக்கையில் நான் கொண்ட பங்கு, தேசீய மொழியில் என் பிரசங்கத்தைச் செய்து ஹிந்தியை அனுசரிக்கும்படி வற்புறுத்தி வந்ததே ஆகும். அந்தப் பிரசங்கங்களில் வெளிநாடுகளிலிருக்கும் இந்தியர் குறைகளைக் குறித்தும் எடுத்துக் கூறி வந்தேன். இந்த ஆண்டு அதைவிட நான் அதிகமாக எதுவும் செய்ய வேண்டி இருக்கும் என்றும் நான் எதிர் பார்க்கவில்லை. ஆனால், இதற்கு முன்னால் அநேக சமயங்களில் நேர்ந்திருப்பதைப் போன்றே இச்சமயமும் பொறுப்பான வேலை எனக்கு வந்து சேர்ந்தது.

புதிய அரசியல் சீர்திருத்தங்களைக் குறித்து மன்னரின் அறிவிப்பு அப்பொழுதுதான் வெளியாயிற்று. எனக்குக் கூட அது முற்றும் திருப்தியளிப்பதாக இல்லை. மற்றவர்கள் ஒவ்வொருவருக்கும் அது திருப்தியை அளித்தது. அளிக்கப்பட்ட சீர்திருத்தங்கள் குறைபாடுடையவைகளே யாயினும் ஏற்றுக் கொள்ளக் கூடியவையே என்று அச்சமயம் நான் எண்ணினேன். மன்னரின் அறிக்கையிலும், அதன் பாஷையிலும் லார்டு சின்ஹாவின் கைத்திறன் இருப்பதாக எனக்குத் தோன்றியது. இது எனக்குச் சிறிதளவு நம்பிக்கையையும் அளித்தது. ஆனால், காலஞ்சென்ற லோகமான்யர், தேசபந்து சித்தரஞ்சன்தாஸ் போன்ற அனுபவமுள்ள தீரர்களோ, அந்தச் சீர்திருத்தங்கள் ஏற்றுக்கொள்ளக் கூடியவை அல்ல என்று தலையை அசைத்து விட்டார்கள். பண்டித மாளவியாஜி நடுநிலைமை வகித்தார்.

பண்டித மாளவியாஜி, தமது சொந்த அறையிலேயே நான் தங்கும்படி செய்தார். ஹிந்து சர்வகலாசாலை அஸ்திவார விழாச்சமயம் அவருடைய எளிய வாழ்க்கையைக் குறித்து நான் கொஞ்சம் தெரிந்து கொண்டிருந்தேன். ஆனால், இச்சமயம் அவருடைய அறையிலேயே அவருடன் இருந்து வந்ததால், அவருடைய அன்றாட வாழ்க்கை முறையை மிக நுட்பமாகக் கவனிக்க என்னால் முடிந்தது. நான் கண்டவை, எனக்கு ஆனந்தத்தையும் ஆச்சரியத்தையும் அளித்தன. ஏழைகள் எல்லோரும் தாராளமாக வந்து இருக்கக்கூடிய தரும சத்திரத்தைப் போன்றே அவரது அறைகாட்சி அளித்தது. அந்த அறையில் ஓர் இடத்திலிருந்து மற்றோர் இடத்திற்குப் போய் விடமுடியாது. உள்ளே அவ்வளவு கூட்டம். எந்த நேரத்திலும் யாவரும் அவர் அறைக்குள் போகலாம். விரும்பும் வரையில் அவருடன் தாராளமாக பேசிக்கொண்டிருந்து விட்டுப் போகலாம். இந்த அறையின் ஒரு மூலையில் என்னுடைய சார்ப்பாய் (நார்க் கட்டில்) மிகவும் கம்பீரமாகக் கிடந்தது. ஆனால், மாளவியாஜியின் வாழ்க்கை முறையை இந்த அத்தியாயத்தில் நான் வர்ணித்துக்கொண்டு இருப்பதற்கில்லை. நான் கூற வந்த விஷயத்திற்கே நான் திரும்பவேண்டும்.

இவ்வாறு தினமும் மாளவியாஜியுடன் நான் பழக முடிந்தது. ஒரு மூத்த சகோதரரைப் போன்று அவர், பலதரப் பட்ட

கட்சியினரின் கருத்துக்களையும் அன்போடு எனக்கு விளக்கிச் சொல்லி வந்தார். அரசியல் சீர்திருத்தத்தைப் பற்றிய தீர்மானத்தின் மீது மகாநாட்டின் நடவடிக்கைகளில் நான் கலந்து கொண்டாக வேண்டியது தவிர்க்க முடியாதது என்பதைக் கண்டேன். பாஞ்சால அட்டூழியங்களைக் குறித்த காங்கிரஸின் அறிக்கையைத் தயாரிக்கும் பொறுப்பில் நானும் பங்கு கொண்டிருந்ததால், அதன் சம்பந்தமாக இனி மேல் செய்ய வேண்டியவைகளையும் நான் கவனித்தே ஆக வேண்டும் என்பதை உணர்ந்தேன். அது சம்பந்தமாக அரசாங்கத்துடன் விவகாரம் நடத்தியாக வேண்டும். அதே போல கிலாபத் பிரச்னையும் இருந்தது. மேலும் ஸ்ரீ மாண்டேகு, இந்தியாவின் லட்சியத்திற்குத் துரோகம் செய்ய மாட்டார். துரோகம் செய்யப்படுவதற்கு அனுமதிக்கமாட்டார் என்றும் அச்சமயம் நான் நம்பியிருந்தேன். அலி சகோதரர்களும் மற்ற கைதிகளும் விடுதலை செய்யப்பட்டது நல்ல சகுனம் என்றும் எனக்குத் தோன்றியது. இந்த நிலைமையில் அரசியல் சீர்திருத்தங்களை நிராகரிக்காமல் ஏற்றுக்கொள்ளும் தீர்மானத்தைச் செய்வதே சரியான காரியம் என்றும் எண்ணினேன். ஆனால், தேசபந்து சித்தரஞ்சன் தாஸோ, அரசியல் சீர்திருத்தங்கள் போதுமானவை அல்ல, திருப்திகரமானவை அல்ல என்று அடியோடு நிராகரித்து விடவேண்டியதே என்ற கருத்தில் உறுதியுடன் இருந்தார். காலஞ்சென்ற லோகமான்யரோ, அநேகமாக நடுநிலைமையே வகித்தார். ஆனால், தேசபந்து அங்கீகரிக்கும் எந்தத் தீர்மானத்திற்கும் சாதகமாகத் தமது ஆதரவை அளித்து விடுவதென்றும் தீர்மானித்திருந்தார்.

இத்தகைய அனுபவமுள்ள, நீண்ட காலம் சிறந்த தேசத் தொண்டாற்றி மக்களின் மதிப்பைப் பெற்றிருந்த தலைவர்களின் கருத்துக்கு மாறான கருத்தை நான் கொள்ளுவது என்ற எண்ணமே என்னால் சகிக்க முடியாததாக இருந்தது. ஆனால், அதே சமயத்தில் என்னுடைய மனச்சாட்சியின் குரலும் எனக்குத் தெளிவாக ஒலித்தது. காங்கிரஸிலிருந்து ஓடிப் போய்விடவே நான் முயன்றேன். காங்கிரஸில் இனி நடக்கவிருக்கும் நடவடிக்கைகளில் நான் கலந்துகொள்ளாது இருந்து விடுவதே எல்லோருக்கும் நன்மையாக இருக்கும் என்று பண்டித மாளவியாஜியிடமும் மோதிலால்ஜியிடமும் சொன்னேன்.

அவ்வாறு நான் செய்தால், மதிப்பிற்குரிய தலைவர்களுக்கு மாறான கருத்தை நான் காட்டிக் கொள்ளுவதிலிருந்து நான் காப்பாற்றப்பட்டவனும் ஆவேன் என்றேன்.

ஆனால், என் யோசனையை இவ்விரு தலைவர்களும் அங்கீகரிக்கவில்லை. என்னுடைய இந்த யோசனை எப்படியோ லாலா ஹரிகிருஷ்ண லாலின் காதுகளுக்கும் எட்டிவிட்டது. "அப்படிச் செய்யவே கூடாது. பாஞ்சாலத்தினரின் உணர்ச்சிகளை அது மிகவும் புண்படுத்தும்" என்றார் அவர். இவ் விஷயத்தைக் குறித்து லோகமான்யர், தேசபந்து, ஸ்ரீ ஜின்னா ஆகியவர்களுடன் விவாதித்தேன். ஆனால், எந்த வழியையும் காண முடியவில்லை. முடிவாக என் துயர நிலைமையை மாளவியாஜியிடம் எடுத்துக் கூறினேன். "சமரசம் ஏற்படும் என்பதற்கான எதையும் நான் காணவில்லை. என் தீர்மானத்தை நான் கொண்டு வருவதாயின், அதன்மீது வாக்கெடுக்க வேண்டிவரும். ஆனால், அதற்கு வேண்டிய ஏற்பாடு எதுவும் அங்கிருப்பதாக நான் காணவில்லை. காங்கிரஸ் மகாநாட்டில் இதுவரையில் கை தூக்கச் சொல்லி வாக்கெடுக்கும் முறையே அனுசரிக்கப்பட்டு வந்திருக்கிறது. பிரதிநிதிகளுக்கும், மகாநாட்டை வேடிக்கை பார்க்க வந்திருப்பவர்களுக்கும் உள்ள வித்தியாசங்களெல்லாம் அப்பொழுது போய்விடுவதும் வழக்கமாக இருந்து வந்திருக்கிறது. இத்தகைய பெரிய கூட்டங்களில் வாக்குகளை எண்ணுவதற்கான சாதனங்களும் நம்மிடம் இல்லை. வோட்டு எடுக்க வேண்டும் என்று நான் விரும்பினாலும், அதற்கு வேண்டிய வசதியும் நம்மிடம் இல்லை, அதில் அர்த்தமும் இல்லை" என்று சொன்னேன். லாலா ஹரிகிருஷ்ண லாலே இதில் கை கொடுக்க முன் வந்தார். வேண்டிய ஏற்பாடுகளைத் தாம் செய்வதாக ஒப்புக் கொண்டார். "வாக்கெடுக்கும் தினத்தன்று, வேடிக்கை பார்க்க வந்திருப்பவர்களைக் காங்கிரஸ் பந்தலில் அனுமதிக்க மாட்டோம். வாக்குகளை எண்ணிக் கணக்கிடுவதைப் பொறுத்த வரையில் நான் கவனித்துக் கொள்ளுகிறேன். ஆனால், நீங்கள் மாத்திரம் காங்கிரஸு க்கு வராமல் இருந்து விடக் கூடாது" என்றார், அவர்.

நான் உடன்பட்டேன். என் தீர்மானத்தைத் தயாரித்தேன். உள்ளத்தில் நடுங்கிக்கொண்டே அதைப் பிரேரிக்கவும்

முற்பட்டேன். பண்டித மாளவியாஜியும் ஸ்ரீ ஜின்னாவும் அதை ஆதரிக்க இருந்தனர். எங்களுடைய கருத்து வேற்றுமையில் மனக்கசப்பு என்பது ஒரு சிறிதேனும் இல்லாமல் இருந்த போதிலும், நியாயத்தை எடுத்துக் கூறியதைத் தவிர எங்கள் பிரசங்கங்களில் வேறு எதுவுமே இல்லையென்றாலும், அபிப்பிராய பேதம் இருக்கிறது என்பதை மக்கள் சகிக்கவே இல்லை. அது அவர்களுக்கு வேதனையை அளித்தது என்பதைக் கண்டேன். பூரணமான ஒற்றுமையையே அவர்கள் விரும்பினார்கள்.

ஒரு பக்கம் பிரசங்கங்கள் செய்யப்பட்டு வந்த அதே சமயத்தில் மற்றொரு பக்கத்தில், அபிப்பிராய பேதத்தில் சமரசம் செய்து வைப்பதற்கு மேடையில் முயற்சிகள் நடந்து கொண்டு வந்தன. அதற்காக, தலைவர்கள் தங்கள் தங்கள் கருத்துக்களைத் தாராளமாகப் பரிமாறிக்கொண்டு வந்தனர். ஒற்றுமையை உண்டாக்குவதற்கு மாளவியாஜி எல்லா முயற்சிகளையும் செய்து வந்தார். அச்சமயத்தில் ஜெயராம்தாஸ், தீர்மானத்திற்குத் தமது திருத்தத்தை என்னிடம் கொடுத்தார். தமக்குள்ள இனிய சுபாவத்துடன், பிளவு ஏற்படும் இப்பெரிய தொல்லையிலிருந்து பிரதிநிதிகளைக் காப்பாற்றும் படியும் என்னைக் கேட்டுக்கொண்டார். அவருடைய திருத்தம் எனக்குப் பிடித்திருந்தது. இதற்கிடையில் நம்பிக்கைக்கு எங்காவது இடம் இருக்கிறதா என்று மாளவியாஜியின் கண் தேடிக்கொண்டே இருந்தது. ஜெயராம்தாஸின் திருத்தம் இரு தரப்பாரும் ஏற்றுக் கொள்ளக்கூடியதாக எனக்குத் தோன்றுகிறது என்று அவரிடம் நான் கூறினேன். அடுத்த படியாக அத்திருத்தம் லோகமான்யரிடம் காட்டப்பட்டது. “ஸி. ஆர். தாஸ் ஒப்புக்கொள்ளுவதாக இருந்தால், எனக்கு எந்தவித ஆட்சேபமும் இல்லை” என்றார் அவர். முடிவாக தேசபந்து தாஸூம் தமது பிடியைத் தளர்த்தி அங்கீகாரத்திற்காக ஸ்ரீ விபினசந்திரபாலை நோக்கினார். மாளவியாஜிக்கு நம்பிக்கை ஏற்பட்டது. திருத்தத்தைக் கொண்ட காகிதச் சீட்டை அவர் பிடுங்கிக்கொண்டு, “சரி” என்று தேசபந்து திட்டமாகத் தமது ஆதரவை அறிவிப்பதற்கு முன்னாலேயே, “சகோதரப் பிரதிநிதிகளே! சமரசம் ஏற்பட்டுவிட்டது என்பதை அறிய நீங்கள் ஆனந்த மடைவீர்கள்” என்று கோஷித்தார். பிறகு அங்கே கண்ட காட்சி வர்ணிக்க முடியாததாகும்.

கூடியிருந்தவர்களின் கரகோஷம் பந்தலையே பிளந்துவிடும் போல் எழுந்தது. இதுகாறும் கவலை தேங்கியிருந்த முகங்கள் ஆனந்தத்தால் பிரகாசமடைந்தன.

திருத்தத் தீர்மானத்தைக் குறித்து இங்கே கூறிக்கொண்டிருக்க வேண்டிய அவசியம் இல்லை. இந்த அத்தியாயங்களில் நான் விவரித்து வரும் என்னுடைய சத்தியசோதனையின் ஒரு பகுதியாக மேற்கண்ட தீர்மானத்தை எவ்வாறு நான் கொண்டுவர நேர்ந்தது என்பதை விவரிப்பதே இங்கே என்னுடைய நோக்கமாகும். இந்தச் சமரசம் என்னுடைய பொறுப்பை மேலும் அதிகரித்தது.

38. காங்கிரஸ் பணி ஆரம்பம்

அமிர்தசரஸ் காங்கிரஸ் நடவடிக்கைகளில் நான் கலந்து கொண்டது, காங்கிரஸின் ராஜீய காரியங்களில் என்னுடைய உண்மையான பிரவேசம் என்றே நான் கொள்ள வேண்டும். இதற்கு முந்திய காங்கிரஸ் மகாநாடுகளுக்கு நான் போனதெல்லாம், காங்கிரஸினிடம் எனக்குள்ள பக்தியை ஆண்டு தோறும் புதுப்பித்துக் கொள்ளுவதைப் போன்றதே அன்றி வேறல்ல. அந்தச் சமயங்களில் காங்கிரஸின் சாதாரணப் போர் வீரன் என்று தான் நான் இருந்தேனேயல்லாமல் எனக்கென்று குறிப்பிட்ட வேலை எதுவும் இல்லை. சாதாரணச் சிப்பாய் என்பதற்கு அதிகமாக எதையும் நான் விரும்பியதும் இல்லை. இரண்டொரு காரியங்களைச் செய்யும் தன்மை என்னிடம் இருக்கக்கூடும். அது காங்கிரஸுக்குப் பயன்படும் என்று அமிர்தசரஸ் அனுபவம் காட்டியது. பாஞ்சால விசாரணை சம்பந்தமாக நான் செய்த வேலை, காலஞ்சென்ற லோகமான்யர், தேசபந்து, பண்டித மாளவியாஜி ஆகியவர்களுக்குத் திருப்தியளித்தது என்பதை, அதற்கு முன்னாலேயே என்னால் காண முடிந்தது. விஷய ஆலோசனைக் கமிட்டிக்கு அனுப்பும் தீர்மானங்களைக் குறித்து ஆலோசித்த தலைவர்களின் தனிக் கூட்டங்களுக்கு வழக்கமாக என்னையும் அழைப்பார்கள். தலைவர்களின் விசேட நம்பிக்கைக்குப் பாத்திரமானவர்களையும், யாருடைய சேவை தங்களுக்குத் தேவைப் படுகின்றதோ அவர்களையும் மாத்திரமே அத்தகைய கூட்டங்களுக்கு அழைப்பார்கள். அவ்விதம் அழைக்கப்படாதவர்கள் சிலரும் சில சமயங்களில் இக்கூட்டங்களுக்கு வந்து விடுவதும் உண்டு.

அடுத்த ஆண்டில் ஒரு காரியங்களைச் செய்வதில் நான் சிரத்தை கொண்டேன். அவற்றைச் செய்வதில் எனக்கு விருப்பமும் ஆற்றலும் இருந்தன. அவற்றில் ஒன்று, ஜாலியன் வாலாபாக் படுகொலைக்கு ஞாபகார்த்தச் சின்னம். இதைச் செய்வதென்று காங்கிரஸில் மிகக் குதூகலத்தினிடையே ஒரு தீர்மானம் நிறைவேறியிருந்தது. இதற்காக ஐந்து லட்சம்

ரூபாய் நிதி திரட்ட வேண்டும். இந்த நிதிக்கு என்னையும் ஒரு தருமகர்த்தாவாக நியமித்தார்கள். பொதுக்காரியங்களுக்குப் பிச்சை எடுப்பதில் மன்னர் என்று பண்டித மாளவியாஜி கீர்த்தி பெற்றிருந்தார். ஆனால், இந்தக் காரியத்தில் அவருக்கு நான் அதிகம் பின்வாங்கியவன் அல்ல என்பது எனக்குத் தெரியும். நான் தென்னாப்பிரிக்காவில் இருந்தபோதுதான் இத்துறையில் எனக்கு இருந்த ஆற்றலைக் கண்டுபிடித்தேன். என்றாலும், சுதேச மன்னர்களிடமிருந்து பெருந்தொகையை வசூலித்துவிடுவது மாளவியாஜிக்கு இருந்த இணையில்லாத ஜாலவித்தை என்னிடம் இல்லை. ஜாலியன் வாலாபாக் நினைவுச் சின்னத்திற்கு ராஜாக்களிடத்திலும் மகாராஜாக்களிடமும் பணம் கேட்பதற்கில்லை என்பதை நான் அறிவேன். ஆகவே, இதற்கு நிதி திரட்டும் முக்கியப் பொறுப்பு, நான் எதிர்பார்த்ததைப் போலவே என் பேரில் தான் விழுந்தது. தாராள குணமுள்ள பம்பாயின் மக்கள் ஏராளமாகப் பணம் கொடுத்தார்கள். ஆகையால், இந்த ஞாபகார்த்தச் சின்னத்தின் டிரஸ்ட்டிடம் பாங்கில் இப்பொழுது பெருந்தொகை இருக்கிறது. ஆனால், ஹிந்துக்கள், முஸ்லிம்கள், சீக்கியர்களின் ரத்தங்கள் கலந்தோடிய அந்த இடத்தில் எந்த விதமான புனித ஞாபகச் சின்னத்தை எழுப்புவது என்பதே இன்று நாட்டின் முன்பிருக்கும் பிரச்னை. இந்த மூன்று சமூகங்களும் ஒற்றுமையினாலும் அன்பினாலும் பிணைக்கப் பட்டிருப்பதற்கு பதிலாக ஒன்றோடொன்று போராடிக் கொண்டிருப்பதாகவே தோன்றுகிறது. எனவே, நினைவுச் சின்ன நிதியை எப்படிப் பயன்படுத்துவது என்பது நாட்டு மக்களுக்கு இப்பொழுது புரியாமல் இருந்து வருகிறது.

தீர்மானங்களைத் தயாரிப்பதில் எனக்கு இருந்த ஆற்றல், காங்கிரஸ் பயன்படுத்திக் கொள்ளக்கூடிய மற்றொன்று ஆகும். எதையும் சுருக்கமாகக் கூறும் ஆற்றலை, நீண்ட கால அனுபவத்தினால் நான் பெற்றிருந்தேன். இதைக் காங்கிரஸ் தலைவர்கள் கண்டு கொண்டார்கள். அப்பொழுது இருந்த காங்கிரஸ் அமைப்பு விதிகள், கோகலே தயாரித்து வைத்துவிட்டுப் போன ஆஸ்தியாகும். காங்கிரஸ் இயந்திரம் நடந்துகொண்டு போவதற்கு அடிப்படையாக இருக்கக்கூடிய சில விதிகளை அவர் அமைத்திருந்தார். இந்த விதிகளைத் தயாரித்ததைப் பற்றிய ருசிகரமான சரித்திரத்தைக் கோகலேயின்

வாய் மொழியாலேயே நான் கேட்டிருக்கிறேன். காங்கிரஸின் வேலைகள் மிக அதிகமாகி விட்ட இக்காலத்திற்கு இந்த விதிகள் போதுமானவைகளே அன்று என்பதை இப்பொழுது ஒவ்வொருவரும் உணர ஆரம்பித்து விட்டனர். இவ்விஷயம் ஆண்டுதோறும் காங்கிரஸின் ஆலோசனைக்கு வந்து கொண்டும் இருந்தது. காங்கிரஸின் ஒரு மகாநாட்டிற்கும் மற்றொரு மகாநாட்டிற்கும் இடையிலும், ஓர் ஆண்டில் புதிதாக ஏற்படக்கூடிய நிலைமைகளிலும், வேலை செய்வதற்கு அச்சமயம் காங்கிரஸில் எந்தவிதமான ஏற்பாடும் இல்லாமல் இருந்தது. அப்பொழுதிருந்த விதிகளின்படி, காரியதரிசிகள் மூவர் உண்டு. ஆனால், அவர்களில் ஒருவர் தான் காங்கிரஸின் வேலைகளைக் கவனிப்பார். அவரும் முழு நேரமும் அவ்வேலையைக் கவனிப்பவரல்ல. அவர் ஒருவரே எவ்விதம் காங்கிரஸ் காரியாலயத்தை நடத்தி, எதிர்காலத்தைக் குறித்துச் சிந்தித்து, காங்கிரஸ் ஏற்றுக் கொண்டிருக்கும் பழைய பொறுப்புக்களை நிறைவேற்றி வைப்பதும் சாத்தியமாகும்? ஆகையால், அந்த ஆண்டில் இந்த விஷயம் மிக முக்கியமானது என்று எல்லோரும் கருதினார்கள். பொது விஷயங்களை யெல்லாம் காங்கிரஸ் மகாநாடே விவாதிப்பதென்றால், அவ்வளவு பெரிய கூட்டத்தைச் சமாளிப்பது கஷ்டம். காங்கிரஸு க்கு வரும் பிரதிநிதிகள் தொகை இவ்வளவுதான் என்பதற்கோ, ஒவ்வொரு மாகாணமும் இத்தனை பிரதிநிதிகளைத்தான் அனுப்பலாம் என்பதற்கோ எந்த வரையறையும் விதிக்கப்படவில்லை. இவ்விதம் அப்பொழுதிலிருந்த குழப்பமான நிலைமையில் ஏதாவது அபிவிருத்தி செய்தாக வேண்டியது அவசியம் என்று ஒவ்வொருவரும் உணர்ந்தார்கள். காங்கிரஸின் விதிகளை அமைக்கும் பொறுப்பை, ஒரு நிபந்தனையின் பேரில், நான் ஏற்றுக் கொண்டேன். பொதுமக்களிடையே அதிகச் செல்வாக்குப் பெற்றிருந்த இரு தலைவர்கள் லோகமான்யரும், தேசபந்துவும் என்பதைக் கண்டேன். காங்கிரஸ் விதிகளை அமைக்கும் கமிட்டியில் மக்களின் பிரதிநிதிகளாக அவர்கள் இருவரும் இருக்க வேண்டும் என்று கேட்டுக் கொண்டேன். ஆனால், விதிகள் அமைப்பு வேலையில் நேரடியாகக் கலந்து கொள்ளுவதற்கு அவர்களுக்கு அவகாசம் இருக்காது என்பது தெரிந்ததே. ஆகையால், விதிகள் கமிட்டியில் என்னுடன்

அவர்களுடைய நம்பிக்கைக்குப் பாத்திரமானவர்கள் இருவர் இருக்க செய்து விடவேண்டும் என்றும் யோசனை கூறினேன். இந்த யோசனையைக் காலஞ்சென்ற லோகமான்யரும், காலஞ் சென்ற தேசபந்துவும் ஏற்றுக் கொண்டார்கள். முறையே தங்கள் பிரதிநிதிகளாக ஸ்ரீ மான்கள் கேல்கர், ஐ.பி. ஸென் ஆகிய இரு பெயர்களையும் கூறினர். விதிகள் அமைப்புக் கமிட்டி உறுப்பினர்கள் ஒரு தடவையேனும் ஒன்று சேர முடியவில்லை. ஆனால், கடிதப் போக்குவரத்தின் மூலமே ஆலோசித்துக் கொண்டோம். முடிவாக ஒருமனதான அறிக்கையையும் சமர்ப்பித்தோம். இந்தக் காங்கிரஸ் அமைப்பு விதிகளைக் குறித்து நான் ஓரளவுக்குப் பெருமை அடைகிறேன். இந்த விதிகள் முழுவதையும் நாம் நிறைவேற்றி வைக்க முடிந்தால், இவற்றை நிறைவேற்றுவது ஒன்றின் மூலமே நாம் சுயராஜ்யத்தை அடைந்துவிட முடியும் என்று நான் கருதுகிறேன். இந்தப் பொறுப்பை ஏற்றுக்கொண்டதன் மூலம் காங்கிரஸின் ராஜீய காரியங்களில் உண்மையில் நான் பிரவேசித்து விட்டேன் என்றே சொல்லலாம்.

39. கதரின் பிறப்பு

1908– இல் நான் எழுதிய இந்திய சுயராஜ்யம் என்ற நூலில், இந்தியாவில் வளர்ந்து கொண்டு வரும் வறுமையைப் போக்குவதற்கு சரியான மருந்து, கைத்தறி அல்லது கைராட்டினமே என்று எழுதினேன். அந்தச் சமயம் வரையில் கைத்தறியையோ ராட்டினத்தையோ நான் பார்த்திருப்பதாக எனக்கு ஞாபகம் இல்லை. இந்திய மக்களை வாட்டி வரும் வறுமையைப் போக்குவதற்கு உதவியாக இருக்கும் எக்காரியமும் அதே சமயத்தில் சுயராஜ்யம் ஏற்படும்படி செய்யும் என்ற கருத்தை வைத்துக்கொண்டு அப்புத்தகத்தில் இப்படி எழுதினேன். தென்னாப்பிரிக்காவிலிருந்து **1915**– இல் நான் இந்தியாவுக்குத் திரும்பிய போதும்கூட கைராட்டினத்தை நான் நேராகப் பார்த்ததில்லை. சபர்மதியில் சத்தியாக்கிரக ஆசிரமத்தை ஆரம்பித்தபோது அங்கே சில கைத்தறிகளை வைத்தோம். அவற்றை அமைத்தவுடனே ஒரு பெரிய கஷ்டமும் எங்களுக்கு ஏற்பட்டது. ஆசிரமத்திலிருந்த நாங்கள் எல்லோரும் உத்தியோகம், வியாபாரம் முதலியவைகளில் ஈடுபட்டிருந்தவர்களே அன்றி எங்களில் யாரும் கைத்தொழில் தெரிந்தவர்கள் அல்ல. தறிகளில் நாங்கள் வேலை செய்வதற்கு முன்னால் நெசவு வேலையை எங்களுக்கு யாரும் சொல்லித் தரவில்லை. ஆனால், திகைத்துப் போய் எடுத்த காரியத்தை இலகுவில் விட்டு விடுகிறவரல்ல மகன்லால் காந்தி. இயந்திர விஷயங்களில் இயற்கையாகவே அவருக்கு ஆற்றல் இருந்ததால், சீக்கிரத்திலேயே அக்கலையில் அவர் முற்றும் தேர்ச்சி பெற்று விட்டார். ஒருவர் பின் ஒருவராகக் கைத்தறியில் நெய்பவர்கள் பலரை ஆசிரமத்தில் புதிதாகப் பழக்கி விட்டோம்.

எங்கள் கையால் நாங்களே நெய்துகொண்ட துணிகளைத் தான் நாங்கள் உடுத்த வேண்டும் என்பதே நாங்கள் கொண்ட லட்சியம். மில் துணியைப் போட்டுக் கொள்ளுவதை உடனே விட்டுவிட்டோம். இந்தியாவில் தயாரான நூலைக் கொண்டு கையினால் நெய்த துணிகளை மாத்திரமே அணிவது என்று

ஆசிரமத்தைச் சேர்ந்தவர்கள் எல்லோரும் தீர்மானித்துக் கொண்டோம். இப்பழக்கத்தை மேற்கொண்டதால் எங்களுக்கு எவ்வளவோ அனுபவங்கள் ஏற்பட்டன. நெசவாளர்களின் வாழ்க்கை நிலையையும், எந்த அளவுக்கு அவர்கள் உற்பத்தி செய்கிறார்கள் என்பதையும் அறிந்தோம். தங்களுக்கு வேண்டிய நூல் கிடைப்பதில் அவர்களுக்கு இருக்கும் கஷ்டங்கள், எந்தவிதமாகப் பலவிதமான மோசடிகளுக்கும் அவர்கள் இரையாகின்றனர் என்பது, கடைசியாக, அவர்களுக்குச் சதா வளர்ந்து கொண்டே போகும் கடன் நிலைமை ஆகியவைகளையும், அவர்களுடன் நேரடியான தொடர்பு கொண்டதன் மூலம் நாங்கள் அறிந்து கொண்டோம். எங்களுடைய தேவைக்குப் போதுமான துணி முழுவதையும் உடனே நாங்களே தயாரித்துக் கொண்டுவிடும் நிலையில் நாங்கள் இல்லை. ஆகையால், கைத்தறி நெசவாளர்களிடமிருந்து எங்களுக்குத் தேவையான துணிகளை வாங்கிக் கொள்ளுவதே நாங்கள் அடுத்தபடியாகச் செய்ய முடிந்தது. இந்திய மில் நூலைக் கொண்டு கைத்தறியில் தயாரான துணிகள், ஜவுளி வியாபாரிகளிடம் இருந்தோ, கைத்தறிக்காரர்களிடம் இருந்தோ சுலபமாகக் கிடைக்கவில்லை. இந்திய மில்கள் நயமான உயர்ந்த ரக நூல்களைத் தயாரிக்காததால், உயர்ந்த ரகத் துணிகளையெல்லாம் வெளிநாட்டு நூலைக் கொண்டே நெய்து வந்தார்கள். இன்றுகூட, உயர்ந்த ரக நூலை இந்திய ஆலைகள் ஒரு குறிப்பிட்ட அளவுதான் தயாரிக்கின்றன. மிக உயர்ந்த ரக நூலை அவர்கள் தயாரிக்கவே முடியாது. எங்களுக்காகச் சுதேசி நூலை நெய்வதற்கு ஒப்புக் கொள்ளும் நெசவாளரை அதிகச் சிரமத்தின் பேரிலேயே நாங்கள் தேடிப் பிடிக்க முடிந்தது. அவர்கள் நெய்யும் துணி முழுவதையும் ஆசிரமம் வாங்கிக் கொண்டு விடுவது என்ற நிபந்தனையின் பேரிலேயே அவர்கள் இசைந்தார்கள். இவ்வாறு நம் ஆலைகளில் தயாரிக்கும் நூலைக் கொண்டு நெய்த துணிகளை மாத்திரமே நாங்கள் உடுத்துவது என்று தீர்மானித்து, நண்பர்களிடையே இதை நாங்கள் பிரச்சாரம் செய்ததன் மூலம், இந்திய நூல் ஆலைகளுக்காக வலிய வேலை செய்யும் ஏஜெண்டுகளாக நாங்கள் ஆனோம். இதனால், எங்களுக்கு ஆலைகளுடன் தொடர்பு ஏற்பட்டது. அதன் காரணமாக அவர்களுடைய நிர்வாகத்தைப் பற்றிய சில

விஷயங்களையும், அவர்களுக்கு இருந்த கஷ்டங்களையும் நாங்கள் அறிய முடிந்தது. தாங்கள் நூற்கும் நூலைக் கொண்டு தாங்களே நெய்து விடவும் வேண்டும் என்பதே ஆலைகளின் நோக்கம் என்பதைக் கண்டோம். கைத்தறி நெசவாளர்களிடம் அவர்களுக்கு இருந்த ஒத்துழைப்பு, விரும்பி அளிக்கும் ஒத்துழைப்பல்ல என்பதையும் தவிர்க்க முடியாத நிலையில், தாற்காலிகமாக அளிப்பதே என்பதையும் கண்டோம். இந்த நிலையில் எங்களுக்கு வேண்டிய நூலை நாங்களே நூற்றுக் கொள்ள வேண்டும் என்பதில் அதிக ஆர்வம் கொண்டோம். இதை நாங்களே செய்து கொண்டு விட்டாலன்றி, ஆலைகளை நம்பி இருப்பது என்பது இருந்து கொண்டுதான் இருக்கும் என்பதும் தெளிவாகத் தெரிந்தது. நூல் நூற்கும் இந்திய ஆலைகளின் தரகர்களாகத் தொடர்ந்து இருந்து கொண்டு வருவதால், நாட்டிற்கு எந்தச் சேவையையும் செய்ய முடியாது என்பதையும் உணர்ந்தோம்.

நாங்கள் சமாளித்து ஆக வேண்டியிருந்த கஷ்டங்களுக்கு முடிவே இல்லை. எப்படி நூற்பது என்பதை நாங்கள் கற்றுக் கொள்ளுவதற்குக் கைராட்டினமோ, நூற்பவரோ கிடைக்கவே இல்லை. ஆசிரமத்தில் நெய்வதற்கான நூலைக் கண்டுகள் ஆக்குவதற்கு ஒருவகை ராட்டினத்தை உபயோகித்து வந்தோம். ஆனால், இதையே நூற்கும் ராட்டையாகவும் உபயோகிக்கலாம் என்ற விஷயமே எங்களுக்குத் தெரியாது. ஒருநாள் காளிதாஸ் ஜவேரி ஒரு பெண்ணைக் கண்டுபிடித்தார். நூற்பது எப்படி என்பதை அப்பெண் எங்களுக்குக் காட்டுவார் என்றும் சொன்னார். உடனே ஆசிரமவாசி ஒருவரை அந்தப் பெண்ணிடம் அனுப்பினோம். இவர், புதிய விஷயங்களை வெகு எளிதில் கற்றுக் கொண்டுவிடும் ஆற்றல் படைத்தவர் என்று பெயர் பெற்றவர். ஆனால், இவரும் அக்கலையின் இரகசியத்தைத் தெரிந்து கொள்ளாமலேயே திரும்பி வந்து விட்டார்.

இவ்விதம் காலம் போய்க்கொண்டே இருந்தது. நாளாக ஆக நானும் பொறுமையை இழந்து வந்தேன். கையினால் நூற்பதைக் குறித்து ஏதாவது தகவலை அறிந்திருக்கக் கூடியவர்களாக ஆசிரமத்திற்கு வருவோர் போவோர்களிடம் எல்லாம் அதை குறித்து விசாரித்துக் கொண்டு வந்தேன். இக்கலை

பெண்களிடம் மாத்திரமே இருந்து வந்தாலும், அது அநேகமாய் அழிந்து போய்விட்டதாலும், ஒருவருக்கும் தெரியாத மூலை முடுக்குகளில் நூற்பவர்கள் யாராவது சிலர் இருப்பார்கள். அப்படி இருந்தாலும், அப்படிப்பட்டவர்கள் இன்னாரென்பதைப் பெண்கள் மாத்திரமே அறிந்திருக்க முடியும்.

புரோச் கல்வி மகாநாட்டில் தலைமை வகிப்பதற்காக 1917– இல் என்னுடைய குஜராத்தி நண்பர்கள் என்னை அங்கே அழைத்துச் சென்றனர். அங்கேதான் கங்காபென் மஜ்முதார் என்னும் அற்புதமான பெண்மணியைக் கண்டுபிடித்தேன். அவர் விதந்து என்றாலும் அவருக்கு எல்லையற்ற ஊக்கமும் முயற்சியும் உண்டு. படிப்பு என்ற வகையில் பார்த்தால் அவர் அதிகம் படித்தவர் அல்ல. ஆனால், தீரத்திலும் பொது அறிவிலும் நமது படித்த பெண்களை அவர் எளிதில் மிஞ்சிவிடக் கூடியவர். தீண்டாமைக் கொடுமையை அவர் முன்னாலேயே விட்டொழித்திருந்தார். ஒடுக்கப்பட்ட மக்களிடையே அவர் தாராளமாகப் பழகி, அவர்களுக்குச் சேவை செய்து வந்தார். அவருக்குச் சொந்தத்தில் சொத்து உண்டு. அவருடைய தேவைகளோ மிகச் சொற்பம். நல்ல திடகாத்திரமான உடல் உள்ளவராகையால் எங்கும் துணையில்லாமலேயே போய் வருவார். சர்வ சாதாரணமாகக் குதிரைச் சவாரி செய்வார். கோத்ரா மகாநாட்டில் அவரைக் குறித்து இன்னும் நெருக்கமாக அறியலானேன். ராட்டினம் கிடைக்காததால் எனக்கு ஏற்பட்டிருந்த துயரை அவரிடம் முறையிட்டுக் கொண்டேன். ஊக்கத்துடன் விடாமல் தேடி ராட்டினத்தைக் கண்டுபிடித்துத் தருவதாக வாக்களித்து, என் மனத்திலிருந்த பளுவை அவர் குறைத்தார்.

40. முடிவில் கண்டுகொண்டேன்!

குஜராத் முழுவதிலும் கங்காபென் தேடியலைந்து விட்டுக் கடைசியாகப் பரோடா சமஸ்தானத்தில் வீஜாப்பூர் என்ற இடத்தில் கைராட்டையை அவர் கண்டுபிடித்தார். அங்கே அநேகம் பேர் தங்கள் வீடுகளில் கைராட்டைகளை வைத்திருந்தார்கள். ஆனால், வெகு காலத்திற்கு முன்னாலேயே, அவையெல்லாம் ஒன்றுக்கும் ஆகாதவை என்று கருதி மரக்கட்டைகளோடு மரக்கட்டையாக அவைகளைப் பரண்களில் தூக்கிப் போட்டுவிட்டார்கள். ஒழுங்காக யாராவது பட்டை போட்ட பஞ்சு கொண்டுவந்து கொடுத்து, நூற்ற நூலையும் வாங்கிக்கொள்ளுவதாக இருந்தால், தாங்கள் திரும்பவும் ராட்டையில் நூற்கத் தயாராக இருப்பதாகவும் அவர்கள் கங்காபென்னிடம் அறிவித்தனர். இந்த மகிழ்ச்சிகரமான செய்தியை கங்காபென் எனக்கு அனுப்பினார். பட்டை போட்ட பஞ்சுக்கு ஏற்பாடு செய்வது கஷ்டமாக இருந்தது. இதைக் குறித்துக் காலஞ்சென்ற உமார் ஸோபானியிடம் கூறினேன். அவர் தம்முடைய மில்லிலிருந்து பட்டை போட்ட பஞ்சைப் போதுமான அளவு கொடுப்பதாக உடனே கூறி, இக்கஷ்டத்தை நிவர்த்தி செய்துவிட்டார். உமார் ஸோபானியிடமிருந்து வந்த பட்டை போட்ட பஞ்சைக் கங்கா பென்னுக்கு அனுப்பினேன். உடனே, நூற்ற நூல் ஏராளமாக வந்து குவியத் தொடங்கிவிட்டது. அந்த நூலை என்ன செய்வது என்பது பிறகு ஒரு பிரச்னையாகி விட்டது.

ஸ்ரீ உமார் ஸோபானி மிகுந்த தாராளமான குணமுடையவர்தான். ஆனால், அவருடைய தாராளத்தை எப்பொழுதுமே பயன்படுத்திக் கொண்டிருப்பது என்பது கூடாது. பட்டை போட்ட பஞ்சைத் தொடர்ந்து அவரிடமிருந்து வாங்கிக் கொண்டிருப்ப தென்பது என்மனத்திற்குக் கஷ்டமாக இருந்தது. மேலும், மில்லில் தயாரான இப்பஞ்சை உபயோகித்துக் கொள்ளுவது அடிப்படையிலேயே தவறு என்றும் எனக்குத் தோன்றிற்று. மில்லில் பட்டை போட்ட பஞ்சை உபயோகிக்கலா

மென்றால் மில் நூலையே ஏன் உபயோகித்துக் கொள்ளக்கூடாது? முன் காலத்திலெல்லாம் கைராட்டையில் நூற்றவர்கள், வேண்டிய பஞ்சை பட்டை போட்டு எவ்வாறு தயாரித்துக் கொண்டு வந்தார்கள்? என் மனத்தில் எழுந்த இத்தகைய எண்ணங்களோடு கங்காபென்னுக்கு ஒரு யோசனை கூறினேன். பஞ்சு அடித்துப் பட்டை போட்டுக் கொடுக்கக் கூடியவர்களைக் கண்டுபிடிக்குமாறு அவரைக் கேட்டுக் கொண்டேன். அவரும் நம்பிக்கையோடு அவ்வேலையை ஏற்றுக் கொண்டார். பஞ்சு கொட்டிப் பட்டை போட்டுத் தரக்கூடிய ஒருவரை அவர் அமர்த்தினார். அந்த ஆசாமியோ, தமக்கு அதிகம் கொடுக்காவிட்டாலும் மாதம் முப்பத்தைந்து ரூபாய் கொடுக்க வேண்டும் என்றார். அந்தச் சமயத்தில் அதற்கு எவ்வளவு பணம் கொடுத்தாலும் அதிகம் அல்ல என்று எண்ணினேன். கொட்டிய பஞ்சிலிருந்து பட்டை போடுவதற்குச் சில இளைஞர்களையும் கங்கா பென் பழக்கினார். யாராவது பஞ்சு கொடுத்து உதவ வேண்டும் என்று பம்பாயில் வேண்டுகோள் விடுத்தேன். ஸ்ரீ யஷ்வந்த் பிரசாத் தேசாய் கொடுக்க முன்வந்தார். இவ்விதம் கங்கா பென்னின் முயற்சி எதிர்பார்த்ததற்கு மேலாகவே பலன் தந்தது. வீஜாப்பூரில் தயாரான நூலை நெய்வதற்கும் நெசவாளர்களுக்கு அவர் ஏற்பாடு செய்தார். சீக்கிரத்தில் வீஜாப்பூர்க் கதர், புகழ்பெற்று விளங்கியது.

வீஜாப்பூரில் இந்த அபிவிருத்திகளெல்லாம் நடந்து கொண்டிருந்த சமயத்தில் ஆசிரமத்திலும் கைராட்டினம் துரிதமாக நிலைபெற்று வந்தது. மகன்லால் காந்தி, தமக்குள்ள யந்திர நுட்ப ஆற்றலையெல்லாம் பயன்படுத்தி ராட்டினத்தில் பல அபிவிருத்திகளைச் செய்தார். ராட்டினத்தின் சக்கரத்தையும் மற்ற சாமான்களையும் ஆசிரமத்திலேயே தயாரிக்க ஆரம்பித்தார். ஆசிரமத்தில் தயாரான முதல் கதர், கெஜம் 17 அணா விலையாயிற்று. அதிக முரடாயிருந்த இந்தக் கதரை அந்த விலைக்கு நண்பர்களுக்குச் சிபாரிசு செய்ய நான் தயங்கவே இல்லை. அவர்களும் மனமுவந்து அவ்விலையைக் கொடுத்து வாங்கிக்கொண்டார்கள்.

நான் பம்பாயில் படுத்த படுக்கையாக இருந்தேன். என்றாலும், அங்கேயும் ராட்டினங்களைத் தேடுவதற்கு வேண்டிய சக்தி

எனக்கு இருந்தது. கடைசியாக நூல் நூற்கக்கூடியவர்கள் இருவர் தென்பட்டனர். ஒரு சேர், அதாவது 28 தோலா அல்லது சுமார் முக்கால் ராத்தல் நூலுக்கு ஒரு ரூபாய் விலை கொடுக்க வேண்டும் என்று அவர்கள் கேட்டார்கள். கதரின் பொருளாதாரத் தத்துவத்தைக் குறித்து அப்பொழுது எனக்கு எதுவுமே தெரியாது. கையினால் நூற்ற நூலுக்கு என்ன விலையும் கொடுக்கலாம் என்று எண்ணினேன். வீஜாப்பூரில் கொடுக்கப்படும் விலையையும் நான் கொடுத்த விலையையும் ஒப்பிட்டுப் பார்த்தபோது நான் ஏமாற்றப்பட்டேன் என்பதைக் கண்டேன். நூற்றவர்களோ, விலையில் எதையும் குறைத்துக் கொள்ள மறுத்து விட்டார்கள். ஆகையால், அவர்களை அனுப்பிவிட வேண்டியதாயிற்று. என்றாலும், அவர்களை அமர்த்தியிருந்ததால், பயனில்லாது போகவில்லை. ஸ்ரீமதிகள் அவந்திகாபாய், ரமீபாய் காம்தார், ஸ்ரீ சங்கர்லால் பாங்கரின் தாயார், ஸ்ரீமதி வசுமதி பென் ஆகியவர்களுக்கு அவர்கள் நூற்கக் கற்றுக் கொடுத்திருந்தார்கள். என் அறையில் ராட்டினம் ஆனந்தமாகச் சுழன்று இனிய கீதத்தை எழுப்பிக் கொண்டிருந்தது. நான் நோயினின்றும் குணம் அடைவதற்கு அந்தக் கீதம் பெருமளவு துணை செய்தது என்று நான் கூறினால், அது மிகையாகாது. அதனால், உடலுக்கு ஏற்பட்ட நன்மையைவிட மனத்திற்கு ஏற்பட்ட நற்பலன் அதிகம் என்பதை ஒப்புக்கொள்ள நான் தயார். அப்படியானால், மனிதனின் உடலில் மாறுதலை உண்டாக்குவதற்கு மனத்திற்கு அபார சக்தி இருக்கிறது என்பதையே இது காட்டுகிறது. நானும் ராட்டையில் நூற்க ஆரம்பித்தேன். ஆனால், அச்சமயம் நான் அதிகமாக எதுவும் நூற்கவில்லை.

கையினால் கொட்டித் தயாரித்த பஞ்சுப் பட்டைகளைச் சம்பாதிக்கும் பிரச்னை மீண்டும் பம்பாயிலும் ஏற்பட்டது. பஞ்சு கொட்டுகிறவர் ஒருவர், பஞ்சு கொட்டும் வில்லுடன், அந்த வில்லின் நாணிலிருந்து ஒலி எழுப்பிக்கொண்டு ஸ்ரீ ரேவா சங்கரின் வீட்டு வழியே தினம் போய்க்கொண்டிருப்பார். அவரைக் கூப்பிட்டு அனுப்பினேன். அவரை விசாரித்ததில் அவர் மெத்தைகளுக்குத் திணிக்கும் பஞ்சை கொட்டுகிறவர் என்று தெரிந்தது. நூற்பதற்குப் பஞ்சுப் பட்டைகள் போட்டுத் தர அவர் சம்மதித்தார். ஆனால், அதிகமாகக் கூலி கேட்டார், என்றாலும் நான் கொடுத்தேன். இவ்வாறு நூற்ற நூலைப்

பவித்திர ஏகாதசியன்று சுவாமிக்கு மாலை போடுவதற்காகச் சில வைஷ்ணவ நண்பர்கள் வாங்கிக் கொண்டார்கள். ஸ்ரீ சிவ்ஜி, நூற்கக் கற்றுக்கொடுக்கும் வகுப்பு ஒன்றைப் பம்பாயில் ஆரம்பித்தார். இந்தப் பரிசோதனைகளுக்கு எல்லாம் அதிகப் பணம் செலவாயிற்று. ஆனால், கதரில் நம்பிக்கையுள்ள, தாய்நாட்டிடம் பக்தியுள்ள தேசாபிமானிகளான நண்பர்கள், இச்செலவையெல்லாம் விருப்பத்தோடு ஏற்றுக் கொண்டார்கள். இவ்விதம் செலவான பணம் வீணாகி விடவில்லை என்பதே என்னுடைய பணிவான கருத்து. இதனால் எங்களுக்கு அதிக அனுபவம் ஏற்பட்டதோடு கைராட்டையின் சாத்தியங்களும் எங்களுக்குத் தெரியலாயின.

நான் கதரை மாத்திரமே உடுத்த வேண்டும் என்ற பேரவா அப்பொழுது எனக்குப் பலமாக ஏற்பட்டது. அப்பொழுது இந்திய ஆலைகளில் தயாரான வேட்டியையே கட்டிக் கொண்டிருந்தேன். ஆசிரமத்திலும் வீஜாப்பூரிலும் தயாரான முரட்டுக் கதர்த் துணி, முப்பது அங்குல அகலமே இருக்கும். ஆகையால், கங்கா பென்னுக்கு ஒரு முன்னெச்சரிக்கை செய்தேன். ஒரு மாத காலத்திற்குள் நாற்பத்தைந்து அங்குல அகலத்தில் எனக்குக் கதர் வேட்டி தயாரித்துக் கொடுக்காது போனால், அகலக் கட்டையாக இருக்கும் முரட்டுக் கதரையே கட்டிக்கொள்ளப் போகிறேன் என்று அவருக்குத் தெரிவித்தேன். இந்த இறுதி எச்சரிக்கை அவரைத் திடுக்கிடச் செய்துவிட்டது. ஆனால், அவரிடம் கேட்டதை அவர் நிறைவேற்றி விட்டார். ஒரு மாதத்திற்குள்ளேயே 45 அங்குல அகலத்தில் ஒரு ஜதைக் கதர் வேட்டிகளை அவர் எனக்கு அனுப்பினார். இதன் மூலம் எனக்கு ஒரு சங்கடமான நிலைமை ஏற்பட்டுவிடாமல் அவர் காப்பாற்றிவிட்டார்.

அதே சமயத்தில் ஸ்ரீ லட்சுமிதாஸ், லாத்தியிலிருந்து ஸ்ரீ ராம்ஜி என்ற நெசவுக்காரரையும் அவர் மனைவி கங்கா பென்னையும் ஆசிரமத்திற்கு அழைத்துவந்து ஆசிரமத்திலேயே கதர் வேட்டி நெசவாகும்படி செய்தார். கதர் பரவுவதில் இத்தம்பதிகள் செய்திருக்கும் சேவை அற்பமானது அன்று. குஜராத்தில் மாத்திரமேயல்லாமல் வெளியிலும் கையால் நூற்ற நூலைக்கொண்டு நெய்வதற்கு அவர்கள் கற்றுக்

கொடுத்திருக்கிறார்கள். கங்கா பென், தறியில் நெய்வதைப் பார்ப்பதே மிகவும் உற்சாகம் ஊட்டும் காட்சியாகும். எழுதப் படிக்கத் தெரியாத, ஆனால் ஆற்றல் மிக்க இச் சகோதரி, கைத்தறியில் வேலை செய்ய உட்கார்ந்துவிட்டால், அவர் மனம் முழுவதும் அதிலேயே ஆழ்ந்துவிடும். பிறகு அவர் மனத்தையும் கண்களையும் தறியிலிருந்து வேறு இடத்திற்குத் திருப்புவதென்பது மிகவும் கஷ்டமான காரியமே.

41. அறிவூட்டிய சம்பாஷணை

கதர் இயக்கத்தையும் அப்பொழுது சுதேசி இயக்கம் என்றே சொல்லி வந்தனர். இந்த இயக்கத்தை ஆரம்பம் முதற் கொண்டே ஆலை முதலாளிகள் அதிகமாகக் குறை கூறி வந்தனர். காலஞ்சென்ற உமார் ஸோபானியே திறமை மிக்க ஆலை முதலாளிதான். தமது அறிவையும் அனுபவத்தையும் கொண்டு அவர் எனக்கு ஆலோசனைகள் கூறிவந்ததோடு, மற்ற ஆலை முதலாளிகளின் அபிப்பிராயங்களையும் அப்போதைக்கப்போது எனக்குத் தெரிவித்தும் வந்தார். அந்த ஆலை முதலாளிகளில் ஒருவர் சொன்ன வாதங்கள் அவர் மனத்தை அதிகம் கவர்ந்தன. அவரை நான் சந்திக்க வேண்டும் என்று உமார் ஸோபானி வற்புறுத்தினார். நானும் சம்மதித்தேன். அதன் பேரில் நாங்கள் சந்தித்துப் பேச அவர் ஏற்பாடு செய்தார். ஆலை முதலாளி, சம்பாஷணையைப் பின்வருமாறு ஆரம்பித்தார்:

“இதற்கு முன்னாலேயே சுதேசிக் கிளர்ச்சி நடந்துகொண்டு வருகிறது என்பதை நீங்கள் அறிவீர்கள் அல்லவா?”

“ஆம். அறிவேன்” என்றேன்.

“வாங்காளப் பிரிவினைக் கிளர்ச்சியின்போது ஆலை முதலாளிகளாகிய நாங்கள், சுதேசி இயக்கத்தை எங்கள் சொந்த லாபத்திற்கு முற்றும் பயன்படுத்திக் கொண்டோம் என்பதும் உங்களுக்குத் தெரியும். அந்த இயக்கம் உச்ச நிலையில் இருந்த சமயம், துணியின் விலையை நாங்கள் உயர்த்தினோம். அதையும் விட மோசமான காரியங்களையும் செய்தோம்.”

“ஆம். அதைக் குறித்தும் கொஞ்சம் கேள்விப்பட்டிருக்கிறேன். அது பற்றி நான் மனம் வருந்தியதும் உண்டு.”

“உங்களுக்கு ஏற்பட்ட மனவருத்தத்தை நான் அறிய முடியும். ஆனால், அவ்வாறு வருத்தப்படுவதற்கு எந்தவிதமான காரணத்தையும் என்னால் காண முடியவில்லை. நாங்கள் பரோபகார நோக்கத்திற்காக எங்கள் தொழிலை நடத்திக் கொண்டிருக்கவில்லை. லாபத்திற்காகத் தொழில் நடத்துகிறோம்.

அதில் பங்கு போட்டிருப்பவர்களையும் நாங்கள் திருப்தி செய்ய வேண்டும். ஒரு பொருளின் விலை ஏறுவது, அப்பொருளுக்கு இருக்கும் கிராக்கியைப் பொறுத்தது. தேவைக்கும் சரக்கு விற்பனைக்கும் உள்ள சம்பந்தத்தைப் பற்றிய விதியை யார் தடுத்துவிட முடியும்? சுதேசித் துணிகளின் தேவையை அதிகரிப்பதனால் அத்துணிகளின் விலை ஏறித்தான் தீரும் என்பதை வங்காளிகள் அறிந்தே இருக்க வேண்டும்.''

நான் குறுக்கிட்டுக் கூறியதாவது: "என்னைப் போன்றே வங்காளிகளும் பிறரை எளிதில் நம்பிவிடும் சுபாவமுள்ளவர்களாக இருக்கிறார்கள். ஆலை முதலாளிகள் இவ்வளவு படுமோசமான சுயநலக்காரர்களாகவும் தேசாபிமானம் இல்லாதவர்களாகவும் இருந்துவிட மாட்டார்கள் என்று பரிபூரணமாக அவர்கள் நம்பி விட்டார்கள். தாய்நாட்டிற்கு நெருக்கடியான நிலைமை நேர்ந்துள்ள சமயத்தில் ஆலை முதலாளிகள், அவர்கள் செய்துவிட்டதைப் போன்று, அந்நிய நாட்டுத் துணியைச் சுதேசித் துணி என்று மோசடியாக விற்றுவிடும் அளவுக்குப் போய்த் துரோகம் செய்து விடுவார்கள் என்றும் அவர்கள் எதிர்பார்க்கவில்லை.''

"பிறரை எளிதில் நம்பிவிடும் சுபாவமுள்ளவர்கள் நீங்கள் என்பது எனக்குத் தெரியும். அதனால்தான் என்னிடம் வரும்படி உங்களுக்குக் கஷ்டத்தையும் கொடுத்தேன். கபடம் இல்லாதவர்களான வங்காளிகள் செய்துவிட்ட அதே தவறை நீங்களும் செய்து விடவேண்டாம் என்று உங்களை எச்சரிக்கை செய்யவே இங்கே வரும்படி செய்தேன்'' என்றார் அவர்.

இவ்வாறு கூறிவிட்டு, பக்கத்தில் நின்றுகொண்டிருந்த தமது குமாஸ்தாவை அழைத்து, தமது ஆலையில் தயாராகும் துணிகளின் மாதிரிகளைக் கொண்டுவரும்படி கூறினார். அதைச் சுட்டிக்காட்டி அவர் என்னிடம் கூறியதாவது: "இதைப் பாருங்கள்; எங்கள் ஆலையில் இப்பொழுது கடைசியாகத் தயாரிக்கப்பட்டிருக்கும் துணியின் மாதிரி இது. இதற்குக் கிராக்கி ஏராளமாக இருந்து வருகிறது. வீணாகப் போகும் கழிவிலிருந்து இதைத் தயாரிக்கிறோம். ஆகையால், இயற்கையாகவே இது மலிவானது. வடக்கே ஹிமாலயப் பள்ளத்தாக்குகள் வரையில் இதை அனுப்பிக் கொண்டிருக்கிறோம். நாடெங்கும் எல்லா

இடங்களிலுமே – உங்கள் குரலும், ஆட்களும் போகவே முடியாத இடங்களிலும்கூட – எங்களுக்கு ஏஜெண்டுகள் இருக்கிறார்கள். ஆகவே, எங்களுக்குப் புதிதாக, அதிகப்படியான ஏஜெண்டுகள் தேவை இல்லை என்பதை நீங்கள் காணலாம். அதோடு, இந்தியாவில் அதன் தேவைக்குப் போதுமான அளவு துணி உற்பத்தி ஆகவில்லை என்பதையும் நீங்கள் அறியவேண்டும். ஆகவே, சுதேசி இயக்கம், இங்கே துணி உற்பத்தி அதிகமாவதையே பெரிதும் பொறுத்திருக்கிறது. நாங்கள் உற்பத்தி செய்வதைப் போதிய அளவு அதிகரித்து, அவசியமாகும் அளவுக்கு அதன் தரத்தையும் எப்பொழுது அபிவிருத்தி செய்துவிடுகிறோமோ அப்பொழுதே அந்நியத் துணி இறக்குமதி, தானே நின்று போய்விடும். ஆகையால், நான் உங்களுக்குக் கூறும் யோசனை என்னவென்றால், நீங்கள் இப்பொழுது நடத்தி வரும் முறையில் உங்கள் கிளர்ச்சியை நடத்திவர வேண்டாம்; ஆனால், புதிதாக ஆலைகளை அமைப்பதில் உங்கள் கவனத்தைச் செலுத்துங்கள் என்பதே. இப்பொழுது நமக்குத் தேவையெல்லாம் உற்பத்தியை அதிகப்படுத்த வேண்டியதே அன்றி எங்கள் சரக்குகளுக்குத் தேவையை அதிகப்படுத்தப் பிரச்சாரம் செய்வதன்று.''

``அப்படியானால், நீங்கள் குறிப்பிடும் இதே காரியத்திலேயே இப்பொழுதே நான் ஈடுபட்டிருக்கிறேனென்றால், என் முயற்சியை நீங்கள் வாழ்த்துவீர்களல்லவா?'' என்று கேட்டேன்.

கொஞ்சம் திகைத்துப்போய், ``அது எப்படி முடியும்?'' என்றார், அவர். ``ஆனால், புதிய ஆலைகளை அமைப்பதைக் குறித்து நீங்கள் எண்ணிக் கொண்டிருக்கலாம். அப்படியானால், நிச்சயமாக உங்களைப் பாராட்ட வேண்டியதே'' என்றார். ``நான் இப்பொழுது செய்துகொண்டிருப்பது அதுவல்ல. ஆனால், கைராட்டினத்திற்குப் புத்துயிர் அளிப்பதில் நான் இப்பொழுது ஈடுபட்டிருக்கிறேன்'' என்று அவருக்கு விளக்கிச் சொன்னேன்.

இன்னும் குழப்பமடைந்தவராகவே அவர், ``அது என்ன விஷயம்?'' என்று என்னைக் கேட்டார். கைராட்டினத்தைப் பற்றிய விவரங்களையும், அதைக் கண்டுபிடிப்பதற்காக வெகு காலம் தேடியலைந்ததைப் பற்றியும் அவருக்குச் சொல்லி நான் மேலும் கூறியதாவது: ``இவ் விஷயத்தில் என் அபிப்பிராயம்

முற்றும் உங்கள் அபிப்பிராயமே ஆகும். ஆலைகளின் ஏஜெண்டாகவே நானும் ஆகிவிடுவதில் எந்தவிதமான பயனும் இல்லை. அப்படி ஆகிவிடுவதனால் நாட்டிற்கு நன்மையை விடத் தீமையே அதிகமாகும். நம் மில் துணிகளை வாங்குகிறவர்கள் இன்னும் வெகுகாலம் வரையில் குறையவே மாட்டார்கள். ஆகையால், கையினால் நூற்ற துணி உற்பத்திக்கு ஏற்பாடு செய்து, அவ்விதம் தயாரான கதர், விற்பனையாகும்படி பார்ப்பதே என் வேலையாக இருக்க வேண்டும், இருந்தும் வருகிறது. எனவே, கதர் உற்பத்தியிலேயே என் முழுக் கவனத்தையும் செலுத்தி வருகிறேன். இந்த வகையான சுதேசியத்திலேயே நான் அதிக நம்பிக்கை கொண்டிருக்கிறேன். ஏனெனில், அரைப்பட்டினி கிடந்து, போதிய வேலையும் இல்லாமல் இருக்கும் இந்தியப் பெண்களுக்கு இதன்மூலம், நான் வேலை கொடுக்க முடியும். இந்தப் பெண்களை நூல் நூற்கும்படி செய்து, அந்த நூலைக்கொண்டு நெய்த துணியை இந்திய மக்கள் உடுத்தும்படி செய்ய வேண்டும் என்பதே என் நோக்கம். இந்த இயக்கம் இப்பொழுது ஆரம்பக் கட்டத்திலேயே இருக்கிறது. ஆகையால், இந்த இயக்கம் எவ்வளவு தூரம் வெற்றி பெறும் என்பது தெரியாது. என்றாலும், இதில் பூரணமான நம்பிக்கை இருக்கிறது. எப்படியும் அதனால் எந்தவிதமான தீமையும் விளைந்துவிடப் போவதில்லை. அதற்கு மாறாக, நாட்டின் துணி உற்பத்தி நிலையை அது அதிகமாக்கும் அளவுக்கு – அந்த அளவு மிகக் குறைவானதாகவே இருந்தாலும், அந்த அளவுக்கு – அதனால் நிச்சயமான நன்மையே உண்டு. ஆகவே, நீங்கள் குறிப்பிட்ட தீமை எதுவும் இயக்கத்தில் கிடையாது என்பதை நீங்கள் அறிந்து கொள்ளலாம்.''

அதன் பேரில் அவர் கூறியதாவது: ''உங்கள் இயக்கத்தை நீங்கள் நடத்துவதற்கு நாட்டின் துணி உற்பத்தியை அதிகரிப்பதே நோக்கமென்றால், அதற்கு விரோதமாக நான் எதுவும் சொல்லுவதற்கில்லை. ஆனால், இயந்திர யுகமான இந்தக் காலத்தில் கைராட்டினம் முன்னேற முடியுமா என்ற விஷயம் வேறு இருக்கிறது. என்றாலும், நீங்கள் வெற்றிபெற வேண்டும் என்றே நான் விரும்புகிறேன்.''

42. அதன் அலை எழுச்சி

கதர் இயக்கம் அடைந்த அபிவிருத்தியைக் குறித்து விவரிப்பதற்கு மேலும் சில அத்தியாயங்களை எழுதிக் கொண்டிருக்கக் கூடாது. நான் பற்பல காரியங்களில் ஈடுபட்டு இருந்திருக்கிறேன். அவை பொதுஜனங்களுக்கு நன்றாகத் தெரிந்த பிறகு அவற்றின் சரித்திரத்தைக் குறித்து இந்த அத்தியாயங்களில் நான் கூறிக் கொண்டிருப்பது இவற்றின் நோக்கத்திற்கே புறம்பானதாகும். நான் செய்யும் காரியங்கள் ஒவ்வொன்றையும் எழுதிக் கொண்டிருந்தால், அதற்கே தனி நூல் எழுத வேண்டியிருக்கும். அதை முன்னிட்டே அம்முயற்சியை நான் செய்யக்கூடாது. என்னுடைய சத்திய சோதனையின் ஊடே சில விஷயங்கள், தாமே வந்தவைகளைப் போன்றே எனக்கு எப்படி வந்து சேர்ந்தன என்பதை விவரிப்பதுதான் இந்த அத்தியாயங்களை நான் எழுதுவதன் நோக்கம்.

ஆகவே, ஒத்துழையாமை இயக்கக் கதைக்கே திரும்புவோம். அலி சகோதரர்கள் ஆரம்பித்த பலம் பொருந்திய கிலாபத் கிளர்ச்சி தீவிரமாக நடந்துவந்த சமயத்தில், அகிம்சை விதியை ஒரு முஸ்லிம் எந்த அளவுக்கு அனுசரித்து நடக்க முடியும் என்ற விஷயத்தைக் குறித்து மௌலானா அப்துல் பாரி முதலிய உலாமாக்களுடன் நான் விரிவாக விவாதித்தேன். இஸ்லாம், தன்னைப் பின்பற்றுகிறவர்கள் அகிம்சை கொள்கையாக அனுசரிப்பதைத் தடுக்கவில்லை என்றும், அக்கொள்கையை அனுசரிப்பதென்று அவர்கள் விரதம் கொண்டிருக்கும் போது அந்த விரதத்தை அவர்கள் நிறைவேற்றக் கடமைப்பட்டிருக்கிறார்கள் என்றும் முடிவாக எல்லோரும் ஒப்புக் கொண்டார்கள். கடைசியாகக் கிலாபத் மகா நாட்டில் ஒத்துழையாமைத் தீர்மானம் கொண்டுவரப்பட்டு, நீண்ட விவாதங்களுக்குப் பிறகு நிறைவேறியது. ஒரு சமயம் அலகாபாத் கூட்டத்தில் இந்த விஷயத்தின்மீது இரவெல்லாம் விவாதம் நடந்தது, எனக்கு இன்னும் நன்றாக நினைவிருக்கிறது. 'அகிம்சையோடு கூடிய ஒத்துழையாமை, காரிய சாத்தியமாகுமா?' என்பதில்

காலஞ்சென்ற ஹக்கீம் சாகிபுக்கு ஆரம்பத்தில் சந்தேகமே இருந்தது. ஆனால், அவருடைய சந்தேகம் நீங்கிய பின்னர் அந்த இயக்கத்தில் அவர் முழு மனத்துடன் ஈடுபட்டார். அவர் உதவி, இயக்கத்திற்கு மதிப்பிடற்கரிய பலனை அளித்தது.

அதற்குக் கொஞ்சகாலத்திற்குப் பிறகு குஜராத் ராஜீய மகாநாட்டில் ஒத்துழையாமை தீர்மானத்தை நான் கொண்டு வந்தேன். அதை எதிர்த்தவர்கள், பூர்வாங்கமாக ஓர் ஆட்சேபத்தைக் கூறினார்கள். இதைப் பற்றிக் காங்கிரஸ் ஒரு முடிவு செய்வதற்கு முன்னால், இத்தீர்மானத்தை நிறைவேற்றுவதற்கு ஒரு மாகாண மகாநாட்டுக்குத் தகுதி கிடையாது என்பது அவர்களுடைய வாதம். இந்த வாதத்தை எதிர்த்த நான், பின்னோக்கிப் போகும் இயக்கம் சம்பந்தமாகத்தான் இந்தத் தடை பொருந்தும் என்றும், முன்னோக்கிப் போகும் விஷயத்தில் அதற்குப் போதிய நம்பிக்கையும் உறுதியும் நம்மிடம் இருக்குமானால், இத்தகைய தீர்மானம் செய்வதற்கு கீழ்ப்பட்ட ஸ்தாபனங்களுக்குப் பூரணமான தகுதி இருப்பதோடு அப்படிச் செய்வது அவைகளின் கடமை என்றும் கூறினேன். தாய் ஸ்தாபனத்தின் கௌரவத்தை அதிகரிப்பதற்குச் செய்யும் முயற்சியை, ஒருவர் அம்முயற்சியை தமது சொந்தப் பொறுப்பிலேயே செய்வாராயின், அதற்கு அனுமதி எதுவும் தேவையில்லை என்றும் வாதித்தேன். பின்னர் அந்த யோசனையின் தன்மைமீது விவாதம் நடந்தது. விவாதத்தில் சிரத்தை முக்கியமாக இருந்ததெனினும், 'இனிய நியாயத்திற்கு' ஏற்ற சூழ்நிலையிலேயே விவாதம் இருந்தது. முடிவில் தீர்மானத்தின் மீது வாக்கெடுத்தபோது அது மிக அதிக ஆதரவுடன் நிறைவேறியதாக அறிவிக்கப்பட்டது. தீர்மானம் வெற்றிகரமாக நிறைவேறியதற்கு ஸ்ரீ வல்லபாய், ஸ்ரீ அப்பால் தயாப்ஜி ஆகிய இருவரின் செல்வாக்கே முக்கியமான காரணமாகும். ஸ்ரீ அப்பாஸ் தயாப்ஜியே அம்மகாநாட்டின் தலைவர். அவருடைய ஆதரவு முழுவதும் ஒத்துழையாமைத் தீர்மானத்திற்குச் சாதகமாகவே இருந்தது.

இந்த விஷயத்தைக் குறித்து விவாதிப்பதற்காகக் கல்கத்தாவில் 1920 செப்டம்பரில் காங்கிரஸ் விசேஷ மகாநாட்டைக் கூட்டுவது என்று அகில இந்தியக் காங்கிரஸ் கமிட்டி தீர்மானித்தது. அம்மகாநாட்டிற்காகப் பெருமளவில் முன்னேற்பாடுகளெல்லாம்

நடந்தன. லாலா லஜபதிராயை அம்மகா நாட்டிற்குத் தலைவராகத் தேர்ந்தெடுத்தனர். பம்பாயிலிருந்து காங்கிரஸ், கிலாபத் ஸ்பெஷல் ரெயில்கள் சென்றன. கல்கத்தாவில் பிரதிநிதிகளும், வேடிக்கை பார்க்க வந்தவர்களும் ஏராளமாகக் கூடியிருந்தார்கள்.

மௌலானா ஷவுகத் அலி கேட்டுக்கொண்டதன் பேரில் ஒத்துழையாமைத் தீர்மானத்தின் நகலை நான் ரெயிலிலேயே தயாரித்தேன். அச்சமயம் வரையில் நான் தயாரித்த நகல்களில் 'பலாத்காரமற்ற' என்ற சொல்லை அநேகமாக நான் தவிர்த்து வந்தேன். ஆனால், என்னுடைய பிரசங்கங்களில் மாத்திரம் அதை அடிக்கடி உபயோகித்து வந்தேன். இவ்விஷயத்தைக் குறித்து உபயோகிக்க வேண்டிய சொற்களை நான் அப்பொழுதுதான் சேகரித்துக் கொண்டு வந்தேன். முற்றும் முஸ்லீம்களையே கொண்ட கூட்டத்திற்குப் 'பலாத்காரமற்ற' என்பதற்குச் சரியான சமஸ்கிருதச் சொல்லை உபயோகிப்பதினால், நான் கூறுவதன் பொருளை அவர்கள் சரியானபடி அறிந்து கொள்ளும்படி செய்ய முடியாது என்பதைக் கண்டேன். ஆகையால், அதற்குப் பொருத்தமான வேறு ஒரு சொல்லை எனக்குக் கூறும்படி மௌலானா அபுல் கலாம் ஆஸாத்தைக் கேட்டேன். 'பா அமன்' என்ற சொல்லை அவர் கூறினார். அதேபோல, ஒத்துழையாமைக்கு 'தர்க்–ஈ–மவாலாத்' என்ற சொற்றொடரை உபயோகிக்கலாம் என்று அவர் யோசனை கூறினார்.

இவ்வாறு ஒத்துழையாமை என்பதற்குச் சரியான ஹிந்தி, குஜராத்தி, உருதுச் சொற்றொடர்களைக் கண்டுபிடிப்பதிலேயே நான் தீவிரமாக ஈடுபட்டிருந்த சமயத்தில், அந்த முக்கியமான காங்கிரஸ் மகாநாட்டிற்கு நான் ஒத்துழையாமைத் தீர்மானத்தைத் தயாரிக்க வேண்டி வந்தது. அசல் நகலில் 'பலாத்காரமற்ற' என்ற சொல்லை நான் விட்டுவிட்டேன். இவ்வாறு விட்டுப் போய் விட்டதைக் கவனிக்காமல், அதே வண்டியில் என்னுடன் பிராயணம் செய்த மௌலானா ஷவுகத் அலியிடம் அந்த நகலைக் கொடுத்தேன். அன்றிரவு தவறைக் கண்டுகொண்டேன். அச்சகத்திற்கு நகலை அனுப்புவதற்கு முன்னால், விட்டுப் போனதைச் சேர்த்துவிட வேண்டும் என்ற செய்தியுடன் காலையில் மகாதேவை அனுப்பினேன். ஆனால், விட்டுப்

போனதைச் சேர்த்துவிடுவதற்கு முன்னாலேயே நகல் அச்சாகிவிட்டது என்று எனக்கு ஞாபகம். விஷயாலோசனைக் கமிட்டி, அன்று மாலையே கூட வேண்டும். ஆகையால், அச்சான நகல் பிரதிகளில் அவசியமான திருத்தங்களை நான் செய்ய வேண்டியிருந்தது. என்னுடைய நகலுடன் நான் தயாராக இல்லாதிருந்திருந்தால், அதிகக் கஷ்டம் ஏற்பட்டிருக்கும் என்பதைப் பின்னால் கண்டுகொண்டேன்.

என்றாலும், என் நிலைமை உண்மையில் பரிதபிக்கத்தக்கதாகவே இருந்தது. இத்தீர்மானத்தை யார் ஆதரிப்பார்கள், யார் எதிர்ப்பார்கள் என்பதுபற்றி எனக்கு ஒன்றுமே தெரியவில்லை. லாலா லஜபதிராய் எந்தவிதமான போக்குக் கொள்ளுவார் என்பதும் எனக்குத் தெரியாது. பிரசித்தி பெற்ற போராட்ட வீரர்கள், போருக்கு ஆயத்தமாகப் பெருங்கூட்டமாக வந்து, கல்கத்தாவில் கூடியிருப்பது ஒன்றையே நான் கண்டேன். டாக்டர் பெஸன்ட், பண்டித மாளவியாஜி, ஸ்ரீ விஜயராகவாச்சாரியார், பண்டித மோதிலால்ஜி, தேசபந்து ஆகியோர் அவர்களில் சிலர்.

பாஞ்சால, கிலாபத் அநியாயங்களுக்குப் பரிகாரம் தேடிக் கொள்ளும் நோக்கத்துடன் ஒத்துழையாமையை அனுசரிப்பது என்று மாத்திரமே என் தீர்மானத்தில் கண்டிருந்தது. ஆனால், அது ஸ்ரீ விஜயராகவாச்சாரியாருக்குத் திருப்தியளிக்கவில்லை. "ஒத்துழையாமைப் பிரகடனம் செய்வதென்றால், குறிப்பிட்ட அநீதிகளைப் பொறுத்ததாக மாத்திரம் அது ஏன் இருக்க வேண்டும்? நாடு அனுபவித்துக் கொண்டு வரும் பெரிய அநீதி, அதற்குச் சுயராஜ்யம் இல்லாதிருப்பதேயாகும். ஆகையால், ஒத்துழையாமைப் போராட்டம் அந்த அநீதியை எதிர்த்து நடத்துவதாகவே இருக்க வேண்டும்" என்று அவர் விவாதித்தார். தீர்மானத்தில் சுயராஜ்யக் கோரிக்கையையும் சேர்த்துவிட வேண்டும் என்று பண்டித மாளவியாஜியும் விரும்பினார். அதற்கு நான் உடனே சம்மதித்து, சுயராஜ்யக் கோரிக்கையையும் தீர்மானத்தில் சேர்ந்தேன். தீர்மானம், நீண்ட, விரிவான, ஓரளவுக்குக் கடுமையான விவாதத்திற்குப் பிறகு நிறைவேறியது.

இந்த இயக்கத்தில் முதலில் சேர்ந்தவர் மோதிலால்ஜி. தீர்மானத்தின் பேரில் அவருடன் நான் நடத்திய இனிமையான விவாதம் இன்னும் எனக்கு நினைவிருக்கிறது. சொல்லமைப்பில்

சில மாற்றங்களை அதில் செய்யவேண்டும் என்று அவர் யோசனை கூறினார். அவ்வாறே நான் செய்தேன். தேச பந்துவையும் இந்த இயக்கத்தில் தாம் சேர்த்து விடுவதாகச் சொன்னார். தேசபந்துவின் உள்ளம் தீர்மானத்திற்கு ஆதரவாகவே இருந்தது. ஆனால், வேலைத் திட்டத்தை நிறைவேற்றி வைக்கும் ஆற்றல் பொதுமக்களுக்கு இருக்குமா என்பதில் அவருக்குச் சந்தேகம் இருந்தது. நாகபுரி காங்கிரஸில்தான் அவரும் லாலாஜியும் அதை முழு மனத்துடன் ஏற்றுக்கொண்டார்கள்.

லோகமான்யர் இல்லாத தன் நஷ்டத்தைக் குறித்து விசேஷ மகாநாட்டில் நான் மிகுந்த மன வருத்தத்துடன் உணர்ந்தேன். லோகமான்யர் அன்று உயிரோடிருந்திருப்பாராயின், அச்சமயம் அவர் நிச்சயம் எனக்கு ஆசி கூறியிருப்பார் என்ற திடமான நம்பிக்கை எனக்கு இன்றும் இருக்கிறது. அது வேறு விதமாக இருந்து, ஒத்துழையாமை இயக்கத்தை அவர் எதிர்த்திருந்தாலும், அவருடைய எதிர்ப்பை எனக்கு ஒரு பாக்கியமாகவும், போதனையாகவுமே நான் மதித்திருப்பேன். எங்களிடையே எப்பொழுதும் அபிப்பிராய பேதம் இருந்திருக்கிறது. ஆனால், அது மனக்கசப்பை உண்டாக்கியதே இல்லை. எங்களுக்குள் இருந்த பந்தம் மிகவும் நெருக்கமானது என்று நம்பிக் கொள்ளுவதற்கு அவர் எப்பொழுதும் என்னை அனுமதித்து வந்தார். இதை நான் எழுதும்போது கூட, அவர் மரணத்தைப் பற்றிய சந்தர்ப்பங்கள் என் கண் முன்பு மிகத் தெளிவாக நிற்கின்றன. அப்பொழுது நடுநிசி நேரம். என்னுடன் அப்பொழுது வேலை செய்து வந்த பட்டவர்த்தன், அவர் மரணமடைந்தார் என்ற செய்தியை டெலிபோன் மூலம் எனக்கு அறிவித்தார். அச்சமயம் என்னுடைய சகாக்கள் என்னைச் சூழ்ந்து இருந்தனர். அச்செய்தியைக் கேட்ட மாத்திரத்திலேயே, "என் மிகப் பெரிய துணைவர் போய் விட்டார்" என்பதை என் உதடுகள் தாமே ஒலித்தன. அப்பொழுது ஒத்துழையாமை இயக்கம் முழு வேகத்துடன் நடந்து கொண்டிருந்தது. அவரிடமிருந்த ஆதரவையும் உற்சாகமூட்டும் சொல்லையும் நான் ஆவலுடன் எதிர்பார்த்துக் கொண்டு இருந்தேன். ஒத்துழையாமையின் முடிவான கட்டத்தைக் குறித்த அவருடைய போக்கு எவ்விதம் இருக்கும் என்பது. எப்பொழுதும் வெறும் ஊகமாகவும், அதைப்பற்றிச் சிந்திப்பது வீண் வேலையாகவுமே இருக்க

முடியும். ஆனால், அவருடைய மரணத்தால் ஏற்பட்ட ஈடு செய்ய முடியாத நஷ்டத்தைக் கல்கத்தாவில் கூடியிருந்த ஒவ்வொருவரும் அதிகமாக உணர்ந்து வருந்தினார்கள் என்பது மாத்திரம் நிச்சயம். நாட்டின் சரித்திரத்தில் ஏற்பட்டிருந்த அந்த நெருக்கடியான சமயத்தில் அவருடைய ஆலோசனைகள் கிடைக்காது போனதைக் குறித்து ஒவ்வொருவரும் வருந்தினார்கள்.

43. நாகபுரியில்

காங்கிரஸின் கல்கத்தா விசேஷ மகாநாட்டில் நிறைவேறிய தீர்மானங்கள், நாகபுரி வருட மகாநாட்டில் ஊர்ஜிதம் செய்யப்பட வேண்டும். கல்கத்தாவைப் போலவே இங்கும் பிரதிநிதிகளும் வேடிக்கை பார்ப்போரும் ஏராளமாக வந்திருந்தார்கள். அப்பொழுதும் காங்கிரஸுக்கு வரும் பிரதிநிதிகளின் தொகை நிர்ணயிக்கப்படவில்லை. இதனால், அம்மகாநாட்டில் பிரதிநிதிகளின் தொகை பதினான்கு ஆயிரத்திற்கு வந்துவிட்டது என்பதே என் ஞாபகம். பள்ளிக்கூடப் பகிஷ்காரத்தைப் பற்றிய பகுதியில் சிறு திருத்தம் செய்ய வேண்டும் என்று லாலாஜி வற்புறுத்தினார். அதை நான் ஏற்றுக்கொண்டேன். அதைபோல் தேசபந்துவின் யோசனையின் பேரில் மற்றும் சில திருத்தங்களும் செய்யப்பட்டன. பிறகு ஒத்துழையாமைத் தீர்மானம் ஏகமனதாக நிறைவேறியது.

காங்கிரஸ் அமைப்பு விதிகளின் மாற்றத்தைப் பற்றிய தீர்மானமும், காங்கிரஸின் இந்த மகாநாட்டிலேயே விவாதத்திற்கு வர இருந்தது. உபகமிட்டி தயாரித்திருந்த நகல், கல்கத்தா விசேஷ மகாநாட்டில் சமர்ப்பிக்கப்பட்டது. ஆகையால், விஷயம் முழுதும் அறிவிக்கப்பட்டு விவாதிக்கப் பட்டிருந்தது. முடிவாகத் தீர்மானிப்பதற்காக அது நாகபுரி மகாநாட்டின் முன்பு வந்தது. அம்மகாநாட்டிற்கு ஸ்ரீ ஸி.விஜயராகவாச்சாரியார் தலைவர். ஒரே ஒரு முக்கியமான மாற்றத்துடன் விஷய ஆலோசனைக் கமிட்டி, நகலை நிறை வேற்றியது. பிரதிநிதிகளின் தொகை 1,500 ஆக இருப்பது என்று நகலில் இருந்தது என்று நினைக்கிறேன். அந்தத் தொகைக்குப் பதிலாக அந்த இடத்தில் 6,000 என்பதை விஷயாலோசனைக் கமிட்டி சேர்த்தது. இவ்விதம் இத்தொகையை அதிகரித்தது. அவசரப்பட்டு முடிவுக்கு வந்ததன் பலன் என்பது என் முடிவு. இத்தனை வருடங்களின் அனுபவமும் என்னுடைய அக்கருத்தையே ஊர்ஜிதம் செய்கிறது. காரியங்களைச் சரியாக நடத்துவதற்குப் பிரதிநிதிகளின் தொகை அதிகமாக இருப்பது எந்த வகையிலும் உதவியாக இருக்கும்

என்றோ, ஜனநாயகக் கொள்கையை அது பாதிக்கிறது என்றோ நம்புவது வெறும் மயக்கம் என்பதே என் கருத்து. எப்படியும் தேர்ந்தெடுக்கப்பட்டு விடும் ஆறாயிரம் பொறுப்பற்ற ஆசாமிகளை விட, மக்களின் நன்மையில் தீவிர ஆர்வம் கொண்ட, விசாலமான மனப்போக்குள்ள, உண்மையானவர்களான ஆயிரத்து ஐந்நூறு பிரதிநிதிகளே ஜனநாயகத்திற்கு என்றும் சிறந்த பாதுகாப்பாவார்கள். ஜனநாயகத்தைப் பாதுகாக்க வேண்டுமானால், மக்கள் தீவிரமான சுதந்திர உணர்ச்சியும், சுயமதிப்பும், ஒற்றுமை உணர்ச்சியும் உள்ளவர்களாக இருக்க வேண்டும். நல்லவர்களாகவும், உண்மையானவர்களாகவும் இருப்பவர்களையே தங்கள் பிரதிநிதிகளாகத் தேர்ந்தெடுக்க வேண்டும் என்றும் அவர்கள் வற்புறுத்த வேண்டும். பிரதிநிதிகளின் தொகை விஷயத்தில் விஷயாலோசனைக் கமிட்டி ஏதோ மனக்கிலேசம் அடைந்திருந்ததால், ஆறாயிரம் என்ற எண்ணுக்கு மேலேயும் போக அது விரும்பியிருக்கக் கூடும். ஆகையால், ஆறாயிரம் என்ற எல்லை சமரசத்தின் பேரில் திட்டம் செய்யப்பட்டது.

காங்கிரஸின் லட்சியத்தைப் பற்றிய விஷயத்தில் பலமான விவாதம் நடந்தது. நான் சமர்ப்பித்திருந்த அமைப்பு விதிகளில் சாத்தியமானால் பிரிட்டிஷ் சாம்ராஜ்யத்திற்குள் அடங்கிய சுயராஜ்யத்தை அடைவது, அவசியமானால் அதற்குள் அடங்காத சுயராஜ்யத்தைப் பெறுவது என்பது காங்கிரஸின் லட்சியம் என்று இருந்தது. காங்கிரஸிலிருந்த ஒரு கோஷ்டியினர், 'பிரிட்டிஷ் சாம்ராஜ்யத்திற்குள் சுதந்திரம் அடைவது என்பது மாத்திரம்' என்று காங்கிரஸின் லட்சியத்தைக் கட்டுப் படுத்திவிட வேண்டும் என்று விரும்பினார்கள். இக்கட்சியினரின் கருத்தைப் பண்டித மாளவியாஜியும், ஸ்ரீ ஜின்னாவும் எடுத்துக் கூறினர். ஆனால், தங்களுக்கு ஆதரவாக அதிக வாக்குகளைப் பெற அவர்களால் முடியவில்லை. அதோடு, 'சுதந்திரத்தை அடைய அனுசரிக்கும் முறை, சமாதானத்தோடு கூடியதாகவும், நியாயமானதாகவும் இருக்க வேண்டும்' என்றும் அமைப்பு விதிகளின் நகல் கூறியது. இந்த நிபந்தனைக்கும் எதிர்ப்பு இருந்தது. அனுசரிக்கும் முறையைப் பற்றி எந்த விதமான தடையும் இருக்கக்கூடாது என்று எதிர்த்தவர்கள் கூறினார்கள். இதைக் குறித்துத் தெளிவாக மனம் விட்டு விவாதித்த பிறகு, அசல் நகலில் கூறியிருப்பதைக்

காங்கிரஸ் அங்கீகரித்தது. இந்த அமைப்பு விதிகளை மக்கள் யோக்கியமாகவும், புத்திசாலித்தனத்தோடும், உணர்ச்சியோடும் நிறைவேற்றியிருந்தால், பொதுமக்கள் அறிவைப் பெறுவதற்கு அதுவே சக்தி வாய்ந்த ஆயுதமாக இருந்திருக்கும் என்பது என் அபிப்பிராயம். அதோடு, அதை நிறைவேற்றி வைப்பதற்குச் செய்யும் காரியங்களே நமக்குச் சுயராஜ்யத்தையும் கொண்டு வந்திருக்கும். ஆனால் இந்தக் கருத்தைக் குறித்து இங்கே விவாதிப்பது பொருத்தமற்றதாகும். இந்த காங்கிரஸ் மகாநாட்டில் ஹிந்து – முஸ்லிம் ஒற்றுமை, தீண்டாமை ஒழிப்பு, கதர் ஆகியவைகளைப் பற்றிய தீர்மானங்களும் நிறைவேறின. அது முதற்கொண்டு காங்கிரஸின் ஹிந்து உறுப்பினர்கள், ஹிந்து மதத்திலிருந்த தீண்டாமை என்னும் சாபக்கேட்டை ஒழித்துக் கட்டும் பொறுப்பை மேற்கொண்டிருக்கின்றனர். கதரின் மூலம், இந்தியாவிலிருக்கும் எலும்புக் கூடுகளான ஏழை மக்களுடன் உயிரான உறவுப் பந்தத்தையும் காங்கிரஸ் கொண்டுவிட்டது. கிலாபத்திற்காக ஒத்துழையாமைப் போராட்டத்தைக் காங்கிரஸ் மேற்கொண்டது. ஹிந்து – முஸ்லிம் ஒற்றுமைக்காகக் காங்கிரஸ் அதனளவில் செய்த பெரிய பிரத்தியட்ச முயற்சியாகும்.

44. விடைபெற்றுக் கொள்ளுகிறேன்

இந்த அத்தியாயங்களை ஒரு முடிவுக்குக் கொண்டு வந்துவிட வேண்டிய சமயம் இப்பொழுது வந்திருக்கிறது. இந்தக் கட்டத்திற்கு மேல் என்னுடைய வாழ்க்கை மிகவும் பகிரங்கமாக ஆகிவிட்டது. அதில் பொதுமக்களுக்குத் தெரியாதது எதுவுமே இல்லை. மேலும் 1921–ஆம் ஆண்டிலிருந்து காங்கிரஸ் தலைவர்களுடன் அதிகமாக நெருங்கியிருந்து வேலை செய்து வந்திருக்கிறேன். ஆகையால், அவர்களுடன் எனக்குள்ள உறவைப் பற்றிக் குறிப்பிடாமல் என் வாழ்க்கைச் சம்பவங்களில் எதையுமே அக்காலத்திற்குப் பிறகு நான் விவரிக்கவே முடியாது. சிரத்தானந்தஜி, தேசபந்து, ஹக்கீம் சாகிப், லாலாஜி ஆகியவர்கள் காலஞ்சென்று விட்டார்கள். என்றாலும், பிரபலமான காங்கிரஸ் தலைவர்கள் பலர் இன்னும் வாழ்ந்து நம்முடன் இருந்து வேலை செய்துவரும் பாக்கியத்தை நாம் பெற்றிருக்கிறோம். நான் மேலே விவரித்துள்ளபடி, காங்கிரஸில் பெறும் மாறுதல்கள் ஏற்பட்ட பின்னரும் காங்கிரஸின் சரித்திரம் இன்னும் நிகழ்ந்து கொண்டுதான் வருகிறது. மேலும், சென்ற ஏழு ஆண்டுகளாக நான் செய்து வந்திருக்கும் முக்கியமான சோதனைகளை யெல்லாம் காங்கிரஸின் மூலமாகவே செய்து வந்திருக்கிறேன் ஆகையால், மேற்கொண்டும் நான் செய்த சோதனைகளைப் பற்றி நான் கூறிக்கொண்டு போவதாயின், தலைவர்களுடன் எனக்குள்ள தொடர்பைப் பற்றிச் சொல்லுவதைத் தவிர்க்கவே முடியாது. நியாயஉணர்ச்சியை முன்னிட்டேனும் இப்போதைக்காவது அதை நான் செய்ய முடியாது. கடைசியாக, இப்பொழுது நான் செய்து வரும் சோதனைகளைப் பற்றிய முடிவுகள், திட்டமானவை என்று இன்னும் சொல்லி விடுவதற்கில்லை. ஆகையால், இந்த வரலாற்றை இந்த இடத்தோடு முடித்துவிடுவதே என்னுடைய தெளிவான கடமை என்பதைக் காண்கிறேன். உண்மையில் என் பேனாவும், இயற்கையாகவே அதற்குமேல் இதை எழுதிக்கொண்டு போகவும் மறுக்கிறது.

வாசகரிடமிருந்து இப்பொழுது நான் விடைபெற்றுக் கொள்ளுவதில் எனக்கு மன வருத்தம் இல்லாமலில்லை.

என்னுடைய சத்திய சோதனைகள் அதிக மதிப்பு வாய்ந்தவை என்று நான் கருதுகிறேன். அந்த மதிப்பு நன்றாகப் புலப்படும்படி நான் செய்திருக்கிறேனோ என்பதை நான் அறியேன். உள்ளதை உள்ளபடியே எடுத்துக் கூறுவதற்கு என்னால் இயன்றவரை சிரமம் எடுத்துக் கொண்டிருக்கிறேன் என்று மாத்திரமே நான் கூற முடியும். எந்தவிதமாக நான் சத்தியத்தைக் கண்டுகொண்டேனோ அதே விதமாக அதை விவரிப்பதே என் இடையறாத முயற்சியாக இருந்து வந்திருக்கிறது. இந்தப் பயிற்சி, அழித்துவிட முடியாத மனச்சாந்தியை எனக்கு அளித்திருக்கிறது. ஏனெனில், சந்தேகம் உள்ளவர்களுக்கும் சத்தியத்திலும் அகிம்சையிலும் அது நம்பிக்கையை உண்டாக்கும் என்று நான் ஆசையோடு நம்பி வந்திருக்கிறேன்.

சத்தியத்தைத்தவிர வேறு கடவுள் இல்லை என்பதை, ஒரே மாதிரியான என்னுடைய அனுபவங்களில் எனக்கு உறுதியாக உணர்த்தியிருக்கின்றன. சத்தியத்தைத் தரிசிப்பதற்குள்ள ஒரே மார்க்கம் அகிம்சைதான் என்பதை இந்த அத்தியாயங்களின் ஒவ்வொரு பக்கமும் வாசகருக்கு அறிவுறுத்தவில்லை யாயின், இந்த அத்தியாயங்களை எழுதுவதற்கு நான் எடுத்துக் கொண்ட சிரமமெல்லாம் வீணாயின என்றே கொள்ளுவேன். இந்த வகையில் என் முயற்சிகளெல்லாம் பலனற்றவையே என்று நிரூபிக்கப்பட்டு விட்டாலும், அதன் குற்றம் என்னுடையதேயன்றி அம்மகத்தான கொள்கையினுடையதல்ல என்பதை வாசகர்கள் அறிய வேண்டும். அகிம்சையை நாடுவதில் எவ்வளவுதான் உள்ளன்போடு நான் முயற்சிகள் செய்து வந்திருந்தாலும், அவை இன்னும் குறைபாடுடையவைகளாகவும், போதுமானவை அல்லாதனவாகவுமேஇருந்து வருகின்றன. ஆகையால், சத்தியத் தோற்றத்தை அவ்வப்போது ஒரு கண நேரம் கண்டுகொண்டது, சத்தியத்தின் விவரிக்கவொண்ணாத பெருஞ் ஜோதியை நான் தெரிந்துகொண்டு விட்டதாகவே ஆகாது. நான் தினந்தோறும் கண்ணால் பார்க்கும் சூரியனைவிட கோடி மடங்கு அதிகப் பிரகாசம் உடையது சத்தியத்தின் ஜோதி. உண்மையில் நான் கண்டிருப்பதெல்லாம், அந்த மகத்தான பரஞ்ஜோதியின் மிகச் சிறிய மங்கலான ஒளியையேயாகும். ஆனால், என்னுடைய எல்லாச் சோதனைகளின் பலனாகவும் ஒன்றை மாத்திரம் நான் நிச்சயமாகக் கூற முடியும். அகிம்சையைப் பூரணமாக அடைந்தால்

மே சத்தியத்தின் பூரணமான சொரூபத்தையும் தரிசிக்க ம்.

ஞ்சம் அனைத்திலும் நிறைந்து நிற்பதான சத்திய ரூபத்தை நேருக்கு நேராக ஒருவர் தரிசிக்க வேண்டுமாயின். கத் தாழ்ந்த உயிரையும் தன்னைப்போலவே நேசிக்க டிந்தவராக அவர் இருக்க வேண்டும். அந்த நிலையை அடைந்துவிட ஆசைப்படுகிறவர் யாரும், வாழ்க்கையின் எந்தத் துறையிலிருந்தும் விலகி நின்று விட முடியாது. அதனாலேயே, சத்தியத்தினிடம் நான் கொண்டிருக்கும் பக்தி, என்னை ராஜீயத் துறையில் இழுத்து விட்டிருக்கிறது. சமயத் துறைக்கும் ராஜீயத்திற்கும் எந்த விதமான சம்பந்தமுமே இல்லை என்று கூறுவோர், சமயம் என்பது இன்னதென்பதையே அறியாதவர்களாவர். இதைக் கொஞ்சமேனும் தயக்கமின்றி, ஆயினும் முழுப் பணிவுடன் கூறுவேன்.

தன்னைத் தானே தூய்மைப்படுத்திக் கொண்டு விடாமல், எல்லா உயிர்களிடத்திலும் தன்னை ஒன்றுபடுத்திக் கொள்ளுவது என்பது முடியாத காரியம். தம்மைத் தாம் தூய்மைப்படுத்திக் கொள்ளாமல் அகிம்சை தருமத்தை அனுசரிப்போமென்பது வெறும் கனவாகவே முடியும். மனத்தூய்மை இல்லாதார் என்றுமே கடவுளை அறிதல் இயலாது. ஆகையால், தம்மைத் தாமே தூய்மைப்படுத்திக் கொள்ளுவது என்பது, வெகு விரைவில் மற்றவர்களுக்கும் தொத்திக் கொள்ளும் தன்மை உடையதாகையால், ஒருவர் தம்மைத் தாமே தூய்மைப்படுத்திக் கொள்ளுவதனால், அவசியமாக தம்முடைய சுற்றுச் சார்பையும் தூய்மைப்படுத்தி விடுவதாகிறது.

ஆனால், ஆன்மத் தூய்மைக்கான மார்க்கம் மிகவும் கஷ்டமானதாகும். பூரணத் தூய்மையை ஒருவர் அடைவதற்கு, அவர் எண்ணத்திலும் சொல்லிலும் செயலிலும் காமக் குரோதங்களை அறவே நீக்கியவராக இருக்க வேண்டும். அன்பு – துவேஷம், விருப்பு – வெறுப்பு என்னும் எதிர்ப்புச் சுழல்களினின்று அவர் வெளிப்பட்டவராகவும் இருக்க வேண்டும். அம்மூவகைத் தூய்மையையும் அடைவதற்காக இடைவிடாது நான் முயற்சி செய்து கொண்டு வருகிறேனாயினும், அந்த மூன்று தூய்மைகளும் இன்னும் என்னுள் இல்லை

என்பதை நான் அறிவேன். இதனாலேயேதான் இவ்வுலகத்தின் புகழுரைகளெல்லாம் எனக்கு இன்பம் தருவதில்லை; உண்மையில் அவைகளினால் எனக்கு அடிக்கடி மனக் கஷ்டமே உண்டாகிறது. ஆயுத பலத்தைக் கொண்டு உலகத்தையே வெற்றி கொண்டு விடுவதைவிட, உள்ளுக்குள் இருக்கும் காமக், குரோத உணர்ச்சிகளை வென்று விடுவது அதிகக் கஷ்டமாக எனக்குத் தோன்றுகிறது. நான் இந்தியாவுக்குத் திரும்பியதிலிருந்து, என் உள்ளத்தினுள்ளே மறைந்துகொண்டு தூங்கிக் கிடக்கும் ஆசாபாசங்களை நான் அனுபவித்து வருகிறேன். அவை இன்னும் என்னிடம் இருந்து கொண்டுதான் இருக்கின்றன என்பதைப் பற்றிய எண்ணம், நான் தோல்வியுறும்படி செய்து விடவில்லையாயினும், அவமானப்படும்படி செய்கிறது. அனுபங்களும் சோதனைகளுமே என்னை நிலைபெற்றிருக்கச் செய்து எனக்கு ஆனந்தத்தையும் அளிக்கின்றன. ஆனால், இன்னும் நான் கடக்க வேண்டிய மிகக்கஷ்டமான பாதை என் முன்னால் இருக்கிறது என்பதை அறிவேன். என்னை நான் அணுவிற்கும் அணுவாக்கிக் கொண்டுவிட வேண்டும். தன்னுடன் உயிர் வாழ்வன எல்லாவற்றிற்கும் தன்னைக் கடையனாகத் தானே விரும்பி ஒரு மனிதன் வைத்துக்கொண்டு விடாத வரையில் அவனுக்கு விமோசனமே கிடையாது. அடக்கத்தின் மிகத் தொலைவான எல்லையே அகிம்சையாகும். தற்போதைக்கேயாயினும் வாசகரிடம் நான் விடைபெற்றுக் கொள்ளுகிறேன். மனம், வாக்கு, காரியங்களில் அகிம்சை விரதத்தை எனக்கு அருளுமாறு சத்தியமேயான கடவுளைப் பிரார்த்திக்கிறேன். அந்தப் பிரார்த்தனையில் என்னுடன் கலந்து கொள்ளுமாறு வாசகரைக் கேட்டுக் கொண்டு விடைபெற்றுக் கொள்ளுகிறேன்.

(முற்றிற்று)

www.ingramcontent.com/pod-product-compliance
Lightning Source LLC
LaVergne TN
LVHW060318051026
849517LV00004B/1146
9789391480691